महाराष्ट्र
समाज आणि संस्कृती

(मध्य आणि आधुनिक काल)

डॉ. अ. रा. कुलकर्णी

सुप्रतिष्ठ प्राध्यापक

पुणे विद्यापीठ

डायमंड पब्लिकेशन्स

महाराष्ट्र समाज आणि संस्कृती

(मध्य आणि आधुनिक काल)

डॉ. अ. रा. कुलकर्णी

प्रथम आवृत्ती - मे २००८

ISBN : 978-81-89959-91-3

© डायमंड पब्लिकेशन्स

मुखपृष्ठ
शाम भालेकर

प्रकाशक
डायमंड पब्लिकेशन्स
२६४/३ शनिवार पेठ, ३०२ अनुग्रह अपार्टमेंट
ओंकारेश्वर मंदिराजवळ, पुणे-४११ ०३०
☎ ०२०-२४४५२३८७, २४४६६६४२
info@diamondbookspune.com

ऑनलाईन पुस्तक खरेदीसाठी भेट द्या
www.diamondbookspune.com

प्रमुख वितरक
डायमंड बुक डेपो
६६१ नारायण पेठ, अप्पा बळवंत चौक
पुणे-४११ ०३० ☎ ०२०-२४४८०६७७

महाराष्ट्र : समाज आणि संस्कृती
(मध्य आणि आधुनिक काल)

प्रास्ताविक

प्रस्तुत ग्रंथात, इतिहासाचे सर्व थरांतील विद्यार्थी, शिक्षक आणि सर्वसाधारण इतिहासप्रेमी वाचक यांच्या माहितीसाठी माझ्या काही शोधनिबंधांचे- विशेषतः इंग्रजीत निरनिराळ्या परिषदांतून सादर केलेले- मराठी रूपांतर सादर केले आहेत. 'शिवकालीन महाराष्ट्र : सामाजिक आणि आर्थिक जीवन' हा माझ्या अभ्यासाचा प्रमुख विषय असला तरी त्याच्या अनुषंगाने आणि शिकविण्याच्या दृष्टीने मला जो अन्य विषयांचा अभ्यास करावा लागला, त्या विषयावर कारणपरत्वे मी जे लेखन केले, त्याचे संकलन प्रस्तुत ग्रथांत केले आहे. त्यामुळे यात वारकरी संप्रदायाच्या काळापासून समाजपरिवर्तनासाठी आपले आयुष्य वेचणाऱ्या महात्मा जोतीराव फुले यांच्या कालखंडापर्यंत विविध विषय आलेले आहेत. विद्यार्थी, शिक्षकवर्ग आणि इतिहासप्रेमी वाचक यांना त्यापासून काही माहिती मिळेल, अशी उमेद आहे.

डायमंड प्रकाशन संस्थेचे संचालक श्री. दत्तात्रेय गं.पाष्टे यांनी प्रोत्साहन दिल्यामुळे मी हे आणि अशाच प्रकारचे अन्य काही लेखन करू शकलो. या कामी मला माझे विद्यार्थी मित्र डॉ. म. रा. कुलकर्णी, प्रा.पद्माकर प्रभुणे आणि माझी पत्नी सौ. विजया कुलकर्णी यांनी केलेल्या साहाय्याबद्दल मी त्यांचा ऋणी आहे. ग्रंथप्रकाशनप्रक्रियेत डायमंड प्रकाशन संस्थेत काम करणाऱ्या विविध व्यक्तींनी जे सहकार्य दिले, त्याबद्दल मी त्यांचा आभारी आहे.

– अ. रा. कुलकर्णी

पुणे
१९ फ्रेबुवारी २००८

अनुक्रमणिका

प्रास्ताविक

१.
वारकरी संप्रदाय

महाराष्ट्रातील संतांची परंपरा फार जुनी आहे. या संतांनी आपल्या 'वाणी' ने महाराष्ट्राच्या सामाजिक, धार्मिक आणि सांस्कृतिक जीवनात क्रांतिकारक बदल घडवून आणले. यासाठी त्यांनी ज्या मार्गाचा अवलंब केला त्याला 'वारकरी संप्रदाय' अथवा भक्तिमार्ग अथवा भागवत धर्म असे म्हटले जाते. या संप्रदायाचा प्रारंभ केव्हा झाला, या कूट प्रश्नाचा उलगडा करताना अनेक गोष्टींचा विचार करावा लागतो. विशेषत: या संप्रदायाचे आद्य दैवत 'विठ्ठल' हे कोठून आले? याची पूजा केव्हा सुरू झाली, या देवतेचा सर्वश्रेष्ठ भक्त 'भक्ता माजी अग्रणी । पुंडलिक महामुनी ।।' याचा काळ कोणता, विठ्ठलाचे आद्य ठिकाण जे पंढरपूर हे नाव केव्हापासून लोकांच्या लक्षात आले इत्यादी प्रश्नांची उत्तरे शोधावी लागतात. सामान्य जनतेत रूढ असलेला आद्य संस्थापक आणि नामदेव, एकनाथ, तुकाराम हे संप्रदायाचे प्रमुख प्रसारक होत. ज्ञानदेव (१२७५ ते १२९६), नामदेव (१२७१-१३५०) यांचा काळ म्हणजे तेराव्या शतकाचा उत्तरार्ध ते चौदाव्या शतकाचा पूर्वार्ध (स.१२७१ ते १३५०) आणि या संप्रदायाचे पाईक एकनाथ (१५५३ - १५९९) आणि तुकाराम (१६०८-१६४९) यांनी सोळाव्या आणि सतराव्या शतकांत या संप्रदायाचा मोठ्या प्रमाणात विकास केला. त्यामुळे तुकाराम महाराजांनी आपल्या एका अभंगात वारकरी संप्रदाय अथवा भागवत धर्माचे मंदिर कसे उभे राहिले त्याचे वर्णन पुढीलप्रमाणे केले आहे.

संतकृपा झाली । इमारत फळा आली ।।
ज्ञानदेवे रचिला पाया । उभारिले देवालया ।।
नामा तयाचा किंकर । तेणे केला हा विस्तार ।।
जनार्दन एकनाथ । खांब दिला भागवत ।।
तुका झालासे कळस । भजन करा सावकाश ।।

तुकोबाच्या या अभंगास त्याची शिष्या बहिणाबाईंनी, 'बहिणी म्हणे फडकती ध्वजा। निरूपणा केले वोजा ।।' अशी एक सहावी ओळ जोडली आहे. (बहिरट : 'वारकरी संप्रदायाचा उगम व इतिहास.' पृ ७)

ज्ञानदेव-नामदेव यांच्या काळात वारकरी संप्रदाय विकसित झाला हे मान्य केले, तरी अलीकडील संशोधनामुळे भक्तिमार्गाची परंपरा ६ व्या शतकापर्यंत मागे जाते असे दिसून येते. राष्ट्रकूट राजा अविधेय याने एका ब्राह्मणास चार गावे दान दिल्याचा उल्लेख

५१६ सालच्या एका ताम्रपटात आहे. या चार गावांपैकी एका गावाचे नाव पांडरंगपल्ली असे आहे. पांडरंगपल्ली म्हणजे पांडुरंगाचे गाव पंढरपूर होय. या उल्लेखावरून पंढरपूर देवस्थान, पांडुरंग आणि त्यांचा आद्य भक्त पुंडलिक याचा काल इ.स.च्या ६व्या शतकापर्यंत मागे जातो. पंढरपुरातील भिल्लम यादवाच्या काळातील स.११८९ च्या शिलालेखात पंढरीस विठ्ठलाच्या लहान मंदिराचा उल्लेख आहे. होयसळांचा स.१२३७ चा शिलालेख, यादव काळातील १२७० चा शिलालेख, पंढरपूरच्या मंदिरातील खांबावरील चौऱ्यांशीचा शिलालेख यात विठ्ठल मंदिर आणि भक्तजनांनी दिलेल्या देणग्यांचे उल्लेख आहेत. ज्ञानेश्वरी शके १२१२ म्हणजे स. १२९० मध्ये लिहिली गेली. या सर्व उल्लेखांवरून ज्ञानेश्वर पूर्वकाळात विठ्ठल मंदिर, भक्तजन, आषाढी-कार्तिकी वारी यांचे अस्तित्व सिद्ध होते. याचा अर्थ असा की, इ.स. ६ वे शतक ते तेरावे शतक या काळात विठ्ठल व पंढरीचे क्षेत्र यांचे महत्त्व वाढत गेले.

विठ्ठलमूर्ती कानडी आहे, असे अनुमान ज्ञानदेवांच्या 'कानडा वो विठ्ठलु कर्नाटकु। तेणे मज लाविला वेधु ।।' या अभंगावरून काढले जाते. परंतु येथे 'कानडा' हा शब्द 'देश' या संदर्भात वापरला नसून विठ्ठल हा 'देश, काळ, रूप, नाम, शब्द यांच्या पलीकडे तो आहे' असे या अभंगात अभिप्रेत आहे, असे हरिभक्त परायण सोनोपंत दांडेकर यांनी म्हटले आहे. 'कानडा' हा शब्द 'अगम्य', 'अनाकलनीय' या अर्थी ज्ञानेश्वर काळात वापरला जात होता, असे त्यांनी नमूद केले आहे.

आता वारकरी हा शब्द केव्हा रूढ झाला याचा विचार केला पाहिजे. ज्ञानेश्वरपूर्व काळात विठ्ठल दैवत लोकप्रिय व प्रसिद्ध होते. ज्ञानदेवांचे वडील विठ्ठलपंत व मातुश्री रुक्मिणी यांच्या विवाहानंतर ज्ञानेश्वरांचे आजोबा सिद्धोपंत यांनी वधू-वरांना घेऊन विठ्ठलाच्या दर्शनास पंढरपुरास गेले होते, असा उल्लेख नामदेवांनी केला आहे. सिद्धोपंत जेव्हा या जोडप्याला घेऊन पंढरपुरास आले तेव्हा पंढरपुरात मोठी यात्रा भरली होती. "गरूड टके पताका मृदंग वाजती । वैष्णव गर्जती जयजयकारे ।। गरूडपारी उभे दाटी वैष्णवांची । उपमा वैकुंठीची पंढरीये ।।" (नामदेव गाथा क्र.८८९)

दुसऱ्या एका अभंगात (८९५) नामदेव म्हणतात, "नित्य हरीकथा नाम संकीर्तन। संतांचे दरूषन सर्वकाळ ।। पंढरीची वारी आषाढी कार्तिकी। विठ्ठल एकाकी सुखरूप।।" यावरून सिद्धोपंतांनी या जोडप्याला जेव्हा पंढरीस आणले होते तेव्हा जी 'यात्रा' भरली होती, ती आषाढी कार्तिकी एकादशीस येणाऱ्या भक्तजनांच्या वारीचीच असावी.

वारकरी म्हणजे कोण : वारी करणारा तो वारकरी. ज्ञानेश्वरीत 'वारी' हा शब्द 'फेरा' अगर 'खेप' या अर्थाने वापरला आहे. वारी शब्दाचा रूढ अर्थ म्हणजे नियमितपणे पवित्र स्थळाच्या यात्रेस जाण्याची प्रथा म्हणजे 'वारी' असे स्थूलमानाने म्हणता येईल. वारकरी संप्रदायाच्या संदर्भात 'वारी' हा शब्द पांडुरंगाच्या भेटीसाठी पंढरीस आषाढी,

कार्तिकी, माघी अथवा चैत्र शुद्ध एकादशी यांपैकी एका दिवशी, गळ्यात तुळशीची माळ घालून, खांद्यावर पताका घेऊन नियमितपणे यात्रेस जातो तो ' पंढरीचा वारकरी ' असे म्हटले जाते. आणि या पद्धतीने जी उपासना केली जाते त्या पद्धतीला अथवा मार्गाला ' वारकरी संप्रदाय ' असे म्हणतात.

ज्ञानेश्वरीत विठ्ठलाच्या वारकऱ्याचे वर्णन असे केले आहे, " काया वाचा मने जीवे सर्वस्वे उदार । बाप रखुमादेवीवरा विठ्ठलाचा वारीकर ।।" (सकल संत गाथा अभंग क्र.१४७). या वारकऱ्यांचा मेळावा पंढरीचा प्रवास कसा करतो याचे वर्णनही ज्ञानेश्वरांनी केले आहे. ते म्हणतात, " कुंचे पताका झळकती । टाळ मृदंग वाजती। आनंदे प्रेमे गर्जती । भद्रजाती विठ्ठलाचे ।।" (अभंग ४०९०). प्रस्तुत संदर्भात नामदेव म्हणतात, "आले आले रे हरीचे डिंगर (लाडके) वीर वारीकर पंढरीचे ।। भक्ती प्रेमभाव भरले ज्यांच्या अंगी । नाचति हरीरंगी नेणती लाजु ।।" (सकल संत गाथा ४२९३).

'वारकरी' हा शब्द महाराष्ट्रात ' पंढरपूरचा वारकरी ' या संदर्भात वापरला जातो. ' वारकरी वाङ्मय ' म्हणजे संतांचे वाङ्मय होय. मानवी जीवन उच्च पातळीवरून कसे घालवावे याचे त्यात मार्गदर्शन आहे. " वारकरी होणे म्हणजे संतांनी घालून दिलेले ईशसेवामय जीवन व्यतीत करण्याचे व्रत घेणे होय," असे सोनोपंत दांडेकर म्हणतात. (बहिरट पृ.६) वारकरीपंथीय लोक गळ्यात विठ्ठलास प्रिय असलेली ' तुळशी माळा ' घालतात. त्यामुळे ' वारकरी ' ला ' माळकरी ' व त्याच्या पंथास ' माळकरी पंथ ' असे ही म्हणतात.

' वारकरी संप्रदाय ' अथवा ' भागवत धर्म ' हा ज्ञानेश्वर पूर्वकाळातील आहे, असे मानले तर 'ज्ञानदेवे रचिला पाया' असे का म्हणतात ? निवृत्तीनाथ हे ज्ञानदेवांचे वडील बंधू आणि एका अर्थाने गुरू होते. निवृत्तीनाथ हे नाथपंथी होते आणि त्यांना 'भक्तिनाम पेटी' हे गुरुपरंपरेने मिळालेले धन होते. त्यामुळे या नाथसंप्रदायातूनच ज्ञानदेवांना विठ्ठल भक्तीचा मार्ग मिळाला आणि त्यांनी वेद ' फोल ' ठरवून वारकरी संप्रदायाचा पाया रचण्याची भरीव कामगिरी केली. वारकरी संप्रदायाची पाया रचण्याची ज्ञानदेवांची कामगिरी चतुर्विध स्वरूपाची आहे. ती म्हणजे, (१) सुसंगत व तर्कशुद्ध तत्त्वज्ञान, (२) सूक्ष्म नीतिमीमांसा, (३) धार्मिक अनुभवांचे मूल्यमापन आणि (४) लोक जागृती असे बहिरटांनी म्हटले आहे. (पृ.४३) परिणामी, समाजातील सर्व थरांतील लोक या भक्तिमार्गाचे अनुयायी बनले. ज्ञानदेवांनी हा भक्तीमार्गाचा पाया रचला आणि त्याचा प्रसार नामदेव, एकनाथ आणि तुकाराम या श्रेष्ठ संतांनी सामान्य जनांत केला. या चार संतश्रेष्ठांचा परिचय, वारकरी संप्रदायाचा विकास कसा झाला, या प्रक्रियेच्या संदर्भात आवश्यक कालानुक्रमे या संप्रदायाचे आधारस्तंभ म्हणजे नामदेव (१२७१-१३५०), ज्ञानदेव (१२७५-१२९६), एकनाथ (१५१३-१५९९) आणि तुकाराम (१५९८-

१६४९). या संप्रदायाच्या विकासाच्या कार्यात समाजातील सर्व जातीच्या लोकांनी हातभार लावला होता. यात ज्ञानेश्वरांचे बंधू निवृत्ती, सोपान आणि बहीण मुक्ताबाई, विसोबा खेचर आणि चांगदेव हे ब्राह्मण, नरहरी सोनार, सेना न्हावी, सावता माळी, गोरोबा कुंभार, चोखा मेळा महार, रोहिदास चर्मकार, जनाबाई एक दासी, कान्होपात्रा एक गणिका या काही भिन्न जातींतील व्यवसायिकांचा उल्लेख करता येईल.

नामदेव : या संतश्रेष्ठाचा जन्म मराठवाड्यातील नरसी बामगी या खेड्यातील एका शिंपी कुटुंबात झाला होता. त्यांचे वडील दामाशेटी हे पंढरीच्या विठ्ठलाचे परमभक्त होते. त्यांच्या आईचे नाव गोणाई. ती देखील पांडुरंगाची उपासक होती. तिच्या पोटी नामदेवांचा जन्म पंढरपूर येथे २६ ऑक्टोबर १२७० साली झाला. अगदी बालवयातच नामदेव विठ्ठलाचे भक्त बनले होते. एकनाथ म्हणतात, " पंचवरूषी नामा जाहला । छंद विठुचा लागला। एकाजनार्दनी सार । मंत्र जपे त्रिअक्षर।।" वयाच्या अकराव्या वर्षी नामदेवांचे लग्न राजाई हिच्याशी झाले व त्यांना चार मुले आणि एक मुलगी अशी पाच अपत्ये झाली. परंतु संसारात ते फारसे रमले नाहीत. आईला त्यांची चिंता वाटे. नामदेवांचा हा विठ्ठल छंद घरच्या मंडळींना पसंत नव्हता. पण पुढे नामदेवांच्या विठ्ठलभक्तीचा प्रभाव या साऱ्या कुटुंबावर पडला आणि ते सारे विठ्ठलप्रेमी बनले. नामदेवांची आणि ज्ञानदेवांची भेट आळंदी येथे झाली आणि ज्ञानदेवांनी त्यांना विठोबा खेचर या औंढ्या नागनाथ येथे असलेल्या ब्राह्मण नाथपंथी सत्पुरुषाची भेट घेण्याचा सल्ला दिला. विठोबा खेचर हे नामदेवांचे गुरू बनले. त्यानंतर त्यांनी उत्तर भारतात दीर्घकाळ प्रवास केला. काशीला जाऊन विश्वनाथ मंदिराला भेट दिली. ज्ञानेश्वर त्यांना 'भक्तशिरोमणि' अथवा 'भक्तराज' या नावाने संबोधित असत.

नामदेवांनी सुमारे २० वर्षे पंजाबात वास्तव्य केले. आणि ज्ञानदेवांकडून ग्रहण केलेल्या भक्तिमार्गाचा प्रचार केला. उत्तरेकडील भक्तजनांसाठी त्यांनी काही भक्तीपर गीतांची रचना हिंदी भाषेत केली. शीख पंथीयांच्या 'ग्रंथ साहेब' या पवित्र धर्मग्रंथात नामदेवांनी रचलेले ६१ अभंग 'संत नामदेवजीकी गुरूबाणी' या शीर्षकाखाली ग्रंथित केले आहेत. नामदेवांच्या या पंजाबी/हिंदी रचनांमुळे लोकांच्या मनात नामदेव एक की दोन असा संभ्रम निर्माण झाला होता. परंतु दोन्ही भाषेतील – मराठी आणि हिंदी अभंगांतील समान कल्पना, विचार, शब्द यांचा अभ्यास करून हे दोन्ही भाषेत लेखन करणारा नामदेव एकच अशी विद्वानांची खात्री झाली. 'ग्रंथ साहेब' या ग्रंथातील १६ भक्तांच्या नावात, कबीर, मीराबाई, रामानंद आणि सूरदास या श्रेष्ठ नामावलीत नामदेवांचा उल्लेख आढळतो.

नामदेवांनी आपल्या उत्तरेतील वास्तव्यात महाराष्ट्राच्या भक्तीमार्गाचा प्रचार केला नाही, तर अनेक भक्तगणही मिळविले. त्यापैकी पाच प्रमुख भक्त म्हणजे विष्णुस्वामी

(ब्राह्मण), बहोरदास (शिंपी), जल्लो (सुतार), लध्धा खत्री (व्यापारी), केसो कलाधारी (पंजाबी ब्राह्मण) हे होत. एवढेच नव्हे तर नामदेवांच्या नावे अमृतसर जिल्ह्यातील 'घुमान' अथवा ' गुरदासपूर ' या गावी एक मंदिरही त्यांच्या भक्तांनी बांधले. त्या मंदिराला 'बाबा नामदेवजी अथवा देहुरा साहेब यांचा 'गुरुद्वारा' या नावाने तेथील रहिवासी ओळखतात. त्यांचा शिष्य बहोरदास, ज्याच्याकडे नामदेव काही दिवस राहिले होते, त्याने आपल्या गुरूच्या स्मरणार्थ हे मंदिर उभे केले होते. घुमान येथून स.१३४९ साली नामदेवांनी मकर संक्रांतीच्या दिवशी प्रयाण केले म्हणून तेथे मकर संक्रांतीच्या दिवशी म्हणजे माघ शुद्ध द्वितीयेस महायात्रा भरत असते. चिदा नावाची पंजाबमधील शिंपी जमात ही मोठ्या प्रमाणात नामदेव पंथी बनली आहे.

काही विद्वानांच्या मते हिंदी भाषेत भक्तिगीतांची रचना करण्याची सुरुवात नामदेवांपासून झाली. हिंदी आणि मराठी या दोन्ही भाषांना एकत्र आणण्याचे काम नामदेवांनी केले, असेही काही पंडित मानतात. नामदेवाने केलेल्या हिंदी रचनांपासून रामानंद, कबीर, नानक, राईदास, दीपा मध्ययुगीन हिंदी आणि इतर बोलीभाषांतून पद्यरचना करण्याची प्रेरणा घेतली असे मानले जाते. या हिंदी कवींनी आपल्या काव्यातून नामदेवांचा उल्लेख केलेला आढळतो. कबीर आणि नामदेव यांच्या रचनांमध्ये अनेक साम्यस्थळे आढळतात. मराठी संतपरंपरा तेराव्या शतकापासून सुरू झाली आणि उत्तर भारतात या परंपरेचा उदय पंधरावे शतक आणि नंतरच्या काळात झाला. यावरून असे अनुमान करता येईल की, महाराष्ट्रात उदयाला आलेल्या भक्तिमार्गापासून उत्तरेकडील महान संत कबीर याला दोहे रचण्याची प्रेरणा मिळाली असावी. कबिराला महाराष्ट्रात देखील बहुमानाने ओळखले जाते.

प्रा. रा. द. रानडे प्रसिद्ध तत्त्वज्ञान पंडित Mysticism in Maharashtra (महाराष्ट्रातील गूढवाढ अथवा महाराष्ट्रातील संतांचा आत्मसाक्षात्कार) या प्रसिद्ध ग्रंथात नामदेव म्हणजे गूढवादाच्या क्षेत्रातील लोकशाहीचा अग्रदूत होय असे मानतात. विठ्ठल संप्रदायाचा प्रमुख आधारस्तंभ म्हणून त्याची संतपरंपरेत गणना केली जाते. आपल्या कीर्तनरंगाच्या द्वारे विठ्ठलभक्तीची व वारकरी संप्रदायाची पताका उत्तर भारतात फडकविली आणि पंढरीस परत येऊन आषाढ वद्य १३ शके १२७२ रोजी तेथे समाधी घेतली. तो स्वत:ला नामा तयाचा (पंढरपूर मंदिराचा) किंकर। तेणे केला हा विस्तार ।। असे म्हणवून घेतो. त्याने जेथे समाधी घेतली ते स्थान पंढरपुरात महाद्वारात नामदेवाची पायरी म्हणून प्रसिद्ध आहे. पंढरपूरचे माहात्म्य नामदेवाच्या सेवेमुळे–भक्तीमुळे वाढले असे म्हणता येईल. नामदेव ज्या जातीजमातीचा हीन जाती म्हणून उल्लेख करतात त्या कुंभार, चांभार, कमी दर्जाचे सेवेकरी, गणिका ज्या जमातीतून कालांतराने संतांची निर्मिती झाली, त्या जातीचे प्रतिनिधी होते.

उत्तर हिंदुस्थानात मध्ययुगात मुसलमानी सत्ता प्रस्थापित झाली होती. त्यामुळे भारतीय समाज दुभंगला होता. या हिंदी भाषिक समाजात कीर्तनाच्या द्वारे, लोकभाषेतून म्हणजे हिंदीतून एकेश्वरवादाचा, विशुद्धभक्तीचा, मानवधर्माचा आणि सदाचारी जीवनाचा संदेश पोहोचविला. नामदेवांनी हिंदू-मुसलमान या दोन्ही समाजात ऐक्य निर्माण करण्याचा प्रयत्न केला. त्यांच्या एका पदात ते म्हणतात,

हिंदू अंधा, तुरकू काणा ।
दुहाते गिआनी सिआणा ।।
हिंदू पूजे देहुरा मुसलमाणु मसीति ।
नामे सोई सेविआ जह देहुरा न मसीति ।।

याचा अर्थ, हिंदू आंधळा आणि तुरकू म्हणजे मुसलमान तिरळा, अर्थात एकच डोळ्याचा. दोघांहून ज्ञानी खरा शहाणा. हिंदू देवळात देवाची पूजा करतो आणि मुसलमान मशिदीत नमाज पढतात. पण म्या नामदेवाने ज्याला देऊळ नाही वा मशीदही नाही, जो सर्वत्र असलेला परमात्मा त्याचीच पूजा नित्य केली आहे. (श्री नामदेव चरित्र, काव्य आणि कार्य, महाराष्ट्र शासन प्रकाशन, १९७०. पृ.३०).

नामदेवांनी ज्ञानदेवांच्या समाधीनंतर सुमारे ५४ वर्षांनी म्हणजे १३५० साली पंढरपूर येथे समाधी घेतली. संत चोखामेळा (मृत्यू १३३८) या चर्मकाराच्या समाधीजवळ, विठ्ठल मंदिराच्या महाद्वाराजवळ बांधली आहे. मंदिराकडे जाणाऱ्या मार्गावरची पहिली पायरी नामदेवाची पायरी म्हणून ओळखली जाते. नामदेवांनी मोठ्या प्रमाणावर वाङ्मयनिर्मिती केली आहे. आपण दहा कोटी अभंग रचणार आहोत, अशी त्यांनी प्रतिज्ञा केली होती. त्यांच्या हातून ही प्रतिज्ञापूर्ती झाली नसली, तर त्यांच्यानंतर वारकरी संप्रदायात जे संतकवी निर्माण झाले त्यांनी नामदेवांच्या या प्रतिज्ञेला साकार करण्याचा मोठ्या प्रमाणावर प्रयत्न केला. नामदेवांच्या ग्रंथसंपदेत प्रामुख्याने त्यांचे आत्मचरित्रपर अभंग, तीर्थावली, बालक्रीडा, कृष्णचरित्रपर अभंग, संतांची चरित्रे आणि स्फुट रचना यांचा उल्लेख करता येईल. विशेष म्हणजे नामदेवाच्या कुटुंबातील व्यक्तींनीदेखील आपल्या परीने काही अभंगांची रचना केली आहे.

ज्ञानेश्वर (स.१२७५-१२९६) :

पैठणजवळच्या आपेगाव येथे विठ्ठलपंत कुलकर्णी यांचे दुसरे पुत्र ज्ञानेश्वर यांचा जन्म श्रावण वद्य ८, शके ११९७ (स.१२७५) रोजी झाला. पुण्यानजीक असलेल्या आळंदी येथील सिद्धोपंत कुलकर्णी यांची कन्या रुक्मिणी ही ज्ञानदेवांची माता. ज्ञानदेवांना निवृत्तीनाथ (१२७३-१२९८) आणि सोपानदेव (१२७८-१२९६) हे दोन बंधू आणि मुक्ताबाई (१२७९-१२९७) ही एक भगिनी होती. असे म्हटले जाते की, ज्ञानेश्वरांच्या

वडिलांनी म्हणजे विठ्ठलपंतांनी गोविंदपंत या त्यांच्या वडिलांच्या मृत्यूमुळे अपार दुःख झाल्यामुळे आणि पत्नी रुक्मिणीबाईपासून काही संतती न झाल्यामुळे, जीवनाला कंटाळून, आपल्या पत्नीच्या अनुमतीने गृहत्याग केला आणि बनारसला जाऊन संन्यासी बनून चैतन्यमहाराजांच्या आश्रमात दाखल झाले. चैतन्यमहाराज, तीर्थक्षेत्रांची यात्रा करत असता एकदा आळंदीस आले आणि तेथे त्यांना विठ्ठलपंतांची पत्नी रुक्मिणी भेटली. तिची कारुण्यपूर्ण कहाणी ऐकून चैतन्यमहाराजांना वाईट वाटले आणि आपण विठ्ठलपंतांना संन्यासाच्या बंधनातून मुक्त करून परत 'गृहवासी' बनण्याची आज्ञा करू असे रुक्मिणीबाईंना आश्वासन दिले.

चैतन्यमहाराजांच्या आदेशानुसार विठ्ठलपंत परत घरी आले आणि आपल्या पत्नीसह सुखाने संसार करू लागले. यथावकाश त्यांना तीन पुत्र आणि एक कन्या अशी संतती झाली. परंतु पैठण येथील सनातनी समाजाने त्यांना आणि विशेषतः त्यांच्या मुलांना संन्याशाची मुले म्हणून त्यांचा स्वीकार केला नाही. पदोपदी त्यांचा अपमान करून त्यांना बहिष्कृत केले. त्यांना अनंत यातना सहन कराव्या लागल्या. 'उपनयन' हा ब्राह्मण जातीतील एक महत्त्वाचा संस्कार की, ज्या योगे त्याला ज्ञानाच्या क्षेत्रात प्रवेश करण्याचा अधिकार प्राप्त होत असे, तो त्यांना सनातनी लोकांनी नाकारला. आळंदीच्या ब्राह्मण सभेपुढे विठ्ठलपंत नतमस्तक होऊन उभे राहिले, आपणास हवी ती शिक्षा करा, पण माझ्या मुलांवरील बहिष्कार मागे, घ्या अशी हात जोडून विनंती केली. ब्राह्मणसभेने त्यांची विनंती धुडकावून लावली आणि एकमताने निर्णय दिला की, मृत्युदंड ही एकच सजा या घोर अपराधाला देण्यात येत आहे. विठ्ठलपंतांनी ब्रह्मवृंदांचा निर्णय मान्य केला. प्रयाग येथील त्रिवेणी संगमात समाधी घेतली. समाजाच्या या ताठर वृत्तीचा, विठ्ठलपंतांच्या तरुण मुलांवर खोलवर परिणाम झाला असावा आणि त्यामुळेच त्यांनी वैदिक धर्माविरुद्ध बंडावा पुकारून भक्तिमार्गाचा स्वीकार केला असावा.

ज्ञानेश्वरी हा ग्रंथ म्हणजे ज्ञानेश्वरांनी मराठी वाङ्मयाला दिलेली मौलिक देणगी असेच म्हणावे लागेल. या खेरीज त्यांनी असंख्य अभंग आणि भक्तिगीते आपल्या आराध्य दैवताची आराधना करण्यासाठी रचली. ज्ञानेश्वरी या ग्रंथाची रचना गोदावरी नदीच्या तीरावरील नेवासे या गावातील महालय अथवा मोहिनीराज मंदिरात ज्ञानदेवांनी शके १२१२(स.१२९०) संवत्सरात रचली. ज्ञानेश्वरीच्या अठराव्या अध्यायाच्या शेवटी म्हटले आहे, शके बाराशते । बारोत्तरे । तै टीका केली ज्ञानेश्वरे । सच्चिदानंद बाबा आदरे । लेखकू जाहला ॥ १८: १८१०. याच अध्यायात यादव कुळातील राजा रामचंद्र याचा उल्लेख केला आहे, तो असा,

तेथ यदुवंश विलासु । जो सकळकळा निवासु ।
न्यायाते पोषी क्षितीशु । श्री रामचंद्र ॥ १८:१८०४)

याचा अर्थ असा की, यादव वंशातील रामचंद्रदेव राजा, जो सर्व कलांचा आणि शास्त्रांचा आधार आणि पृथ्वीवरील एक न्यायी राजा म्हणून ओळखला जातो, हा या काळात या विभागांवर राज्य करीत होता. दक्षिण भारतावर मुसलमानी सत्तेची सुरुवात अल्लाउद्दीन खलजीच्या १२९४च्या देवगिरीवरील परचक्रापासून झाली आणि यादवांची सत्ता १३१७-१८ साली संपुष्टात आली आणि बहमनी राज्याची १३४७ साली स्थापना झाल्यावरच खऱ्या अर्थाने मुसलमानी सत्ता दक्षिणेत आणि विशेषत: महाराष्ट्रात सुरू झाली असे म्हणता येईल.

'ज्ञानेश्वरी' असे या ग्रंथाचे नामकरण ज्ञानदेवांनी केलेले नाही. वारकरी संप्रदायातील समकालीन संत या ग्रंथाला 'आई' म्हणून संबोधित असत आणि त्यांनीच या ग्रंथाला 'ज्ञानेश्वरी' म्हणण्याची प्रथा पाडली. ज्ञानेश्वरी म्हणजे भगवद्गीतेवर मराठीत पद्यरूपात केलेले भाष्य होय. या ग्रंथास 'भावार्थ दीपिका' असेही म्हटले जाते. गीतेतील १८ अध्यायांतील मूळ ७०० श्लोक ज्ञानेश्वरीत १८ अध्यायांत ९००० मराठी श्लोकांत मांडले आहेत. या ग्रंथाचा मुख्यत्वेकरून हेतू लोकांना आपल्या उद्धारासाठी भक्तिमार्गाचा अवलंब करण्यास प्रवृत्त करणे हा आहे. या ग्रंथाच्या शेवटी जे 'पसायदान' आलेले आहे त्यात विश्वात्मक देवास जी प्रार्थना केली आहे, त्यांत अज्ञानाचा नाश होऊन स्वधर्म सूर्याचा उदय व्हावा, लोक जीवनांतील दुर्गुण नाहीसे व्हावेत, परस्परप्रेमाची व सदाचाराची प्रीती उत्पन्न व्हावी, सत्कर्मे घडावीत, संत सज्जनांचा सहवास प्राप्त व्हावा आणि सर्वांनी भक्ती करण्यास प्रवृत्त व्हावे, असे मागणे मागितले आहे. ज्ञानदेवांनी आत्मज्ञानासाठी चार मार्गाचा अवलंब करण्याचा विचार मांडला आहे. ते मार्ग असे १) ज्ञानयोग अथवा ज्ञानमार्ग २) ध्यानयोग (सांख्ययोगावर आधारित) ध्यानधारणेच्या साधनेने आत्मज्ञान करून घेणे. ३) कर्मयोग - सत्कर्मे करून ईश्वर प्रत पोहोचणे. आणि ४) भक्तियोग - गुरूवर केवळ संपूर्ण विश्वास ठेवणे आणि संसारांतील दुःख नष्ट करणे. ज्ञानेश्वरांच्या मते हे चारही मार्ग एकमेकाला पूरक असेच आहेत. श्रीकृष्ण अर्जुनाला सांगतात की, जो आपल्या गुरूच्या उपदेशाचे पालन करतो त्याला आत्मज्ञान प्राप्त होते. असे भक्तगण अज्ञानाचा त्याग करतात आणि बरे आणि वाईट यांच्यामधील फरक ज्यांना कळतो अशा ज्ञानी लोकांच्या शब्दांवर विश्वास ठेवतात, जे लोकांच्या दुःखाकडे सहानुभूतीने पाहतात आणि त्यांना आनंद देतात. या लोकांच्या बोलण्याकडे ते ध्यानपूर्वक आणि मोठ्या आदराने लक्ष देतात आणि त्यांच्या काया, वाचे मने त्यांच्या उपदेशाचे अनुकरण करण्याचा प्रयत्न करतात.

ज्ञानेश्वरांनी भक्तिमार्गाचा पाया रचला असे महाराष्ट्रातील वारकारी संप्रदायाचे भक्तगण मानतात. 'भक्ती' ही माणसाची स्वाभाविक प्रवृत्ती असल्याने त्यामुळे माणूस जेव्हा या अवनीतलावर आला तेव्हापासूनच, 'भक्ती' या संकल्पनेचा उदय झाला असे

ज्ञानेश्वर मानतात. परमेश्वराची प्राप्ती केवळ 'भक्ती' नेच करता येते असे ते ठामपणे सांगतात. भक्तीचा महिमा वर्णन करताना अर्जुनाला केलेल्या उपदेशात ज्ञानेश्वरीत म्हटले आहे, तैसें भक्तिहीनांचे जिणे । जो स्वप्नींही परि सुकृत नेणे । संसार दुःखासि आवंतणे । बोगरिले (वाढले) गा ॥९॥ ४४०) ते पुढे म्हणतात, जरी तुझा (मानवाचा) जन्म उच्च कुळात झाला नाही आणि तू हीन जन्माला आला असलास आणि तुला पशूचा देह लाभला असेल आणि जर तू प्रामाणिकपणे आणि भक्तिभावाने माझे स्मरण करशील तर तुझे पशुत्व नाहीसे होईल (९.४४१-४४२) हा ज्ञानेश्वरीचा विषय आहे.

थोडक्यात, देवाला भक्त आवडतात, हा वारकरी संप्रदायाचा प्रमुख सिद्धान्त ज्ञानदेवांनी मोठ्या रसाळ भाषेत आपल्या 'ज्ञानेश्वरी' या ग्रंथात सांगितले आहे. मानवी जीवनाचे रूपांतर दैवी जीवनात करण्याच्या मार्गाचे निरूपण या ग्रंथात केले आहे.

या खेरीज ज्ञानेश्वरांनी निवृत्तीनाथांच्या आज्ञेवरून, "निवृत्ती म्हणती ऐक ज्ञानदेवा। अनुभव करावा अमृत ऐसा", अमृतानुभव नावाचा एक स्वतंत्र ग्रंथ लिहिला. आपल्या या ग्रंथाला ज्ञानेश्वरांनी ''अनुभवामृत'' असे म्हटले आहे. 'ज्ञानदेव म्हणे श्रीमंत । हे अनुभवामृत'' या ग्रंथाचा मुख्य विषय ईश्वराविषयी त्यांनी जे स्वतः ज्ञानसंपादन केले होते त्याचे विवेचन हा असून, ते ज्ञान लोकांपर्यंत पोहोचविण्याचा प्रयत्न येथे केला आहे.

ज्ञानेश्वरांनी काही 'अभंग' आणि 'चांगदेव पासष्टी,'हरिपाठ' आणि 'नमन' इत्यादी स्फुट काव्य रचनाद्वारे परमेश्वरावरील आपली भक्ती व्यक्त केली आहे. परमेश्वर आपल्या जवळ आहे, पण तो आपल्याला दिसत नाही आणि जसा तान्हेने व्याकुळ झालेला माणूस पाण्याच्या शोधात धावत असतो, तसा मी ईश्वराचा भुकेला आहे.'' ज्ञानेश्वरांनी आळंदी येथे समाधी घेतली.

एकनाथ (१५३३-१५९९) :

नामदेव - ज्ञानदेव यांच्या काळानंतर सुमारे दोनशे वर्षांनी पैठण येथे 'एकनाथ' महाराजांचा काळ सुरू झाला. अर्थात, या दोनशे वर्षांच्या मध्यंतरीच्या काळात संतपरंपरा खंडित झाली होती असे म्हणता येणार नाही. या काळातही भिन्न भिन्न जातीतून लहान लहान संतांनी वारकरी संप्रदायाची ज्योत अखंडपणे तेवत ठेवली होतीच.

एकनाथ हे सूर्यनारायण यांचे चिरंजीव आणि वारकरी संप्रदायातील एक संत भानुदास यांचे पणतू. पैठणात सुमारे १५३३ साली जन्माला आले. भानुदास हे सूर्योपासक होते आणि बहुधा दामाजीपंत मंगळवेढ्याचे ठाणेदार यांचे समकालीन असावेत. विजयनगर साम्राज्याचा एक श्रेष्ठ राजा कृष्णदेवराय याने पंढरपुराहून १५०९ ते १५२९ या काळात पळवून नेलेली आणि हंपी येथील विजय विठ्ठल नावाच्या मंदिरात प्रतिष्ठापित

केलेली मूर्ती भानुदासाने परत पंढरपुरात आणली असे मानले जाते. या कामगिरीमुळे वारकरी संप्रदायात ''विठ्ठलाचा रक्षक'' म्हणून मानाचे स्थान दिले जाते. एकनाथाचे गुरू, जनार्दन स्वामी (१५०४-१५७५) यांचे आध्यात्मिक गुरू नृसिंह सरस्वती यांचे वास्तव्य नरसोबाची वाडी आणि औदुंबर या महाराष्ट्रातील आणि गाणगापूर या कर्नाटकातील क्षेत्र ठिकाणी होते. देवगड (देवगिरी) हा अदिलशाही किल्ल्याचे किल्लेदार म्हणूनही ते काम पाहत असत. अशा रीतीने आध्यात्मिक आणि ऐहिक जीवनाचा उपभोग एकाच वेळी जनार्दन स्वामी घेत होते. एकनाथ हे अशाच एका गुरूच्या शोधात होते. एकनाथांनी देवगिरी येथे जाऊन त्यांचे शिष्यत्व पत्करले, गुरूची उत्तम सेवा केली.

जनार्दन स्वामींना हिंदू आणि मुसलमान या दोन्ही धर्माचे लोक मोठ्या आदराने वागवीत होते. जनार्दन स्वामी हे दत्तभक्त होते आणि असे म्हटले जाते की, विजापूरच्या मुसलमान राजवटीत, स्वामींच्या इच्छेनुसार गुरुवार हा दत्तभक्तांचा पूजेचा दिवस म्हणून सुटीचा दिवस मानला जात असे.

जनार्दन स्वामी दत्तभक्त असले तरी त्यांनी एकनाथांच्या घराण्यातील विठ्ठलभक्तीची परंपरा लक्षात घेऊन वारकरी संप्रदायाचा स्वीकार करण्याची आज्ञा केली. देवगड येथे सुमारे सहा वर्षे एकनाथ आपल्या गुरूच्या सेवेत राहिले आणि याच काळात त्यांनी गुरूसमवेत 'ज्ञानेश्वरी आणि अमृतानुभव' या वारकरी संप्रदायाच्या आधारभूत ग्रंथांचे परिशीलन केले. प्रपंचात राहूनही परमार्थाची साधना करता येते याची शिकवण त्यांना येथेच मिळाली. गुरूचे ऋण फेडण्यासाठी एकनाथांनी आपल्या प्रत्येक अभंगरचनेचा शेवट 'एका-जनार्दनी' या नावाने केला आहे हे विशेष होय.

शिक्षणाचा काळ संपल्यानंतर त्यांनी काही वर्षे तीर्थयात्रा केली आणि परत आल्यावर ते आपल्या माता-पित्यांना भेटले आणि गुरूच्या उपदेशानुसार विवाह केला आणि गृहस्थ बनून पैठण येथे राहिले. परमार्थ आणि प्रपंच या दोन्हीची त्यांनी उत्तम सांगड घातली. त्यांना दोन मुलगे आणि दोन मुली अशी संतती होती. त्यांनी उत्तम संसार केला आणि वयाच्या ६७ व्या वर्षी १५९९ साली पैठण येथे समाधी घेतली.

एकनाथांच्या जीवनासंबंधी गुरुदेव रानडे म्हणतात की, ''आत्म साक्षात्कार'' झालेल्या माणसाने ऐहिक जीवन कसे जगावे याचा एक आदर्श म्हणजे एकनाथ महाराज होत. त्यांची सहनशीलता, शांत स्वभाव, अनुतापरहित, सर्वसमभाव यांचे वर्णन शब्दातीत आहे. जातीच्या कठोर निर्बंधाविरुद्ध ते उभे राहिले आणि सामाजिक संबंध आणि रूढी प्रस्थापित केल्या. उदाहरणार्थ, आपल्या वडिलांच्या श्राद्धाच्या निमित्ताने आयोजित केलेल्या भोजन समारंभात त्यांनी, परंपरेप्रमाणे ब्राह्मणांची पंगत प्रथम न बसविता, तो मान अंत्यजांना अथवा ब्राह्मणेतरांना दिला. राणू या हरिजनाचे त्याच्या घरी जाऊन भोजन घेण्याचे आमंत्रण त्यांनी आनंदाने स्वीकारले, मातेपासून दूर झालेल्या एका आक्रोश

करणाऱ्या लहान मुलाला कडेवर उचलून घेण्यात आणि त्याचे सांत्वन करण्यास त्यांनी क्षणाचाही विलंब लावला नाही. नदीवरून स्नान करून येताना त्यांच्या अंगावर वारंवार मुद्दाम थुंकणाऱ्या एका मुसलमान युवकाला त्यानी सतत क्षमाच केली. तहानेने ओरडणाऱ्या एका गाढवाला धार्मिक कार्यासाठी घरी नेण्यासाठी घेतलेले 'गंगाजल' पाजविण्यास त्यांनी विलंब केला नाही, एका वेश्येचे शुद्धीकरण करून तिचा आध्यात्मिक उद्धार करण्याचे त्यांचे कृत्य, अथवा घरफोडीसाठी आलेल्या चोरांचे त्यांनी केलेले स्वागत ही आणि अशाच प्रकारची अनेक उदाहरणे, समाजाकडे पाहण्याचा त्यांचा मानवतावादी दृष्टिकोन स्पष्ट करतात. थोडक्यात शांतता, दया, अक्रोध, समता गुणांचे एक मूर्तिमंत अवतार, असेच एकनाथांचे वर्णन करावे लागेल.

संतांनी मराठी भाषेचा वापर आपल्या निरुपणासाठी मोठ्या प्रमाणावर केला. कारण त्यांना सामान्य जनापर्यंत ईश्वर उपासनेचा मार्ग पोहोचवावयाचा होता. ज्ञानेश्वर म्हणतात,

माझा मऱ्हाटाची बोल कौतुके ।
परि अमृताते हि पैजा जिंके ।
ऐसी अक्षरे रसिके । मेळवीन ।।

मराठी भाषेतून रचना केल्याबद्दल प्रथम काही सनातनी पंडितांनी विरोध केला. तेव्हा एकनाथांनी त्यांना ठणकावून विचारले, संस्कृतवाणी देवे केली, प्राकृत काय चोरापासोनी जाली? असोतु या अभिमान भुली । वृथा बोली काय काज संस्कृत ग्रंथकर्ते ते महाकवी । मा प्राकृती काय उणीवी ?.... आता संस्कृता किंवा प्राकृता । भाषा झाली जे हरिकथा ते पावनचि तत्त्वत । सत्य सर्वथा मानली ।

ग्रंथसंपदा

एकनाथांनी विविध विषयांवर विपुल लेखन केले आहे त्यांचे प्रमुख ग्रंथ म्हणजे

१) चतुःश्लोकी भागवत – या आपल्या पहिल्या ग्रंथात नाथांनी भागवतातील अध्याय ९ मधील चार श्लोक क्रमांक ३२ ते ३५ यांची निवड करून त्यावर एकूण १०३७ ओव्यांचे भाष्य केले आहे.

२) एकनाथी भागवत – श्रीमद् भागवत या ग्रंथातील ११ व्या स्कंधावर जी स्पष्टीकरणात्मक रचना केली आहे ती एकनाथी भागवत म्हणून ओळखली जाते. वारकरी संप्रदायांत या ग्रंथाला ज्ञानेश्वरीप्रमाणेच महत्त्वाचे स्थान असून, वारकरी मंडळी त्याची पारायणे करतात. श्रीकृष्णाचा आवडता भक्त उद्धव याला केलेला उपदेश यात विस्ताराने सांगितला आहे म्हणून या ग्रंथाला उद्धव गीता असेही म्हणतात आणि यात प्रामुख्याने भक्तिमार्गाचे विवेचन आहे. भक्ती हा राजमार्ग असून, भगवान हा त्याचा रक्षणकर्ता आहे

अशी शिकवण यात दिली आहे. ।। हा भवतीराजमार्ग पूर्ण । ये मार्गी स्वये रक्षण चक्रपाणी कर्ता ।।

३) भावार्थ रामायण – चाळीस हजारांहून अधिक ओव्या असलेला हा ग्रंथ नाथ आणि त्यांचा शिष्य गावबा यांनी रचला आहे. युद्धकांडांची पहिल्या ४४ व्या अध्यायापर्यंतची रचना नाथांची असून उर्वरित भाग गावबाचा आहे.

४) रुक्मिणी स्वयंवर – या ग्रंथात रुक्मिणी आणि श्रीकृष्ण यांच्या विवाहाचा प्रसंग १७७२ ओव्यांत नाथांनी रसाळवाणीत मांडला आहे.

या महत्त्वाच्या ग्रंथाखेरीज नाथांनी अनेक आध्यात्मिक रचना, पौराणिक कथा, संतांची चरित्रे, अभंग, काव्ये, आणि भारुडे यांची रचना केली आहे. भारुडे अथवा उपदेशात्मक रुपके ही नाथांच्या वाङ्मयाची एक वैशिष्ट्यपूर्ण रचना आहे. यात पक्षी, प्राणी, अंत्यज, गणिका, भिकारी आणि अनेक लहान व्यक्तींच्या द्वारे नाट्यमय काव्याच्या माध्यमातून भक्तिमार्गाचा संदेश सामान्य जनापर्यंत पोहोचविला आहे. भक्तिमार्गावर इतके विपुल प्रमाणात मराठी भाषेत वाङ्मय निर्माण करणारे एकनाथ महाराज हे पहिले संतकवी असावेत.

नाथांनी पंढरी माहात्म्य, विठ्ठल माहात्म्य, नाममहिमा, संतचरित्रे इत्यादी विषयांवर सुमारे तीन हजारांहून अधिक अभंगांची रचना केली आहे.

ज्ञानेश्वरीच्या नंतरच्या काळात चुकीच्या वाचनामुळे जो भाग आला होता, तो दूर करून भक्तगणांना ज्ञानेश्वरीची शुद्धप्रत देण्याचा प्रयत्न एकनाथांनी केला. ज्ञानेश्वरी, एकनाथी भागवत आणि तुकाराममहाराजांची गाथा हे वारकरी संप्रदायाचे तीन आध्यात्मिक ग्रंथ मानले जातात. शंकराचार्यांचा अद्वैतवाद आणि ज्ञानेश्वर, मुकुंदराज या मराठी कवींच्या वाङ्मयाचा विशेष प्रभाव पडलेला दिसून येतो. 'ब्रह्मसत्य जगन् मिथ्या' या तत्त्वाचे ते पुरस्कर्ते होते.

खरा भक्त हा ईश्वर चिंतनात स्वतःला पूर्णपणे विसरून जातो आणि रात्रं-दिवस तो केवळ त्याचेच ध्यान करतो. त्याचे आशीर्वाद संपादन करण्यासाठी त्याला नित्यनेमाने अर्घ्यदान अथवा काही धार्मिक विधी करण्याची आवश्यकता नाही. एकनाथांनी भक्तांची विभागणी स्थूल मानाने चार प्रकारांत केली आहे १) दुःखी भक्त ईश्वरप्राप्तीसाठी अत्यंत भावनावश झालेला भक्त २) ज्ञानोपासक म्हणजे ज्ञानमार्गाचा अवलंब करणारा भक्त ३) लाभार्थी म्हणजे सर्वत्र ईश्वराचे रूप पाहण्याची अपेक्षा करणारा भक्त आणि ४) ब्रह्मज्ञानी म्हणजे ज्याला ब्रह्माचे सत्यदर्शन घडले आहे. एकनाथांच्या मते सामान्यजनांसाठी ईश्वरप्राप्तीचा सोपा मार्ग म्हणजे 'सगुण' उपासना अथवा मूर्ती पूजा हा आहे, कारण निर्गुण उपासकाला प्रत्येक प्राणिमात्रांत ईश्वराचे जसे दर्शन घडते, तसे ते सामान्यजनांना घडत नाही. परंतु स्वकर्म करीत असताना आणि ईश्वराची सतत प्रार्थना

करीत असताना त्याच्या मनात ऐहिक जीवनाविषयी विरक्तीची भावना निर्माण होते, तेव्हा सत्य आणि असत्य यामधील भेद त्याच्या लक्षात येईल आणि त्याला समजेल देहरूप हे सत्य नसून आत्मा हे सत्य आहे. एकनाथांच्या मते, ईश्वरप्राप्तीचे चार मार्ग म्हणजे भक्ती, ज्ञानोपासना, त्याग आणि ध्यानधारणा हे होत. भागवत या आपल्या ग्रंथात त्यांनी या चारी मार्गांची चर्चा केली आहे. त्यांच्या मते भक्ती म्हणजे नितांत प्रेम, ज्ञान म्हणजे परिमित स्वत्व आणि अपरिमित स्वत्व ही एकस्वरूप आहेत यावर पूर्णश्रद्धा असणे, त्याग म्हणजे तीव्र घृणेची भावना आणि ध्यान अथवा एकाग्रता हे सर्व प्रेम, तिरस्कार अथवा भीती या मार्गांनी संपादन करता येतात. माणसाने काया, वाचा आणि मन एकरूपाने जर एखाद्या वस्तू अथवा विषयावर केंद्रित केले, तर कालांतराने तो त्या वस्तूशी अथवा विषयाशी एकरूप होईल. नाथ भक्तांना उपदेश करतात की, मनुष्यजन्म हा फार मोलाचा आहे आणि म्हणून या जन्मातच परमेश्वराला जाणून घेण्याची त्वरा त्याने केली पाहिजे.

एकनाथांच्या मते, सर्वश्रेष्ठ भागवत अथवा भक्त कोण, तर ज्याला सर्वाभूती देव दिसतो आणि देवांत सर्व प्राणिमात्र दिसतात, सर्व विश्वाला देव व्यापून राहिला आहे असे दिसते, तो माणूस म्हणजे सर्वश्रेष्ठ भागवत अथवा भक्त होय. दुसऱ्या प्रकारचा भक्त ईश्वराला सर्वश्रेष्ठ श्रद्धास्थान मानून त्याच्याकडे आदराच्या भावनेने पाहतो. सर्वांत खालच्या पातळीवरचा भक्त म्हणजे हेकेखोरपणे जो केवळ दगडी मूर्तीपुरतीच आपली भक्ती मर्यादित करतो आणि संतमहंतांना आदराने वागवीत नाही. सतत नामस्मरण करून जो ईश्वराशी एकरूप होतो तो श्रेष्ठ दर्जाचा भक्त होय आणि त्याला देवाची कृपा प्राप्त होते. अहंकार आणि अज्ञान यापासून तो पूर्णपणे मुक्त होतो. तो आनंदाने गाऊ, नाचू लागतो आणि या विश्वाशी तो एकरूप होऊन जातो. नामस्मरणामध्ये इतकी प्रचंड शक्ती असते. भक्ती हा ईश्वरप्राप्तीचा राजमार्ग आहे असे नाथ म्हणतात. हा मार्ग सोपा आणि पुरेसा आहे आणि 'अविद्या' अथवा अज्ञानाचे उच्चाटन करण्यास तो पुरेसा आहे. प्रेम हे बौद्धिक ज्ञानापेक्षा सर्वश्रेष्ठ आहे.

तुकाराम (१६०८-१६५०) : तुकाराममहाराजांचा जन्म (१६०८ साली देहू, पुणे जिल्हा) येथील अंबिले अथवा अंबले घराण्यात झाला. मोरे असेही त्यांचे उपनाम वापरले जाते. त्यांचे वडील बोल्होबा आणि माता कनकाई होत. बोल्होबा यांना देहूचे महाजनकी वतन सरकारांतून पेठचे वसाहत करून तिचा विकास करण्याकरिता आणि पेठेच्या व्यापाऱ्यांकडून कर वसूल करण्याच्या कामासाठी मिळाले होते. ही कामे पार पाडण्यासाठी त्यांना गावात जमीनही वंशपरंपरा दिली होती. या महाजनकी वतनी जमिनीपासून आणि त्यांच्या वैयक्तिक अन्य मालकीच्या जमिनीपासून शिवाय सावकारी आणि व्यापार यापासून बोल्होबांना सुखाने संसार करण्याइतके उत्पन्न मिळत असे. अशा

या सुखवस्तू कुटुंबात तुकाराममहाराजांचा जन्म झाला होता. तुकारामांना, सावजी आणि कान्होबा या नावाचे दोन बंधू होते. तुकारामांची माता कनकाई ही पुण्याजवळच्या लोहगावातील मोझे या श्रीमंत घराण्यांतील होती. पांडुरंगभक्ती परंपरेने मोरे घराण्यांत चालू होती आणि बोल्होबा वारकरी म्हणून नित्यनियमाने पंढरीची वारी करीत होते.

तुकाराममहाराजांचा रखुमाबाई हिच्याशी विवाह झाला होता आणि मोरे एकत्र कुटुंबात ते सुखाने संसार करीत होते. घरचे व्यवसाय म्हणजे सावकारी आणि दुकानदारी तुकाराम सांभाळीत होते. रखमाबाई शिवाय त्यांना आवळी (आवडी) अथवा जिजाई नावाची आणखी एक पत्नी होती. ती पुण्याचे एक श्रीमंत सावकार गुळवे यांच्या घराण्यातील होती. तुकाराम सतरा वर्षांचे असताना त्यांचे मायबाप निवर्तले. वडील बंधू सावजीची पत्नी निधन पावली आणि पत्नीवियोगाने निराश झालेल्या सावजीने ऐहिक जीवनाचा त्याग केला आणि तो तीर्थयात्रेस निघून गेला. त्यामुळे तुकारामाला आपल्या कुटुंबाचा आणि व्यवसायाचा सांभाळ करणे प्राप्त झाले. परंतु १६३० साली पडलेल्या महान दुष्काळामुळे त्यांचे कौटुंबिक आणि व्यावसायिक जीवन विस्कळित झाले, त्यांचे दिवाळे निघाले आणि त्यांचे जिणे मुश्कील झाले. उपासमारीमुळे त्यांची बायको आणि दोन मुले मरण पावले. या साऱ्या प्रसंगांना एका स्थितप्रज्ञासारखे तोंड देत तुकारामबुवा म्हणतात,

दुष्काळे अहिले द्रव्य नेला मान ।
स्त्री एकी अन्न अन्न करिता मेली ।
लज्जावाटे जीवा त्रासलो या दुःखे ।
वेवसाय देखे त्रुटी येता ।।१३३३।।
बरे झाले देवा निघाले दिवाळे ।
बरे या दुष्काळे पीडा केली ।।१३३५।।
दुसऱ्या एका अभंगात म्हणतात,
बाईल मेली मुक्त जाली ।
देवे माया सोडविली ।।
पोर मेले बरे जाले ।
देवे मायाविरहित केले ।।७७८।।

(तुकारामाची गाथा भाग १-२, संपादक पु. म. लाड महाराष्ट्र शासन, मुंबई १९५५)

या अशा दारुण परिस्थितीमुळे तुकाराम अंतर्मुख झाले आणि नजीकच्या भामनाथ नाकाच्या टेकडीवर जाऊन अविरतपणे ध्यानधारणा केली. असे म्हणतात की, पंधरा दिवसांनंतर त्यांना एका स्वप्नात निर्गुण विठोबा आला आणि त्याने त्यांना काव्य करण्याची

प्रेरणा दिली आणि त्यांना सांगितले की, नामदेवाने जसे पूर्वी केले तसेच विठ्ठलस्तवनाचे अभंग रचण्यास आपले आयुष्य वाहून घेणे, तसेच नामदेवाने शंभर कोटी अभंग रचण्याची जी प्रतिज्ञा केली होती तिला मूर्त स्वरूप देणे असे बजावले. या स्वप्नाने तुकारामांच्या जीवनाला एक नवे वळण दिले. स्वप्नात झालेला साक्षात्कार मनाशी बाळगून तुकारामबुवा टेकडीवरून खाली आले आणि त्यांनी आपले वडिलार्जित विठ्ठल मंदिर नीटनेटके करण्यास प्रारंभ केला. आपल्या कुटुंबाला आणि दैनंदिन जीवनाला विसरून जाऊन भक्तीपर अभंग अखंडपणे गाण्यास सुरुवात केली. प्रथम लोकांनी त्यांना वेडापिसा ठरविले, पण नंतर त्यांना त्यांची देवावरील दृढ श्रद्धा कळून आली आणि त्यांनी त्यांचे कौतुक करण्यास आणि अनुकरण करण्यास प्रारंभ केला. आपणास अभंगरचनेची स्फूर्ती केव्हा व कशी झाली हे तुकारामांनी स्वतःच सांगितले आहे. नामदेव व पांडुरंग यांनी स्वप्नात येऊन कवित्वाची आज्ञा दिली आणि त्यांच्या मुखातून अभंगवाणी सहजपणे प्रकट होऊ लागली ते म्हणतात –

नामदेवे केले स्वप्नामाजी जागे ।
सवे पांडुरंगे येवोनिया ।।
सांगितले काम करावे कवित्व ।
वाउगे निमित्य बोलो नये ।।

तुकारामांना मराठी भाषा उत्तम अवगत होती. ज्ञानेश्वर आणि एकनाथ यांचे साहित्य त्यांनी आत्मसात केले होते. ते जरी 'पंडित' नसले, तरी संतांच्या कार्याचे, त्यांच्या साहित्याचे महत्त्व त्यांनी पूर्णपणे ओळखले होते. पुराणे आणि कीर्तने ऐकून त्यांनी कणाकणाने ज्ञान मिळविले होते. शिवाय सतत संतांच्या संगतीत राहून आणि त्यांच्या वचनांचे श्रवण करून ते बहुश्रुत झाले होते.

तुकारामांनी स्वहस्ते लिहिलेल्या त्यांच्या अभंगांचे हस्तलिखित दुर्दैवाने आज आपल्याला उपलब्ध नाही. आज तुकाराममहाराजांचे म्हणून जे अभंग मानले जातात ते वारकरी संप्रदायाच्या मौखिक परंपरेतून अथवा त्यांच्या मूळ संकलनाच्या नकलांच्या नकलांवरून तयार केलेल्या नकला आज उपलब्ध आहेत. अशी एक आख्यायिका आहे की, समकालीन कर्मट आणि सनातनी वृत्तीच्या ब्राह्मणांनी तुकारामांना त्याच्या जातीप्रमाणे धार्मिक विषयावर लिहिण्याचा अधिकार नाही, तेव्हा त्यांनी त्या देहूच्या 'इंद्रायणी' नदीत बुडवून टाकण्याची आज्ञा केली आणि असेही बजावले की, ते जर खरोखरीच देवभक्त असतील तर त्यांचे हस्तलिखित सुखरूपपणे 'देव' नदीच्या प्रवाहातून उचलून त्यांच्या स्वाधीन करेल. तुकारामांनी हे आव्हान स्वीकारले आणि अभंग इंद्रायणीतून तरुन येईपर्यंत जे अखंडपणे उपोषण करीत बसले आणि थोड्याच वेळात एक अघटित घडले, अभंगाचे हस्तलिखित जलमय होण्यापूर्वीच ते प्रवाहावरच उचलले

गेले आणि तुकारामांच्या स्वाधीन करण्यात आले. सर्व सनातन्यांची तोंडे बंद झाली. तुकारामांना आपल्या दृढ भक्तीचे पारितोषिक मिळाले आणि अनेक लोक त्यांचे स्वखुषीने अनुयायी बनले.

तुकाराममहाराजांना भक्तिमार्गाची दीक्षा कोणा ऐहिक गुरूकडून मिळाली नव्हती. आपल्या गावच्या शेजारच्या भामनाथ डोंगरावर ते ध्यानस्थ बसले असता त्यांना पांडुरंगाचा साक्षात्कार झाला आणि अभंगरचना करण्याची स्फूर्ती मिळाली. ''माझी मज झाली अनावर वाचा'' असे ते म्हणतात. आपली सर्व अभंगवाणी आणि काव्यरचना ही देवभेटी नंतर झाली असे एका अभंगात त्यांनी म्हटले आहे.

मानियला स्वप्नी गुरूचा उपदेश । धरिला विश्वास दृढ नामी ।। यावरी आली कवित्वाची स्फूर्ती । पाय धरिले चित्ती विठ्ठलाच''

बाबाजी नावाच्या एका साधुपुरुषाने स्वप्नांत येऊन 'रामकृष्ण हरी' या मंत्राचा जागर करण्याची दीक्षा दिली. आयुष्यभर तुकाराम या मंत्राचा जप करीत राहिले. या मंत्राने त्यांच्या जीवनाला एक निराळे वळण मिळाले.

तुकाराममहाराजांनी विपुल प्रमाणावर लेखन केले आहे. आपल्या आयुष्याच्या उत्तरार्धात त्यांनी जी काव्यरचना केली त्यात त्यांच्या जीवनातील अनेक घटनांचे उल्लेख आलेले आहेत. एक संतशिरोमणी म्हणून त्यांची कीर्ती दूरवर पसरली होती. त्यांचे कीर्तन श्रवण करण्यास अनेक भागांतून भक्तगण देहूस येत होते. कोल्हापूरची एक ब्राह्मण कवयित्री बहिणाबाई केवळ त्यांच्या कीर्तनाचा आनंद घेण्यासाठी देहूस आली होती आणि पुढे ती त्यांची शिष्या बनली. तुकाराम म्हणजे पांडुरंगाचा अवतारच असे भक्त मानीत. तुकाराममहाराजांचे देहावसान वयाच्या एकेचाळिसाव्या वर्षी १६४९ साली झाले.

त्यांनी या जगाचा निरोप कसा घेतला याबद्दल अनेक आख्यायिका प्रसृत आहेत. प्रत्यक्ष विठ्ठलानेच त्यांना एका रथात बसवून वैकुंठास नेले असे काही भक्त मानतात. काहींच्या मते, इंद्रायणीच्या काठी एका मोठ्या जनसमूहासमोर कीर्तनात रंगले असता ते एकाएकी अदृश्य झाले, अंतर्धान पावले. काहींच्या मते, कर्मठ ब्राह्मणांनी त्याचा अंत केला, तर काहीजण असे मानतात की, त्यांनी आपला देह इंद्रायणी नदीला अर्पण केला. डॉ. दिलीप चित्रे प्रस्तुत संदर्भात म्हणतात की, त्यांचे निरोपाचे अभंग वाचले असता अशी कल्पना सुचते की, महाराजांनी आपले निकटवर्ती आणि भक्तगण यांचा निरोप घेऊन आपल्या गावाचा निरोप घेतला आणि परत माघारी येण्याची इच्छा न बाळगता एका अज्ञातस्थळी प्रयाण केले.''

(Tukaram : Says Tuka, 1991 P XIV)

भक्तांना तुकाराममहाराजांचा संदेश

अ) नामस्मरण : आपल्या अभंगांच्या द्वारे तुकारामांनी आपल्या भक्तांना

ईश्वरप्राप्तीचे अनेक मार्ग सुचविले आहेत. त्यांच्या मते, ईश्वरप्राप्तीचा महत्त्वाचा आणि सोपा मार्ग म्हणजे नामस्मरण. त्यासाठी अरण्यात जाण्याची गरज नाही. संतांच्या घरी देव स्वतः दर्शन देण्यास येईल. एका जागी ध्यानस्थ बसून, मोठ्या प्रेमाने विठ्ठलाच्या नामाचा सतत घोष करीत राहावा. नामस्मरणापासून होणारे विविध फायदे तुकारामांनी आपल्या अभंगांतून भक्तांपर्यंत पोहोचविले आहेत. भक्तीमुळे त्यांना जे सुख प्राप्त झाले ते त्यांनी आपल्या अभंगांद्वारे लोकांपर्यंत पोहोचविले. ते म्हणतात –

सेवितो हा रस वाटितो आणिका ।
घ्यारे होऊ नका रानभरी
.... तुका म्हणे मज धाडिले निरोप
मार्ग हा सोपा सुखरूप
         दुसऱ्या एका अभंगात ते म्हणतात –
फोडिले भांडार धन्याचा माल
मी तंव हमाल भारवाही ।।

नामस्मरणामुळे आपल्याला काय लाभ होतात याचे सविस्तर वर्णन तुकाराममहाराजांनी एका अभंगात केले आहे. ते म्हणतात,

न कळे ते कळो येईल उगले ।
नामे या विठ्ठले एकाचिया ।।
न दिसे ते दिसो येईल उगले ।
नामे या विठ्ठले एकाचिया
न बोले ते बोलो येईल उगले ।
न भेटे ते भरी येईल आपण ।
करिता चिंतन विठोबाचे ।।
अलभ्य तो लाभ होईल अपार ।
नाम निरंतर म्हणता वाचे ।।
आणि सर्वांत महत्त्वाचा लाभ म्हणजे,

प्रेम तेथे वास करी ।
मुखे उचारिता हरी ।।

ब) कीर्तन : परमेश्वराचे गुणगान गाणे म्हणजे कीर्तन करणे होय. भजन करणे हा एक प्रकारे कीर्तनाचाच भाग होता. ते म्हणतात,

''तुका म्हणे एथे भजन प्रमाण काय थोरपण जाळावेते ।।

संगीताच्या द्वारे अभंगांचे गायन करावे, असा तुकारामांनी आपल्या भक्तांना खास संदेश दिला होता. मात्र, हे भजन–कीर्तन अगदी निरपेक्षबुद्धीने केले पाहिजे, असे ते आवर्जून सांगत. ते म्हणतात –

''जेथे कीर्तन करावे । तेथे अन्न न सेवावे ।।
बुका लावू नये भाळा ।
माळ घालू नये गळा ।।
तुका म्हणे द्रव्य घेती ।
देती तेही नरका जाती ।।

वारकरी पंथातील कीर्तन हे हरिदासी कीर्तन परंपरेपेक्षा वेगळे असते. हरिदासी परंपरेत पांडित्य आणि व्यावसायिकता असते. वारकरी कीर्तन परंपरेत व्यक्तीची आणि समाजाची निरपेक्ष बुद्धीने भक्तीची आराधना साधली जाते.

तुकाराममहाराजांची अशी श्रद्धा होती की, नित्य कीर्तन–नामसंकीर्तन हा परमेश्वर प्राप्तीचा एकमेव मार्ग आहे आणि म्हणूनच आपल्या देहूच्या विठ्ठल मंदिरात आणि लोहगाव इत्यादी अन्य ठिकाणी नेहमी कीर्तन करीत. कीर्तन भक्ती ही सर्वश्रेष्ठ होय असे ते मानीत. कीर्तन जेथे केले जाते तेथे प्रत्यक्ष विठ्ठल हजर असतो.

क) भक्ती : तुकाराममहाराज 'भक्ती' ला अत्यंत श्रेष्ठ मानीत. सर्व धार्मिक कृत्ये एका भक्तीने साधली जातात असे ते म्हणत. माणसाने आपल्या तनमनधनाने भगवंताची सेवा केली, म्हणजे त्याला अन्य कोणत्या मार्गाचा अवलंब करण्याची गरज नाही. अथवा त्याला कोणत्या पाषाणाच्या मूर्तीची पूजा अथवा पवित्र पाण्यात स्नान करण्याची गरज नाही, 'मी माझ्या सर्व आकांक्षा तुझ्या चरणी वाहिल्या आहेत, पाप–पुण्यावर मात केली आहे' – सर्व शरीर तुला अर्पण केल्यावर माणसाने शांत आणि समाधानी राहिले पाहिजे.

भक्ती हीच सर्व पुरुषार्थाची मुगुटमणी आहे, असे ते म्हणत.

''तुका म्हणे मुगुटमणी हरिभक्ती ।
आपिक विश्रांती आरतीया ।।
---- मोक्ष तुमचा देवा ।
दुर्लभ तो तुम्ही ठेवा । मज भक्तीची आवडी ।।
नाही अंतरी ते गोडी ।।

अशी ते प्रार्थना करीत.

ड) ईश्वरप्राप्तीसाठी 'जात' ही नगण्य आहे. शूद्रजातीच्या अनेक भक्तांनी संतांचे स्थान मिळविले आहे ते केवळ भक्तिमार्गाने आणि ते हा भवसागर तरुन गेले आहेत असे

तुकाराम म्हणत. गोरा कुंभार, कबीर, सेना न्हावी, कान्होपात्रा एक गणिका, चोखामेळा महार, जनाबाई, सेविका इत्यादी व्यक्तींना केवळ भक्तिमार्गाने परमेश्वराची मर्जी संपादन केली होती. अपवित्र माणसे देखील केवळ भक्तिमार्गाचा अवलंब करून पवित्र बनतात.

इ) पंढरपूर : वारकरी संप्रदायाचे आद्य तीर्थक्षेत्र म्हणजे सोलापूर जिल्ह्यातील भीमानदीच्या तीरावर वसलेले 'पंढरपूर' हे होय. ज्ञानदेवांनी म्हटले आहे.

।। आले आले रे हरीचे डिंगर (भक्त)
वीर वारीकर पंढरीचे ।।

तुकाराम म्हणतात,

सुख पंढरीसी आले । पुंडलिके साठविले ।।

आपल्या एका अभंगात तुकाराम म्हणतात –

जाय जाय तू पंढरी ।
होय होय वारकरी ।।
खांद्या पतकांचे भार ।
तुळशीमाळ आणि अबीर ।।
साधु संतांच्या दाटणी ।
तुका जाय कोटांगणी ।।

नामदेवांनी पंढरपुरास कामधेनू म्हटले आहे. याखेरीज वारकरी संप्रदायाची इतर तीर्थक्षेत्रे म्हणजे ज्ञानदेवांची आळंदी (पुणे), एकनाथांचे पैठण (औरंगाबाद), तुकारामांचे देहू (पुणे), निळोबांचे पिंपळनेर (नगर), निवृत्तीनाथांचे त्र्यंबकेश्वर (नाशिक), सोपानदेवांचे (सासवड), सावता माळ्यांचे अरण (सोलापूर), मुक्ताबाईचे एदलाबाद (जळगाव), गोरा कुंभाराचे तेर (उस्मानाबाद), चोखोबाचे मंगळवेढे (सोलापूर), नेवासे (नगर) ही वारकरी संप्रदायाची इतर तीर्थक्षेत्रे होत.

ई) साधुसंत : साधु कोणाला म्हणावे, यासंबंधी तुकारामांनी आपले विचार अभंगाद्वारे व्यक्त केले आहेत, एके ठिकाणी ते म्हणतात,

''तेचि संत । ज्यांचा हेत विठ्ठली ।।
...''तुका म्हणे संत सुखाचे सागर ।
मन निरंतर धणी घेई ।।

संत कसा ओळखावा या संबंधी तुकाराम म्हणतात की, एखाद्याने संताचा वेश धारण केला असेल, त्याच्या अंगी कवित्व असेल, ज्याने गळ्यात माळा व गोपीचंदनाची भूषणे अंगावर घातली असतील, तर तो संत आहे असे आपण मानू नये. पण ज्यांच्या

हृदयी केवळ भगवंताबद्दलचे प्रेम आहे, या बद्दल मनात कसलाही संशय राहणार नाही तोच खरा संत म्हणून त्याचा सन्मान करावा, तसा तो नसेल तर त्याला एक सांसारिक माणूस म्हणून समजावे. **तुका म्हणे नाही निरसला संदेह तववरी अवघे हे सांसारिक।।**

पतितांचा उद्धार करणे, लोकांचे जीवन सुखी करणे, आणि त्यांना भक्तिमार्गाचे महत्त्व समजावून देणे यासाठी संतांचा अवतार या अवनीतलावर होत असतो. संतांचा महिमा गाताना नामदेव म्हणतात

''नामा म्हणे संत आहेत कृपा सिंधू ।
देती भक्तिबोधू प्रेमसुख ।।

वारकरी संप्रदाय आणि तुकाराममहाराज

वारकरी संप्रदायाचा विशेष प्रसार संत तुकारामांच्या काळात झाला असे म्हणता येईल. संसारात त्यांना ज्या अनेक संकटांना, आपत्तींना तोंड द्यावे लागले, त्यामुळे मनःशांतीसाठी त्यांनी भक्तिमार्गाचा अवलंब केला आणि अगदी उत्स्फूर्तपणे ते विठ्ठलाचे भक्त बनले. 'गुरू' चे प्रथम दर्शन त्यांना स्वप्नांत झाले आणि त्याचे गुणगान करण्यासाठी अभंगांची रचना करण्याची त्यांना स्फूर्ती झाली. भक्ती संप्रदायाची पायाभरणी जरी ज्ञानदेव, एकनाथ या ब्राह्मणवर्गातील संतांनी केली असली तरी सामान्यजनांना या भक्ती मार्गाकडे वळविण्याचे महत्त्वपूर्ण कार्य तुकाराममहाराजांनीच केले. ब्राह्मणवर्ग मोठ्या प्रमाणात वारकरी संप्रदायांत आले नाहीत. पण तुकाराममहाराजांमुळे कुणबी आणि इतर वर्गातील लोकांनी या संप्रदायाला गती प्राप्त करून दिली. तुकारामांचे सुमारे चौदा शिष्य तरी कुणबी आणि इतर वर्गातील होते. यात प्रामुख्याने तेली, कासार, माळी, वाणी, लिंगायत आणि अगदी मोजके ब्राह्मणवर्गातील होते. उदाहरणार्थ कुलकर्णी, महादजीपंत, देहूकर, अबाजीपंत लोहगांवकर, बहिणाबाई आणि रामेश्वर भट हे ब्राह्मण तुकारामांचे भक्त होते. इतर समाजातील भक्तगणांत संताजी जगनाडे, तेली, शिवबा कासार, नावजी माळी, गंगाराम मवाळ सराफ, मालजी गाडे, कुणबी, कोंडाजी पाटील इत्यादी काही भक्तांचा उल्लेख करता येईल.

तुकाराममहाराजांची कीर्तने प्रामुख्याने कसबा लोहगाव या त्यांच्या मातुलग्रामी होत. या बाजारपेठेत कुणबी, माळी, कासार इत्यादी सामान्य समाजातील लोकांची वस्ती अधिक असल्याने, तळागाळापर्यंत वारकरी संप्रदायाचा प्रसार करणे सुलभ झाले. कीर्तन, नामस्मरण, संतसंगती या ईश्वरप्राप्तीच्या सोप्या मार्गाचं निरुपण तुकारामांच्या कीर्तनातून होत असल्याने बहुजन समाजात त्याचा प्रसार मोठ्या प्रमाणात झाला आणि ज्ञानदेवाने ज्याचा 'पाया रचला' तो भक्तिमार्ग, तुकाराममहाराजांनी 'कळसा'पर्यंत नेऊन पोहोचविला. आपल्या कीर्तनांतून त्यांनी पाखंडी, भोंदू लोकांवर कडक टीका केली. ते म्हणतात,

“ सोडूनिया रामराम । ब्राह्मण करिती दोम दोम ।।
सांडिले आचार । द्विज झाले चहाडखोर ।।
टिळेलपवितो पाताडी । लेती विजारा कातडी ।।
संता नाही मान । देव मानी मुसलमांन ।।

ब्राह्मणांची अशी अधोगती झाली होती. ढोंगी, पाखंडी, हिंसाचारी, यांचे समाजात प्राबल्य माजले होते. अशा या विपरीत परिस्थितीला तुकोबांनी मोठ्या खंबीरपणे तोंड देऊन लोकांना भक्तिमार्गाचे महत्त्व पटवून दिले आणि त्यांना पंढरीच्या मार्गावर आणले. त्यांनी लोकांना आवर्जून सांगितले.

चला पंढरीस जाऊ, रखमादेवी वरा पाहू ।।
डोळे निबतील कान । मना तेथे समाधान ।।
संत महंता होतील भेटी । आनंदे नाचो वाळवंटी ।।
ते तीर्थाचे माहेर । सर्व सुखाचे भांडार
जन्म नाहीरे आपिक । तुका म्हणे माझी भाक ।।

तुकोबांनी भक्ताला समाजात प्रतिष्ठा प्राप्त करून दिली. देवाची निर्मिती ही भक्तांनीच केली आहे असे ते म्हणत. असा हा तुकाराममहाराजांचा महिमा वारकरी संप्रदायात होता.

सामान्यवर्गातील संतपरंपरा

नामदेवांचा काळ म्हणजे ‘जनता प्रधान अनुभवाचा काळ’ (age of democratic mysticism) असे गुरुदेव रा. द. रानडे म्हणतात. निवृत्ती, ज्ञानदेव, सोपान, मुक्ताबाई आणि चांगदेव यांच्या ‘बुद्धिप्रधान अनुभवा’हून तो वेगळा होता असे गुरुदेव रानडे यांनी आपल्या Mysticism in Maharashtra (महाराष्ट्रातील संतांचा आत्मसाक्षात्कार) या ग्रंथात म्हटले आहे. भानुदास, जनार्दन स्वामी यांनी आपल्या साहित्याच्या द्वारे प्रपंच आणि परमार्थ यांचा समन्वय साधण्याचा प्रयत्न केला असल्यामुळे त्यांच्या अनुभूतीस ते ‘समन्वय प्रधान अनुभव’ असे म्हणतात. तुकाराममहाराजांचा बहुमोल उपदेश त्यांच्या वैयक्तिक अनुभवावर, साक्षात्कारावर संबंधित असल्याने त्यांच्या अनुभवास ते ‘व्यक्तिप्रधान अनुभव’ मानतात. वारकरी संप्रदायात सामान्यत: समर्थ रामदास यांचा समावेश केला जात नाही. रामदासांच्या वाङ्मयात कर्मयोगसंबंधी चर्चा केली असल्याने रानडे त्यांच्या अनुभवाला ‘कर्मप्रधान अनुभव’ असे मानतात.

नामदेवाच्या काळापासून प्रथमश्रेणीतील संतांच्या प्रभावामुळे समाजातील निरनिराळ्या थरांतून संत उदयाला आले. वारकरी संप्रदायाचा आढावा घेताना त्यांच्या कार्याचाही परिचय करून घेणे आवश्यक आहे.

(१) गोरा कुंभार (स. १२६७–१३१७)

गोरा कुंभार हा नामदेव आणि ज्ञानदेव यांचा समकालीन संत. अशी एक आख्यायिका आहे की, काही गैरसमजामुळे नामदेव, ज्ञानेश्वर आणि त्यांच्या भावंडांकडे आळंदीस येऊनही दुर्लक्ष केले. पांडुरंगाची सगुण मूर्ती हेच परब्रह्म अशी त्यांची ठाम समजूत होती. त्यांच्या अंधश्रद्धेला धक्का देणारी एक घटना घडली. प्रत्यक्ष देवाकडून त्यांना संदेश मिळाला,

नामदेवा देवे सांगितले कानी।
संताचे दरूशनी जावे तुवा।।

या आदेशानुसार संत दर्शनासाठी नामदेव, निवृत्तीनाथ आणि त्यांची भावंडे यांच्या दर्शनास आळंदीस गेले. ''पंढरीचा प्रेमा घरा आला'' असे म्हणून ज्ञानेश्वरांचे वडील बंधू निवृत्तीनाथांनी नामदेवांचे चरण धरले. यावेळी नामदेवांच्या मनातील अहंकार जागृत झाला आणि ते म्हणाले, ''आम्ही देवाच्या सान्निध्यात सतत आहोत. मग यांच्या चरणवंदनाची आम्हास आवश्यकता काय ?'' त्यानंतर ज्ञानदेवांनी त्यांना नमस्कार केला. तेव्हा नामदेव म्हणाले, ''यांच्यापेक्षा वयाने वडील असल्याने यांना आम्ही वंद्य.'' नामदेवांनी सोपानदेवांनाही प्रतिनमस्कार केला नाही. त्यामुळे त्यांच्या बहिणीने मुक्ताबाईने नामदेवांना नमस्कार करण्यास नकार दिला. एका ओवीत तिने आपला राग व्यक्त केला आहे. तो म्हणजे ''अखंड ज्याला देवाचा शेजार। काय अहंकर गेला नाही।।'' निवृत्तीनाथांनी ''ऐसे न बोलणे बाई'' म्हणून तिला दटावले. कारण, भक्तिसामर्थ्याने देवाला वश करणारा संत आपल्या संप्रदायात यावा असे निवृत्तीनाथांना वाटत होते. पण मुक्ताबाईला नामदेव, कोरडाच राहिला आहे, असे वाटत होते. म्हणून ती म्हणते, ''कुंभार आव्यात मडकी भाजतो, त्याप्रमाणे याला भाजून काढा आणि पावन करून आपले ब्रीद खरे करा. गोरोबा काकांना बोलवा. संतपणांत हा पक्का झाला का कोरा आहे, या संबंधी त्यांच्याकडून परीक्षा करून निर्णय घ्या.'' या नंतर मुक्ताबाईने आपल्या योगसामर्थ्याने गुप्तपणे गोरोबाची भेट घेतली आणि या भेटीतून नामदेवाच्या भक्तीमधील अपुरेपणाचा निर्णय झाला आणि गुरूपदेश घेतल्यानेच आपल्या उत्कट भक्तीला परिपूर्णता येईल असे नामदेवांना समजले. मुक्ताबाईने गोरा कुंभारामार्फत नामदेवाला आपला अहंकार आणि अज्ञान झटकून टाकण्यास आणि अनुभव अथवा ज्ञान या शिवाय भक्ती म्हणजे केवळ अंधश्रद्धा होय, हे त्यांना पटवून दिले. गोरा कुंभाराने त्यांची परीक्षा घेऊन बार्शी (सोलापूर) येथील विसोबा खेचर या ज्ञानदेवाच्या शिष्याकडे पाठविले. नामदेव म्हणतात,

''खेचर विसा प्रेमाचा पिसा।
तेणे नामा कैसा उपदेशिला।।

माझे सुख मज दावियले डोळा ।
दिधली प्रेमकळा ज्ञानमुद्रा ।।''

(श्री नामदेव, महाराष्ट्र शासन -१९७०. पृ.१७-१८).

गोरा कुंभार हा पंढरीनाथाचा महान भक्त होता. त्याची अभंगरचना फारच तुरळक आहे. त्यात तो नामदेवांचा उल्लेख मोठ्या प्रेमाने करतो,

''म्हणे गोरा कुंभार अनुभवाचा ठेवा ।
प्रत्यक्ष नामदेवा भेटलासी''

आव्यातील चिखल तुडवित असताना तो नामस्मरणात इतका दंग होत असे की, एकदा त्याचे रांगते पोर पायाखाली येऊन तुडविले गेले तरी त्याची तल्लीनता भंग झाली नाही. त्याच्या अभंगात सूरदास आणि कबीर या उत्तर भारतीय संतांचा उल्लेख आढळतो तो बहुधा नामदेवामुळेच असावा. वयाच्या ५० व्या वर्षी (१३१७ स) त्याचे निधन झाले.

२) सावतामाळी : नामदेवाच्या समकालीन सावतामाळी हा मिरज संस्थानांतील अरण गावाचा रहिवासी. नामदेव आणि ज्ञानदेव यांच्याबरोबर तो उत्तर भारतातील परिक्रमासाठी गेला होता. आपल्या बगीच्यातच सर्वत्र ईश्वर भरला आहे असे तो म्हणत असे. '' कांदा, मुळा, भाजी । अवघी विठाई माझी '' हा त्याचा अभंग सर्वश्रुतच आहे. आपल्या बागेबरोबरच आपल्या जीवनाचा मळाही त्याने फुलविला होता. तो म्हणतो, '' शांति शेवंती फुलली । प्रेम जाई-जुई व्याली ।। सावंताने केला मळा ।। विठ्ठल देखियेला डोळा ।।

या संसारातून आपल्याला मुक्त करावे, अशी प्रार्थना तो परमेश्वराकडे सतत करीत असे. आपण सामान्य कुळात जन्माला आलो हे बरे झाले, असे तो म्हणत असे, कारण आपण ब्राह्मण जातीत जन्माला आलो असतो, तर सतत धार्मिक विधी आणि समारंभात गुंतून राहिलो असतो. आता मी केवळ, हे परमेश्वरा तुझ्याकडे दयेची, अनुकंपेची याचना करू शकतो. नामस्मरणावर त्याची पूर्ण श्रद्धा होती. नामस्मरणामुळे प्रत्यक्ष परमेश्वराला देखील स्वर्गातून अवनीतलावर आणता येईल आणि आपल्याला त्याच्या बरोबर नाचता गाता येईल. भक्तिमार्गाचा अवलंब साऱ्यांनी करावा असे तो आवर्जून सांगतो. त्याचे काही ब्राह्मण भक्तही होते. सन १२९५ च्या सुमारास त्यांचा देहान्त झाला.

३) नरहरी सोनार – नरहरी सोनार हा शिवभक्त होता. परंतु नामदेव-ज्ञानदेव यांच्या सहवासामुळे तो विठ्ठलभक्त बनला आणि त्याने पंढरपूर हे आपले निवासस्थान बनविले. शिव आणि विठ्ठल हे एकच आहेत असे तो मानीत असे. पंढरपुरातील गोपाळकाल्याचे वर्णन करताना तो म्हणतो,

"आनंदाचा काला गोपाळकाला केला ।

हृदयी बिंबला नरहरी । तो जातीने लिंगायत होता आणि सोनारकी हा त्याचा व्यवसाय होता. पंढरीस येऊन राहिल्यानंतर रात्रं-दिवस तो नामस्मरण, परमेश्वर चिंतन यात घालवीत होता. स.१३१३ साली तो मरण पावला.

४) चोखामेळा – पंढरपुरानजीक असलेल्या मंगळवेढे गावचा चोखोबा हा रहिवासी होता. तो दलितवर्गातील होता.

पंढरीच्या विठ्ठलाचा तो थोर भक्त असला तरी त्याची जात त्याच्या मंदिरप्रवेशाच्या आड येत होती. नामदेव, ज्ञानदेव यांच्यासमवेत तो उत्तरेकडील तीर्थक्षेत्रांच्या यात्रेस गेला होता. त्याच्या अभंगांतून सर्वत्र विठ्ठल प्रेमाचाच भाव व्यक्त झाला आहे. त्याचे सर्व कुटुंब विठ्ठल भक्तीतच रममाण झाले होते. नामदेवाना तो आपला गुरू मानीत असे. नामदेव, ज्ञानदेव यांच्या विषयीची आपली भावना व्यक्त करताना तो म्हणतो –

'चोखा म्हणे धन्य नामया तू गुरू ।
फोडिला आधारू जीवित्वाचा ।।
चोखा म्हणे तुम्ही माय हो माऊली ।
कृपेची साउली ज्ञानदेव ।।

विठ्ठालाने आपल्याकडे सत्वर धावून यावे आणि माझ्यावर दया करावी; कारण माझा काही अपराध नसताना पंढरीचे पुजारी-बडवे मला मारतात अशी तक्रार करतो. एका अभंगात तो म्हणतो की,

ऊस डोंगा परी । रसनाही डोंगा ।।

तेव्हा वरल्या अंगावरून माणसाने भुलून जाऊ नये. चोखा जरी शूद्र असला तरी त्याचे हृदय शूद्र नाही. चोखा आणि त्याची पत्नी सोयराबाई यांना ईश्वर आपल्या निवासस्थानी आहे याची खात्री असल्याने त्याच्या दर्शनासाठी मंदिरात जाण्याची आवश्यकता त्यांना वाटत नव्हती. सोयराबाई ही देखील एक भक्त होती आणि तिनेही काही अभंगरचना केली होती. चोखा हा तिचा गुरू होता. विठ्ठलासंबंधी तिने केलेली काव्यरचना अत्यंत भावपूर्ण आहे. आपल्या घरी भोजनास यावे, अशी तो देवाला प्रार्थना करते चोखा मंगळवेढ्यास भिंत कोसळून झालेल्या एका अपघातात सन १३३८ साली मरण पावला. भक्तांनी त्याचे अवशेष गोळा करून पंढरपुरात आणले आणि मंदिराच्या प्रवेशद्वाराच्या समोर नामदेवाच्या समाधीच्या बाजूस त्याची समाधी बांधली. विठ्ठलाच्या दर्शनापूर्वी वारकरी चोखोबाच्या समाधीचे दर्शन घेतात.

५) विसोबा खेचर – विसोबा खेचर हा बार्शी (सोलापूर) चा एक ब्राह्मण आणि नामदेवाचा गुरू. ज्ञानदेव मुक्ताबाई यांचे विचार प्रारंभी त्याला मान्य नव्हते म्हणून

लोक त्याला 'खेचर' गाढव म्हणत होते; परंतु पुढे त्याला ज्ञानदेवांची शिकवण आणि श्रेष्ठत्व पटल्यामुळे तो त्यांचा भक्त बनला. ज्ञानदेव-नामदेव यांच्या बरोबर तो उत्तर भारतात तीर्थयात्रेसाठी गेला होता. 'ईश्वर सर्वव्यापी आहे' ही शिकवण त्याने नामदेवाला दिली. आपण देवाला पाहिले आहे अशी फुशारकी मारू नये, असा उपदेश त्याने नामदेवाला केला होता. कारण तसे म्हणणे म्हणजे आपले अज्ञान प्रगट करण्यासारखे आहे; आपल्या अहंकाराचा त्याग केल्याखेरीज कोणी ईश्वरापर्यंत पोहोचू शकत नाही हे त्याने नामदेवाला पटवून दिले. ''ईश्वर सर्वव्यापी आहे, अशी शिकवण त्याला ज्ञानदेवापासून प्राप्त झाली होती आणि तो कानमंत्र त्याने नामदेवाला दिला. विसोबाचा अंत सन १३०९ साली झाला.

६) जनाबाई : मुक्ताबाईचा अपवाद वगळता महाराष्ट्रातील दुसरी श्रेष्ठ स्त्री संत म्हणजे जनाबाई. नामदेवाकडे ती मोलमजुरीचे काम करीत असे आणि त्याच्या सेवेमुळेच तिला विठ्ठलाचे गुणगान गाण्याची प्रेरणा मिळाली असावी. ती स्वतःला 'नाम्याची दासी' म्हणवून घेत असे. गोदावरीच्या तीरावरील गंगाखेड येथे दमा नावाच्या एका शूद्राच्या घरी हिचा जन्म झाला. जनाबाईच्या अभंगांतून नामदेव आणि समकालीन इतर संतांच्या चरित्राचे काही धागे मिळतात. आपल्या अभंगांतून जनाबाईने आध्यात्मिक गुरूची महती प्रामुख्याने वर्णन केली आहे. सर्व सुखाची आनंदाची प्राप्ती गुरूपासून होते आणि ईश्वराचे दर्शन केवळ गुरुकृपेमुळेच होऊ शकते, असा संदेश ती भक्तांना देते. घरची कामे म्हणजे झाडलोट, दळणकांडप करताना विठ्ठल आपल्या मदतीस येतो असे ती आपल्या अभंगांतून सांगते.

एक प्रहर रात्र झाली । फेरी विठ्ठलाची आली
नामा म्हणे जनी पाहे । द्वारी उभा कोण आहे ।।
प्रभा घरात दाटली । एकादश रात सुटली ।।
एकमेकां आलिंगन । नामा म्हणे जनी धन्य ।।
तुळसीचे वनी । जनी उकलित वेणी ।।
हाती घेउनिया लोणी । डोइ चोळी चक्रपाणी
माझे जनीला नाही कोणी । म्हणुनी देवघाली पाणी ।।
जनी सांगे सर्वलोका । न्हाऊ घाली माझा सखा ।।

मागे किती देव जाले
नाम्या ऐसे कोण बोले ।।१।।
नामा जातो देऊळासी ।।
देव बोले अवघियासी ।।२।।

केवढे नवल जी सांगावे
दासी जनीचे पद त्याहाले ।।३।।
संतभार पंढरीत ।। कीर्तनाचा गजर करीत ।।१।।
जेथे देव उभा ।। समचरणाचि शोभा ।।२।।
रंग भरीत कीर्तनात । तेणे हरिदास नाचत ।।३।।
सखा विरळा ज्ञानेश्वर । नामयाचा जो जिव्हार ।।४।।
ऐशा संता शरण जावे । जनी म्हणे त्याला धावे ।।५।।
राना गेली शेणीसाठी । वेचुलागे तीचे पाठि ।।
पीतांबर कासे खोवी ।। पाई शुभा पारखावी ।।
पुरती भरता मोर ।। जनी म्हणे द्यावी गांठ ।।

७) सेना न्हावी : सेना न्हावी हा बिदरच्या एका मुसलमान राजाच्या सेवेत होता. अशी एक आख्यायिका आहे की, एकदा राजाने त्याला केस कापण्यासाठी बोलावणे धाडले, पण तो विठ्ठलाच्या चिंतनात इतका दंग झाला होता की, राजाच्या आज्ञेचा त्याने स्वीकार केला नाही. त्याने देवाचा महिमा सांगणाऱ्या काही अभंगांची रचना केली आहे. समकालीन संतांप्रमाणे नामस्मरणावर त्याची दृढ श्रद्धा होती. एका अभंगात तो म्हणतो, "**जाता पंढरीसी सुख वाटे जीवा । आनंद केशवा भेटताची ।। या सुखांची उपमा नाही त्रिभुवनी । पाहिला शोधुनी अवघी तीर्थे ।। एसे नाम घोष पताकांचे भार । ऐसे वैष्णव डिंगर दावा कोठे ।। सुखे घाली जन्मासी । हेचि बरे की मानसा ।। वारी करीन पंढरीची । जोडी ही माझी सांची ।।**

आपला केशकर्तनाचा व्यवसाय करीत असताना देखील त्याला ईश्वराचे स्मरण कसे होत असे याचे वर्णन त्याने एका अभंगात केले आहे. पंढरीच्या वारीचा आनंद सेना न्हावी याने एका अभंगात असा व्यक्त केला आहे.

जाता पंढरीसी सुख वाटे जीवा ।
आनंद केशवा भेटताची ।।
या सुखाची उपमा नाही त्रिभुवनी
पाहिली शोधोनी अवघी तीर्थे
ऐसेनाम घोष पताकांचे भार ।
ऐसे वैष्णव डिंगर दावा कोठे ।।
सुख घाली जन्मासी । हेचिं बरे की मानसी ।
वारी करीन पंढरीची जोडी ही माझी साची ।।

८) कान्होपात्रा : मंगळवेढ्याच्या श्यामा नावाच्या एक नर्तिकेची कान्होपात्रा ही एक स्वरूपसुंदर कन्या होती. तिला तिच्या सौंदर्याचा अभिमान असल्याने ती म्हणत असे की, अशा पुरुषांशी लग्न करीन जो माझ्या इतका देखणा असेल आणि असा पुरुष तिला भेटला तो पंढरपूरचा विठोबा. विठ्ठलाची भक्त बनून ती पंढरपूरच्या देवळात राहिली. बिदरच्या पातराहाने सन्मानपूर्वक आपल्या दरबारी येण्याचे दिलेले निमंत्रण तिने नाकारले. तिला नेण्यासाठी आलेल्या लोकांच्या बरोबर बिदरला जाण्यापेक्षा तिने प्राणत्याग करण्याचे ठरविले. तिचा मृतदेह नंतर विठ्ठलाच्या चरणावर ठेवला आणि नंतर तिचे दफन मंदिराच्या परिसरात करण्यात आले. त्या जागेवर पुढे एक वृक्ष वाढला आणि त्या वृक्षाला भक्तगण कान्होपात्रेचा वृक्ष असे मानू लागले आणि त्याची पूजा करू लागले. तिचा अंत सन १४०८ च्या सुमारास झाला.

९) बहिणाबाई : बहिणाबाई अशी एकमेव मराठी संत कवयित्री आहे की, जी एका सनातन ब्राह्मण पुरुषाची पत्नी असून, तुकाराममहाराजांची ती शिष्या बनली होती आणि त्यांच्या अभंगवाणीने भारावून गेलेली होती. वेरुळजवळ देवगाव येथे तिचा जन्म झाला. वयाच्या केवळ तिसऱ्या वर्षी, पाठक नावाच्या तीस वर्षे वयाच्या एका बिजवराशी तिचा विवाह लावून देऱ्यांत आला होता. तिच्या आत्मकथनावरून असे दिसते की, तिचे वैवाहिक जीवन फार त्रासदायक होते. तिच्या वडिलांचीही परिस्थिती बिघडली आणि काही संकटे आली म्हणून ते सारे कुटुंब परगंदा झाले. कोल्हापूर मुक्कामी बहिणाबाईला जयरामस्वामी वडगावकर यांचे मार्गदर्शन मिळाले. तुकोबांची अभंगवाणी तिने ऐकली होती आणि तुकोबांची भेट घ्यावी, असे तिला वाटू लागले. असे म्हणतात की, तुकाराममहाराजांनी तिला स्वप्नात दर्शन देऊन गुरुपदेश केला. नंतर ती पतीसह देहूस येऊन राहिली. तिने काही काव्यरचनाही केली. 'बहिणाबाईची गाथा' या शीर्षकाखाली ती प्रसिद्ध झाली आहे. ''संतकृपा जाली । इमारत फळा आली '' हा अभंग आणि विशेषतः यातील ''ज्ञानदेवे रचिला पाया आणि तुका जालासे कळस '' या पंक्ती प्रसिद्ध आहेत.

आपले गुरू तुकाराममहाराजांचे वर्णन तिने एका अभंगातून करून गुरूबद्दलची आपली नितांत श्रद्धा व्यक्त केली आहे. तुकोबा आणि पांडुरंग एकच आहेत असे ती म्हणते.

''तुकोबाची बुद्धी पांडुरंग रुप । मन ते स्वरुप तुकोबाचे ।। तुकोबाचे सर्व इंद्रिय चालक । पांडुरंग देत सत्य आहे ।। तुकोबाचे नेत्र तेही पांडुरंग । श्रोत ते अभंगरुप त्याचे ।। तुकोबाचे हात लिहितात जे जे । तोचि ते सहजे पांडुरंग ।। सर्वही व्यापारी तुकोबाचे हरी । आपण चि करी अद्वयत्वे ।। बहिणी म्हणे रूपे व्यापक तुकोबा । ध्यान माझ्या जीवा तेचि आहे ।।

पंढरी आणि वारकरी यांचा महिमा गाताना ती म्हणते

धन्य धन्य ते पंढरी । जेथे नांदतो श्रीहरी ।।
धन्य धन्य ते दैवाचे वारकरीसाचे ।
अंकित विठोबाचे जन्मो जन्मी

काशीबाई आणि विठोबा ही बहिणाबाईची दोन अपत्ये होती. बहिणाबाईचा मृत्यू तिच्या वयाच्या ७२ व्या वर्षी म्हणजे सन १७०० च्या सुमारास झाला असावा. तुकाराममहाराजांचे दुसरे एक शिष्य निळोबा याने तिचे वर्णन 'मूळ ब्रह्मरूपीणी' म्हणजे 'ब्रह्माचे मूळ स्वरूप' असे केले आहे.

१०. मुसलमान संतकवी

भक्तिमार्गापासून महाराष्ट्रातील मुसलमान समाजही काही फारसा दूर राहिला नाही. काही मुसलमान संतांनी मराठीतून लेखन केल्याचे, हिंदूंना आपले गुरू केल्याचे आणि वारकरी बनून पंढरीच्या विठ्ठलाच्या भेटीस गेल्याची उदाहरणे आढळतात.

बहिरंभट नावाच्या ब्राह्मणाची एक मनोरंजक कहाणी आहे. आपल्या भांडखोर पत्नीला कंटाळून बहिरंभट, संन्यासी बनला आणि नंतर एका काजीला भेटून मुसलमान झाला, परंतु मुसलमान धर्मातील एक महत्त्वाचा विधी म्हणजे 'सुंता' करून घेण्याचे त्याने नाकारल्याने मुसलमान समाजाने त्याचा स्वीकार केला नाही. नंतर तो सोलापूर जिल्ह्यातील वडवाळ या गावी राहणाऱ्या वडवाळ सिद्ध नागेश स्वामी यांच्या भेटीस गेला असता त्यांनी त्याला हिंदू आणि मुसलमान असा भेदभाव न करणाऱ्या पंढरीच्या विठ्ठलाला शरण जाण्याचा सल्ला दिला आणि तो विठ्ठलाचा भक्त बनला भक्तिमार्गाचा अवलंब करून तो वारकरी झाला. मात्र, त्याला मुसलमान धर्माचा त्याग करता आला नाही, पण तरीसुद्धा या त्याच्या विचित्रपणामुळे लोक त्याला 'बहिरा पिसा' या नावाने ओळखू लागले. तेराव्या शतकाच्या शेवटी अथवा चौदाव्या शतकाच्या प्रारंभी भक्तिमार्गाचा पवित्र ग्रंथ भागवत पुराणाच्या दहाव्या स्कंदावर भाष्य करणारा 'बहिरा जालवेद' हा ग्रंथ बहिरा पिसा म्हणजेच बहिरंभटाने रचला आहे, असे अलीकडील संशोधनावरून स्पष्ट झाले आहे. (वि. ल. भावे आणि शं. गो. तुळपुळे महाराष्ट्र सारस्वत, मुंबई, १९६३ पृ १८३-८५) **शहामुंतोजी ब्रह्मणी** हा चौदाव्या शतकातील बहामनी राजवटीशी संबंधित असलेला, पण भक्तिमार्गाचा स्वीकार केलेला एक महत्त्वाचा १७व्या शतकातील मुसलमान संतकवी असे मानले जाते. त्याचा उल्लेख बिदरचा राजा असाही केला जातो. अशी एक आख्यायिका आहे की, बिदरच्या राजाने केळाच्या फेकून दिलेल्या साली एक गरीब भिकारी गोळा करून खात होता आणि लोकांनी त्याला बेदाम मार दिला तरी तो आरडा ओरडा करत नसे अथवा पळून जात नसे. हे करुण दृश्य पाहून राजाचे डोळे उघडले आणि ईश्वराच्या शोधार्थ तो जंगलात निघून गेला.

हिंदू, मुसलमान धर्मपंडितांबरोबर आपल्या मनातील शंकाचे निरसन करून घेण्यासाठी त्याने चर्चा केली. तो सुफी बनला. पण जेव्हा हिंदू संतांनी त्याला पंढरपुरास जाण्याचा संदेश दिला तेव्हा तो तेथे गेला आणि तेथील शांत आणि भक्तीमय वातावरण पाहून तो फार प्रभावित झाला. विठ्ठल-मंदिराच्या द्वारापाशी सतत तीन दिवस बसून राहिला आणि त्याला स्वप्नात, तेराव्या शतकात मुकुंदराज या मराठी कवीचा 'विवेकसिंधू' हा पवित्र ग्रंथ दिसला आणि 'सहजानंद' या संत पुरुषाची भेट घेण्याचा आदेश मिळाला. राजाने त्या संताचा शोध घेतला आणि योगायागाने तो संत पंढरपुरातच भेटला. आपला शिष्य म्हणून सहजानंदांनी त्याचा स्वीकार केला आणि त्याला 'मृत्युंजय' असे नवे नाव दिले. त्याला 'ब्राह्मण' म्हणून हिंदुधर्मात घ्यावे, असाही विचार करण्यात आला. पण त्या काळात एका मुसलमान व्यक्तीला हिंदुधर्माची दीक्षा देणे ही फार क्रांतिकारक घटना मानली जात असे. सनातनी ब्राह्मणांनी त्याला तीन वेळा 'अग्निदिव्य'करण्यास सांगितले. ते त्याने यशस्वीरीत्या करून दाखविले तरी त्याला हिंदू धर्मात घेतले गेले नाही. त्याने हिंदू धर्मग्रंथाचा सखोल अभ्यास केला. लोक त्याला ज्ञानसागर म्हणून ओळखू लागले. अनेक लिंगायत पंथी लोक त्याचे भक्त बनले आणि 'ज्ञानसागरय्या' म्हणू लागले. सवार्थाने तो हिंदू झाला असला तरी समाज त्याला मुसलमानच मानीत होता आणि त्याला शाह मुतबजी कादरी, सुफी म्हणूनच ओळखत होते. 'पंचीकरण' अथवा पंच महाभुते हा त्याचा मुख्य ग्रंथ होय. हिंदू-मुसलमान हे भिन्न नाहीत, त्यांची मूलभूत तत्त्वे पंचीकरण एकच आहेत असे तो मानीत असे. तो म्हणतो,

''शाह मुतबजी ब्रह्मणी । जिनमे नही मनमानी ।।
पंचीकरण का खोज किया। हिंदू मुसलमान येक कर दिया ।।''

मुतबजी अथवा मृत्युंजय याने विपुल लिखाण केले आहे. त्याने जवळ जवळ दहा ग्रंथ लिहिले असले तरी त्यापैकी दोन-तीनच आजवर प्रसिद्ध झाले आहेत. मुकुंदराजाच्या 'विवेकसिंधू' या ग्रंथाने त्याला विशेष प्रभावित केले होते. आपल्या 'सिद्ध साकेत' या ग्रंथात त्याने गुरूचा महिमा वर्णन केला आहे. गुरू पुढे सर्व सत्ता आणि संपत्ती नगण्य आहेत. विठ्ठलाचा तो परमभक्त होता. इतर मराठी संतांप्रमाणे 'विठ्ठल म्हणजे श्रीकृष्णाचे बालरूपच होय' असे तो मानीत होता.

हुसेन अंबरखान हा आणखी एक मुसलमान संतकवी ज्याने गीतेवर मराठीत भाष्य रचना केली आहे. आलमखान या मुसलमान संताने वडवालच्या नागेश या साधुपुरुषाचे शिष्यत्व पत्करले होते. मुसलमानांना विशेषत: सुफी पंथीयांना अलमखानने हिंदू गुरू स्वीकारावा, त्यांची पदे म्हणावीत हे सारे आवडत नसे. पण आपल्या गुरूसाठी प्राण त्याग करण्याची जेव्हा अलमखानाने तयारी दाखविली तेव्हा त्यांना आश्चर्य वाटले, आणि त्यांनी या गुरुशिष्यांची -उभयतांची तारीफ करण्यास सुरुवात केली.

शेख सुलतान हा एक शाहीर होता, पण आपल्या गोपाळनाथ या गुरूच्या कृपेने त्याने अनेक कविता, पौराणिक कथा, देवांच्या प्रार्थना, मराठी अथवा द:खनी हिंदी भाषेत साहित्यनिर्मिती केली आहे.

सतराव्या शतकात शेख मुहम्मद नावाचा एक मुसलमान संतकवी होऊन गेला. त्याचे नाव आजही महाराष्ट्रात घेतले जाते. लोक त्याला कबिराचा अवतार असे मानतात. ''शेख महंमद पीर । कबीराचा अवतार.'' एका मराठी काव्यपंक्तीत, 'ज्ञानाचा एका, नाम्याचा तुका व कबीराचा शेखा' असे म्हटले आहे. चांद बोधले या त्याच्या हिंदू गुरुने त्याला 'भक्तिमार्गा'ची दीक्षा दिली होती. हिंदू देवतांचा त्याने स्वीकार केला तरी त्याने आपला मूळ इस्लाम धर्म सोडला नव्हता. तो म्हणत असे, ''शेख महंमद अविंद । त्याचे ह्दयी गोविंद ।।'' शिवाजी(त्याने सर्वव्यापी आहे) शिवाजीमहाराजांचे आजोबा मालोजीराजे यांच्याकडून त्याला श्रीगोंदे (जिल्हा अहमदनगर) येथे एक जमीन मिळाली होती. मराठी भाषेचा अभिमान वाटत होता आणि त्याच भाषेत त्याने आपले बहुतेक सर्व लेखन केले आहे आणि सर्व थरांतील हिंदू लोक त्याची प्रवचने ऐकण्यास जमत असत. तो म्हणतो, ''याति मुसलमान। मऱ्हाष्ट्री वचन । ऐकती आवडीने । विप्र शूद्र ।।''

शेख महंमदाने रचलेल्या ''महा आरती''त शंभराहून अधिक हिंदू-मुसलमान संतशिरोमणींचा उल्लेख एकत्रित केला आहे. हिंदू-मुसलमान यांच्या धर्मात काही वेगळे तत्त्व आहे असे तो मानीत नसे. तो म्हणतो,

''सच्चा पीर कहे मुसलमान । मऱ्हाटे म्हणतो सद्गुरु पूर्ण ।।
परी दोन्हीत नाही भिन्नपण । आंखे खोल देखो भाई ।।''

शेख महंमदाच्या काव्यातून पांडुरंग आणि पंढरपूर यांच्या संबंधीचा त्याचा भक्तिभाव दिसून येतो. अनेक देवतांचे पूजन, अंधश्रद्धा, मतमतांतरे आणि अस्पृश्यता इत्यादी कल्पनांचा तो धि:कार करतो. हिंदू संत, त्यांचे आध्यात्मिक साहित्य, हिंदू गुरू याबद्दल त्याच्या ठायी असलेल्या आदराची भावना त्याच्या जातभाईंना- मुसलमानांना आवडत नसे. म्हणून ते त्याला 'काफीर' अथवा 'पाखंडी' म्हणत. ज्ञानेश्वरी या ग्रंथाचा त्याच्या विचारसरणीवर फार मोठा प्रभाव होता. 'योग संग्राम' हा त्याचा प्रसिद्ध ग्रंथ होय. या खेरीज त्याने अन्य काही छोटे ग्रंथ आणि विविध प्रकारची काव्ये यांची रचना केली आहे. सन १६६० साली तो मरण पावला.

शाहमुनी या मुसलमान संतकवीने सिद्धान्त बोध नावाचा एक महत्त्वाचा ग्रंथ रचला होता, चतुर्मासात या ग्रंथाचे पठण हिंदू भाविक लोक करीत. कबिराला तो आपला गुरू मानीत असे. त्याने सुमारे दहा हजार ओवींची रचना केली आहे.

शाह नवरंगी, शाह बेग, शाह हुसेन, सय्यद मुहम्मद, लतीफ शाह, बुऱ्हाण शाह, शाह अली, शेख सुलतान १७व्या आणि १८व्या शतकातील मुसलमान संतकवी भक्तिमार्गाच्या प्रभावाखाली आले होते असे दिसते.

वरील निवेदनावरून विविध जाती-जमातीतील संतांची निर्मिती कशी झाली होती आणि भक्ती संप्रदाय मध्ययुगीन महाराष्ट्रात किती मोठ्या प्रमाणावर विकसित झाला होता याची कल्पना येईल.

वारकरी संप्रदाय :

नामदेव, ज्ञानदेव, एकनाथ आणि तुकाराम या श्रेष्ठ संतकवींनी आणि इतर अनेक लहानसहान संतांनी तेराव्या ते अठराव्या शतकात जे कार्य केले, त्यामुळे भक्तिसंप्रदायाचा मोठ्या प्रमाणावर विकास झाला. कर्मठ सनातन धर्माला विरोध होऊ लागला आणि त्याचबरोबर विठ्ठलाची भक्ती आणि पंढरपूरक्षेत्राचा महिमा वाढीस लागला. या नव्या पंथाला म्हणजे भक्तिमार्गाला एक संघटित स्वरूप प्राप्त झाले आणि तो वारकरी संप्रदाय म्हणून महाराष्ट्रात रूढ झाला आणि मोठ्या संख्येने जात, धर्म, लिंगभेद विसरून जनसमुदाय या संप्रदायाचा अनुयायी बनला नित्यनियमाने पंढरीची वारी करू लागला. 'वारी' म्हणजे नियमितपणे दिलेली भेट आणि 'करी' जो असे वागतो तो माणूस. पंढरपुरास जा आणि वारकरी बन असे तुकाराम म्हणतात. हिंदू लोक काशी-रामेश्वरची यात्रा आयुष्यातून एकदा करतात, त्याचप्रमाणे मुसलमान मक्केस एकदा तरी भेट देतात. पण 'वारकरी' ला मात्र वर्षातून किमान दोनदा म्हणजे आषाढी आणि कार्तिकी एकादशीस निष्ठेने आणि तेही पायी चालत जावे लागत.

'वारकरी' ला 'माळकरी' या नावानेही संबोधिले जाते. श्रीकृष्णाला आवडणाऱ्या तुळशीपत्रांची माळ गळ्यात घालणारा तो माळकरी अथवा वारकरी संप्रदायाचा अनुयायी असे मानले जात असे. मांसभक्षण माळकरीला निषिद्ध असे. वारकरी लोकांचे अनेक फड असत. फड म्हणजे वारकरी प्रमुख व त्याच्या शिष्य मंडळींचा एक संघटित समुदाय. एखाद्याला जर वारकरी बनावयाचे असेल, तर त्याने गळ्यात तुळशीमाळ घालून ज्ञानेश्वरी वर हात ठेवून, आपण वारकरी संप्रदायाचे सर्व आचार-विचारांचे पालन करू, अशी शपथ घ्यावी लागे. त्यानंतर त्याला फडात आणि पालखी सोहळ्यात सामील करून घेतले जात असे. नामदेव, ज्ञानदेव, तुकाराम आणि इतर अनेक संतांच्या नावाचे फड व पालख्या आहेत, त्या आपल्या वारकऱ्यांना घेऊन नित्यनेमाने टाळ, मृदंग, पताका घेऊन भजन करीत पंढरीस एकादशीस जातात.

विठ्ठल ही या वारकऱ्यांची मुख्य आराध्य देवता असून, भीमा अथवा चंद्रभागा नदीच्या काठावर असलेले पंढरपूर हे त्याचे निवासस्थान होय. ज्ञानदेव, नामदेव यांच्या काळापासून या तीर्थक्षेत्राला महत्त्व प्राप्त झाले आहे. संतश्रेष्ठ नामदेव म्हणतात,

''सर्व सुखराशी भीवरेचे तीरी ।
आमुची पंढरी कामधेनु ।।''

वारकरी संप्रदायाची इतर तीर्थक्षेत्रे म्हणजे ज्ञानदेवांची आळंदी, एकनाथांचे पैठण, तुकारामांचे देहू आणि अन्य संतांची गावे अथवा समाधी होत.

पंढरीची वारी ही सर्वांत मोठी आणि महत्त्वाची मानली जाते. या वारीची सुरुवात आळंदीपासून होते. ज्ञानदेवाच्या पादुका पालखीत ठेवून कीर्तन-नामस्मरण करीत भक्त पंढरीच्या दिशेने जाऊ लागतात, वाटेत त्यात अनेक पालख्या, वारकरी सामील होतात, आणि सुमारे दोन आठवड्यांनी भक्तमंडळी एकादशीच्या दिवशी पंढरपुरास पोहोचतात.

प्रसिद्ध मराठी समाजशास्त्रज्ञ आणि लेखिका प्रा. डॉ. इरावती कर्वे यांनी आपल्या 'On the Road' A Maharashtrian Pilgrimage (१९८८) या लेखात या पंढरीच्या वारीचे महत्त्व निवेदन केले आहे. वारीत प्रत्यक्ष भाग घेतल्याने त्यांना जो अनुभव आला तो त्यांनी या लेखात मांडला आहे. "मला हरदिनी माझ्या महाराष्ट्राचे नवे रूप दिसत होते. मला महाराष्ट्राचा नवा अर्थ कळला. या भूमीचे लोक पंढरपूरच्या वारीला जातात. दर दिवशी नवे लोक या वारीत सामील होतात, पंढरपूर जसजसे जवळ येत जाते तसतसा वारीचा आकार वाढत जातो. ही सारी मराठी भाषा बोलणारी माणसे असततात, त्यांच्या जाती वेगळ्या वेगळ्या असतात, पण ते सारी तीच गाणी म्हणतात, वारकरी संप्रदायाचे तेच अभंग गातात, एकमेकांशी बोलतात, गाणी म्हणतात. महाराष्ट्राची भाषा आणि संस्कृती या देशाच्या समाजातील सर्व थरापर्यंत कशी पोहोचली आहे याचे मला दर्शन घडले. पाच शतकांतील सुंदर मराठी संतवाणी येथे मला रोज ऐकायला मिळाली. त्या काव्यात धर्म आणि तत्त्वज्ञान या दोन्हींचा समावेश होता. निरनिराळ्या भाषा बोलणारे वारकरी तेच अभंग गात होते आणि या पद्धतीने एक प्रमाणभूत भाषा ते शिकत होते. हे शिक्षण त्यांना मोठ्या प्रमाणावर मिळत होते. पण त्यात कसलाही त्रास अथवा सक्ती नव्हती." त्या पुढे म्हणतात, "या वारीत त्यांना लोकशिक्षणाचे तीन प्रमुख गुण दिसून आले, ते म्हणजे, परंपरेने आलेल्या ज्ञानाचे जतन करणे, त्याची मशागत अथवा जोपासणी करणे आणि या वारीच्या द्वारे ते भावी पिढीपर्यंत पोहोचविणे."

भक्तगण या वारीत मोठ्या प्रमाणावर सामील होतात याचे कारण त्यांना अनेक संतांचे दर्शन वारीच्या मार्गावर घडते. आणि संतदर्शन म्हणजे एकप्रकारे विठ्ठलाचेच दर्शन होय आणि पंढरपूर हे तीर्थक्षेत्र केवळ संतांमुळेच बनलेले आहे असे ते मानीत. या वारीत ज्ञानेश्वर (आळंदी), निवृत्तीनाथ (त्र्यंबकेश्वर), तुकाराम (देहू), एकनाथ (पैठण) आणि इतर अनेक संतांच्या पादुकांच्या पालखी असत. पालखीची ही परंपरा सुमारे तीनशे वर्षांपूर्वीची असावी. या पालखी सोहळ्यास भक्तराज श्री हैबतराव अरफाळकर बाबांनी सन १८३२ पासून संघटित रूप देऊन श्री ज्ञानेश्वरांच्या पालखीचा सोहळा स्वतंत्रपणे आळंदीपासून नेण्याची प्रथा सुरू केली आणि ती आजवर तशी चालू आहे. पालखींची संख्या वाढतच राहिली. यावरून वारकरी संप्रदायाची लोकप्रियता लक्षात येते.

पालखींच्या सोहळ्यापुढे लाल, पांढरे घोडे नाचत असतात. आणि त्यामागून भगव्या पताका घेतलेले भक्तगण कीर्तन करीत, मृदंग, चिपळ्या वाजवीत जात असतात. पंढरपुरी पोहोचल्यावर वारकरी चंद्रभागेत स्नान करून, पंढरपुरातील विविध मंदिरांना प्रदक्षिणा घालतात आणि रात्रभर भजन-कीर्तनात दंग राहतात. वारकरी कीर्तन हे सनातन्यांच्या हरिदासी कीर्तनापासून वेगळे असते. हरिदासी पुराणांतील कथांचे सूत्र घेऊन त्याचे विवेचन करतो त्यास आख्यान म्हणतात तर वारकरी कीर्तने, अभंग गायन असते त्यास निरूपण म्हणतात. भजन-कीर्तन दशमीपासून चतुर्दशीपर्यंत चालू असते. पौर्णिमेस वारकरी गोपाळपुरा येथे जाऊन, भगवान श्रीकृष्णासाठी गोपाळकाला उत्सव साजरा करतात आणि परत येऊन परस्परांना लाह्या-फुटाण्याचा प्रसाद देतात, आणि या शेवटच्या विधीनंतर वारकरी आपल्या घरी परततात आणि पंढरीची वारकरी यात्रा संपते.

वारकरी संप्रदायाची आणखी काही वैशिष्ट्ये –

(१) नवविधा भक्ती – भक्ती म्हणजे देवावरचे नितांत प्रेम. इतर सर्व गोष्टींचा त्याग करून परमेश्वराला सर्वस्वी वाहून घेणे म्हणजे भक्ती. देवाला सर्व अर्पण करून आणि त्याचा विसर पडू न देणे म्हणजे भक्ती. अशी भक्तीची व्याख्या निरनिराळ्या संतांनी केली आहे. ज्ञानदेवांच्या मते भक्ती योग म्हणजे,

''जे जे भेटे भूता । तू ते मानिजे भगवंता ।। हा जाणा भक्ती योग'' (सर्ग १०-१०६).

एकनाथांच्या मते भक्ती म्हणजे नामस्मरण. तुकाराम म्हणतात,

''भक्ती तो कठीण शुळावरील पोळी । निवडे तो बळी विरळा शूर ।।'' (अभंग १५४१)

याचा अर्थ असा की भक्ती ही सुळावरची पोळी आहे. भक्त होण्यासाठी 'चणे खावे लोखंडाचे' अशी खडतर साधना करावी लागते. ते 'येरा गबाळांचे काम नाही.' भक्ती ही एक मनाची प्रवृत्ती आहे, जी केवळ श्रेष्ठ मानवच प्राप्त करू शकतो. भागवत ग्रंथात नवविधा भक्तीचे स्वरूप सांगितले आहे.

(१) श्रवण : आध्यात्मिक चर्चा, आदेश, संवाद यांचे श्रवण करणे, ऐकणे.

(२) कीर्तन : टाळ, वीणा, मृदंग या वाद्यांबरोबर संतांच्या अभंगांचे गायन ईश्वरप्राप्तीचा तो सर्वश्रेष्ठ मार्ग होय. वारकऱ्यांचा कीर्तन संपद्राय म्हणजे धर्म शिक्षणाची एक मोठी चळवळच होती. ज्ञानेश्वरांचे वर्णन ज्ञानियांचा राजा असे केले आहे. **''नाचूं कीर्तनाचे रंगी । ज्ञानदीप लावूं जगी ।।''** अशी नामदेवांची प्रतिज्ञा होती.

(३) स्मरण : देवाच्या नावाचा जप करणे यालाच नामस्मरण म्हणतात. ईश्वरप्राप्तीचा हा अत्यंत प्रभावी आणि सोपा मार्ग आहे. संतांनी या भक्तिमार्गाला प्राधान्य दिले आहे.

(४) पादसेवन : यात आज्ञापालन, गुरूंच्या आदेशांचे सर्वार्थाने पालन करणे अंतर्भूत असते.

(५) अर्चन : यात भक्त मनोभावे देवाची प्रार्थना करतो. देवाची मूर्ती स्वच्छ करून, तिला स्नान घालून, नैवेद्य, फुले, अलंकार अर्पण करून आरती-पूजा करतो. याला सगुण भक्ती म्हणतात. भक्ती संप्रदायात केवळ एकाच देवाची आणि गुरूंची अथवा संताची पूजा करावी असे म्हटले आहे. एकनाथांच्या मते अर्चना म्हणजे केवळ पूजा नसून तो एक त्यागसुद्धा आहे. खरा भक्त आपल्याजवळ जे जे असेल ते परमेश्वराच्या चरणी अर्पण करतो.

(६) वंदन : देवापुढे हात जोडणे, नतमस्तक होणे अथवा साष्टांग नमस्कार घालणे हा एक साधा-सोपा भक्तिमार्ग आहे. पण ही वंदना निरपेक्ष बुद्धीने आणि लीनतेने केली पाहिजे.

(७) दास्य : पादसेवेसारखाच हा एक भक्तीचा प्रकार आहे. आपले समाजातील स्थान, प्रतिष्ठा यांना विसरून जो परमेश्वराचा दास बनतो त्या भक्तीला दास्य असे म्हणतात. मंदिराचे अंगण झाडणे अथवा भक्तांची वस्त्रे धुणे हे कमीपणाचे आहे, असे तो मानीत नाही.

(८) सख्य : सख्य म्हणजे ईश्वराशी मैत्री करणे. याचे आचरण करणे फार कठीण आहे. आध्यात्मिक जीवनाचे ते एक साधन नसून तो एक प्रकारे शेवट आहे. रामदासाच्या मते ही मैत्री अभंग असते, ती कधी कमी होत नाही. आपण देवाचे मित्र बनून सर्व काही त्याला सांगावे.

(९) आत्मनिवेदन : परमेश्वराला संपूर्णपणे शरण जावे. हे भक्तीचे अंतिम रूप आहे. आध्यात्मिक जीवनाचा हा कळस आहे. या स्थितीत अहंकार आणि शरीराचे अस्तित्व यांची जाणीव संपूर्णपणे नष्ट होते.

नवविधा भक्तीचा हा पारंपरिक मार्ग असला तरी सामान्यत: वारकरी श्रवण, कीर्तन, नामस्मरण आणि पादसेवा या आचारांचा प्रामुख्याने अवलंब करतात.

संप्रदायाची कार्यपद्धती

(१) विठ्ठलाची पूजा अथवा भक्ती– पांडुरंग ज्याला वारकरी भगवान कृष्णाचे बाळरूप मानतात, त्या एकमेव देवाची पूजा ते करतात आणि स्वत:ला वैष्णवजन अथवा विष्णूदास म्हणवून घेतात. परंतु ते शैवपंथ मानीत नाहीत असे म्हणता येणार नाही. तुकारामांनी आपल्या एका अभंगाच्या द्वारे भक्तांच्या दृष्टीने हरी (विष्णू) आणि हर (शिव) यामध्ये काही भेद नाही असे स्पष्ट केले आहे. मात्र, तुकारामांनी अनेक देवांची पूजा करणे त्याज्य मानून प्रेमाचा महासागर असलेल्या एकमेव देवाची म्हणजे विठ्ठलाची पूजा करणे योग्य असे मानले आहे. तुकारामांची हीच कल्पना इतर संतांनी उचलून धरली आहे.

(२) मंत्र : वारकरी संप्रदायाचा प्रमुख मंत्र म्हणजे तुकारामांनी लोकप्रिय केलेला 'जयजय रामकृष्ण हरी' हा होय. या मंत्राचा उल्लेख ज्ञानदेव, नामदेव, एकनाथ यांच्या काव्यातही आढळतो. नामस्मरण भक्तीचाच 'मंत्र' हा एक भाग असून, वारकरी याचे समूह गायन विठ्ठल-विठ्ठल अथवा विठोबा-रखुमाई या नामस्मरणाबरोबर म्हणतात.

(३) प्रमुख चिन्ह : गळ्याभोवती तुळशीपत्राची माळ विधिपूर्वक जो घालतो तो वारकरी पंथाचा अनुयायी असे मानले जाते. त्याशिवाय कपाळावर गोपीचंदन आणि बुक्का यांचे लेप लावतो, वर्षातून किमान दोन वेळा तरी त्याला न चुकता पंढरीची वारी करावी लागते, पंढरीच्या या वारीला 'देवाची वारी' म्हणतात. वारकरी हा आळंदीला ज्ञानदेवांच्या समाधीच्या दर्शनाला जातो. त्या वारीला 'संताची वारी' असे म्हणतात.

(४) अधिकृत वाचनाचे ग्रंथ : ज्ञानेश्वरी, अमृतानुभव हे ज्ञानदेवांचे, एकनाथी भागवत, भावार्थ रामायण अथवा एकनाथी भागवत हे एकनाथांचे तसेच ज्ञानदेव, नामदेव, एकनाथ, तुकाराम, गोरा कुंभार, सावता माळी या संतांचे अभंग हे वारकरी संप्रदायाचे अधिकृत नित्य वाचनाचे साहित्य होय. 'ज्ञानेश्वरी', 'एकनाथी भागवत' आणि 'तुकारामाची गाथा' या तीन ग्रंथांना या पंथाचे प्रमुख ग्रंथ असे मानले जाते.

समारोप :

तेराव्या शतकात उदयाला आलेला वारकरी संप्रदाय आजतागायत कसा महाराष्ट्रात तग धरून राहिला आहे हे येथवर आपण थोडक्यात पाहिले. ऐतिहासिकदृष्ट्या ज्ञानेश्वर हे जरी या संप्रदायाचे संस्थापक नसले तरी त्या पंथाचा मोठ्या प्रमाणावर पुरस्कार त्यांनी केला आणि म्हणूनच 'ज्ञानदेवे रचिला पाया' असे म्हटले जाते. ज्ञानदेवांनी भागवत धर्म अथवा भक्तिमार्गाची शिकवण सर्वप्रथम मराठी माणसाला दिली आणि भागवत धर्म म्हणजेच मानव धर्म याची जाणीव संतांनी करून दिली. ज्ञानदेवांनी वारकरी संप्रदायाला बौद्धिक अधिष्ठान प्राप्त करून दिले, तर त्यांचे समकालीन नामदेवांनी ते सामान्यजनापर्यंत नेऊन पोहोचविले आणि वारकरी पंथ हा सर्वसंग्राहक पंथ बनविला. एकनाथांनी आपल्या काव्यातून प्रपंच आणि परमार्थ यांची सांगड घातली. हे सारे प्रारंभीचे संत मुसलमानी राजवटीत उदयाला आले. पण तुकाराममहाराजांना स्वराज्य संस्थापक शिवरायांच्या कालखंडाचा नैतिक पाठिंबा मिळाला आणि वारकरी पंथाच्या इमारतीवर कळस चढविण्याचे भाग्य त्यांना लाभले.

प्रा. गं. बा. सरदार यांनी ज्ञानदेवादी संताच्या वाङ्मयाचे वैशिष्ट्य सांगताना म्हटले आहे, ज्ञानेश्वरांनी अद्वैत निष्ठेच्या खंबीर पायावर भागवत धर्माची उभारणी केली. नामदेवांनी कीर्तन संस्थेच्या द्वारे बहुजनसमाजात जिव्हाळा निर्माण केला. आचार धर्माचे तपशीलवार निरूपण करून एकनाथांनी वेदान्त व व्यवहार यांची सांगड घातली. दांभिकतेवर कोरडे ओढून तुकारामांनी नीतिमूल्यांचे संगोपन केले. तुकारामांचे नीतिसंवर्धनांचे कार्य सामाजिकदृष्ट्या अत्यंत महत्त्वाचे आहे (बहिरट प.२६१)

वारकरी संप्रदायाचे सामाजिक अधिष्ठानासंबंधी विवेचन करताना डॉ. शं. गो. तुळपुळे म्हणतात की, जातीय हीनत्वाची जाणीव संतांच्या काव्यातून दिसून येते आणि म्हणूनच शूद्रांनादेखील समाजात सामावून घेण्याचा एकमेव मार्ग म्हणजे भक्तिमार्ग. ऐहिक जीवनात समता आणणे आटोक्याबाहेरचे असल्याने ती मिळवून देण्याची धडपड संतांनी केली नाही. त्यांनी पारमार्थिक जीवनातील समतेसाठी अट्टाहास केला आणि भागवत धर्माची परंपरा चालू ठेवली. संत परिवर्तनवादी अथवा क्रांतिकारी नव्हते. चातुर्वर्ण्याच्या रूढ कल्पनेवर आघात न करता किंवा परंपरागत सामाजिक व्यवस्था न मोडता प्राप्त परिस्थितीत समाजाला मानव धर्म शिकविला.

"संत कवीच्या कार्याचे स्वरूप परिस्थितीप्रमाणे उत्क्रांत होत गेले आहे. ज्ञानेश्वर भागवत धर्माचे म्हणजेच मानव धर्माचे तत्त्वज्ञान सांगून थांबले. नामदेवांनी या तत्त्वज्ञानाचा प्रसार सर्वदूर केला. एकनाथांनी हा मानवधर्म विशद करून सांगताना समन्वयाचे धोरण पत्करले व रूढ कल्पना आणि स्वतंत्र प्रेरणा यात एक प्रकारची तडजोड घडवून आणली. हे तडजोडीचे धोरण नाथांनी तत्कालीन राजकीय परिस्थितीमुळेही पत्करले असण्याची शक्यता आहे.

'तुकाराममहाराजांच्या वेळी ही परिस्थिती पालटली. देश स्वतंत्र झाला, स्वधर्मास आशास्थान निर्माण झाले व त्यातच तुकारामांच्या स्वभाव वैशिष्ट्याची भर पडून त्यांना स्पष्टपणे बोलण्यास अवसर मिळाला. बहुजनसमाजातील सर्वसामान्य व्यक्तींचे रागद्वेष आणि आशा-आकांक्षा त्यांनी आत्मीयतीने बोलून दाखविल्या.... वर्णाश्रम चौकटीला बाधा न येऊ देता सर्वांना आत्मविकासाचा एक सुलभ मार्ग दाखविणे हे ध्येय सतत दृष्टीसमोर ठेवून तुकाराम त्यासाठी अहर्निश झगडले." (तुळपुळे शं. गो. पाच संतकवी, पुणे - १९६२ प.३८०)

संत वाङ्मयाची सामाजिक फलश्रुती याचे विवेचन करताना प्रा. गं. बा. सरदार म्हणतात, "वारकरी पंथ हा सर्वसंग्राहक आहे. त्याने संकुचित सांप्रदायिकता बाळगली नाही. प्रतीकाचा दुराग्रह धरला नाही, दैवतावर रण माजविली नाहीत. वारकरी पंथात विठ्ठलभक्तीचा महिमा विशेष आहे यात काहीच आश्चर्य नाही. कारण पंढरीच्या या विठ्ठलाने महाराष्ट्रातील साधुसंतांना चारशे वर्षे ग्रंथलेखनाची व कवित्वाची स्फूर्ती दिली आहे. लक्षावधी शूद्रातिशूद्रांना या दयामय दैवताने आत्मोद्धाराची प्रेरणा दिली आहे. बंधुभावाचे पाठ दिले आहेत. पण परमेश्वर सर्वव्यापी आहे व तो विविध रूपांनी नटलेला आहे (हरि तुका म्हणे अवघा एकला ।। परी हा धाकुला भक्तीसाठी); म्हणून भक्तिसंप्रदायात उपासकाची भावनाच मुख्य आहे; प्रतिमा गौण आहे याची जाणीव त्यांना होती. त्यामुळे राम, कृष्ण, दत्त, शिव इत्यादी दैवतांच्या भक्तांना वारकरी संतांनी आपल्यात सामावून घेतले. विष्णू व शिव यांच्या ऐक्यावर तर त्यांनी नेहमीच भर दिला आहे. (शिव मस्तकी धरिला । भेद भक्तांचा का दिला ।।) (पृ ३३-३४)

वारकरी संप्रदायाने इतकी महत्त्वाची कामगिरी केली असली, तरी संताचे सामाजिक कार्य प्रागतिक स्वरूपाचे नव्हते, त्यांचे कार्य आध्यात्मिक जीवनापुरतेच मर्यादित राहिले आणि अप्रत्यक्षपणे त्यांनी चार्तुवर्ण पद्धतीला मान्यता दिल्यामुळे महाराष्ट्रातील सामाजिक परिवर्तन होऊ शकले नाही. इतिहासाचार्य राजवाडे यांच्या मते, संतानी सामाजिक आणि राजकीय जागृतीच्या दृष्टीने काही कार्य केले नाही. महाराष्ट्राला त्याकाळात 'वारकरी' अथवा टाळकरी नव्हे तर 'धारकरी' (लढाऊ समाज) यांची गरज होती. (वि. का. राजवाडेः ऐतिहासिक प्रस्तावना, पुणे १९२८ पृ.२८५-८६)

न्यायमूर्ती रानडे यांच्या मते मात्र वारकरी संप्रदायाची धार्मिक चळवळ ही एक प्रकारे मध्ययुगीन महाराष्ट्रातील राजकीय चळवळीला पूरकच ठरली आणि या दोन्ही चळवळीतील परस्परसंबंध लक्षात घेतल्याखेरीज आपल्याला मराठी सत्तेचा उदय कसा झाला हे समजणार नाही (म. गो. रानडे, राईज-राईज ऑफ द मराठा पॉवर १९६३ पृ.९२)

अर्थात, राजवाड्यांनी महाराष्ट्राची सांस्कृतिक एकता टिकविण्याच्या कामी, संतांनी केलेल्या कामगिरीचे महत्त्व नाकारले नाही. संतांनी 'प्रवृत्ती' मार्गाची शिफारस केली असे ते आवर्जून सांगतात.

वारकरी संप्रदायावर टीका झाली तरी या संप्रदायाला, सर्व थरांतील मराठी लोकांचा आजही पाठिंबा मिळत आहे आणि पंढरीची, आषाढी, कार्तिकीची वारी मोठ्याप्रमाणावर निघते आहे. यावरून संप्रदायाचे यश आजही कसे वाढत आहे याची कल्पना येते.

निवडक संदर्भ ग्रंथ

१) तुळपुळे, शं. गो. **पाच संतकवी,** पुणे १९६२.
२) बहिरट, भा. पं आणि भालेराव प्र. ज्ञा. **वारकरी संप्रदाय,** पुणे १९८८.
३) Ranade R.D. : **Mysfictsm - in Maharashtra,** Delhi, 1988.
४) ढेरे, रा. चिं. **मुसलमान मराठी संतकवी,** पुणे, १९६७.
५) सरदार गं. बा. **संत वाङ्मयाची सामाजिक फलश्रुती,** पुणे १९५०.
६) Deleury, Guy. **The Cult of Vithoba,** Pune 1961.
७) ढेरे रा. चिं. **विविधा** पुणे १९६६.
८) गोसावी र. रा. **पाच भक्ती संप्रदाय,** कोल्हापूर, १९७३.
९) दांडेकर शं. वा. **वारकरी पंथाचा इतिहास (ज्ञानकोश, सं.केतकर श्री.व्यं)**
१०) श्री. रा. कुलकर्णी, **साहित्य सेतू,** मुंबई १९९८.

❑❑❑

२.

शिवरायाचा आठवावा प्रताप

"काही माणसे जन्मजात थोर असतात, काही स्व-कर्तृत्वाने ते थोरपण साध्य करतात तर काहींच्यावर ते लादले जाते" असे 'श्रेष्ठ' म्हणून मानलेल्या व्यक्तींचे स्थूलमानाने वर्गीकरण केले जाते. शिवाजीमहाराजांची गणना पहिल्या वर्गाच्या 'थोर' व्यक्तीत केली जाते.

शिवाजीमहाराजांचा समकालीन आद्यचरित्रकार 'कवींद्र' परमानंद याने तर त्यांना विष्णूचा अवतार असे मानले आहे. या चरित्रकाराने शिवाजीमहाराजांची जी जननतिथी – शालिवाहन शके शुक्लनाम संवत्सरी उत्तरायणात शिशिरऋतूमध्ये फाल्गुनवद्य तृतीयेला रात्री शुभ लग्नावर अखिल पृथ्वीवर साम्राज्य वैभव करणारे पांच ग्रह अनुकूल व उच्चीचे असताना तिने (जिजामातेने) अलौकिक पुत्ररत्नास जन्म दिला. (शिवभारत अध्याय, ६। श्लोक २६-२८) आणि नंतर त्यांच्या लावण्याचे, शरीराचे वर्णन करून पुढे असे म्हटले आहे की, "मनुष्यदेह धारण करून विष्णु अवतीर्ण झाला असता त्याच्या तेजोऽतिशयाने रात्रसुद्धा दिवसाप्रमाणे प्रकाशमान झाली. (६:४१) आणि शिवनेरी किल्यावर ह्या पुरुषश्रेष्ठाचा जन्म झाला म्हणून त्याचे 'शिव' असे नाव लोकांत प्रसिद्ध झाले. (६:६३) शिवाजीमहाराजांचे समकालीन मराठे सरदार कारी (भोर संस्थान) या भागाचे देशमुख जेधे यांनी देखील राजांचा जन्म "शके १५५१ शुक्ल संवत्सर फाल्गुन वद्य त्रितिया शुक्रवार नक्षत्र हस्त घटी १८ पळे ३१ गंड ५ पळे ७ ये दिवसी राजश्री सिवाजी राजे शिवनेरीस उपजले" अशी नोंद आपल्या शकावलीत करून परमानंदाच्या विधानास पाठिंबा दिला आहे. इंग्रजी कालगणनेप्रमाणे १९ फेब्रुवारी १९३० ही जन्मतारीख येते.

कवींद्र परमानंद याने जरी शिवाजीमहाराजांची अवतारी पुरुषात गणना केली असली तरी त्यांच्या मोठेपणाचे श्रेय, माता पित्यानाच अग्रक्रमाने दिले पाहिजे. शहाजीराजे हे निजामशाही-आदिलशाही या मुसलमानी राजवटीत जहागीरदार म्हणून राहिले होते; परंतु मोगलांनी जेव्हा १६३६ साली निजामशाही नष्ट केली तेव्हा त्या राज्याचा बटवारा मोगल आणि आदिलशाहा यांच्या मध्ये करताना मोठ्या कौशल्याने शहाजीराजांनी आपला पुणे, सुपे, इंदापूर, चाकण हा जहागिरीचा प्रदेश स्वतंत्र ठेवून बाकीचा प्रदेश मोगल आणि विजापूरकर यांना वाटून दिला. परमानंद प्रस्तुत संदर्भात म्हणतात, " ततो निजामविषयं (निजामाचा प्रदेश) शाहस्वविषयं विना (आपला विषय- आपला विषय

म्हणजे प्रदेश वगळून) दिल्ली न्द्राय ददौ कंचित्' येदिलायंच कंचन (९:२०) शहाजीराजांच्या जहागिरीचा प्रदेश नीरा आणि भीमा या नद्यांच्या मध्ये मोडत होता. १६३६ सालीच या प्रदेशातील ३६ गावे शहाजीराजांनी 'शिवाजीराजांना दिली म्हणजे वयाच्या केवळ ६ व्या वर्षीच ते 'स्वतंत्र प्रदेशाचे राजे बनले. वयाच्या ११-१२ वर्षांपर्यंत बंगलोरला राहून, राजकारभाराचे पित्याकडून काही धडे घेऊन बालशिवाजीराजे १६४१ साली पुण्यात आले आणि १६४५ साली शहाजीराजांच्या संपूर्ण जहागिरीचे ते धनी बनले. एखाद्या राजाला शोभेल असे सहकारी शहाजीराजांनी आपल्या पुत्राला दिले होते. त्यांच्या सहकार्याने आणि आपल्या सवंगड्यांच्या मदतीने आपली जहागीर तर शिवाजीमहाराजांनी सांभाळलीच, पण त्याचबरोबर बारा मावळ प्रांत काबीज करून स्वतंत्र सत्ता प्रस्थापित केली. वयाच्या अवघ्या १५-१६ व्या वर्षी गीर्वाणवाणीतील आपली अष्टकोनी राजमुद्रा ''प्रतिपच्चंद्रलेखेव वर्धिष्णुर्विश्ववंदिता '' शाह सूनोः शिवस्यैषा मुद्रा भद्राय राजते '' याचा अर्थ असा :'' प्रतिपदेच्या चंद्रकलेप्रमाणे हळूहळू क्रमाने वाढणारी व विश्वाने वंदिलेली, शहाजीराजांचे पुत्र शिवाजीराजे यांची ही मुद्रा लोककल्याणार्थ विलसत आहे. (भद्राय राजते)

शहाजीराजांनी दिलेल्या राजकारणाच्या धड्याबरोबरच जिजामाऊलीने बालपणी दिलेले भारतीय संस्कृतीचे धडे, समकालीन साधुसंत म्हणजे, देहूचे तुकाराममहाराज, चाफळचे रामदासस्वामी, पाटगावचे मौनी बुवा, केळशीचे बाबा याकूत यांचे शुभाशीर्वाद महाराजांच्या पाठीशी होते. या माता-पिता-साधुसंतांच्या संस्कारांमुळे अगदी लहान वयातच शिवाजीराजे सुज्ञ बनले होते.

मावळ प्रदेशातील साऱ्या वतनदार मंडळींनीही ''हे म्हराष्ट्र राज्य आहे, अवधियानी हिम्मत धरून जमाव घेऊन राजश्री - स्वामी संनिध येकनिष्ठेने शेवा करावी'' अशा कारीच्या जेधे-देशमुखांनी सांगितलेल्या हिमतीच्या गोष्टी मान्य केल्या आणि आपल्या वतनावर पाणी सोडून स्वराज्याची शपथ घेतली. लोकांच्या मनातील भीती दूर व्हावी आणि स्वराज्यबांधणीच्या कार्यात मावळ्यांनी निर्भयपणे सामील व्हावे म्हणून शिवाजीमहाराजांनी १६४५ साली स्वराज्याच्या शपथेसंबंधी रोहिडखोऱ्याच्या दादाजी नरसप्रभू देशपांडे यांना लिहिलेले पत्र हे सर्व मराठी माणसांना उद्देशून होते. ते म्हणतात, ''श्री रोहिरेश्वर तुमचे खोरियातील आदि कुलदैवत तुमचा डोंगरमाथा पठारावर शेंद्रीलगत (सह्याद्रीजवळ) स्वयंभू आहे. त्याणी आम्हास यश दिल्हे व पुढे तो सर्व मनोरथ **हिंदवी स्वराज्य** करून पुरविणार आहे..... हे राज्य व्हावे हे **श्रीचे मनात फार आहे** '' या आदेशानुसार असंख्य मावळे-वतनदार शिवाजीराजाच्या स्वराज्यबांधणीच्या कार्यात शपथ घेऊन सामील झाले आणि अल्पावधीत महाराष्ट्र राज्याची स्थापना करून महाराजांनी आपले सार्वभौमत्व राज्यारोहणाच्या मोठ्या समारंभाने समस्त लोकांना जाहीर केले.

राज्याभिषेकाच्या या समारंभासाठी आग्रहाने आलेल्या गागाभट्ट या पंडिताने मोठ्या कौतुकाने उद्गार काढले **''मऱ्हाटा राजा एवढा छत्रपती झाला** ही गोष्ट सामान्य नाही'' (६ जून १६७४) नंतरच्या काळात संपूर्ण भारतात जी 'महासत्ता' बनून राहिली त्याची भक्कम पायाभरणी छत्रपती शिवाजीमहाराजांनी १७ व्या शतकात केली होती हे १८ व्या शतकाच्या भारताच्या इतिहासाने सिद्ध केले आहे.

रामदासस्वामींनी शिवाजीमहाराजांचे संपूर्ण जीवनकार्य पाहिले होते. कारण महाराजांच्या निधनानंतर रामदासस्वामी दोन वर्षे हयात होते. महाराजांच्या निधनानंतर स्वराज्यावर कोसळलेले अरिष्ट आणि 'महाराष्ट्र धर्म' लयाला जातो की काय या चिंतेने व्यथित झालेल्या रामदासांनी संभाजीराजांना उद्देशून म्हणून जे पत्र लिहिले आहे ते वस्तुतः अखिल मराठी जनतेला उद्देशून लिहिले आहे असे वाटते. ''शिवरायाचा आठवावा प्रताप'' असे रामदासस्वामी का आवर्जून सांगतात? '' मराठा तितुका मेळवावा महाराष्ट्र धर्म वाढवावा '' ''आहे तितुके जतन करावे । पुढे अधिक मेळवावे । महाराष्ट्र राज्य करावे जिकडे तिकडे ।। असा रामदास आग्रह का धरतात, आपल्या 'दासबोध' या ग्रंथात उत्तमपुरुष निरूपणासंबधीचा जो समास आहे (दशक १८ समास ६) तो शिवछत्रपतींना उद्देशूनच आहे. शिवाजीराजा म्हणजे 'देणे ईश्वराचे' असे ते म्हणतात. ''धर्मस्थापनेचे नर । ते ईश्वराचे अवतार । जाले आहेत पुढे होणार । देणे ईश्वराचे'' (१८:१०८२०) तसेच निश्चयाचा महामेरू । बहुतजनासी आधारू । अखंड स्थितीचा निर्धारू । श्रीमंत योगी ।। अथवा यशवंत कीर्तीवंत । सामर्थ्यवंत, वरदवंद । पुण्यवंत नीतिवंत । जाणता राजा ।। '' अथवा शिवकल्याण राजा । असे शिवरायाचे वर्णन ते आपल्या शिष्यांपुढे आणि पर्यायाने लोकांपुढे का करीत असत. ''शिवराजासी आठवावे। जीवित तृणसमाने मानावे । इह पर लोकी तरावे । कीर्तीरूपे ।। शिवराजाचा आठवावा साक्षेप । शिवराजाचा आठवावा प्रताप ।। भूमंडळी ।। हा संभाजीराजांना केलेला उपदेश एकप्रकारे अखिल मराठी जनांना उद्देशून केला आहे असे म्हणता येईल. रामदासांच्या या उपदेशाचे महत्त्व विशद करताना प्रा. त्र्यं. शं. शेजवलकर म्हणतात ''शिवाजीसारख्या युगपुरुषाच्या कार्याला आपल्या उपदेशाने बळकटी आणण्याचे कार्य त्यांनी केले..... असे कार्य मराठेशाहीत अन्य कोणी केले नाही............ **'मराठा तितुका मेळवावा'** असा मंत्र संभाजीस उपदेशिला म्हणून मराठी राज्य अवरंगशाहीपुढे तरले व तो दंडक सुटला म्हणून इंग्रजांचे राज्य महाराष्ट्रावर सव्वाशे वर्षे चालले हा इतिहास सर्वांनी लक्षात ठेवण्यासारखा आहे.''

(श्री शिवछत्रपती, मुंबई १९६४, प्रस्तावना पृ.३५-३६; ४६)

कै. शेजवलकर म्हणतात त्याप्रमाणे शिवाजीमहाराजांचा इतिहास सर्वांनी लक्षात ठेवण्यासारखा का आहे, हे लोकांसमोर मांडण्याचा त्यांचा संकल्प दुर्दैवाने पुरा झाला

नाही. पण जो इतिहास आज उपलब्ध आहे तेवढ्यावरूनही मराठी स्वराज्याचे 'सुराज्या'त रूपांतर करण्यासाठी त्यांनी जे रचनात्मक कार्य केले, विशेषतः हे नवजात मराठी राज्य आर्थिकदृष्ट्या सबल करण्यासाठी ते सतत कसे प्रयत्नशील राहिले, याचा आपण साकल्याने विचार केला म्हणजे त्यांची थोरवी आपल्याला समजेल आणि 'शिवराय' हे आपले केवळ श्रद्धास्थान न राहता ते एक स्फूर्तिस्थान, प्रेरणास्थान बनून चिरंतन स्वरूपात आपल्या मनात राहते.

भारताचा पहिला सम्राट चंद्रगुप्त मौर्य (इसपू.३२१-२९८) याच्या काळात 'अर्थशास्त्र' नावाचा एक ग्रंथ मंत्री विष्णुगुप्त तथा आर्य चाणक्य याने लिहिला. ऐहिक जीवन सुखाचे व भरभराटीचे कसे होईल या संबंधीचे विवेचन या ग्रंथात केले आहे. यात राजाचे आद्यकर्तव्य काय हे सांगताना कौटिल्य म्हणतो.

प्रजासुखे सुखं राज्ञः प्रजानां च हिते हितम्
नात्मप्रियं हितं राज्ञः प्रजानांतु प्रियं हितम् ।।

याचा अर्थ 'प्रजेचे सुख तेच राजाचे सुख, प्रजेचे हित तेच राजाचे हित. प्रजेला जे हितकारक असेल ते चांगले, जे केवळ राजाला प्रिय असेल ते अयुक्त होय.'' कौटिल्याने सांगितलेल्या या राजाच्या आद्यकर्तव्याचे पालन, शिवाजीमहाराजांनी कसे केले आणि त्यांचे स्मरण का करावे असे वाटते, याचा विचार येथे थोडक्यात करणे उपयुक्त ठरेल.

मराठी सत्तेच्या उदयापूर्वी महाराष्ट्रातील राजकीय परिस्थिती अत्यंत अस्थिर आणि अंदाधुंदीची होती. देवगिरीच्या यादवांचे राज्य (इ.स.११००-१३१८) दिल्लीच्या अल्लाउद्दीन खिलजीने इ.स.१२९५ च्या सुमारास हस्तगत केले आणि १४ व्या शतकात महाराष्ट्र आणि कर्नाटकचा बहुतांश प्रदेश बहमनी या मुसलमानी सत्तेने व्यापला. पुढे बहमनी सत्तेचे विघटन झाले आणि मराठी मुल्लख अहमदनगरचा निजामशहा, विजापूरचा आदिलशहा आणि गोवळकोंड्याचा कुतुबशहा या मुसलमानी सत्ताधीशांनी कमी-अधिक प्रमाणात आपापसांत वाटून घेतला. या मुसलमानी राजवटीत काही मराठी कर्तबगार सरदार मंडळी उदयास आली आणि त्यांनी या मुसलमानी सत्ताधीशांकडे चाकरी करणे पत्करले. उदाहरणार्थ, जाधव, भोसले, निंबाळकर, जेधे, मोरे, घाटगे, माने, डफळे, सावंत इत्यादी मातब्बर सरदार निजामशाही अथवा आदिलशाहीची चाकरी इमानेइतबारे करीत होती.

शिवजन्माच्या वेळी (स.१६३०) महाराष्ट्रात प्रचंड दुष्काळ पडला होता आणि बरीच कर्ती सवरती माणसे मृत्युमुखी पडली होती. रामदासांच्या शब्दांत सांगायचे तर 'उदंड, उदंड दुःखची साहिले' अशी लोकांची स्थिती झाली होती. थोडक्यात, या अस्मानी आणि सुलतानी संकटामुळे महाराष्ट्राची प्रजा अगदी हैराण झाली होती. अशा

या कठीण काळात शिवाजीमहाराजांचा जन्म झाला आणि आपल्या कर्तृत्वाने 'उदंड जाहले पाणी' अशी परिस्थिती निर्माण करून राजकीय आणि आर्थिक कोंडीत सापडलेल्या महाराष्ट्राची सुटका करून तेथे '**आनंदवनभुवन**' निर्माण केले.

शिवाजीमहाराजांची राज्यसीमा अगदी मर्यादित होती. तळघाट, वरघाट आणि देश हे त्यांच्या राज्याचे तीन ठळक भाग होते. आजच्या भाषेत सांगावयाचे तर कुलाबा (रायगड), रत्नागिरी, नाशिक, पुणे, सातारा, आणि कोल्हापूर या जिल्ह्यांचा बराचसा भाग 'स्वराज्या'त होता. या 'स्वराज्या'च्या संरक्षणासाठी राज्याभिषेकानंतर (स.१६७४) कर्नाटकातील काही प्रदेश जिंकून 'जिंजी' येथे एक राज्य विभाग स्थापन केला त्यास 'चंदीचे' (जिंजीचे) राज्य असे म्हणत. या मराठी स्वराज्याचा आणखी एक महत्त्वाचा भाग सुमारे ७२० कि.मी. लांबीचा पश्चिमेकडील समुद्रकिनारा ज्यावर सुमारे ४० लहान-मोठी बंदरे होती.

महाराष्ट्रात जमिनीला 'काळी आई' असे म्हणतात. शिवकालात आणि बऱ्याच अंशी आजही महाराष्ट्रात शेती हाच उपजीविकेचा प्रमुख मार्ग आहे. मराठी मुलूख हा काही गंगा-यमुना नद्यांच्या दोआबासारखा सुपीक प्रदेश नाही. बराचसा भाग डोंगराळ आणि नापीक असल्याने रयतेची परिस्थिती अत्यंत हालाखीची. मध्ययुगात अशी एक विचारसरणी प्रचलित होती की 'गरीब लोक, गरीब राजा; गरीब राजा, गरीब राज्यः आणि म्हणूनच शेती ही जी नैसर्गिक संपत्ती आहे तिचा विकास करण्याकडे युरोपात देखील राजसत्तेने आपले लक्ष केंद्रित केले होते.

शिवाजीमहाराजांनी, आपल्या स्वराज्याला थोडसे स्थैर्य प्राप्त झाल्यावर, त्यांनी आपल्या देशातील गरीब शेतकऱ्याला कसे सुखी करता येईल याचा प्रामुख्याने विचार केला. कारण "प्रजेचे हित तेच राजाचे आणि राज्याचे हित" या पारंपरिक विचारसरणीची त्यांना पूर्णपणे जाणीव होती. मुसलमानी राजवटीत सारी रयत ही जमीनदारांच्या वर्चस्वाखाली होती. हे जमीनदार रयतेला अतिशय छळत असत. अमुक एका गावचा वसूल अमुक इतका आहे, असे मोघम सांगून त्या गावच्या सारा वसुलीचा मक्ता राजाकडून घेत.

शिवाजीमहाराजांचे एक समकालीन चरित्रकार कृष्णाजी अनंत सभासद म्हणतो, "इदलशाही, निजामशाही, मोगलाई देश कबज केला, त्या देशात मुलकांचे पाटील, कुलकर्णी यांचे हाती व देशमुखांचे हाती कुल रयत याची कमाविसी करावी आणि मोघम टक्का द्यावा. हजार दोन हजार जे गावी मिरासदारांनी घ्यावे, ते गावी दोनशे तीनशे खंड मक्ता द्यावा." (सभासद) यामुळे हे मिरासदार पैकेकरी झाले होते आणि गावात वाडे, हुडे, कोट बांधून मोठे पुंड झाले होते त्यांच्या पदरी अडहत्यारी, बंदूकधारी सैन्य असे, त्यामुळे ते राजसत्तेलाही जुमानीत नसत.

असा हा मुलूख जेव्हा शिवाजीमहाराजांच्या ताब्यात आला, तेव्हा सर्वप्रथम त्यांनी या मिरासदारांचे वाडे, हुडे पाडून त्यांना आपल्या अंकित करून घेतले आणि त्यांच्या वर्चस्वाखाली असलेल्या रयतेची मुक्तता करून राजा आणि प्रजा यांचे प्रत्यक्ष संबंध प्रस्थापित केले.

रयतेला कसलीही तोशीश पडू नये, त्याचे नुकसान होऊ नये म्हणून प्रथम जमिनीच्या मोजणीचे काम हाती घेतले. यासाठी पाच हात व पाच मुठी लांबीची मोजणीची काठी निश्चित केली. या मोजणीचा जास्तीत जास्त फायदा लोकांना मिळावा म्हणून काठीची लांबी निश्चित करताना गावातील ज्याचे हात आणि मुठ्ठी लांब आहेत अशा माणसाची निवड करीत. अशा मुठीला 'घोड मुठी' म्हणत. पाच हात आणि पाच मुठ्ठी लांबीच्या या मोजणीच्या काठीच्या वीस औरस चौरस काठ्यांचा एक बिघा होत असे आणि वीस बिघ्यांचा एक यावर होत असे. अशी जमीन मोजून, आकारून गावची गाव चौकशी केली, असे सभासद बखरीत म्हटले आहे. या काठीला 'चलती काठी' म्हणत. याचा अर्थ असा की एक काठी जमीन मोजून झाली की ती काठी उडी घेऊन मोजणी करीत असे. या कारणामुळे प्रत्येक ठिकाणी एका बिघ्यात सारखीच लांबीची जमीन असेल असे नाही. लोकांच्या सोयीसाठी काही ठिकाणी गावातील एखाद्या देवळाच्या भिंतीवर मोजणीची काठी कोरून ठेवलेली असे. ह्या मापाने गावकरी काठी तयार करीत व जमिनीची मोजणी करीत. मोजणीचे हे महत्त्वाचे कार्य गावच्या मेहतर बलुतेदार महार यांच्याकडे सोपविले जाई व मोजणीबाबत कोणी तक्रार केली, तर त्याच्या निवाडा महार मेहतराच्या सल्ल्याने केला जाई.

मोजणी झाल्यावर 'चकबंदी' अथवा 'बिघावणा' म्हणजे प्रत्येकाच्या मालकीच्या जमिनीच्या तुकड्याच्या चतुःसीमा ठरविणे आणि जमिनीची 'अव्वल' 'दूम', 'सीम', 'चारहम', 'वाजट' अशी प्रतवारी निश्चित करणे इत्यादी कामे केली जात. जमिनीत पीक उभे राहिले म्हणजे पीकपाहणी केली जात असे. यात पिकाचा प्रकार, शेतीसाठी कालव्याचे पाणी (पारस्थळ) वापरले आहे का, शेतातील विहिरीचे पाणी (मोटस्थळ) याचा विचार करून 'सारा' ठरविला जाई. शिवाजीराजांनी राजाचा हिस्सा पिकाच्या २/५ इतका ठरविला होता. 'राजभाग ५चा दुई' असा कागदपत्रांत उल्लेख आढळतो.

'लावणी', 'संचणी' आणि 'उगवणी' या शेतीच्या प्रक्रियावर गावच्या पाटलाचे जातीने लक्ष असे. वाजट जमीन लागवडीस आणणे, संकटकाळी रयतेचे रक्षण करणे, कुलकर्णी या आपल्या हिशेब लेखनिकाच्या साहाय्याने जमिनाचा ठरलेला सारा वसूल करणे आणि चौगुला या दुय्यम पदावरी गावकरी-अधिकाऱ्याच्या मार्फत तो सारा सरकारी कचेरीत भरणा करणे ही गावचा मुख्य वतनदार अधिकारी या नात्याने पाटलाची प्रमुख कामे होती आणि त्याच्या मोबदल्यात त्याला वंशपरंपरा सारा विरहित जमीन वतन म्हणून मिळत असे. अशा वतनांना 'चाकरी वतन' म्हणत.

अनेक गावाचा मिळून एक परगणा बनत असे. गावचे प्रमुख जसे पाटील, कुलकर्णी तसे परगण्याचे प्रमुख म्हणजे देशमुख आणि देशपांडे हे होते आणि परगण्याचे वतनदार या नात्याने ते अनुक्रमे गावच्या पाटील, कुलकर्ण्यांच्या कामावर देखरेख करीत असत. विशेषत, त्यांच्या परगण्यावर जर मोगल अथवा अन्य गनीम चालून आले, तर रात्रीचा दिवस करून रयतेला शेजारच्या गडावर अथवा घाटाखाली सुरक्षिततेच्या जागी नेऊन त्यांचे संरक्षण करावे लागे आणि या कामात काही कसूर झाली आणि शत्रूने आपली माणसे पकडून नेली, तर त्यासाठी परगण्याच्या वतनदारांना जबाबदार धरले जाई. एका राजपत्रात शिवाजीमहाराज रोहिडखोऱ्याच्या सर्जेराव जेधे देशमुखाला बजावून सांगतात. ''मोगल जे बांद (कैदी) धरून नेतील त्याचे पाप तुमचे माथा बैसेल ऐसे समजोन गावचा गाव हिंडोन रातीचा दिवस करुन लोकांची माणसे घाटाखाली जागा असेल तेथे पाठवणे. या कामास घडीचा दिरंग न करणे '' (२३ ऑक्टोबर १६६२)

काहीवेळा आपलेच सैनिक त्यांचा तळ जेथे पडला असेल त्या परिसरातल्या शेतकऱ्यांना निष्कारण त्रास देत. त्यामुळे मोगली अरिष्टापासून कसाबसा जीव वाचवून राहिलेले कुणबी अगदी हैराण होऊन जात. महाराजांच्या ही बाब जेव्हा लक्षात आली तेव्हा लष्कराने कसे वागावे, या संबंधीच्या पत्रात ते म्हणतात.

''ऐशास, लोक (सैनिक) जातील, कोणी कुणब्याचे थील दाणे आणील

कोणी भाकर, कोणी गवत, कोणी फाटे (लाकूड) कोणी भाजी, कोणी पाले. ऐसे करू लागलेत म्हणजे जी कुणबी घर धरून जीव मात्र घेऊन राहिले आहेत ते ही जाऊ लागतील, कित्येक उपाशी मराया लागतील. म्हणजे त्याला ऐसे होईल की मोगल मुलकांत आले त्याहूनही अधिक तुम्ही ऐसा तळतळाट होईल

..... मराठियाची तो इज्जत वाचणार नाही, मग रोजगार कैसा. (१३ मे १६७१)

चिपळूणजवळ दलवरणे या गावी मराठ्यांच्या सैन्याची छावणी पडली असताना लष्करी अधिकाऱ्यांनी कसे वागावे, या संबंधीचे हे पत्र. रयतेची काळजी महाराजांना किती होती याचे दर्शन आपणास घडविते.

सरकारी अधिकाऱ्यांनी शेतकऱ्यांशी कसे वागावे, या संबंधी राजाने जे आज्ञापत्र काढले होते त्यावरून शेतीविकासाच्या कार्यासाठी ते किती दक्ष होते याची कल्पना येते. १६७४ साली राज्याभिषेकाचे महत्त्वपूर्ण कार्य उरकल्यानंतर शिवाजीमहाराजांना थोडी उसंत मिळाली असावी आणि प्रजेच्या म्हणजेच शेतकऱ्यांच्या हिताकडे त्यांनी विशेष लक्ष पुरविले असावे. कोकणातील प्रभावणी मामल्याच्या सुभेदाराला उद्देशून १६७६ साली ते लिहितात,

''.......चोरी न करावी, इमाने इतबारे साहेब काम करावे येसी कियाच (शपथ) केली आहेत. तेणेप्रमाणे येक भाजीच्या देठास ते ही मन न दाखविता रास दुरूख (रास्त व दुरुस्त) वर्तणे. या उपरि कमाविस कारभारास लावणी संचणी उगवणी (लागवड,

सारा आकारणी, वसुली) जेसी जेसी जे जे वेलेस जे जे करू नये ते ते करीत जाणे. हर भातेने (तऱ्हेने) सोहबाचा वतु (सरकारी वसुल) (अधिक) होये ते करीत जाणे मुलकांत बराईचा तह चालत आहे (अर्धेलीचा करार म्हणजे, शेती उत्पन्नाचा निम्मा भाग सरकारात द्यावयाचा आणि नंतर कसलाही कर द्यावयाचा नाही असा करार) परंतु रयेतीवर जाल न पडता (जुलुम न करता) रयेतीचा वाटा रयेतीस पावे आणि राजभाग आपणास येई ते करणे. रयतेवरी काडीचे जाल व गैर केलिया साहेब तुजवर राजी नाहीत येसे बरे समजणे.''

शिवकाळात रयतेकडून सारा धान्यरूपाने आणि पैशाच्या रूपाने वसूल केला जात असे. पण काही वेळा धान्य गोळा करण्याचा आपला त्रास चुकविण्यासाठी त्या धान्याची किंमत बाजारभावाने ठरवून रयतेकडून रोकड सारा रूपाने घेत. परंतु मध्ययुगात पैशाची चणचण असल्याने पैशाच्या रूपाने सारा भरणे शेतकऱ्यांना जिकिरीचे होत असे. दुसरे म्हणजे समजा कोकणचा वसूल नारळ आणि सुपारीच्या रूपाने करावा असे ठरले असेल, पण तसा तो न करता अधिकाऱ्याने पैशाच्या रूपाने तो वसूल घेतला तर 'पिकते तेथे विकत नाही' या न्यायाने नारळ-सुपारीचा दर कोकणात कमीच असणार; पण वस्तू रूपाने माल वसूल केल्यास आणि तो साठा देशावर नेऊन विकला, तर त्या मालाला अधिक दर येईल आणि साहेबाचा फायदा होईल.अर्थशास्त्रातील 'मागणी आणि पुरवठा' (Demand and Supply) या सिद्धान्ताचा येथे महाराजांनी अवलंब केल्याचे आपणास दिसून येते. प्रस्तुत संदर्भात राजे लिहितात,

''दुसरी गोष्टी की यैन (मूळ स्वरूपात) जिनसाचे (रोख, नगद) घ्यावे येसा एकंदर हुकूम नाही. सर्वथा यैन जिनसाचे यैन जिनसच उसूल घेऊन जमा करीत जाणे, आणि मग वेळेचे वेळेस विकीत जाणे की ज्या ज्या हुनरेने (युक्तीने) माहाग विकेल आणि फायदा होये ते करीत जाणे. उसूल हंगामसीर घ्यावा आणि साठवण करून आणि विकरा येसा करावा की, कोण्हे वेळेस कोण जिनसच विकावा ते हंगामी तो जिनस विकावा. जिनस तरी पडोन जाया नव्हे आणि विकरा तरी महाग यैसे हुनरेने नारळ, खोबरे, सुपारी मिरे विकीत जाणे''

अधिकाऱ्यांनी कचेरीत अथवा चावडीत केवळ बसून ही कामे करू नयेत. त्यांनी 'कष्ट करून गावाचा गाव फिरावे' आणि ज्या गावात ते जातील तेथील कुणब्यांना जमा करून त्यांची वैयक्तिक माहिती गोळा करावी, असा आदेश महाराजांनी सरकारी आणि ग्रामाधिकाऱ्यांना दिला आहे. याच पत्रात ते म्हणतात, "त्यात (कुणब्यात) ज्याला जे सेत करावया कुवत माणूसबळ असेली त्या माफीक त्यापासी बैल दाणे संच असीला तर बरेच जाले. त्याचा तो कीर्द (लागवड) करील ज्याला सेत करावयास कुवत आहे आणि त्याला जोतास (पेरणीसाठी) बैल, नांगर, पोटास दाणे नाही, त्यावीणा तो आडोन निकामी जाला असेल, तरी त्याला रोख पैके हाती घेऊन दोचा बैलाचे पैके द्यावे, बैल घेवावे व पोटास खांडे (खंडी) दोन खांडे दाणे द्यावे. जे सेत त्याच्याने करवेल तितके

करवावे”

थोडक्यात, ज्या शेतकऱ्यांत शेती करण्याची कुवत आहे, पण काही अडचणींमुळे तो ती करू शकत नसेल, तर अधिकाऱ्याने त्याच्या मार्गातील अडचणी दूर करून त्याला शेती करण्यास उद्युक्त करावे, असे महाराजांनी आपल्या अधिकाऱ्यांना आदेश दिले होते.

शेतकऱ्याला त्याच्या व्यवसायासाठी जे काही कर्ज दिले असेल त्याची वसुली दामदुपटीने, घाईगर्दीने आणि त्याची शेतीचा अवजारे जप्त करू नये. कर्जाची वसुली हप्त्या-हप्त्याने आणि शेतकऱ्याच्या कुवतीप्रमाणे करावी. शेतकऱ्याला कर्ज देण्यासाठी हवा तितका पैसा सरकारी खजिन्यातून पुरविला जाईल, असे आश्वासन महाराजांनी आपल्या अधिकाऱ्यांना दिले होते. ते बजावतात, “पेस्तर (नंतर) त्यापासून बैलाचे व गल्याचे (धान्याचे) पैके वाढी दिडी न करता मुदलच उसने हळूहळू याचे तवानगी (ताकदी) माफीक घेत घेत वसूल घ्यावा. जोवरी त्याला तवानगी येई तोवरी वागवावे. या कलमास जरी दोन लाख लारी (लारी हे समकालीन चांदीचे नाणे, याची किंमत साधारणपणे तत्कालीन अडीच रुपया इतकी) पावेतो खर्च करिसील, आणि कुवविया कुणबियाची खबर (माहिती) घेऊन त्याला तवानगी येती करून (त्याला सामर्थ्य येईल असे करून) कीर्द (लागवड) करिसील आणि पडजमीन लाऊन दस्त (वसूल) जाजती करून देसील तरी साहेब कबूल असतील.

सतराव्या शतकात ‘बळी राजाच्या म्हणजे शेतकऱ्याच्या विकासासाठी शिवाजीमहाराजांनी कसे रचनात्मक धोरण आखले होते हे आजच्या राज्यकर्त्यांनाही मार्गदर्शक ठरणारे आहे.

थोडक्यात, गावचे आणि परगण्याचे वतनदार अधिकारी, लष्करी आणि सनदी सेवेतील अधिकारी या सर्वांचे शेतकऱ्यांबाबत कसे वर्तन असावे, हे त्यांच्या विविध आज्ञापत्रांवरून स्पष्टपणे दिसून येते.

0 0 0

शेतीप्रमाणेच व्यापार,उद्योगधंदे यांचा विकास राज्याच्या आर्थिक स्थैर्यासाठी आवश्यक होता. पेठेल वसाहत करण्यासाठी सरकारातून सनद दिली जात असे. मातोश्री जिजाबाईंच्या आज्ञेनुसार पाषाण येथे एक पेठ वसविली गेली व तिला पुढे ‘जिजापूर’ असे म्हणण्यात येऊ लागले. खेडला जोडून असलेली ‘शिवापूर’ ही शिवाजीमहाराजांच्या नावे वसविलेली पेठ होती. महाराजांनी राजगड व रायगड या आपल्या राजधानीच्या ठिकाणीही पेठा वसविल्या होत्या.

व्यापारवृद्धीशिवाय राज्य भरभराटीला येणार नाही, याची शिवाजीमहाराजांना खात्री होती. त्यासाठी व्यापाऱ्यांना त्यांनी अनेक सवलती व जकातीत सूट दिल्याची अनेक उदाहरणे ऐतिहासिक कागदपत्रांत आढळतात. रामचंद्रपंत अमात्याना महाराजांच्या

राजनीतीवर लिहिलेल्या 'आज्ञापत्र' या ग्रंथात त्यांचे व्यापारविषयक धोरण सूत्ररूपाने दिले आहे ते म्हणतात, " साहुकार (व्यापारी) म्हणजे राज्याची व राजश्रीची शोभा. साहुकाराकरिता राज्य अबादान होते. न मिळे ते वस्तुजात राज्यात येते. राज्य श्रीमंत होते. पडिले संकटप्रसंगी पाहिजे ते कर्जवाम मिळते. तेणेकरून आले संकट परिहार होते. साहुकाराचे संरक्षणामध्ये बहुत फायदा आहे या करिता साहुकारांचा बहुमान चालवावा."

पंधराव्या शतकापासून भारताकडे युरोपीय व्यापाऱ्यांचे लक्ष वेधले गेले होते. महाराष्ट्राच्या पश्चिम किनारपट्टीवर पोर्तुगीज, इंग्रज, डच इत्यादी व्यापाऱ्यांच्या वखारी होत्या. या व्यापाऱ्यांना 'आज्ञापत्रात' 'टोपीकर' असे म्हटले आहे. यांना केवळ व्यापारच करावयाचा नव्हता, तर अन्य काही गोष्टीही साधावयाच्या होत्या. उदाहरणार्थ, पोर्तुगिजांना व्यापारापेक्षा कॅथॉलिक धर्माचा प्रसार आणि राजसत्ता या दोन्ही गोष्टी साधावयाच्या होत्या. इंग्रजांच्या व्यापारी कंपनीचा राजाश्रयही होता, त्यामुळे व्यापाराबरोबर त्यांचा 'युनियन जॅक' हा राष्ट्रध्वजही येणार, याची महाराजांना खात्री होती. डच आणि फ्रेंच यांना महाराजांनी व्यापाराच्या सवलती दिल्या होत्या, पण राजकीयदृष्ट्या त्या सत्ता फार प्रबळ नव्हत्या. मात्र, या टोपीकरांची सर्व चाल महाराजांनी ओळखली होती. आज्ञापत्रात म्हटले आहे'

'ते वरकड (इतर) सावकारासारिखे नव्हेत. त्यांचे खावंद (राजे) प्रत्येक प्रत्येक राज्यच करितात. त्यांचे हुकुमाने त्यांचे होत्साते हे लोक या प्रांती सावकारीस येतात. राज्य करणारास स्थळ लोभ नाही यैसे काय घडो पाहते? तथापि टोपीकरांचा या प्रांते प्रवेश करावा, राज्य वाढवावे, स्वमत प्रतिष्ठावे, हा पूर्ण अभिमान त्याहिवरी ही हट्टीनात हातास आले स्थळ मेलियाने सोडावयाचे नव्हेत. त्यांसी केवळ नेहमी (कायमची) जागा देऊ नये. कदाचित वखारेस जागा देणे जालेच तर खाडीचे शेजारी समुद्रतीरी न द्यावी. तोही नीच जागा (कमी महत्त्वाची जागा) शहराच्या आहारी (मध्यभागी) शहराचा उपद्रव चुकवून नेमून देऊन (कराराने देऊन) वखारा घालवाव्या. त्यासही इमारतीचे घर (भक्कम घर) बांधो देऊ नये"

वरील उतारा अत्यंत बोलका असून परदेशी व्यापाऱ्यांना स्थान द्यावे, त्यांच्याकडून आपणास न मिळणाऱ्या विशेषता बंदुकी, तोफा, दारूगोळा, तलवारीची पाती, तांबे, जस्त इत्यादी वस्तू घाव्यात, पण त्यांना आपल्या प्रदेशाच्या राज्यकारभारापासून दूर ठेवावे, असे महाराजांनी सुचविले आहे. थोडक्यात, टोपीकरांच्या कारवायांपासून आपण कसे 'सावध' राहिले पाहिजे, याचा जणू एक वस्तुपाठच महाराजांनी 'आज्ञापत्राद्वारे' दिला आहे .

0 0 0

कोकण हा मराठी राज्याचा कणा होता. तेथे तयार होणारे मीठ देशावर आणि मस्कत, मोचा, हरभुज इत्यादी पश्चिम आशियाई देशावर पोहोचविण्याचे काम व्यापारी करीत. ''शिवाजी राजाच्या मीठाच्या गलबतांचा तांडा आला आहे आणि त्याच्या रक्षणासाठी २५० टनांचे जहाज आणि काही मचवे बरोबर आहेत'' असे ईस्ट इंडिया कंपनीच्या १६७० च्या एका कागदपत्रात नोंदविले आहे. 'ज्याच्या हाती आरमार त्याच्या हाती समुद्र' हे सूत्र ध्यानी घेऊन महाराजांनी कल्याण-भिंवडी येथे जहाजे बांधण्यासाठी गोदी तयार केल्या होत्या. मिठाच्या व्यापारासाठी बोटी वापरल्या तर त्या खराब होतात या सबबीखाली इंग्रजांनी आपल्या बोटी भाड्याने देण्याचे नाकारल्यावर महाराजांनी मिठासाठी स्वतःचा बोटीचा तांडा (Salt Flect) तयार केला आणि एक प्रकारे बोटी बांधण्याच्या महत्त्वपूर्ण कार्याला प्रारंभ केला.

मराठी सत्तेची मिठागरे प्रामुख्याने ठाणे, कुलाबा (रायगड) रत्नागिरी जिल्ह्यांत होती. विशेषता पेण, पनवेल, नागोठाणे, रेवदंडा, ठाणे येथील मीठागरे फार प्रसिद्ध होती. परंतु पोर्तुगिजांच्या मुलखांत तयार होणाऱ्या मिठापासून मराठी मुलखातील मीठ-उत्पादनाच्या व्यवसायाला धोका निर्माण झाला होता. देशावरील वाणी, उदमी, घाट उतरून गोवेकरांच्या 'बारदेश' या ठिकाणी जात आणि तेथे मीठ खरेदी करून ते देशावर आणून विकीत. यामुळे मराठ्यांच्या मिठागरांतील मालाचा उठाव मंदावला आणि ती जवळ जवळ ओस पडली होती. बारदेशांतील मिठाची प्रत कदाचित, पेण, पनवेलच्या मीठाहून सरस असेल अथवा तेथील मिठाचा दर कोकणापेक्षा कमी असेल म्हणून प्रवासाचा त्रास, वाहतुकीचा खर्च सारे सोसून देशावरील उदमी व्यापारी काही नफा कमावीत असणार आणि म्हणूनच मराठी राज्याची हद्द ओलांडून ते बारदेशात मीठ खरेदीसाठी जात असणार. शिवाजीराजांनी या सर्व गोष्टींचा विचार करून बारदेशांतून येणाऱ्या मिठावर जबर कर बसविण्याचा निर्णय घेतला. हा जबर कर भरून देशावरील व्यापारी जर बारदेशांतून मीठ आणू लागले, तर साहजिकच त्यांच्या मिठाचा दर मराठी राज्यातील मिठापेक्षा जास्त राहील आणि असे झाले म्हणजे साहजिकच वाहतुकीचा खर्च आणि प्रवासाचा त्रास सहन करावा लागणार नसल्याने व्यापारी कोकणातील मीठ खरेदीला प्राधान्य देतील. यामुळे कोकणातील मीठ व्यवसायाला संरक्षण मिळेल, ओस पडलेली मिठागारे भरभराटीला येतील आणि जबर जकात भरून काही व्यापारी बारदेशाहून मीठ आणतील, तर सरकारच्या जकातीच्या उत्पन्नात वाढ होईल आणि सर्वार्थाने सरकारचा फायदाच होईल, अशी या धोरणामागची भूमिका होती. अर्थशास्त्राच्या परिभाषेत यालाच 'संरक्षणाचे धोरण' (Policy of Protection) असे म्हणतात.

१८ व्या शतकात इंग्लंडमध्ये औद्योगिक क्रांती झाली आणि यंत्रयुगाची सुरुवात झाली. त्यामुळे इंग्लंडची उत्पादन क्षमता वाढली आणि कच्चा माल आणि पक्का माल

यांना बाजारपेठा मिळविण्यासाठी ब्रिटिशांनी खुल्या व्यापारी धोरणाचा (Free Trade) अवलंब केला. या धोरणामुळे इंग्लंडमध्ये आयात होणारा माल अथवा निर्यात होणारा माल यावर कसल्याही प्रकारचे सरकारी निर्बंध विशेषतः जकातीचे राहणार नव्हते.

परंतु हे खुल्या व्यापाराचे धोरण औद्योगिकदृष्ट्या अद्याप अप्रगत असलेल्या राष्ट्रांना परवडण्यासारखे नव्हते. या धोरणाला प्रतिकार करण्यासाठी फ्रेडरिक लिस्ट या जर्मन अर्थशास्त्रज्ञाने 'संरक्षणाचा सिद्धान्त' १९ व्या शतकात मांडला. पण मिठाच्या व्यापारासंबंधी शिवाजीमहाराजांनी या धोरणाचा पुरस्कार १७ व्या शतकातच काही अंशी केला होता. १६७१ च्या आपल्या एका पत्रात शिवाजीराजे म्हणतात, ''मिठाच्या मामला...... कर्द लाख रूपये यावयाचा मामला'' आणि म्हणूनच त्यांनी आपल्या प्रदेशात आयात होणाऱ्या मिठावर जबर जकात बसविण्याचा आदेश दिला होता आणि त्याची अंमलबजावणी ताबडतोब करण्याची ताकीद अधिकाऱ्यांना दिली होती.

शिवाजीमहाराजांचे राज्य हे 'बहुत जनासी आधारू' असे लोकांचे राज्य होते. 'स्व-धर्माचा' म्हणजे महाराष्ट्र धर्माचा पुरस्कार करताना त्यांनी आपल्या प्रदेशातील इतर धर्मबांधवाना संरक्षण दिले, प्रसंगी अनुदान दिले. सर्वांना समान वागणूक दिली. जातगोत यांचा विचार न करता सर्व गुणीजनांना आपल्या राज्यात आधार दिला आणि मराठी राज्याचा सर्वांगीण विकास होण्यासाठी त्यांचा योग्य तो उपयोग करून घेतला.

'सभासद' या समकालीन शिवचरित्रकाराने शिवाजीराजाच्या तोंडी जे उद्गार घातले आहेत, त्यावरून मराठी राज्य आर्थिकदृष्ट्या कसे सबल झाले होते याची कल्पना येते. ते म्हणतात, ''राज्य म्यां शिवाजीने चाळीस हजार होनांचा पुणे महाल होता, त्यावर एक क्रोड होनांचे राज्य पैदा केले'' याचा अर्थ राज्याच्या सीमा वाढवून उत्पन्नही वाढविले. रामचंद्रपंत अमात्यांच्या शब्दांत सांगायचे तर त्यांनी 'नूतन सृष्टीच निर्माण केली' तसेच रामदासस्वामींचे आनंदवन भुवनाचे स्वप्न साकार केले. त्याचबरोबर 'मुद्रा भद्राय राजते' म्हणजे 'ही मुद्रा लोककल्याणासाठी विलसत राहो' ही आपल्या राजमुद्रेवर कोरलेली संकल्पना प्रत्यक्षात आणली.

शिवाजीमहाराजांचे कार्य त्यांच्या राज्याचे स्वरूप आणि त्यांचा 'प्रताप का आठवावा' या संबंधीची चर्चा अगदी शिवकालापासून आजतागायत होत राहिली आहे. यावरूनच त्यांचे व्यक्तिमत्त्व, कर्तृत्व आणि नेतृत्व किती संस्मरणीय आहे याची कल्पना येते.

काही पाश्चिमात्य इतिहासकारांनी अज्ञानामुळे मराठी राज्याचे स्वरूप आणि मराठी

स्वराज्याचा निर्माता याविषयी जे उद्गार काढले होते, त्यांचे खंडन प्रथम न्यायमूर्ती महादेव गोविंद रानडे यांनी 'मराठी उदयामागे प्रामाणिक प्रयत्न होते, संताचे लोक जागृतीचे महान कार्य होते आणि शिवाजीराजासारख्या व्यक्तीचे नेतृत्व होते, अशा शब्दांत केले आहे. मराठ्यांनी सतराव्या शतकात आपली सत्ता स्थापन केली आणि अठराव्या शतकात प्रत्यक्ष, अप्रत्यक्षरीत्या अखिल भारतखंडावर आपले वर्चस्व प्रस्थापित केले.

वंग इतिहासकार जदुनाथ सरकार यांनी शिवाजीमहाराजांचे इंग्रजीत चरित्र लिहून त्यांच्या कार्याचे, विशेषत, त्यांच्या लोकनेतृत्वाचे उत्तम विवेचन केले. शिवाजीमहाराजांनी आम्हाला काय दिले, या संबंधी ते म्हणतात, राज्ये विनाश पावतात, साम्राज्याचे विघटन होते, राजघराणी नष्ट होतात पण शिवाजीराजासारख्या खऱ्या लोकनायक पुरुषाची आठवण पुढील पिढ्यांना सतत प्रेरणादायी ठरते.

(States fall, empires break-up, dynasties become extinct, but the memory of a true hero as king like Shivaji remains an imperishable historical legacy for the entire human race) तसेच 'मध्ययुगातील एक महान बुद्धिमान रचनात्मक कार्यकर्ता (the greatest constructive genius of medieval times) असेही त्यांनी त्यांच्या कार्याबद्दल धन्योद्गार काढले आहेत.

काही आधुनिक इतिहासकार मराठ्यांचे राज्य म्हणजे एक प्रकारची सामंतशाही, आणि शहाजी या जहागीरदाराचा पुत्र म्हणजे शिवाजी राजा हा या सामंतांचा नेता' असे मत व्यक्त करतात. पण ते देखील टिकणारे नाही.

मध्ययुगात दृढमूल झालेली वतनदारी शिवाजीमहाराजांना मिळालेल्या थोड्या कालावधीत संपूर्णपणे नष्ट करू शकले नाहीत हे जरी खरे असले तरी त्यांनी त्यांचे फार स्तोम या नूतन मराठी राज्यात माजविले नाही. वतनदारांना त्यांच्या कर्तव्याची जाणीव करून दिली आणि स्वराज्याच्या उद्योगात त्यांचा योग्य तो उपयोग करून घेतला.

अलीकडे काही संशोधक 'वतनदार' म्हणजे राज्याचे 'दायाद' या रामचंद्रपंत अमात्यांनी 'आज्ञापत्रात' वापरलेल्या शब्दाचा 'वाटेकरी'असा चुकीचा अर्थ लावून शिवाजीमहाराजांची सत्ता ही सार्वभौम नव्हती; स्वराज्य हे राजा आणि वतनदार विभागलेले होते ते एक वतनाची प्रतिकृती होती असे म्हणतात. 'दायाद' या शब्दाचा अर्थ स्वराज्यबांधणीच्या शिवाजीमहाराजांच्या उद्योगातील एक सहकारी अथवा वाटेकरी असा आहे ते छत्रपतींच्या सार्वभौमत्वातले वाटेकरी असा त्याचा अर्थ लावणे इतिहासाला धरून नाही. तसे असते तर वतनदारांनी शिवाजीमहाराजांच्या राज्याभिषेकालाच विरोध केला असता.

शिवाजीमहाराजांचे 'स्वराज्य' म्हणजे स्वदेश, स्वधर्म, स्वभाषा यांच्या संवर्धनास निर्माण केलेले 'राष्ट्र' महाराष्ट्र राज्य होते. या 'स्वराज्यांचे' सुराज्य करण्यासाठी कार्यक्षम प्रशासन, विकासाचे आर्थिक धोरण, सामाजिक समता, यांकडे महाराजांनी विशेष

लक्ष पुरविले आणि म्हणूनच त्यांचे राज्य 'बहुत जनासी आधारू' असे बनले. छत्रपतिपद धारण करूनही महाराज मात्र 'श्रीमंतयोगी' म्हणून राहिले.

शिवकालाचा अभ्यास आजही निरनिराळ्या दृष्टिकोनातून केला जातो याचा अर्थच असा की, शिवाजी महाराजांच्या कार्याचे स्मरण वर्तमानकाळातही सतत होत राहिले आहे. शिवकालाचा अभ्यास केवळ इतिहासकार, संशोधक यांच्यापुरताच मर्यादित नाही तर त्यात शाहीर, साहित्यिक, व्यावसायिक, समीक्षक, कवी इत्यादी व्यक्तींनीदेखील भाग घेतला आहे.

प्रसिद्ध इतिहाससंशोधक डॉ. ग. ह. खरे यांनी शिवाजीमहाराजांच्या त्रिशतसंवत्सरा निमित्त, शिवचरित्र लेखनाचा एक संकल्प केला होता आणि त्याची एक ''शिवचरित्र रूपरेषा'' नावाची छोटीशी पत्रिका १९७५ साली (राज्याभिषेक शक ३०२) प्रसिद्ध केली होती. दुर्दैवाने त्यांच्या हातून हा संकल्प पूर्ण झाला नाही. शिवाजीमहाराजांच्या अंगी जे गुण होते आणि त्या गुणांमुळे त्यांनी जे काही उपक्रम केले आणि मराठी सत्तेची पायाभरणी केली त्याचे थोडक्यात निवेदन डॉ. खरे यांनी या पुस्तिकेत केले आहे. त्यांच्या मते महाराजांच्या अंगी प्रमुख आठ गुण होते ते असे १) मानसिक निर्भयता आणि त्यातून उद्भवणारे धाडस आणि साहस २) कमालीची भेदक बुद्धी ज्यामुळे योजकता, संधिसाधुकता, समयसूचकता या मार्गाचा अवलंब करता येतो. ३) अदम्य मानसिक उत्साह आणि त्याचे व्यक्तरूप अश्रांत उद्योग ४) कार्य करण्याची चपळाई ५) आपले बेत कोणासही कळू न देणे ६) प्रजेविषयी विलक्षण कनवाळूपणा ७) विलक्षण न्यायप्रियता ८) आणि सर्व गुणांचा मेरूमणि असा त्यांचा गुण म्हणजे परमेश्वरावरील त्यांचा अढळ विश्वास'' (शिवचरित्र रूपरेषा, पुणे १९७१)

या यादीत आणखी एका गुणाची भर घालता येईल आणि ती म्हणजे त्यांचा लोकसंग्रह आणि त्यांच्यावरील श्रद्धा. १८ व्या शतकांतील एका बखरीत शिवाजीमहाराजांच्या पदरी असलेल्या लोकांबद्दलची भावना एका आख्यायिकेत दिली आहे. राज्याभिषेकानंतर महाराज दक्षिणदिग्विजयावर निघाले असता गोवळकोंड्याच्या पातशहा तानाशाहा याने महाराजांच्या पदरी असलेल्या एका हुशार मुन्शीची म्हणजे कारकुनाची मागणी केली. पण महाराजांनी ती स्वीकारली नाही. तानाशहाला ते म्हणाले, ''एकेक मणी गोळा करून ही रत्नांची माळ मी तयार केली आहे, यातील एक मणी जरी गळून पडला तरी ती माळ विशोभित होईल'' महाराजांचे एकंदर चरित्र पाहिल्यास बखरीतील ही आख्यायिका शक्य असावी.

या सर्व अंगीभूत गुणांना साजेल असे उपक्रम करून मराठी राज्याची स्थापना करून ''आज्ञापत्रात'' म्हटल्याप्रमाणे ''सिंहासना रूढ होऊन छत्रपति म्हणविले - ---- देशदुर्गा दि सैन्याचे बंद नवेच निर्माण करून एकरूप अव्याहत शासन

चालविले. केवळ नूतन सृष्टीच निर्माण केली. दिगंत विख्यात कीर्ति संपादिली. ते हे राज्य''

मराठी साहित्यातील एक ख्यातनाम समीक्षक प्रा. नरहर कुरुंदकर यांनी आपल्या ''छत्रपती शिवाजीमहाराज : जीवन रहस्य '' या आपल्या छोट्या पुस्तिकेत शिवाजी राजाकडे अवतारी पुरुष म्हणून का पाहिले जाते याचे सुबोध आणि वस्तुनिष्ठ विवेचन केले आहे. महाराष्ट्रातील शेतकऱ्यांची संघटना बांधणारे श्री. शरद जोशी यांनी ''शेतकऱ्यांचा राजा : शिवाजी '' या आपल्या दीर्घलेखात त्यांच्या शेतीविषयीच्या कार्याचे विवेचन केले आहे.

महात्मा जोतीराव फुले यांनी आपल्या 'छत्रपती शिवाजी राजे भोसले यांचा पवाडा'' या कवनात म्हटले आहे. ''युद्धी नाही विसरला । लावी जीव रयतेला । टळेना रयत सुखाला । बनवी नव्या कायद्याला ।। दाद घेई लहानसानाची । हयगय नव्हती कोणाची ।। आकृती वामन मुर्तीची । बळापेक्षां चपळाईची ।। सुरेख ठेवण चेहऱ्याची । कोंदिली मुद्रा । गुणरत्नांची ।। ---- जिजीबाईचा बाळ काळ झाला यवनाचा । पवाडा गातो शिवाजीचा ।। कुळवाडी-भूषण पवाडा गातो भोसल्याचा । छत्रपती शिवाजीचा

कोल्हापूरचे श्री. गोविंद पानसरे हे पेशाने वकील असले तरी ते इतिहासाचे एक चिकित्सक अभ्यासक आहेत. त्यांनी आपल्या 'शिवाजी कोण होता?''या पुस्तिकेत शिवाजीराजाच्या कार्याचे यथार्थ दर्शन मोजक्या शब्दांत घडवून शेवटी अशी विनंती केली आहे की, इतिहासाचा विपर्यास करू नका. शिवाजीराजा माणूस होता, त्याला देव करू नका. थोडक्यात, आपल्या मानव बांधवासाठी त्यांनी काय कार्य केले त्याचे अभ्यासपूर्ण स्मरण करा असे ते सुचवितात.

कविवर्य कुसुमाग्रज यांनी महाराजांना उद्देशून लिहिलेल्या आपल्या 'शिवराया' या कवितेतदेखील अशीच भावना व्यक्त केली आहे ते म्हणतात,

महाराज,
प्रस्थापित आकाशाचा भेद करून
भविष्याचा अंतराळ शोधणारा
तुमचा प्रदीप्त इतिहास
आम्हाला समजलाच नाही.

आपल्या देशाचा भविष्यकाळ कसा उज्ज्वल होईल याचा सतत ध्यास घेणाऱ्या व्यक्तीमत्त्वाचे आमच्या सारख्या सामान्य माणसाला आकलन होत नाही याची त्यांना खंत वाटते.

थोडक्यात, रामदासापासून कुसुमाग्रजार्यंतच्या कवींना, शिवचरित्रकारांना, समीक्षकांना, नमुन्यादाखल काही उदाहरणे घेऊन प्रजेचे हित वाहणाऱ्या लोकांचे नेतृत्व

करणाऱ्या, अलौकिक व्यक्तिमत्त्वाच्या या शिवरायाचे रूप सतत आठवत राहावेसे वाटावे यातच त्या युगपुरुषाची थोरवी सामावलेली आहे.

शिवाजीमहाराजांच्या लोककल्याण कार्याचा अखंडपणे प्रचार करीत राहणारे समर्थ रामदासस्वामी छत्रपतींची परंपरा पुढे चालू राहावी म्हणून समस्त मराठी जनतेला उद्देशून संभाजीराजे यांच्या नावे लिहिलेल्या पत्रात म्हणतात –

शिवराजास आठवावे । जीवित तृणवत् मानावे ।
इहलोकी परलोकी रहावे । कीर्तिरूपे ।।
शिवरायाचे आठवावे रूप । शिवरायाचा आठवावा प्रताप ।
शिवरायाचा आठवावा साक्षेप । भूमंडळी ।।
शिवरायाचे कैसे चालणे । शिवरायाचे कैसे बोलणे ।
शिवरायाचे सलगी देणे । कैसे असे ।।
त्याहुनि करावे विशेष । तरीच म्हणवावे पुरुष ।
या उपरी आता विशेष । काय लिहावे ।।

□□□

३.
इतिहासाच्या दरबारात संभाजीराजा

वंग इतिहासकार स्वर्गीय सर यदुनाथ सरकार यांनी आपल्या 'हाऊस ऑफ शिवाजी'या ग्रंथात संभाजीच्या कारकिर्दीवर एक प्रकरण लिहिले असून, (पृ.२१३-२३१) इंग्रजी, फ्रेंच, पोर्तुगीज आणि प्रामुख्याने फार्सी साधनांच्या आधारे असा निष्कर्ष काढला आहे की, इतिहासाच्या दरबारात संभाजीराजाची कैफियत नीटपणे मांडली गेलेली नाही. याचे कारण या इतिहासाच्या दरबारातील मानकऱ्यांनी प्रामुख्याने स्थानिक मराठी साधनांवर विसंबून संभाजीराजाचे एक भडक चित्र जनमानसात रुजविण्याचा प्रयत्न केला आहे. आणि दीर्घकाल इतिहासात तग धरून राहिलेली ही डागळलेली संभाजीराजाची प्रतिमा उजळविण्याचा आणि तसे करीत असताना अधिक उजळपणासाठी गडद रंगाचा वापर काही नंतरच्या इतिहासकारांनी केला आहे.

इतिहासकारांप्रमाणेच प्रा. वसंत कानेटकर, श्री. शिवाजी सावंत यासारखे सिद्धहस्त साहित्यिकही संभाजीराजाच्या व्यक्तिमत्त्वाचा शोध आपल्या कलाकृतींतून घेत आहेत. 'रायगडाला जेव्हा जाग येते' आणि 'येथे ओशाळला मृत्यू' अशी संभाजीराजांच्या जीवनावर नाटके लिहिणारे यशस्वी नाटककार प्रा. कानेटकर यांच्या 'शिवशाहीचे अंतरंग' या आगामी ग्रंथातील जे प्रकरण प्रसिद्ध झाले आहे, त्यात त्यांनी गेली २५ वर्षे अध्ययन करून, संभाजीराजांचा जन्म (स.१६५७) आणि मृत्यू (स.१६८९) या कालखंडातील त्याचे सतत बदलत असलेल्या मनोवस्थेचे चित्र वाचकांसमोर, रसिकांसमोर मांडण्याचा प्रयत्न केला आहे. श्री. शिवाजी सावंत यांची 'छावा' ही कादंबरी आणि त्यावर आधारित नाटक या साहित्यकृतीही या विषयावरच आहेत.

यावरून असे दिसून येते की, इतिहासकार आणि इतिहासाचा आधार घेऊन आणि आवश्यक तेथे कल्पनाशक्तीचा वापर करून कलाकृती समर्थपणे मांडणारे मान्यवर साहित्यिक यांनी आपापल्या परीने संभाजीराजाला न्याय मिळवून देण्याचा प्रयत्न केला आहे. प्रस्तुत निबंधात केवळ काही प्रमुख इतिहासकारांच्या देशी-विदेशी मतांचा एकत्रितपणे विचार करण्याचा मनोदय आहे. साहित्यिकांची कलाकृती हा एक स्वतंत्र अभ्यासाचा विषय असल्याने प्रस्तुत निबंधात त्याचा विचार अभिप्रेत नाही. पण मराठी साहित्यिकांनी ऐतिहासिक व्यक्ती व घटना यांच्या संबंधी मुबलक साहित्य निर्माण करून इतिहासाची जाणीव मराठी जनमानसात जागृत केली; इतिहासाचे कण घरीदारी पोहोचविले, हे त्यांचे महाराष्ट्राच्या इतिहासावरील ऋण मान्य करावे लागेल.

सर यदुनाथ सरकारांच्या मते संभाजीराजांची पुरती ओळख ही मूठभर मराठी साधनांवरून होत नाही. स.१८१० साली रचलेली चिटणीसी बखर ही आधारभूत मानून लेखन करणारे मराठी लेखक संभाजीराजाला योग्य तो न्याय देऊ शकले नाहीत; त्याच्या चरित्राची सुसंगत मांडणी ते करू शकले नाहीत. कारण फार्सी, इंग्रजी, फ्रेंच, पोर्तुगीज इ. साधनांचा त्यांनी योग्य तो वापर केला नाही, असा आरोप सर यदुनाथ सरकार करतात. मराठी साधनांच्या अधिकृततेबद्दल सरकारांच्या मनातील तेढ सर्वश्रुतच आहे. पण साधनचिकित्सेच्या जंजाळात आपणास येथे पडावयाचे नसून रॉबर्ट ऑर्मपासून बेंद्रे-गोखले यांच्या संभाजीसंबंधीच्या भूमिकेचा अल्पसा परिचय करून देणे हा मुख्य उद्देश डोळ्यांसमोर ठेवून या निबंधाची रचना केली आहे.

रॉबर्ट ऑर्म (स.१७२८–१८०१) यांच्या "Historical Fragments of the Mughal Empire, of the Morattoes and of the English Concerns in India." या स.१७८२ साली प्रथम प्रसिद्ध झालेल्या इतिहासग्रंथात स.१६५९–१६८९ या मराठ्यांच्या इतिहासाच्या महत्त्वाच्या कालखंडाचा बराच वृत्तान्त आला आहे. या ग्रंथाच्या रचनेसाठी त्याने इंग्रजीबरोबरच पोर्तुगीज, स्पॅनिश, डच आणि इटालियन साधनांचाही वापर केला आहे. 'फ्रॅगमेंट्स' या नावावरूनच त्याच्या इतिहासाचे स्वरूप लक्षात येण्यास हरकत नाही. विविध साधनांचा वापर त्याने केला असला तरी संभाजीराजांसंबंधी त्याची माहिती मात्र बरीचशी ऐकीव स्वरूपाच्या बाजारगप्पा पुरविणाऱ्या प्रवासी वृत्तांच्या साधनांवर आधारलेली दिसते. शिवाजीमहाराजांना संभाजीराजाने विषप्रयोग करण्याचा प्रयत्न केला; तो दुर्व्यसनी आणि स्त्रीलंपट होता; गोदावरी नावाच्या ब्राह्मण कन्येशी त्याने अनैतिक वर्तन केले; त्याला पकडल्यावर औरंगजेबाने त्याला मुसलमान होण्यास सांगितले; पण तुझ्या कन्येशी विवाह करून दिल्यास आपण मुसलमान होऊ, असे बाणेदार उत्तर त्याने दिले. इत्यादी दंतकथाही त्याच्या ग्रंथात आल्या आहेत.

ऑर्मने आपल्या इतिहासाच्या नामाभिधानात मुघल आणि इंग्रजांची नावे घातली असली तरी त्याने सतराव्या शतकातील मराठ्यांचाच इतिहास प्रामुख्याने येथे रंगविला आहे. डॉ. जॉन फ्रायरच्या प्रवास वर्णनावरून (स.१६७३–८१) त्याला शिवाजीमहाराजांची महती प्रथम कळली आणि मराठ्यांविषयी जे काही अस्सल, बिनअस्सल समजले त्याची टिपणे तयार केली. ऑर्मच्या इतिहासावरून असे दिसून येते की, १८व्या शतकात संभाजीराजांबद्दलचे बरेच प्रवाद समाजात प्रचलित होते. ऑर्मने अण्णाजी पंडिताची कैद, अकबराची भेट, सिद्द्यांशी झालेला संघर्ष, गोवेकर पोर्तुगिजांशी झालेला संघर्ष इत्यादी घटनांचा उल्लेख करून संभाजीराजांच्या कार्याचे समालोचन केले आहे. पण असे करीत असतानाच त्याच्या स्त्रीलंपटपणाच्या दोषावरही तो बोट ठेवतो. हा त्याचा दुर्गुण तारुण्य आणि सत्ता यामुळे दिवसेंदिवस वाढीस लागला आणि त्यामुळेच त्याचा सत्यानाश झाला, असे ऑर्म म्हणतो.

यात पुढे ऑर्म लिहितो की, संभाजीराजांचा वेळेचा अपव्यय तर झालाच. पण त्याचबरोबर धार्मिक आणि नैतिक विरोधाला झुगारून परिसरातील प्रत्येक सुंदर स्त्री ही आपण हस्तगत केलीच पाहिजे. असे त्याला वाटू लागले. कलुशा कबजी हा त्याचा या बाबतीत मदतनीस होता. संभाजीराजांच्या वासनापूर्तीचे तंत्र सांभाळून कलुशाने त्याचा विश्वास संपादन केला आणि त्याच्या राजकीय जीवनात स्वत:च्या अंगी कसलेही कर्तृत्व नसताना प्रवेश मिळविला. अंगी धैर्य नसूनही सैन्यावरही पगडा बसविला. त्याच्या नावावरून आणि वागण्याच्या पद्धतीवरून तो मुसलमान असावा, असे वाटते. त्यामुळे अशा प्रकारच्या व्यक्तीचा स्वकार्यासाठी उपयोग करून घेणे औरंगजेबाला जड गेले नाही. (पृ.२०६)

संभाजीराजा पकडला कसा गेला याची देखील एक मनोरंजक कहाणी रॉबर्ट ऑर्मने दिली आहे : कलुशाने बातमी आणली की, एका हिंदू लावण्यवतीची वरात पती-सदनाकडे निघाली आहे; तेव्हा स्वत: पडद्यामागे राहून कलुशा संभाजीराजाला सांगतो की, मिरवणूक अडवून तू त्या मुलीला पळवून आण, संभाजीराजा तसे करण्यास निघाला असता, मुघली सैन्याचा त्याच्यावर अचानक हल्ला होतो व तो पकडला जातो. या प्रकरणात औरंगजेब कलुशाची निर्भर्त्सना करतो. याचे कारण त्याने केलेल्या कपटामुळे नव्हे तर राजाच्या बदफैली मंत्र्यांनी (कलुशा त्यापैकीच एक) त्याला व्यसनी होण्यास उत्तेजन दिले आणि त्यामुळेच शेवटी राजाचा नाश झाला. (पृ.२०६-८) ऑर्मने पुढे म्हटले आहे की, संभाजीराजाला पकडल्यानंतर इस्लाम धर्म स्वीकारण्यासाठी मनसबदारी देण्याचे आमिष औरंगजेबाने दाखवून पाहिले. तेव्हा राजाने इस्लाम धर्माचा प्रेषित महंमद पैगंबरावर आग पाखडली आणि हिंदू देवतांची स्तुती केली. त्यामुळे क्रोधायमान झालेल्या औरंगजेबाने त्याच्या अंगावर खेड्यापाड्यात भटकणाऱ्या हिंदी भक्ताचा आणि शेपटीला घंटा असलेला पोषाख घातला; चित्रविचित्र माळा अडकविल्या; डोक्यावर घंटानाद करणारी टोपी घातली आणि अशा अवतारात एका उंटावर उल्ट्या दिशेला तोंड करून घट्ट बांधले व छावणीतून त्याची धिंड काढली. सैन्यातील रजपुतांना बादशहाने संभाजीराजांचा वध करण्याचे आवाहन केले. पण कोणाची छाती झाली नाही. धिंड संपल्यावर महंमद पैगंबराची निंदा केल्याबद्दल संभाजीराजांची जीभ छाटण्यात आली आणि इस्लाम धर्माचा स्वीकार केल्यास जीवदान मिळेल, असा प्रस्ताव त्याच्यापुढे ठेवला. पण वाचा बंद केलेल्या राजाने लिहून कळविले की, तुझी कन्या मला पत्नी म्हणून देशील तर बघू, अन्यथा नाही. यावर संतप्त झालेल्या बादशहाने त्याचा शिरच्छेद केला. अर्थात त्याच्या शिरच्छेदामुळे बादशहाला अपेक्षित अशी मराठ्यांची शरणागती मिळाली नाहीच, पण त्यांनी मुघलांबरोबर मोठ्या निकराने लढण्यास प्रारंभ केला.

ऑर्मचे संभाजी चरित्र (सुमारे १०० पानी) हे किती अविश्वसनीय व न पटणारे आहे. याची कल्पना वरील त्रोटक वृत्तान्तावरून लक्षात येईल. अर्थात औरंगजेबाने जे

कार्य दाखविले आहे, त्यात काही अनधिकृतता आहे, असे मानावयाचे कारण नाही. कारण दारा या आपल्या बंधूची राज्याच्या लोभाने पेटलेल्या औरंगजेबाने अशीच विटंबना केली होती आणि मृत्यूचे शस्त्र त्याच्यावर आणि त्याच्या कुटुंबीयांवर उगारले होते. त्या मानाने संभाजीराजांची शिक्षा सौम्यच म्हणावी लागेल. कारण त्याच्या राणीची आणि युवराजाची तरी त्याने वाताहत केली नव्हती. पण संभाजीराजा पकडला कसा गेला; कलुशा हा कसा औरंगजेबाचा हस्तक होता इत्यादी ऑर्मने दिलेला तपशील केवळ दंतकथांवर आधारलेला म्हणून त्याज्य असेच म्हटले पाहिजे.

ऑर्मच्या इतिहासाचा दाखला इतक्या विस्ताराने देण्याचे प्रमुख कारण म्हणजे त्याच्यानंतरच्या युरोपियन इतिहासकारांनी त्याचा इतिहास आधारभूत धरून संभाजीविषयी लेखन केल्यामुळे जर्मन इतिहासकार एम्. सी. स्प्रेंगेल (स.१७८५), आंग्ल इतिहासकार एडवर्ड स्कॉट-वेअरिंग (स.१८१०) आणि मराठ्यांचा समग्र इतिहास लिहिणारा जेम्स कनिंगहॅम ग्रँट डफ (स.१८२६) आदि इतिहासकारांनी संभाजीराजाबाबत ऑर्मचाच आधार घेतला आहे, हे त्यांनी केलेल्या वर्णनावरून आणि दिलेल्या तपशिलावरून स्पष्ट होते.

सर यदुनाथ सरकारांनी मराठी साधनांच्या विश्वसनीयतेबद्दल संशय व्यक्त करून अन्य साधनांच्या साहाय्याने संभाजीराजाला इतिहासाच्या दरबारात कसे उभे केले आहे, ते येथे पाहणे उपयुक्त ठरेल. त्यांच्या मते शिवाजीमहाराजांच्या चरित्रासाठी जितकी अस्सल मराठी साधने उपलब्ध आहेत, त्यापेक्षाही या पुढच्या म्हणजे संभाजीराजाच्या काळासाठी अत्यल्प साधने उपलब्ध आहेत आणि जी आहेत ती देखील फारशी विश्वसनीय नाहीत. फार्सी अखबार बिनचूक तारखा आणि प्रसंगी महत्त्वपूर्ण माहिती देतात, खाफीखानच्या नोंदी आणि डॉ. पांडुरंगराव पिसुर्लेकर यांनी उपलब्ध करून दिलेली पोर्तुगीज साधने सरकारांना मोलाची वाटतात. पोर्तुगीज, इंग्रजी आणि फ्रेंच साधनांचा मेळ घालून स. १९२० च्या सुमारास त्यांनी प्रथमच संभाजीराजांच्या गोवा-स्वारीचा वृत्तान्त सादर केला. त्यांच्या मते, मराठी साधने ही संभाजीराजांच्या विरोधकांनी, विशेषत: ज्या शिवाजीराजाच्या दरबारातील मंत्र्यांनी त्याच्या विरुद्ध कारस्थान करून राजारामाला मराठ्यांचा छत्रपती बनविण्याचा घाट घातला होता, त्यांनी निर्माण केली आणि ती देखील संभाजीराजांच्या मृत्यूनंतर शंभर सव्वाशे वर्षांनंतरची आहेत. त्यामुळे स्वाभाविकच अशा पूर्वग्रहदूषित साधनांवर आधारित इतिहास हा विपरीतच असणार. कवी कलश या परदेशी कनोजी ब्राह्मणाला पंतप्रधानपद दिल्याने सरकारी यंत्रणेवर त्याचे नियंत्रण आले आणि त्यामुळे प्रस्थापित ब्राह्मणांना दूर सारले गेले. संभाजीराजांच्या मृत्यूनंतर त्याच्या पाठीराख्यांना दूर फेकले गेले आणि संभाजीराजांच्या मुलाची-शाहूची-बाजू बाळाजी विश्वनाथाने धनाजीचे मन परिवर्तन करून घेतली नसती, तर संभाजीराजांची

नावानिशाणीही राहिली नसती. परमानंदाने संभाजीराजांच्या बंडाची बाजू मांडण्याचा प्रयत्न केला होता, पण त्याचे संस्कृत काव्य अपूर्ण असल्याने, संभाजीराजांच्या चरित्रास ते फारसे उपयुक्त ठरत नाही.

अशी रीतीने विविध भाषांतील साधनांचा विचार करून संभाजीराजांचे सत्ताग्रहण, पूर्ण कर्नाटकातील त्याच्या स्वाऱ्या, शहाजादा अकबराशी आलेले त्याचे संबंध, आपल्या जीवावर बेतलेल्या लोकांचे त्याने केलेले शासन, त्याची गोव्यावरील स्वारी, त्याची अधोगती आणि त्याचा शोकान्त या घटनांची पुनर्रचना करण्याचा प्रयत्न सर यदुनाथ सरकारांनी आपल्या औरंगजेबावरील विस्तृत चरित्र–ग्रंथात केला आहे. कवीकलशामुळे महाराष्ट्रात तांत्रिक पंथाचा उदय आणि विकास झाला. हे ब्राह्मणांना रुचले नाही आणि याला कारणीभूत संभाजीराजा असा ग्रह करून घेऊन दख्खनी ब्राह्मणांनी संभाजीराजांवर विषप्रयोग करण्याचा घाट घातला आहे, अशी बातमी राजापूर कारवार येथील इंग्रज वखारवाल्यांच्या कानापर्यंत पोहोचली असेल आणि त्यांनी या भूमिकेची नोंद ठेवली असेल, तर त्यात आश्चर्य वाटण्यासारखे काही नाही; तसेच मुघली सरदार मुकर्रब खानाने जेव्हा संभाजीराजाला पकडले तेव्हा अशीच वार्ता पसरली होती का, स्थानिक देशद्रोही ब्राह्मणांनी या मुघल सेनापतीला योग्य वेळी आवश्यक ती बातमी पुरवून आणि मार्गदर्शन करून संगमेश्वर मुक्कामी अचानकपणे पकडण्यास मदत केली; असे विधान इंग्रजी साधनांच्या साहाय्याने सर यदुनाथांनी केले आहे. पाँडेचेरीचा फ्रेंच गव्हर्नर मार्टिन याने देखील आपल्या रोजनिशीत संभाजीराजांच्या काही प्रमुख ब्राह्मणांनी मुघल अधिकाऱ्यांशी संगनमत करून त्याचा नाश घडवून आणला, अशी नोंद केली आहे. पोर्तुगीज साधनांतून देखील संभाजीराजांचे मंत्री हे कवी कलशाला आपला प्रमुख शत्रू मानत असल्याची नोंद आहे. असा बोलबाला झाल्यामुळे आणि बहुसंख्य प्रधान ब्राह्मण असल्याने त्याला छत्रपती मानण्यास ते नाखूष आहेत. पण तो हुषार असल्याने प्रधानांपैकी प्रमुख व्यक्तींना त्याने आपलेसे करून घेऊन तो सिंहासनावर बसला. " जिंजीच्या राज्यात रघुनाथपंत हणमंतेचा भाऊ जनार्दन पंडित याला संभाजीराजाने अटक केल्याचे वृत्त पसरल्याने कर्नाटकातील ब्राह्मण अधिकारी भयभीत झाले आहेत असेही मार्टिन म्हणतो. जिंजीच्या राज्याचा सुभेदार म्हणून शिवाजीमहाराजांनी रघुनाथपंत हणमंतेची नेमणूक केली होती. संभाजीराजांच्या लोकांनी त्याला या पदावरून दूर केले.

मार्टिनने संभाजीराजांच्या अधःपतनाच्या ज्या नोंदी केल्या आहेत त्यात प्रामुख्याने ब्राह्मणांच्या कारस्थानांचा उल्लेख केला आहे. संभाजीराजांचे क्रौर्य, सूडबुद्धी आणि स्वैरवर्तन ही त्याला स्वनाशप्रत नेणारी आहेत, असे मार्टिन म्हणतो. ब्राह्मण त्याला केव्हाही क्षमा करणार नाहीत आणि सत्ता गाजविणे हा त्यांचा स्वभावधर्म असल्याने राजाकडून अशी वागणूक ते केव्हाही सहन करणार नाहीत. तेव्हा अशा राजाचा

दुसऱ्याकडून नाश करविणे ही कमी प्रमाणात गुन्हेगारी आहे, असे मानून त्यांनी मुघल अंमलदारांच्या करवी हे कृत्य करविले. संभाजीराजांचे शीर धडावेगळे करून ते निरनिराळ्या प्रातांत नेऊन त्याचे जाहीर प्रदर्शन प्रमुख शहरांतून करण्यात आले, असेही मार्टिनच्या डायरीत नोंदविले आहे.

साकी मुस्तैदखानाचा 'मासिरी अलमगिरी', ईश्वरदास या गुजराती नागर ब्राह्मणाने रचलेला 'फुतुहते आलमगिरी' या साधन ग्रंथात आणि खाफीखान याने फार्सी भाषेत ज्या नोंदी केल्या आहेत त्यात काहीसा फरक आहे. खाफीखान याचा वृत्तान्त अधिक कडवा आहे. 'मासिरी आलमगिरीत' केवळ आपल्या गर्विष्ठ स्वभावामुळे व व्यसनाधीनतेमुळे संभाजीराजा कसा पकडला गेला, मुघल सैनिक त्याला संगमेश्वरी पकडण्यात येत आहेत, अशी बातमी हेरांनी आणली असताना हे कसे शक्य आहे, असे म्हणून त्या हेरांनाच देहदंड देणाऱ्या मदांध संभाजीराजाला शेख निझाम हैदराबादी मुर्कबखान या साहसी सेनापतीने कसे पकडले व डोक्याच्या केसांना धरून हत्तीच्या पायापाशी कसे फरफटत आणले याचे वर्णन दिले आहे. संभाजाराजांची निर्भर्त्सना व्हावी, म्हणून त्याला व त्याच्या साथीदारांना विदुषकी पेहराव चढवून उंटावर बसवून वाजत गाजत लोकांच्या समुदायातून औरंगजेबापुढे सादर करण्यात आले. शब-इ-बरात आणि इदची आठवण करून देणारा तो आनंदाचा प्रसंग होता. औरंगजेबाला खूप आनंद झाला होता. गुडघे टेकून त्याने अल्लाची प्रार्थना केली. आपल्या ताब्यातून स.१६६६ आणि स.१६७९ साली पळून जाणाऱ्या या संभाजीराजाला आणखी एकवार पलायनाचा मार्ग दिसू नये म्हणून त्याने प्रथम त्याचे डोळे काढण्यास आणि नंतर जीभ तोडण्यास सांगितले. नंतर कवी कलशासह त्याचा शिरच्छेद करविला.

ईश्वरदास नागर याने थोडीशी निराळी हकीकत दिली आहे. पकडून आणल्यानंतर दोन दिवसांनी औरंगजेबाने रुहुल्लाखान यास संभाजीराजाला संपत्तीविषयी व त्याला कोणी उमरावाने साहाय्य केले का, या विषयी छेडण्यास सांगितले. संभाजीराजाला जिवंत राहण्याची कुठलीच आशा राहिली नव्हती. म्हणून त्याने रुहुल्लाखानापुढे खोटे नाटे असे सर्व आरोप बादशहावर करून त्याची निंदानालस्ती केली. ते जसेच्या तसे बादशहाला निवेदन करणे खानाला शक्य नव्हते. पण त्याचे स्वरूप काय होते, हे त्याने सांगितले. बादशहाने डोळ्यांत खिळे ठोकून त्याची दृष्टी काढण्याची आज्ञा केली. संभाजीराजाने अन्नत्याग केला. काही दिवसांनी संभाजाराजाला वधस्थानाकडे नेले आणि त्याच्या शरीराचे भाग एकामागून एक तोडण्यास प्रारंभ केला. त्याचे शिर औरंगाबाद ते बुऱ्हाणपुरापर्यंत मिरवत नेले आणि शेवटी दिल्लीच्या वेशीवर ते नेऊन टांगले.

खाफीखानाचा वृत्तांन्त सर्वसाधारणपणे असाच आहे : संभाजीला संगमेश्वर सारख्या दुर्गम ठिकाणी मुघल येतील ही जासुदांनी आणलेली वार्ता खरी न वाटल्याने

त्याने त्यांच्या जिभा छाटण्याची आज्ञा दारूच्या नशेत दिली. पण शत्रूला तोंड देण्याची तयारी काही त्याने केली नाही आणि जेव्हा केली, तेव्हा फार उशीर झाला होता. कलुशाने त्याला आपल्या पाठीशी घालून वाचविण्याचा खूप प्रयत्न केला, पण प्रथम तोच घायाळ झाल्याने खाली पडला. 'आपण मागे राहतो तू पुढे जा' असे त्याने संभाजीराजाला ओरडून सांगितले, पण 'पंडितजी मीही येथेच राहतो' म्हणून संभाजीही घोड्यावरून उतरला. ही स्थिती पाहून संभाजीचे रक्षक पळून गेले. कवी कलश पकडला गेला. संभाजीराजा एका देवळात लपून बसला. त्याला मोगलांनी शोधून काढले. संभाजीने लढा दिला, पण शेवटी तो आणि त्याचे कुटुंबीय पकडले गेले. या अवधीत संभाजीने आपली दाढी कापून टाकली, तोंडाला राख फासली. संन्याशाचा वेष परिधान केला, पण त्याच्या गळ्यांतील डोकावणारा मोत्याचा कंठा आणि त्याच्या घोड्याच्या पायातील सोन्याचे तोडे त्याचे राजेपण लपवू शकले नाहीत.

मराठी माणसाच्या दृष्टीने संभाजीराजांचा मोठा अपराध म्हणजे त्याचे दिलेरखानाला जाऊन मिळणे. जेधे शकावलीत जो ''संभाजीराजे दुर्वृत झाले, त्यावर इतराजी झाली'' असा उल्लेख आला आहे. ते त्याने मोगलांशी संगनमत करण्यास प्रारंभ केला या अर्थी असावा. शत्रूशी संपर्क ठेवणे हे केवढे दुर्वर्तन ! जेधे शकावलीतील ही नोंद २१ ऑक्टोबर १६७७ ची आहे आणि शंभूराजे मोगलांच्या आश्रयास गेले ते १३ डिसेंबर १६७८ म्हणजे तब्बल वर्षाहून अधिक काळाने. अर्थात, येथे असा युक्तिवाद करता येईल की, प्रत्यक्ष घटना जरी स.१६७८ साली घडली असली तरी त्याची आखणी अगोदरपासून सुरू झाली असली पाहिजे.

संभाजीराजाने बापाविरुद्ध बंड का पुकारले, तो दिलेरखानाला का जाऊन मिळाला, या प्रकरणात मराठी इतिहासकारांनी शंभुराजाला न्याय दिला नाही, याचे कारण 'परमानंद काव्य' यातील संभाजीराजांविषयीच्या मजकुराचा त्यांनी आवश्यक तो उपयोग केला नाही, असे सर यदुनाथ सरकारना वाटते. या परमानंदाच्या काव्यात सोयराबाईची आपल्या पुत्रासाठी केलेली राज्याची मागणी आणि ती पुरविण्यासाठी शिवाजीराजे, राज्याचा विभाजनाचा तोडगा काढतात आणि दशरथाने जसे रामाला वनवासात धाडले तसे संभाजीराजाला कर्नाटकात धाडण्यास सिद्ध होतात, असा रामायणातल्यासारखा प्रसंग रंगविला आहे. कर्नाटकाच्या स्वारीहून परत आल्यानंतर शिवाजीराजा आपला मनोदय संभाजीराजास सांगतो. राज्याच्या विभाजनाची ही कल्पना संभाजीराजाला नापसंत असते. आणि याच सुमारास दिलेरखानाच्या भेदनीतीला यश येते आणि संभाजीराजा त्याच्या छावणीत दाखल होतो आणि दोघे मिळून भूपाळगड घेतात. येथे हे काव्य संपते. हा परमानंद म्हणजे शिवकालीन परमानंदाचा नातू गोविंद दुसरा, हा होय.

सर यदुनाथ सरकार म्हणतात की, आपण ही रामायण-सदृश कहाणी संपूर्ण मान्य केली नाही तरी स.१६७८ साली शिवाजीच्या डोक्यात आठ वर्षांच्या राजारामाला मंत्र्यांच्या साहाय्याने स्वराज्याची देखभाल करावयास सांगावी व नव्याने संपादन केलेल्या कर्नाटक प्रांतात सुव्यवस्था निर्माण करण्याची कामगिरी वयाने मोठा व अनुभवी अशा संभाजीराजास सांगावी असे होते, असे म्हणावयास हरकत नाही. अर्थात, याला कागदोपत्री काही आधार नसला तरी सभासदी बखरीत मात्र "तुम्ही दोघे पुत्र आपणास. यास राज्य वाटून देतो आणि उभयता सुखरूप राहणे" असे अंतसमयी शिवाजीमहाराज म्हणाल्याचा उल्लेख आहे. पण सोयराबाईची मागणी, संभाजीचे दिलेरखानास मिळणे या घटनांशी सभासदाने महाराजांच्या उद्गाराशी सांगड घातलेली नाही, हे स्पष्ट आहे. परमानंदाचा आधार घेऊन सरकार म्हणतात की, संभाजीराजाचे या विभाजनाच्या कल्पनेने नाखूष होणे आणि या संधीचा फायदा उठवून दिलेरखानाने त्याला आपल्याकडे खेचून घेणे हे अगदी स्वाभाविक आहे.

तेव्हा राज्याचे वाटप हेच संभाजीराजांच्या बंडखोरीचे प्रमुख कारण होय. आणि हाच उग्रप्रकृती संभाजीराजा जेव्हा दिलेरखानाचे दुष्ट हेतू ओळखतो तेव्हा तो त्याला झुकांडी देऊन, आपली चूक ओळखून पित्याकडे परत येऊन दाखल होतो. जर शिवाजीमहाराज आणखी काही दिवस जगले असते, तर जिंजीचे राज्य (कर्नाटक) संपूर्णपणे त्यांच्या अंकित झाले असते. आणि 'दोन प्रांत एक राज्य' असे मानणाऱ्या त्यांनी राज्याचे विभाजन केले नसते, तर युवराज संभाजीराजास आपल्या 'दुर्वृता'चा पश्चात्ताप झाला असता आणि महाराजानंतर कोण हा प्रश्नच उपस्थित झाला नसता.

संभाजीराजा दिलेरखानाला मिळाले ते मराठी राज्य मोगलांच्या घशात घालण्यासाठी नव्हे. तर मोगलांशी मैत्री करार करून मराठी राज्यावर आपली संपूर्ण सत्ता प्रस्थापित करण्यासाठी स.१७१८ साली शाहूने असाच करार मोगलांशी करून स्वराज्य मिळविले होते. इंग्रजी आणि फार्सी साधनांवरून दिलेरखानाच्या छावणीत संभाजीराजा कसा स्वतंत्र राजासारखा वागत होता आणि अथणी व तिकोटा येथील हिंदूंवर अन्याय करणाऱ्या खानाची त्याने कशी कानउघाडणी केली होती, याची सार्थ कल्पना येते; आणि जेव्हा दिलेरखान संभाजीराजांवर धन्याची गुर्मी दाखवू लागला आणि मनसबदार म्हणून त्याची दिल्लीला रवानगी करण्याची भाषा बोलू लागला तेव्हा या बाणेदार आणि स्वतंत्र वृत्तीच्या राजपुत्राला त्याच्या काळ्या कारस्थानाची कल्पना आली आणि त्याच्या हातावर तुरी देऊन तो निसटला. संभाजीराजांची अशी बाजू मांडण्याचा प्रयत्न सर यदुनाथ सरकारांनी आपल्या ग्रंथातून केला आहे.

मराठी इतिहासकारांनी संभाजी-चरित्रासाठी बखरींचा वापर अनुकूल-प्रतिकूल मते मांडण्यासाठी मोठ्या प्रमाणावर केला आहे. हे गेल्या ५० वर्षांतील

संभाजीराजांसंबंधीची कोणतीही ऐतिहासिक अथवा वाङ्‌मयीन कलाकृती हाती घेतल्यास सहज लक्षात येईल. मल्हार रामराव चिटणीसाच्या १९ व्या शतकाच्या पहिल्या दशकात लिहिलेल्या बखरीचा वापर अनेक वेळा केलेला आढळतो. पण समकालीन अथवा प्रायः समकालीन आणि विश्वसनीय समजल्या जाणाऱ्या सभासदी-बखरीत आणि ९१ कलमी बखरीत संभाजीराजांच्या चरित्राचा जो काही अंश आला आहे त्याचा आपण विचार प्रथम केला पाहिजे.

लेखक अथवा बखरकार हा सामान्यतः समयोचित लेखन करीत आणि असे लेखन जर कोणाच्या आज्ञेने केले असेल, तर आपल्या धन्याच्या भावना जपण्याचा किंवा त्याला खूष करण्याचा तो आपल्या लेखनाद्वारे प्रयत्न करीत असतो. कृष्णाजी अनंत सभासद या शिवकालीन अनुभवी आणि राजकारणात मुरलेल्या बखरकाराची अशीच स्थिती झालेली दिसते. "आपले पिते थोरले राजे (शिवाजीमहाराज) यांनी इतका पराक्रम केला व चार पातशाहींशी दावा लाविला ऐसा पराक्रम केला. ऐसे असता औरंगजेब येऊन किल्लोकिल्ली अनर्थ मांडिला याचा अर्थ काय?" या जिंजीत अडकलेल्या राजारामाच्या प्रश्नाला उत्तम म्हणून सभासदाने ही पत्ररूपी बखर "इस्तक बिलपासून" सादर केली आहे. शिवाजीमहाराजांच्या शेवटच्या सभासदाला सर्व परिस्थितीची जाणीव असल्याने शिवाजीराजांचे उज्ज्वल चरित्र करीत असताना राजारामाचे मन संतुष्ट राहावे म्हणून संभाजीराजांच्या चरित्र कथनात त्याने काही गहिरे रंग भरले असल्यास त्यात नवल नाही. कदाचित औरंगजेबाने मांडलेल्या अनर्थाचा अर्थ त्याला संभाजीराजांच्या पूर्वचरित्रातून सूचित करावयाचा असेल. संभाजीराजांच्या मृत्यूनंतर अवघ्या ७-८ वर्षांत पूर्ण झालेल्या या बखरीत वास्तविक पाहता संभाजीराजांच्या चरित्राचा संपूर्ण भाग अथवा यथोचित भाग त्याच्या पराक्रमासह का आला नाही का त्याला केवळ समयोचितच लेखन करावयाचे होते. संभाजीराजांचे जे उल्लेख सदरहू बखरीत आले आहेत, त्याकडे पाहण्याचा आपला दृष्टिकोन वरील प्रमाणे असला पाहिजे असे वाटते. 'इस्तकबिला' पासून औरंगजेबाने मांडलेल्या अनर्थाचा अर्थ शोधणारा सभासद शिवाजीमहाराजांच्या मृत्यूपर्यंतच येऊन का थांबला, हे कळत नाही.

सईबाईच्या पोटी संभाजीराजे यांचा जन्म झाला येथपासून ते "वडिल पुत्र संभाजीराजे वेळेस नाहीत याजकरिता धाकट्यांनी क्रिया केली" असे शिवाजीमहाराजांच्या निधनापर्यंतचे संभाजीराजांचे तुरळक उल्लेख या बखरीत आले आहेत. अफझलप्रसंगी तो रायगडी होता, आगऱ्याला गेल्यावर प्रथम शिवाजी राजे घाबरे झाले आणि त्यांनी संभाजीराजे यास पोटाशी धरून बहुत खेद केला आणि नंतर परिस्थितीवर मात करून शिवाजी राजाने संभाजीसह वर्तमान पेटाऱ्यात बसून पलायन केले आणि नंतर संभाजीराजे मजल दर मजल करीत गुप्तवेष धारण करून 'जानवे,धोत्रे'

नेसून मथुरेहून राजगडास आले. आदिलशाहीशी दिल्लीपतीचे युद्ध सुरू झाल्यावर मराठ्यांच्या मदतीची गरज त्याला भासू लागली आणि त्यासाठी 'संभाजी राजांचे नावे हफ्तहाजरी दौलत द्यावी' अशी शिवाजीमहाराजांनी अट घातली, येथपर्यंतचा वृत्तांन्त सर्व ठीक आहे.

पण राजारामाचा जन्म (स.१६७०) ला झाला आणि निवेदनाचा सूर बदलला. चित्र थोडेसे पालटले. यावेळी सभासदाने शिवाजीमहाराजांच्या तोंडचे म्हणून जे भविष्यवाणीसारखे उद्‌गार घातले आहेत आणि ज्योतिष वर्तविले आहे, ते बखरकाराच्या पदरचे असण्याचा संभव आहे. कारण त्यात खिन्न झालेल्या राजारामाला उत्तेजित करण्याचा उद्देश स्पष्ट दिसून येतो. सोइराबाईचा पुत्र ''पालथा उपजला'' तेव्हा ''दिल्लीची पातशाही पालथी घालील'' हे शिवाजीराजाचे कदाचित सहजोद्‌गारही असतील. पण ज्योतिषी जेव्हा 'थोर राजा होईल, शिवाजीराजियाहून विशेष कीर्ती होईल' असे म्हणतो आणि नंतर लगेच त्याचे नाव राजाराम असे जाहीर करून शिवाजीराजे म्हणतात, राजाराम प्रजा सुखी राखील; आपणापेक्षा याचा पराक्रम होईल; नावाची कीर्ती बहुत होईल; आपले नाव रक्षील तर एवढा रक्षील' तेव्हा थोडासा संशय येतो. महाराजांची ही वाणी भविष्याने ऐकली नसावी. असाहाय्य स्थितीत जिंजीच्या वेढ्यात आठ वर्षे अडकून पडलेल्या राजारामाचा पराक्रम सभासदाला माहीत नव्हता, असे थोडेच होते.

घटकाभर असे मानले की, शिवाजीराजे असे बोलले असतील आणि आपल्या छोट्या भावाचे मुखावलोकन करण्यासाठी संभाजीराजाही तेथे हजर असेल, तर त्याला राजांचे हे उद्‌गार ऐकून काय वाटले असेल? यावेळी संभाजीराजा केवळ १३ वर्षांचा होता आणि या वयात त्याच्याकडून 'दुर्वृत' होण्याची काही शक्यता नव्हती.

या नंतरचा बखरीतील प्रसंग म्हणजे संभाजींच्या दिलेरखानाकडे केलेल्या पलायनाचा (१३ डिसेंबर १६७८). येथे बखरकाराने औरंगजेबाला खानासारखा उतावळा दाखविला नाही. त्याच्या मते संशयी औरंगजेबला प्रथम वाटले, राजियाचा पुत्र आला आहे त्यास नावाजिता पातशाहीत फितवा करून पातशाही बुडवितील. नावाजू नये. हुजूर आणून कैदेत ठेवावा. पण तत्पूर्वीच खानाचा कुटिल हेतू हेरून संभाजीराजा तेथून निसटला (४ डिसेंबर १६७९) आणि पन्हाळ्यास येऊन दाखल झाला. कर्नाटकाच्या स्वारीत आणि इतर राजकीय घडामोडीत गुंतलेल्या शिवाजीमहाराजांना संभाजीराजांची भेट घेण्यास तब्बल महिना लोटतो (१३ जानेवारी १६८०). पन्हाळ्यावर पिता-पुत्राची भेट होते तेव्हा राजे म्हणतात, ''लेकरा मजला सोडू नको.... आता तू ज्येष्ठ पुत्र, थोर जालास आणि सचंतर राज्य कर्तव्य हे तुझ्या चित्ती आहे असे आपणास कळले. (राजारामाच्या जन्माच्या वेळी शिवाजीमहाराजांनी काढलेले उद्‌गार संभाजीराजाला खटकले असावेत आणि त्याला वाटले असावे की आपणा राज्याचे स्वामी होणार नाही.) तर मजला हे अगत्य आहे.... तरि तुजलाहि राज्य एक देतो.... ऐसियास हे सर्व

राज्य आहे. यास दोन विभाग करतो. एक चंदीचे राज्य, याची हद्द तुंगभद्रा तहद कावेरी हे एक राज्य आहे. दुसरे तुंगभद्रा अलिकडे गोदावरी नदीपर्यंत एक राज्य आहे.... त्यास तू वडिल पुत्र, तुजला कर्नाटकीचे राज्य दिधले. इकडील राज्य राजारामास देतो. तुम्ही दोघे पुत्र दोन राज्य करणे आणि श्रीचे स्मरण करून उत्तर सार्थक करीत बसतो.''

यावर संभाजीराजाला एकदम पित्याला विरोध करणे शक्य झाले नसावे. अथवा त्याने असा तर्क केला असेल की, वडिलांच्या देखरेखीखाली आपण दोघांनी राज्यकारभार करावयाचा आहे. राजाराम लहान (वय १०) म्हणून तो वडिलांच्या जवळ राजधानीत राहणार आणि आपण वडील (वय २३) आणि अनुभवी म्हणून नवीन प्रदेशात शिस्त लावण्यास आपणास योजिले असणार. कारण संभाजीराजा शिवाजीमहाराजांना चटकन म्हणतो, ''आपणास साहेबांचे पायांची जोड आहे. आपण दूधबात खाऊन साहेबांचे पायांचे चिंतन करून राहीन' यावर 'राजे संतुष्ट झाले' असे सभासद म्हणतो. यावरून संभाजीराजाने महाराजांचे म्हणणे निदान त्यावेळेपुरते तरी मान्य केल्यासारखे दिसते. किंवा ''आपण दूधबात खाऊन तुमच्या पायाशी राहू, राज्याचा आपणास लोभ नाही,'' असे तरी त्याला सूचित करावयाचे असेल. आणि या दोन्ही गोष्टी महाराजांना संतुष्ट करणाऱ्या होत्या.

पण नंतर मात्र संभाजीराजांच्या मनात काही शंका उत्पन्न झाली असावी. कारण पुढे बखरकार म्हणतो, ''असे दोन प्रांत मिळून एक राज्य आहे. ऐशी तजवीज करून संभाजी राजियास पन्हाळ्यास ठेविले..... आणि पुत्राचे समाधान केले की, आपण रायगडास जातो. धाकटा पुत्र राजाराम याचे लग्न करून येतो. मग राज्यभाराचा विचार कर्तव्य तो करू. तू वडिल पुत्र आहेस. सर्व प्रकारे भरवसा तुमचा.'' सभासदाचे हे लेखन वाचकाला बुचकळ्यात टाकणारे आहे.

पन्हाळ्यातून रायगडी येताना शिवाजीमहाराजांच्या मनाचे काही समाधान झाले नसावे. राजारामाच्या लग्नाचा 'मोठा महोच्छाह केला' पण त्यात संभाजीराजाला सामील करून घेतले नाही. गृहकलहाचा प्रारंभ येथूनच झाला असावा. कारण नंतर लगेच शिवाजीमहाराजांना ज्वराच्या व्यथेने घेरले आणि कालज्ञान जाणून त्यांनी आपल्या विश्वासू सहकाऱ्यांना आपले राज्य वाटून देण्याचा मनोदय सांगितला आणि ते म्हणाले, 'परंतु वडिल पुत्र संभाजी राजे यांनी ऐकिले नाही.''

या नंतर शिवाजीच्या तोंडी भविष्यवाणीसारखे जे उद्‌गार बखरकाराने घातले आहेत. ते संभाजीराजांची समग्र कारकीर्द पाहूनच असे म्हणावे लागेल. आपल्या पुत्राविषयी बाप इतके कटू उद्‌गार काढील असे वाटत नाही. कारण आपण कष्टाने मिळविलेले राज्य संभाजीराजा आपल्य दुर्गुणाने बुडवेल ही महाराजांची खंत इतिहासाने पुसून काढली होती. सभासदाला हा इतिहास बखर लिहिताना माहीत होता. तरी केवळ राजारामाच्या पक्षाचा कैवारी म्हणून त्याने असे लेखन केले असावे का?

पुढील बखरकारांनी आणि इतिहासकारांनी सभासद बखरीतील नेमक्या या छोट्या परिच्छेदावर बोट ठेवून आणि पुढे त्याचा विस्तार करून संभाजीराजांच्या कार्याचे मूल्यमापन केले आहे, ते योग्य वाटत नाही. कारण कागदपत्रांच्या साहाय्याने विचार केला तर संभाजीराजाचे क्रौर्य, ब्रह्मद्वेष हे आरोप टिकण्यासारखे नाहीत. तेव्हा सभासदाची शिवाजीमहाराजांच्या तोंडी घातलेली ही भविष्यवाणी पुढील सर्व महाभारत घडविण्यास कारणीभूत झाली आहे असे म्हणावे लागते.

यानंतरची बखर म्हणजे स.१६८५ ते स.१७८० या कालखंडात केव्हातरी अथवा क्रमशः वाकनीस आणि खंडो अण्णाजी मलकारे यांनी रचलेली '९१कलमी' अथवा 'मलकारे बखर' होय. या बखरीत संभाजीराजांच्या बालपणाची थोडीशी माहिती आहे. त्यामुळे या बखरीचा अधिक तपशिलात जाऊन विचार करण्याची आवश्यकता नाही आणि चिटणीसी बखरी उत्तरकालीन असल्याने आणि त्यांचे बरेच चर्वितचर्वण झाल्याने त्यांचाही विचार येथे केला नाही.

संभाजीराजांसंबंधीच्या सिद्ध इतिहासग्रंथांचा उल्लेख करताना संभाजीराजाला दोषी ठरविणारे आणि त्याला श्रेय देणारे असे दोन प्रमुख वर्ग करता येतील. या दोन्ही गटांचे प्रतिनिधी म्हणून अनुक्रमे रियासतकार गो. स. सरदेसाई आणि वा. सी. बेंद्रे यांच्या ग्रंथांचा येथे विचार करता येईल. रियासतकार सरदेसायांनी 'उग्रप्रकृती संभाजी' (ग्रंथाच्या नावावरूनच विषयाची कल्पना यावी) या १०६ पानी 'रियासती' त संभाजीराजांचे मूल्यमापन करताना सभासद बखर (शेवटचा भाग), अमात्यांची 'राजनीती' आणि इटालियन प्रवासी मनुचीचा 'वृत्तांत' यांचा आधार घेतला आहे (पान १०२)... ''शत्रूचा राजाने योग्य तो परामर्ष न घेतल्याने राज्य गमविले शेवट दगा खाल्ला'' असा सरदेसायांनी निष्कर्ष काढला आहे. अमात्याच्या 'राजनीती' तील एक उतारा त्यांनी संभाजीराजांचे अकर्तृत्व दाखविण्यासाठी दिला आहे. रामचंद्रपंत अमात्याबाबत एक गोष्ट लक्षात ठेवली पाहिजे ती ही की, सभासदाप्रमाणेच तोही राजारामाच पक्षपाती होता. अमात्य हा प्रथम राजाराम आणि नंतर ताराबाई, जिजाबाई आणि संभाजी (दुसरा) या कोल्हापूरकर मंडळींचाच पुरस्कर्ता होता.

मनूची या इटालियन प्रवाशाने संभाजीराजांच्या स्त्री–संगाविषयी केलेली नोंदही सरदेसाई आपल्या निष्कर्षांच्या समर्थनार्थ जोडतात. पण प्रवासीवृत्ते ही अनेकदा बाजारगप्पावर आधारित असतात आणि स्त्रियांविषयीच्या गप्पा तर अधिक चविष्टपणे चघळल्या जातात. तेव्हा मुघल छावणीत वास्तव्य करणाऱ्या या परदेशी प्रवाशाने अशा बाजारगप्पा ऐकून आणि त्यात आपली स्वतःची भर घालून आपले प्रवासवर्णन अधिक मनोरंजक करण्याचा त्याने प्रयत्न करणे अगदी स्वाभाविक आहे.पहिल्या बाजीरावाचे मूल्यमापन करताना जसे मस्तानी प्रकरण विसरले पाहिजे. तसेच संभाजीच्या बाबतीत

'गोदावरी प्रकरण' हे विसरले पाहिजे. तेव्हा मनूचीच्या विधानांचा वापर करताना इतिहासकाराने त्यांचा गंभीरपणे विचार करून ती तपासून घेतली पाहिजेत. थोडक्यात, सरदेसायांची 'उग्रप्रकृती संभाजी' ही रियासत नवी साधने व नवी संशोधन पद्धती यांच्या निकषांवर तपासून घेतली पाहिजे.

इतिहास-संशोधक कै. वा. सी. बेंद्रे यांनी संभाजीराजांवरील अन्यायाचे परिमार्जन करीत असताना आपल्या संभाजीवरील प्रेमाला इतके उधाण आणले आहे की, संभाजीराजांची खरोखरीच योग्य ती प्रतिमा त्यांनी आपल्या 'छत्रपती संभाजीमहाराज' या ७२६ पानी चरित्रग्रंथात उभी केली आहे का, याबद्दल शंका वाटते. श्री. रा. टिकेकर म्हणतात, ''ह्या ग्रंथराजात संभाजीचे चित्र छान दिसले. चरित्र मात्र आम्ही हुडकून हुडकून थकलो'' (नवभारत, मार्च १९६१ पृ ३६-४३) शांताराम विष्णू आवळसकर हे साक्षेपी इतिहासकार तर याहूनही पुढे जाऊन म्हणतात, ''श्री. बेंद्रे यांचे पुस्तक रसिकांच्या व जाणकार संशोधकाच्या आदरास पात्र होणारे नाही, हे आधीच स्पष्ट लिहावयास आम्हास खेद होतो.'' या प्रचंड ग्रंथात वा. सी. बेंद्र्यांनी साधनांच्या अवतरणांची इतकी खैरात केली आहे की, त्यांना निश्चितपणे काय म्हणावयाचे हे सांगणे कठीण आहे. सांप्रतच्या इतिहासातील संभाजीमहाराजांची जमा दुराचारी व दुर्व्यसनी म्हणून केली आहे ती काल्पनिक किंवा अवास्तव आहे आणि या समजाच्या अगदी उलट अशी तत्कालीन वस्तुस्थिती असल्याचे वा. सी. बेंद्रे यांना अभ्यासकांच्या निदर्शनास आणावयाचे आहे. येथवर सारे ठीक आहे. पण ''एकट्या संभाजीमहाराजांनी अखिल हिंदुस्थानातील शक्तिसामर्थ्याशी हिंदवी स्वराज्यासाठी सुसंघटितपणे दीर्घकाळ केलेल्या झगड्याचा विचार केल्यास, महाराष्ट्राची अखिल हिंदुस्थानात व परदेशात गाजलेली खरी कर्तबगारी, उज्ज्वल संस्कृती व तेजस्वी राष्ट्रीय संघटना यांच्या खऱ्या कसोटीचा आदर्श संभाजी महाराजांच्या कारकिर्दीत दिसून येत आहे'' (पृ ६०७) हे बेंद्रे यांचे हे विधान तपासून पाहिले पाहिजे. विपुल साधने हाताशी असताना त्यांचा योग्य तो वापर करून संभाजीराजाला योग्य तो न्याय मिळवून देण्यास बेंद्रे अपुरे पडले असे म्हणावे लागेल. पण त्यांच्याच सामग्रीवर आणि इतर साधनांवर लिहिलेले डॉ.कमल गोखले यांचे संभाजी राजाचे चरित्र सरस उतरले आहे. इंग्रज, सिद्धी, मुघल आणि पोर्तुगीज यांच्याशी निकराने लढणारा योद्धा, कुशल राजकारणपटू, न्यायबुद्धी, धार्मिक बाबतीत पित्याची परंपरा चालविणारा साहिष्णू-वृत्तीचा देवाब्राह्मणांचा आदर करणारा संभाजीराजा अशी त्याची रेखाटलेली प्रतिमा अधिक आकलनीय आणि स्वीकार वाटते. अर्थात, कोणत्याही ग्रंथाच्या समीक्षणाचा हेतू मनाशी धरून हे लेखन केलेले नाही, तर इतिहासाच्या दरबारात या साऱ्या नव्या जुन्या इतिहासकारांनी संभाजीराजांची वास्तव बाजू ठामपणे आणि शास्त्रशुद्धपणे मांडली आहे का, याचाच विचार येथे करण्याचा आहे आणि त्यासाठीच

आंग्ल इतिहासकार, वंग इतिहासकार, बखरकार आणि आधुनिक मराठी इतिहासकार यांच्या विचार-सरणीचा स्थूलमानाने येथवर विचार केला.

संभाजीराजांच्या कारकिर्दीचा विचार नेहमी शिवाजीमहाराजांच्या संदर्भात केला जातो. पण अशा प्रकारे तुलना करणे हा इतिहासाच्या अभ्यासाचा संमत मार्ग नाही. कारण कोणत्याही व्यक्तीच्या कार्याचे मूल्यमापन हे कालसापेक्ष असते. ज्या परिस्थितीत ती व्यक्ती कार्य करीत असते तिचा प्रामुख्याने प्रथम विचार करावा लागतो. तसेच राज्य 'मिळविणे' आणि 'मिळणे' या शब्दप्रयोगातील फरक जर आपण लक्षात घेतला, तर चाळीस हजार होनांच्या जहागीराच्या जोरावर एक करोड होनांचे राज्य पैदा करणाऱ्या शिवाजीमहाराजांच्या कर्तृत्वाशी ज्याला विनासायास एवढे राज्य मिळाले त्या संभाजीराजाच्या अवघ्या नऊ वर्षांच्या कारकिर्दीशी तुलना करणे व्यवहार्य होणार नाही. राज्य संपादन करणारी व्यक्ती काही नवे प्रश्न, नवे शत्रू निर्माण करते आणि नंतर येणाऱ्या व्यक्तीला ते प्रश्न सोडवावे लागतात आणि शत्रू निपटावे लागतात.

तेव्हा संभाजीराजाला इतिहासाच्या दरबारात काही स्थान देत असताना निखळ आणि शास्त्रशुद्ध पुराव्याने जे सिद्ध होईल त्याचाच विचार करावा लागेल. दुर्वर्तनाचे आरोप करणे सोपे असते, पण ते पुराव्यांनिशी सिद्ध करणे फार कठीण असते आणि या दृष्टिकोनातून संभाजीराजांच्या चरित्राची आपण तपासणी करू लागलो म्हणजे आपल्यासमोर पुराव्यांनिशी सिद्ध झालेल्या घटना उभ्या राहतात. त्या म्हणजे पोर्तुगिजांशी त्याने दिलेली झुंज, औरंगजेबशी दिलेला निकराचा लढा, सिद्दींना शासन करण्याचा केलेला प्रयत्न, त्याने केलेले प्रशासन आणि न्यायदान इत्यादी होत. स.१६८२ साली अझमशहा आणि दिलेरखान या मुघली सेनापतींना मराठ्यांनी दिलेली टक्कर पाहून औरंगजेबाने क्रोधाने आपली पगडी जमिनीवर आपटली आणि निश्चय केला की, संभाजीराजांचा निःपात केल्यावरच आपण हे शिरोभूषण धारण करू. पण यासाठी औरंगजेबाला वीराला शोभेल अशा लढ्याचा मार्ग न स्वीकारता कपटमार्गांचा आश्रय करावा लागला. सिद्दीशी पुकारलेल्या युद्धात, मुघलांनी मराठी राज्यावर सर्व शक्तिनीशी आक्रमण केल्यामुळे संभाजीला माघार घ्यावी लागली. पण त्यामुळे इंग्रजांना मात्र चांगलीच दहशत बसली. पोर्तुगिजांवर संभाजीराजाने हल्ला केला आणि त्यांना फोंड्याचा वेढा उठविण्यास भाग पाडले, दुर्भाटहून पोर्तुगिजांना माघार घ्यावी लागली आणि असंख्य यातना भोगाव्या लागल्या.

कोकणातील सावंतवाडीकर आणि अन्य देसाई-सरदेसाई ही मराठी मंडळी स्वराज्याच्या लढ्याच्या प्रमुख लढ्यात केव्हाच सामील झाले नाहीत. त्यांना स्वतःची कातडी बचावण्यासाठी नेहमी पोर्तुगीज अथवा मुघल यांची बाजू घ्यावी लागे. सावंतवाडीकर जर स.१६८३ साली पोर्तुगीज-मुघल यांना सामील झाले नसते, तर

गोव्यावरील स्वारीत बारदेस, सालसेटी पर्यंत मुसंडी मारणाऱ्या मराठ्यांना निश्चित यश मिळाले असते आणि स.१६८३-८४ मध्येच पोर्तुगिजांचे गोव्यातून उच्चाटन झाले असते आणि गोवा हा मराठी राज्याचा घटक बनला असता. वाडीकरांच्या या परधार्जिणेपणामुळे संभाजीराजाला हाताशी आलेला गोवा बेट टाकून त्यांच्याशी मैत्रीचा तह करावा लागला. संभाजीराजांच्या ९ वर्षांच्या काळात औरंगजेबाने दक्षिणेतील आदिलशाही आणि कुतुबशाही ही मुसलमानी राज्ये इ.१६८६-८७ मध्ये गिळंकृत केली, पण मराठ्यांच्या पुढे मात्र त्याला 'पगडी' उतरवावी लागली. संभाजीराजाने धीरोदात्तपणे मृत्यूला कवटाळल्यामुळे मराठ्यांना प्राणपणाने लढण्याची प्रेरणा मिळाली आणि औरंगजेबाचे स्वप्न तर केव्हाच साकार झाले नाही, पण मराठी सत्ता मात्र 'वर्धिष्णु विश्र्ववंदिता बनली. 'मरणाने अमर' झालेल्या संभाजीराजांचा या लढ्यातील वाटा हीच त्याची थोर देशसेवा आणि तोच त्याचा इतिहासाच्या दरबारातील स्थान ठरविण्याचा एकमेव निकष !

संदर्भ ग्रंथ

१. रॉबर्ट ऑर्म - Historical Fragments of the Mughal Empire, of the Morattoes....., London 1782.

२. डॉ.कमल गोखले -शिवपुत्र संभाजी (दु. आवृत्ती) पुणे १९६०.

३. शं. ना. जोशी - सभासद बखर (संपा.) पुणे १९६०.

४. वा. सी. बेंद्रे - छत्रपती संभाजी महाराज यांचे चरित्र पुणे, १९६०.

५. गो. स. सरदेसाई - उग्रप्रकृती संभाजी, (दु. आवृत्ती) मुंबई १९७५.

६. यदुनाथ सरकार - 1.A Short History of Aurangzib, 2. House of Shivaji, (Third Edition) Culcutta, 1955.

❑❑❑

४.

महार वतन इतिहासाच्या संदर्भात

पुराभिलेख-प्रसिद्ध आणि अप्रसिद्ध, तसेच समकालीन साहित्य यांचा एकत्रित अभ्यास करून मध्ययुगीन महाराष्ट्रातील बलुता पद्धतीचा एक अविभाज्य घटक या नात्याने महार वतनाचा शोध घेण्याचा प्रयत्न प्रस्तुत निबंधात केला आहे. पुणे अभिलेखागारातील (पूर्वीचे 'पेशवे दप्तर') ऐतिहासिक दस्तऐवज आणि समाजशास्त्रीय सर्वेक्षणे, अहवाल, लेख या दुय्यम स्वरूपाच्या साधनांचा विचार करून, बलुता पद्धतीचा एक भाग म्हणून महार वतनाची निर्मिती, कार्यक्षेत्र आणि हे वतन खालसा केव्हा झाले या वतनाचा इतिहास आणि कार्य या संबंधीचा ऊहापोह प्रस्तुत शोधनिबंधात करण्याचा हा एक प्रयत्न आहे.

'वतन' आणि 'इनाम' या संज्ञा अनेकवेळा स्वैरपणे वापरल्या जातात. सर्वप्रथम इतिहासाच्या दृष्टिकोनातून त्यांचा अर्थ समजावून घेतला पाहिजे. वतन आणि इनाम हे शब्द एखाद्या व्यक्तीला सरकारने प्रामुख्याने जमिनीच्या रूपाने, त्याच्या कार्याचा मोबदला म्हणून दिलेल्या जमिनीच्या संदर्भात वापरले जातात. एकाच व्यक्तीला या दोन्ही प्रकारची देणगी मिळू शकते, परंतु ती देण्याची कारणे भिन्न असतात. इतिहासाच्या संदर्भात 'वतन' ही संज्ञा एखाद्या गावाच्या कायमच्या रहिवाशाला त्याने ग्रामसेवा करावी, या उद्देशाने त्याच्या घराण्याला सरकारी सारा माफ, जमीन वंशपरंपरा एका सरकारी सनदेच्या द्वारे बहाल करते तेव्हा त्या देणगीला 'वतन' असे म्हणतात. या जमिनीबरोबर त्याला गावाकडून काही अन्य वसूल करण्याचे हक्कही मिळतात. त्याला 'हकलाजिमा' असे म्हणतात. हे 'वतन' आणि 'हकलाजिमा' जो पर्यंत ती व्यक्ती आणि त्याचे वारसदार गावची सेवा प्रामाणिकपणे करतात तोपर्यंतच ते त्यांच्याकडे राहते. म्हणूनच या प्रकारच्या वतनाला 'चाकरी वतन' असे म्हणतात.

'इनाम' ही संज्ञा 'बक्षीस' या रूढार्थाने वापरली जाते. एखाद्या व्यक्तीने गावची अथवा सरकारची काही विशेष सेवा केली असेल अथवा रणांगणावर पराक्रम गाजविला असेल, तर त्याची दखल 'जमिनीच्या' देणगीच्या रूपाने घेतली जात असे. 'वतन' जमिनीला सरकारी सारा संपूर्ण माफ असे, पण 'इनाम' जमिनीच्या बाबतीत त्याला सारा किती द्यावयाचा याची नोंद सनदेत केली जात असे. उदहरणार्थ 'इनाम-निमाई,' 'इनाम-तिजाई', 'इनाम-चौथाई' असा उल्लेख सनदेत असेल तर त्याचा अर्थ, त्या जमिनीचा सरकारी सारा जो निश्चित केला असेल, तर त्या इनामदाराने अनुक्रमे त्याच्या १/२

अथवा १/३ अथवा १/४ एवढाच सारा भरावयाचा, बाकीचा भाग त्याला माफ असे. 'इनाम' कायम स्वरूपाच्या जमीनदेणगीच्या रूपाने अथवा गावाच्या अथवा परगावाच्या एकूण महसुलाचा काही हिस्सा देणे या स्वरूपात असू शकते.

गावाची सेवा करणारा जो सामान्य गाव कामगारांचा ग्रामीण समाजाचा एक घटक असे, त्यात महार या जमातीची गणना केली जात असे. या गटातील अन्य ग्रामसेवक म्हणजे तराळ (मालवाहक), रामोशी (ग्रामरक्षक) आणि कोळी (पाणी वाहणारा) यांचा समावेश केला जात असे. त्याचप्रमाणे आपल्याला इतिहासात अशी काही तुरळक उदाहरणे आढळतात की, महार जमातीतील व्यक्तीला गावची पाटीलकी वतनही दिले आहे. उदाहरणार्थ, वाई परगण्यातील नागेवाडी गावच्या एका महार जमातीतील नागनाक या व्यक्तीला त्या गावची पाटीलकी बहाल केली होती. त्या गावच्या नागवडसिद्ध या देवाची पूजा आणि इतर धार्मिक विधी परंपरेप्रमाणे करण्यासाठी नागनाकच्या वडिलाने बाहेरच्या गावातून दोन गुरव आणले होते. पण हे गुरव पुढे विश्वासघातकी निघाले आणि त्यांनी नागेवाडीचे पाटीलकी वतन बळकावून आपल्याकडे घेतले. नागनाकाने परशुराम पंतप्रतिनिधींकडे या गुरवांच्या विरुद्ध तक्रार नोंदविली. आणि त्यांनी नागनाकाच्या बाजूने निर्णय दिला. याचे मुख्य कारण म्हणजे प्रतिनिधींनी या प्रकरणाची जेव्हा चौकशी सुरू केली तेव्हा गुरव हजर राहिले नाहीत आणि शेजारच्या गावच्या पाटलाकडे विचारणा केली असता त्यांनी नागेवाडीचे पाटीलकी वतन हे मूळचे महार जमातीचे आहे, असे निक्षून सांगितले. प्रतिनिधींचा हा निर्णय गुरवांनी स्वीकारला नाही आणि त्यांनी छत्रपती राजाराम यांच्याकडे फिर्याद केली. या सुमारास मराठी राज्यावर मोघलांचे मोठे संकट आले होते. राजारामाने या कठीण परिस्थितीत गुरवांचे म्हणणे ऐकून घेतले आणि त्यांनी नागनाक महाराला 'धारादिव्य' करण्यास सांगितले.

या आज्ञेनुसार नागनाकाकडे मोगलांनी जिंकलेला मराठ्यांचा 'वैराटगड' जिंकण्याची कामगिरी सोपविली. नागनाक त्या दिव्यातून यशस्वीपणे पार पडला आणि 'वैराटगड' त्याने परत मराठा स्वराज्याकडे आणला. नागनाकाच्या या धारादिव्यातील यशामुळे खूष होऊन प्रतिनिधीने पुन्हा एकदा निर्णय दिला की, नागेवाडीची पाटीलकी ही नागनाकाची आहे आणि गुरवांचा वतनाशी काही संबंध नाही. त्यांचा दावा खोटा आहे असा निर्णय दिला. गुरवांनी १७५३ साली पाटीलकीची मागणी तिसऱ्यांदा केली पण त्यातही त्यांना यश आले नाही आणि नागेवाडीची पाटीलकी नागनाकच्या घराण्यातच वंशपरंपरा राहिली. (जोशी शं. ना. मराठेकालीन समाजदर्शन, पुणे, १९६० पृ.१२२-२४)

ग्रामसभेचा महजर अथवा निकालपत्र दोन दृष्टीने अत्यंत महत्त्वाचे आहे. पहिले म्हणजे, पाटीलकी वतन हे चाकरी वतन असल्याने एखाद्या गावाची वसाहत करण्यास

मोठ्या साहसाने पुढाकार घेणाऱ्या व्यक्तीला, त्याची जातपात, पंथ, धर्म, सामाजिक स्थान याचा विचार न करता सरकार असे वतन बहाल करू शकत होते. दुसरे म्हणजे, महार व्यक्तीने 'धारादिव्य' पार करून ते मिळविले होते. यावरून इतर लोकांप्रमाणे म्हणजे 'मावळे' आणि 'कुणबी' यांच्या प्रमाणे स्वराज्याच्या बांधणीत महारांचाही मोठा सहभाग होता.

'पाटीलकी वतन' धारण करणारी महार जमातीला मिळाल्याची उदाहरणे तुरळक असली तरी महाराष्ट्रातील एकही गाव महारवस्तीविना आढळणार नाही. काही गावांत तर महार समाज हा गावातील कुणबी समाजानंतरचा संख्येच्या दृष्टीने मोठा असा समाज होता. 'लोणी' या गावाचा अभ्यास करणाऱ्या थॉमस कोटस याने आपल्या वृत्तात असे नमूद केले आहे की, १८२१ साली 'लोणी' गावची लोकसंख्या ५५७ होती आणि एकूण १०७ घरांपैकी १३ घरांमध्ये ४८ महार व्यक्ती राहत होत्या. (कोट्स : लोणी पृ.१९४)

भाषाशास्त्रज्ञ, समाजशास्त्रज्ञ, प्रशासक आणि अन्य अभ्यासकांनी दीर्घकालापासून 'महार' , 'महाराष्ट्र' या शब्दांची मूळ आणि मराठा समाजातील महार जमातीचे स्थान, या विषयांचा शोध घेण्याचा प्रयत्न केला आहे. पुराणांत, विशेषत: विष्णु पुराणात असे नमूद केले आहे की, 'महाराष्ट्र' आणि 'महार-राष्ट्र' या दोन शब्दांपासून 'महाराष्ट्र' हा शब्द निर्माण झाला आहे. व्यत्पनी शास्त्रानुसार 'महाराष्ट्र' 'महान राष्ट्र' असा होतो पण काही तज्ज्ञ असा युक्तिवाद करतात की, जर 'गुज्जराष्ट्र' म्हणजे 'गुजरांचा देश' असे म्हटले जाते, तर 'महाराष्ट्र' म्हणजे 'महारांचा देश' असे का मानू नये. या विधानाच्या पुष्ट्यर्थ 'गाव तेथे महारवाडा' हा वाक्प्रचार उदाहरणादाखल घेतला जातो.

विख्यात ज्ञानकोशकार डॉ. श्री. व्यं. केतकर वरील विचाराला दुजोरा देताना म्हणतात, 'महाराष्ट्र म्हणजे या भागाचे जे मूळ रहिवासी, 'महार' त्यांचा देश होय. (पृ.२०५) 'शूद्र', 'अंत्यज आणि 'अस्पृश्य' या सर्व मराठी संज्ञा 'महार' या संज्ञेच्या समानार्थ आहेत. त्यांना आणि हे सारे महाराष्ट्राचे आदिवासी समाज होत असे काही तज्ज्ञ मानतात. आणि म्हणूनच त्यांना 'भूमिपुत्र' असे संबोधिले जाते.

इतिहासाचार्य वि. का. राजवाडे यांच्या मते, महाराष्ट्रात प्रथम वसाहत करणारे लोक हे नागवंशाचे होते आणि महाराष्ट्रातील सोमवंशीय क्षत्रिय लोक आणि सूर्यवंशी नागलोक ही दोन्ही काळाच्या ओघात एकरूप झाले आणि त्यांनी महाराष्ट्र देश निर्माण केला. (लक्ष्मणशास्त्री जोशी : राजवाडे लेखसंग्रह, मुंबई १९६७, पृ.१४३)

महार समाजात आज देखील काही व्यक्तींची नावे 'नाग' अथवा 'नाक' या शब्दांनी पूर्ण होतात, असे आपण पाहतो. यावरून ही 'नाग' आणि 'महार' हे एकच होत, असे म्हणता येईल. भारताच्या प्राचीन इतिहासकाळात 'नागपूर' हे नागांचे प्रमुख

वसाहतीचे ठिकाण होते असे मानले जाते.

'शूद्र कोण होते' या विषयाचा विचार करताना डॉ. बाबासाहेब आंबेडकर असे प्रतिपादन करतात की, ते मूळ क्षत्रिय वर्गातील असून, प्राचीन काळातील आर्य लोकांमध्ये ते महत्त्वपूर्ण आणि शक्तिशाली असे राजे होते.

ग्रँट डफ, आर. एन. गुडिनेसारखे प्रारंभीचे ब्रिटिश प्रशासक, तसेच अ. स. आळतेकर, त्रिं. ना. अत्रे यांसारखे भारतीय अभ्यासक आणि इतर अन्य व्यक्तींनी आपल्या लिखाणाद्वारे असे नमूद केले आहे की, अशा प्रकारच्या सेवा करणाऱ्या जमातींना उत्तर आणि दक्षिण भारतात जे स्थान दिले जात होते, त्याच्या तुलनेने महाराष्ट्रातील महारांचे स्थान आणि मिळणारी वागणूक बरीच चांगली होती. कोकणातील एका खेड्यात 'महार' या शब्दाचा उल्लेख 'महापुरख' अथवा 'महापुरुष' असा केला आहे. (दीक्षित : अडिवऱ्याची महालक्ष्मी काली, पृ.१५१) महार हा गावच्या गोतसभेचा पदसिद्ध सभासद होता. महाराष्ट्रातील प्रत्येक खेड्यात, आपल्याला पाटील आणि महार हे निरपवादपणे आढळतील. पुराणांत त्याचा उल्लेख मृतहारीन्, स्मृतिग्रंथात मृतय (तमिळ प्रांतात याला मादिग म्हणतात). या संज्ञांनी केला आहे. यावरून गावात पडलेली मृत जनावरे हलविणे हे या बलुतेदाराचे प्रमुख काम होते असे दिसते.

मध्ययुगीन मराठी कागदपत्रांतून महार याचा उल्लेख वृत्तीकार अथवा वृत्तीकर असा कलेला आढळतो. १६३८ च्या एका कागदपत्रावरून, वृत्तीकार महाराला एक सुपीक जमिनीचा पट्टा आणि एक बरड अथवा माळरानाचा पट्टा वतन म्हणून दिल्याचा उल्लेख आढळतो.

ग्रामसेवकांना ज्या जमिनी देणगीदाखल दिल्या जात त्या दोन प्रकारच्या नावाने ओळखल्या जात. सरकारांकडून ज्या जमिनी मिळत त्यांना सनदी अथवा दिवाण निसबत इनाम म्हणत आणि गावकरी जेव्हा आपल्या गावातील जमीन एखाद्या व्यक्तीला स्वखुषीने देत त्याला गाव-निसबत इनाम असे म्हणत. अशा प्रकारच्या जमिनीचा सरकारी सारा गावकरी भरीत. अशा प्रकारची जमीन सामान्यत: ज्या व्यक्तीची सेवा गावकऱ्यांना अत्यंत आवश्यक वाटत असे, त्यालाच बहाल केली जात असे. या प्रकारच्या इनाम जमिनीचा उल्लेख 'ठिकणाती बेगारी' अथवा 'देहांगी' इनाम असा केला आहे.

महाराकडून गावाची दोन प्रकारे सेवा घेतली जात असे. पहिली म्हणजे सरकारी सेवा. सरकारी चावडीची व्यवस्था पाहणे, तेथील ग्रामाधिकाऱ्यांनी सांगितलेली सर्व सरकारी कामे करणे. या कामासाठी दिलेले वतन 'चाकरी' वतन म्हणून ओळखले जात असे आणि 'वृत्तीकार' महार या वतनाचा लाभ आळीपाळीने उपभोगत असत.

दुसऱ्या प्रकारचे काम म्हणजे गावकऱ्यांनी नेमून दिलेले विशिष्ट प्रकारचे काम. या साठी त्याला जी जमीन दिली जात असे, त्याचा सारा गावकरी भरत असत. याखेरीज

ग्रामीण समाजासाठी म्हणून तो जी सेवा करीत असे त्याचा मोबदला त्याला बलुत्याच्या स्वरूपात गावकऱ्यांकडून मिळत असे. थोडक्यात, महाराला या दोन प्रकारच्या सेवेसाठी वेतन, जमीन आणि त्याचबरोबर हकलाजिमा आणि बलुते मिळत असत.

मराठ्यांच्या समग्र इतिहासाचे निरूपण करणारा पहिला इतिहासकार ग्रँट डफ याच्या मते, ग्रामव्यवस्थेतील महार हा एक अत्यंत उपयुक्त असा सेवक होता. महार जमात ही एक अत्यंत कर्तबगार, उपयुक्त आणि बुद्धिमान जमात आहे, असे महाराष्ट्रातील पहिले ब्रिटिश अधिकारी मानीत होते. महारांची कर्तव्ये या संबंधी ग्रँट डफ म्हणतो, गावकरी आणि गावात येणारे पाहुणे यांचे सामान वाहून आणणे-नेणे, पत्रे आणि सरकारी कागदपत्रे गावोगावी नेऊन पोहोचविणे, तालुक्याच्या ठिकाणी असलेल्या सरकारी तिजोरीत गावचा महसूल भरणा करणे, गावची रखवाली करणे, प्रवाशांची देखरेख करणे आणि त्यांच्या गरजा पुऱ्या करणे तसेच गावचा मार्गदर्शक आणि गुप्तहेर म्हणूनही त्याला काम करावे लागे. आपल्या गावच्या सीमेचे रक्षण करणे आणि सीमेचा काही तंटा निर्माण झाल्यास गावचा उत्तम माहीतगार आणि विशेषत: सरहद्दीच्या खुणा ओळखणारी व्यक्ती म्हणून महारसेवकाचे मत विचारात घेतले जात असे. पाटील आणि कुलकर्णी हे ग्रामाधिकारी जेव्हा कामानिमित्त बाहेर पडत तेव्हा त्याच्याबरोबर संरक्षक म्हणून महार जात असे. गावातील अत्यंत महत्त्वाच्या प्रसंगी निरोपवाहकाचे कामही त्याला करावे लागे. मृतदेहाला दफन करण्यासाठी स्मशानात खड्डा तयार करणे, मृतदेहाभोवती रीतिरिवाजाप्रमाणे सूत गुंडाळणे ही कामे त्याला करावी लागत. गावकऱ्यांच्या घरी असलेल्या धान्याचे पेव उपसण्याचे काम त्याने केल्यास, पेवातून निघालेले काहीसे खराब धान्य मोबदला म्हणून त्याला घेऊन जाण्यास सांगितले जात असे.

बलुत्याखेरीज, सेवेकरी महार व्यक्तीला इनाम जमिनीबरोबर इतर अनेक हक्क उपभोगिता येत असत. ग्रँट डफच्या मते महार वतनाचे वर्गीकरण पुढीलप्रमाणे केले जात असे.

(१) महारकी : सरकारी कामासाठी दिलेल्या जमिनीला म्हारकी वतन अथवा इनाम म्हणत. हे वतन धारण करणाऱ्या व्यक्तीला पाडेवार अथवा वृत्तीकार म्हणत असत. (वृत्ती ही संस्कृत संज्ञा प्रारंभी रूढ होती, नंतर मुसलमानी राजवटीत वृत्ती या संज्ञेऐवजी वतन ही संज्ञा आली.)

(२) हडोळा : गावात पडलेली मृत जनावरे हलविणे, त्यांची कातडी कमावणे यासाठी जी जमीन दिली जात असे तिला हडोळा इनाम म्हणत. गावच्या सरहद्दीत जी जनावरे मरून पडत ती वाहून नेण्याचा आणि गायी-म्हशीचे कातडे घेण्याचा अधिकार त्यांना होता. मात्र, बैलाचे कातडे त्या जनावराच्या मालकाला परत करावे लागे.

(३) हडकी : पाटील आणि कुलकर्णी या ग्रामाधिकाऱ्यांच्या वैयक्तिक सेवेसाठी महार व्यक्तीला जी जमीन दिली जात असे तिला हडकी इनाम म्हणत.

परंतु हे वर्गीकरण बरोबर वाटत नाही. महारकी आणि हडकी-हडोळा यामध्ये फरक दाखविता येईल, पण हडकी-हडोळा हे दोन्ही प्रकार मराठी कागदपत्रांत एकत्रच दाखविलेले आढळतात.

एखाद्या गावात महार जमातीची संख्या अधिक असेल, तर त्यांच्यापैकी ज्येष्ठ व्यक्तीची निवड करून त्याला 'मेहतर महार' असा किताब देऊन ग्रामीण समाजाच्या सेवेची व्यवस्था पाहण्याचे काम त्याच्याकडे सोपविले जात असे. तसेच गावातील तंटे मिटविण्यासाठी जी ग्रामसभा असे त्याचे सदस्यत्वही त्यालाच मिळे.

ग्रँट डफच्या मते, महार मेहतर हा या समाजाचा नेता असे आणि महार जमातीच्या कामाची विभागणी करणे आणि सर्वसाधारणपणे त्यांची कामावर देखरेख करणे ही कामे करीत असे. या कामासाठी महार वतनाच्या मिळकतीचा म्हणजे जमीन, धान्य अथवा देणगी या पासून मिळणाऱ्या उत्पन्नाचा भाग मिळत असे आणि उरलेला भाग सर्व जमातीत वाटला जात असे.

पाटील आणि महार परस्परसंबंध

पाटील आणि महार हे ग्रामकारभाराचे कायम स्वरूपाचे सदस्य होते आणि गावाची प्रशासनव्यवस्था सुरळीतपणे चालविण्याची जबाबदारी त्यांची असे. आपल्या हक्कांचे संरक्षण करण्यासाठी महार समाजाला प्रसंगी इतर सदस्यांबरोबर झगडावे लागे. पाटील आणि महार या ग्रामसभेच्या दोन सदस्यांमध्ये गावच्या अधिकाऱ्यांना महार समाजाने पुरविण्याच्या दैनंदिन सेवा आणि त्याबद्दलचा मिळणारा मेहनताना या संबंधी पाटील आणि महार यांच्यामध्ये काही प्रसंगी झालेल्या झगड्यांचा उल्लेख समकालीन कागदपत्रांतून दिसून येतो.

प्रस्तुत संदर्भात कसबालालगुन बंदपंचगाव या गावच्या पाटलाने आपल्या कसब्यातील महार जमातीच्या वर्तनाबद्दल गावच्या पंचायतीपुढे एक तक्रार नोंदविली होती. या तक्रारीचे निवारण ग्रामपंचायतीने उभयपक्षांच्या संमतीने १७३८ मध्ये एका करारान्वये केले. या करारावरून गावच्या दोन महत्त्वाच्या वतनदारांमधील संबंधावर विशेष प्रकाश पडतो. या करारांत पुढील कलमे होती.

(अ) पाटलाचे महारावरील हक्क :

(१) एक चाणाक्ष (खोलेचा) महाराची नेमणूक पाटलाकडे करावी आणि सर्व वर्षभर चोवीस तास त्याने पाटलाची सेवा करावी – याला बारमाही राबता म्हणत.

(२) इतर महारांनी कसब्याच्या इतर सर्व नागरिकांची (उभी पांढरी) सेवा करावी.

(३) पाटलाने महार दूताला त्याने मागणी केल्यावर त्याच्या सेवेचा मोबदला म्हणून एक अटफळ (कांबळे) द्यावे.

(४) प्रत्येक सणाच्या प्रसंगी महाराने सर्वप्रथम पाटलाला एक जळाऊ लाकडांचा भारा पुरवावा आणि नंतर काही खाद्यपदार्थांची मागणी करावी.

(५) पाटील, कुलकर्णी आणि चौगुला या ग्रामाधिकाऱ्यांच्या मृत जनावरांचे कातडे संबंधित अधिकाऱ्याकडे पोहोचवावे. याखेरीज नांगरासाठी वापरल्या जाणाऱ्या बैलाचे कातडे, त्या बैलाच्या कसब्यातील मालकाकडे पोहोचवावे.

(६) गावची देवी लक्ष्मीच्या जत्रेत बळी दिलेल्या रेड्याचे मांस त्या गावचे नांगरे पाटलास द्यावे. (नांगरे पाटील म्हणजे निवडपत्रावर ज्या पाटलाचे नांगर हे चिन्ह असेल तो गावकामगाकर पाटील).

(७) होळीच्या सणाला होळी पेटविण्यासाठी अग्नी आणावयास पाटलाने महाराला आज्ञा करावी आणि त्या मोबदल्यात पाटलाकडून खोबरे घ्यावे.

(८) होळीपुढे ठेवलेल्या वस्तू कोळी आणि घडसी लोकांनी उचलाव्या आणि महारांनी त्यांच्याकडून पसाभर (उचलिले हाते) वस्तू स्वीकाराव्यात.

(९) गावच्या बाजारपेठेत तात्पुरते वस्तीला राहिलेल्या व्यापाऱ्यांना, पाटलाला दर कुटुंबामागे चार रूके आणि दोन रूके महाराला त्याच्या सेवेचा मेहनताना म्हणून द्यावेत.

(ब) महार सेवकाचे हक्क

(१) हरारी (हडकी-हडोळा)- वतन धारण करणाऱ्या महार व्यक्तीने गावच्या पाटलाचा खाजगी नोकर म्हणून काम करावे.

(२) म्हारकी वतन धारण करणाऱ्याने सरकारी चाकरी करावी.

(३) गाडू गुड्याचे बाईते म्हणजे ज्यांची मळणी करता येत नाही अशी निरुपयोगी धान्याची धाटे 'बलुते' म्हणून गोळा करण्याचा हक्क केवळ मेहतर महाराला असे.

(४) धान्याच्या पेवाच्या बुडाशी जे धान्य राहिले असेल ते गोळा करावे.

(५) गावच्या रयतेला दिलेल्या सेवेच्या मोबदल्यात त्याच्याकडून ठरावीक धान्य 'बलुता' म्हणून घेणे.

(६) याखेरीज महाराला 'बावन्न हक्क' दिले आहेत असे म्हटले जाते. पण यांची प्रत्यक्ष मोजदाद आढळत नाही. 'बावनी' हा शब्दप्रयोग 'आणखी काही हक्क' महाराला सेवेच्या मोबदल्यात दिले होते असे सूचित करण्यासाठी केला असावा. (ओतुरकर : पेशवेकालीन सामाजिक व आर्थिक पत्रव्यवहार पृ.३१-३२)

पाटील आणि महार जमात यामध्ये झालेल्या या करारावरून खालच्या पातळीवरील सेवकांच्या बाबतीत बलुतेदारातील पिळवणुकीची पद्धत आणि मध्ययुगातील सरंजामशाहीची लक्षणे दिसून येतात. या प्रकाराला कंटाळून महार जमातीने पाटलाच्या विरुद्ध सरकारकडे तक्रार करणे स्वाभाविकच होते. या तक्रारीची दखल

घेऊन परगण्याच्या अधिकाऱ्यांना या प्रकरणात लक्ष घालून उभयपक्षी तडजोड घडवून अणण्याचा सल्ला देण्यात आला होता. (ओतुरकर : उपरोक्त पृ.२९-३०)

'महार वतन' एका खास कायद्यानुसार ब्रिटिश काळात देखील चालू होते. प्रस्तुत संदर्भात मुंबई प्रांताचा १८७४ चा प्रचलित हेरेडिटरी ॲक्ट (वंशपरंपरेचा कायदा) पुढे चालू ठेवावा, त्यात काही सुधारण कराव्यात, असा प्रस्ताव सरकारने मांडला. दलितांचे कैवारी डॉ. बाबासाहेब आंबेडकरांनी, प्रचलित कायदा चालू ठेवणे अथवा त्यात सुधारणा करणे, यावर आपले मत व्यक्त करताना 'महार वतन' खालसा करावे असे म्हटले होते. त्यांच्या मते, प्रगतीच्या आणि उन्नतीच्या दृष्टीने महार जमातीच्या मार्गातील 'महार वतन' ही एक मोठी अडचण आहे, या जमातीच्या आजच्या दुरवस्थेला हे वतन कारणीभूत आहे. कारण यामुळे त्या समाजापुढे कोणतेही ध्येय, महत्त्वाकांक्षा राहिली नाही, स्वाभिमान राहिला नाही, उलट त्यांना परावलंबी बनविले.

डॉ. आंबेडकरांच्या मताचा स्वीकार कालांतराने करण्यात आला आणि ऑगस्ट १९५९ साली हे वतन खालसा करण्यात आले.

हक्कावरून भांडण

बलुतेदार या नात्याने महार आणि मांग यांच्यामध्ये भांडण-तंटे निर्माण झाल्याची अनेक उदाहरणे आपल्याला ऐतिहासिक कागदपत्रांतून आढळतात. इंदापूरचे असेच एक भांडणाचे प्रकरण पैठणच्या धर्मसभेपुढे निर्णयासाठी पाठविण्यात आले होते. पैठणच्या धर्मसभेने निर्णय दिला की, मांगांनी कातड्याचे नाडे आणि इतर वस्तू तयार करणे एवढ्या पुरतेच आपले कार्यक्षेत्र मर्यादित ठेवावे आणि महार जमातीला जे परंपरेने हक्क मिळाले आहेत, त्यात ढवळाढवळ करू नये. दुसरे एक प्रकरण पेंढियाच्या घागरीची मिरवणूक कोणी काढावयाची. महाराष्ट्रात अशी एक प्रथा होती की, गावावर रोगराईचे संकट कोसळले, तर त्याच्या निवारणार्थ गवताच्या पेंढ्यांनी आच्छादित अशा एका घागरीची मिरवणूक काढीत. एका निवाडपत्रात असे म्हटले आहे की, महारांनी पेंढियाची घागर गावाभोवती फिरवावी. मांगास संबंध नाही. मांगाने नाडे कातडीयाची व तांती करून आपली उपजीविका चालवावी. (निवाडपत्रे नं ११: पृ १६) परंतु परंपरेने 'पेंढियाची घागर' गावाभोवती फिरविण्याचा हक्क आपला आहे, असे मांगांचे म्हणणे होते. पण सासवडच्या महार जमातीने त्याला विरोध केला. पण नंतर एक शहाणपणाचा मार्ग यातून काढला आणि शेजारच्या कसब्यात काय प्रथा आहे, याची माहिती घेण्याचे ठरले आणि त्यातून १७५४ साली असे निष्पन्न निघाले की, हा अधिकार मांग जमातीचा आहे आणि महार जमातीने तो निर्णय मान्य केला. (ओतुरकर : उपरोक्त पृ.३८)

ग्रामीण समाजात त्या काळात अनेक लहानसहान कारणांवरून भांडणे होत असत. गावच्या एका सणाच्या प्रसंगी एका टोणग्याची मिरवणूक काढून त्याला ग्रामदेवतेपुढे

बळी देण्यात येत असे. महार जमातीने पेंढियाची घागर मिरवणुकीत मिरविण्याचा आपला हक्क आहे, असे सांगून त्याची अंमलबजावणी केली. गावच्या मुलाण्याने बळी दिलेल्या टोणग्याचे शवविच्छेदन केले आणि त्याचे तुकडे करून ते खाण्याची परवानगी गावकऱ्यांना दिली.

त्या टोणग्याचे कातडे उचलण्याचा आमचा हक्क आहे, असे मांग जमातीने जाहीर केले. ग्रामदेवतेचा नगारा तयार करण्यास त्याला ते हवे होते. परंतु महार जमातीचे म्हणणे असे होते की, परंपरेनुसार गावात पडलेला जनावराचा मृतदेह वाहून नेण्याचा अधिकार आपला आहे, तो मांगांना हिरावून घेता येणार नाही. महारांनी आपली तक्रार ग्रामाधिकाऱ्याकडे केली. त्यांनी असा निर्णय दिला की, मृत जनावर महारांनी ताबडतोब उचलावे, त्याचे मांस घ्यावे आणि कातडे मांग जमातीकडे द्यावे. त्याचबरोबर असेही सांगितले की, उभयपक्षांना हा निर्णय मान्य नसेल, तर त्यांनी पुण्यास जाऊन पेशव्याकडून अंतिम निर्णय घ्यावा. (ओतुरकर : उपरोक्त पृ.६६)

कसबा सुपे येथील मोकदम, महाजन, शेटे आणि कसब्याचे काही मान्यवर रहिवासी यांच्या सभेपुढे महार आणि मांग यांच्या बलुतेदारी हक्कासंबंधीचा तंटा आला असता त्या सभेने, प्रस्तुत संदर्भात शास्त्राधार काय आहे, याची विचारणा पैठणच्या धर्मसभेकडे केली. धर्मसभेने पैठण येथे या दोन जमातींचे हक्क काय आहेत याची माहिती दिली आणि त्याला काय शास्त्राधार आहे, तो धर्मशास्त्रातील संबंधित भागही कळविला. आणि असा सल्ला दिला की, त्या भागात जे रीतिरिवाज असतील त्याचे पालन करावे.

गाववेसीचा निर्णय

काही तंट्याच्या बाबतीत गोतसभा सर्व बलुतेदारांना निमंत्रित न करता जे त्या विषयाशी संबंधित आहेत, त्यांनाच फक्त पाचारण करीत असे. सीवेचा खटला सोडविण्याचा हक्क परंपरेने महार जमातीकडे दिला होता. त्यामुळे दोन गावांमध्ये जेव्हा गावच्या सरहद्दीचा तंटा उपस्थित होत असे तेव्हा गोतसभा आपला निर्णय जाहीर करण्यापूर्वी संबंधित महार बलुतेदारांचा सल्ला घेत असे.

सीवेचे खटले, मध्ययुगात, अनेकवेळा उपस्थित होत असत. असाच एक खटला १६२८ साली पुणे परगण्यातील कसबा सुपे आणि मौजे वढाणे यांच्यामधील सीमा निश्चित करण्यासाठी शेजारच्या गावातील सहा माहीतगार 'वृत्तीकार' महार बोलावले होते. (राजवाडे खंड १८ ले.४) १६३९ सालच्या एका पाटीलकी वतनाच्या संबंधीच्या तंट्यात असे नमूद केले आहे की, सदरहू तंट्याचा निर्णय पाटलाचे संबंधित आणि बलुतेदार यात महार बलुतेदारही येतो, (बाप, भाऊ आणि बलुतेदार) यांच्याशी चर्चा करूनच घेण्यात यावा. (राजवाडे खंड १८ ले.७)

महार जमातीची उपजीविकेची साधने

ग्रामस्थांना महार जमातीकडून जी सेवा मिळत असे त्याचा मोबदला, व्यक्तीला अथवा सर्व जमातीला कशा प्रकारे दिला जात होता, या संबंधीची तपशीलवार माहिती देणारे दस्तऐवज फारसे उपलब्ध नाहीत. तसेच क्वचित सेवेच्या मोबदल्याचे दर एखाद्या गावचे मिळाले तर सर्वत्र तसेच असतील, असा निष्कर्ष काढता येणार नाही. तेव्हा प्रत्येक गावात रूढीने जे काही चालत आले असेल तेच मान्य करावे लागते. स्थूलमानाने हे जरी खरे असले तरी जे काही अहवाल, सर्वेक्षणे आणि आजवर झालेले संशोधन यांच्या आधारे मध्ययुगात सेवेचा मोबदला देण्याची सर्वसाधारण पद्धती काय होती याचा अंदाज करता येतो.

महार जमातीत ग्रामसेवेचा मोबदला, जमीन, हक्क अथवा बलुते या रूपाने किंवा या तिन्ही प्रकारांनी दिला जात असावा असे दिसते. सामान्यत: ज्या सेवकाची सेवा सर्व गावाला पुरविली जाते तेव्हा त्या व्यक्तीला गावात जमीन दिली जात असे. महार जमातीच्या सेवेच्या बाबतीत, ग्रामाधिकाऱ्यांना जी वैयक्तिक सेवा पुरविली जात असे तेव्हा त्या व्यक्तीला म्हारकी वतन म्हणून जमीन दिली जात असे आणि सर्व ग्रामीण समाजाला जेव्हा सेवा दिली जाते तेव्हा जी जमीन दिली जात असे, तिला हडकी-हडोळा वतन अथवा इनाम असे म्हणत असत हे आपण मागे पाहिलेच आहे. एखाद्या गावकऱ्याला जर महाराची चाकरी हवी असेल, तर वर्षभराच्या सेवेचा मोबदला सुगीच्या वेळी धान्याच्या रूपाने दिला जात असे. त्याला 'बलुता' असे म्हणत. या संबंधी आर. एन. गुडिने या अहमदनगरच्या कलेक्टरने १८५२ साली जो अहवाल सादर केला, त्यावरून आणि त्र्यं. न. अत्रे या मामलेदाराने १९१५ साली लिहिलेल्या 'गावगाडा' या ग्रंथावरून काही माहिती मिळते.

जमिनीच्या रूपाने जो मोबदला दिला जात असे, त्यावरून उदरनिर्वाहासाठी त्यांना मिळणाऱ्या वेतनाचा काही अंदाज करणे शक्य आहे. परंतु बलुत्याच्या रूपाने मिळणाऱ्या वेतनासंबंधी अंदाज बांधणे कठीण आहे. सासवड परगण्यातील 'गराडे' गावच्या १८९२ सालच्या एका दस्तऐवजावरून ग्रामसेवकाला गावाकडून दरवर्षी 'बलुता' किती मिळत असे, याचा अंदाज करता येतो. हा पुरावा जरी ब्रिटिश कालखंडातील असला तरी पूर्वीची बलुतेदारी त्या काळातसुद्धा अस्तित्वात असल्याने बलुतेदाराच्या वार्षिक उत्पन्नाचा काही अंदाज करण्यास उपयुक्त आहे.

गराडे गावात १७ महार कुटुंबे असून, त्यांच्याकडे ६६ बिघे इनाम जमीन 'हाडवळा' (हडकी-हडोळा) या वतन प्रकारात नोंदविली आहे. या जमिनीचा वार्षिक सारा ३१-१०-६ इतका दाखविला आहे. परंतु त्यांचे हाडवळा वतन या वर्गात मोडणाऱ्या जमिनीला सरकारी साऱ्यात सूट मिळत असल्याने त्यांच्याकडून फक्त १५-५-७ इतकी रक्कम

वसूल करून बाकीची उरलेली रक्कम रु.१६-४-११ ही त्यांना त्याच्या वतनाचा मोबदला म्हणून परत करण्यात आली.

या जमिनीपासून मिळणाऱ्या उत्पन्नाशिवाय महार जमातीतील 'बलुता' हा रयतेकडून धान्याच्या रूपात ठरावीक प्रमाणात मिळत असे. नंतरच्या काळात 'बलुता' पैशाच्या रूपाने देखील वसूल करण्याची पद्धत अवलंबिली होती. महाराष्ट्रात जेव्हा कंपनी सरकारचे राज्य सुरू झाले तेव्हा 'बलुता' पद्धती नव्या सरकारने मान्य केली होती. पण बलुता गोळा करण्याच्या पद्धतीत एकसूत्रता आणण्याचा प्रयत्न केला. धान्याच्या माध्यमातून बलुता गोळा करण्याऐवजी पैशाच्या रूपात तो गोळा करावा, असे धोरण नव्या सरकारने स्वीकारले. एवढेच नव्हे तर 'बलुता' या नव्या पद्धतीनुसार गोळा करून त्याचे योग्य प्रकारे बलुतेदारांना वितरण करण्याची जबाबदारीही या नव्या सरकारने स्वीकारली. उदाहरणार्थ, एका वर्षी 'बलुता' या सदराखाली रु.७७-१४० इतक्या बलुता रकमेचे वाटप पुढीलप्रमाणे करण्यात आले.

रु.६०-०-० धान्याच्या रूपात वसूल केलेल्या बलुत्याची किंमत :-

(अ) प्रत्येक जमीन धारकाकडून सुगीच्या वेळी जमा केलेल्या धान्याची किंमत रु.३७-८-०

(ब) दर घरटी भाकरीच्या रूपाने केलेल्याची किंमत रु.२२-८-०

एकूण ६०-०-०

गवताच्या पेंढ्या ५-०-०

दरसाल मृत जनावरांची विल्हेवाट लावली त्याची किंमत रु.१२-०-०

गावच्या वाण्याकडून पान, सुपारी, तंबाखूसाठी रु.०-१४-०

एकूण रु ७७-१४-०

इनाम जमिनीपासून उत्पन्न १६-४-११

एकूण सर्व मिळकत ९४-२-११

ही रक्कम गावची सेवा करण्याऱ्या १७ व्यक्तींमध्ये वाटून द्यावयाची होती. येथे एक गोष्ट लक्षात घेतली पाहिजे की, या कागदपत्रांत, म्हारकी वतन जे सरकारी चाकरीसाठी मिळत असे, याचा कोठेही उल्लेख केलेला नाही. बहुधा हे वतन सारा मुक्त असल्याने आणि ते गावातील महार जमातीपैकी एक वा दोन कुटुंबांपुरते मर्यादित असल्याने, तसे केले असावे. ही एक-दोन कुटुंबे सोडून इतरांना हडकी-हडोळा जमिनीचे उत्पन्न आणि बलुत्याचे उत्पन्न ठरावीक प्रमाणात घेण्याचा हक्क होता.

आणखी एक प्रकारची उत्पन्नाची बाब म्हणजे 'हक्क' ही होय. हे हक्क, सामान्य आणि धार्मिक सेवा करणाऱ्या व्यक्तींना समाजाने दिलेले असत. या हक्कांचा उल्लेख आपल्याला गावच्या गोतसभेपुढे निर्णयासाठी आलेल्या तंट्याच्या संदर्भात सादर केलेल्या

पुराव्याच्या कागदपत्रांत आढळतो. उदाहरणादाखल काही तंट्यांसंबंधीचे तपशील पाहिल्यास ही कल्पना अधिक स्पष्ट होईल.

१७७८ सालच्या एका कागदपत्रावरून पुणे प्रांतातील पारगाव येथील महार आणि चांभार या दोन जमातींमध्ये होळीच्या सणात पंचमहाभुतांना दाखविलेला नैवेद्य घेण्याचा हक्क कोणाला आहे, यासंबंधी वाद निर्माण झाला होता असे दिसते. ही बाब गाव पाटील, सुतार, लोहार, चार थळकरी (शेतकरी) आणि परीट यांच्या सभेपुढे निर्णयासाठी ठेवली आणि त्या सभेने चांभाराच्या बाजूने निर्णय दिला (ओतुरकर : उपरोक्त पृ.४४-५०)

दुसरे एक उदाहरण पारनेर परगण्यातील कसबा नगर आणि इस्लाक गाव येथील महार सेवकाच्या हक्काविरुद्ध मांग जमातीने १७७६-७७ साली दाखल केलेल्या तक्रारीसंबंधीचे आहे. महार जमातीने आपले सात हक्क सादर केले आहेत ते याप्रमाणे –

(१) नांगरीच्या बैलाखेरीज सर्व मृत जनावरांचे कातडे

(२) दसरा सणाच्या दिवशी ग्रामदैवताला अर्पण केलेले पांच नैवेद्य आणि पांच पैसे

(३) पोळा सणाच्या दिवशी बैलाला अर्पण केलेला नैवेद्य घेणे

(४) मांग समाजाच्या बैलांचे आणि इतर जनावरांचे मृतदेह गोळा करणे

(५) गावात रोगराईचा प्रादुर्भाव होऊ नये म्हणून टोणग्याची गाव मिरवणूक काढली जाते तेव्हा पेंढियाची घागर खांद्यावर घेणे.

(६) महामारी आणि इतर साथीच्या आजारांची बाधा होऊ नये म्हणून ग्रामदेवतेला अर्पण केलेला नैवेद्य घेणे.

(७) लग्नाची मिरवणूक निघाली असता नवरदेवाच्या घोड्याबरोबर राहणे (मांग जमातीला या वरातीत फक्त बैल वापरण्याचा अधिकार होता.)

पारनेर परगण्यातील कसबा नगर आणि एक गाव येथील संपूर्णपणे महार जमातीचे होते तरी देखील ते हक्क आपले आहेत, असा दावा मांग जमातीने केला होता. परंतु ग्रामसभेने पुणे आणि पैठण येथील रीतिरिवाजांची विचारपूस करूनच महार जमातीचे म्हणणे मान्य करण्यात आले.

पेंढियाची घागर वाहून नेण्याच्या हक्काबद्दल महार, मांग आणि चांभार या जमातींमध्ये मराठी मुलखांत नेहमीच भांडणे होत. नगर-पारनेर भागात ही भांडणे होत. नगर-पारनेर भागात हे भांडण महार आणि चांभार जमातीत होते, तर सासवड भागात ते महार आणि मांग जमातीत होते, पण १७५४ साली महारांनी तो हक्क मांगांना स्वखुषीने देऊन टाकला. (ओतुरकर -उपरोक्त प.३९)

दुसऱ्या एका ऐतिहासिक दस्तऐवजानुसार काळी अथवा पांढरी (वसाहतीची जमीन) वर पडलेले मृतदेह अथवा अन्य वस्तू उचलण्याचा हक्क केवळ महार जमातीचा तसेच होळी सणात बळी दिलेला हेलगा (रेडा), साथीच्या रोगांची बाधा गावाला होऊ नये म्हणून ग्रामदेवतेला दिलेला नैवेद्य, पोळा सणात बैलांना दिलेला नैवेद्य हे सारे महार जमातीचे हक्क होते. या महार जमातीच्या या परंपरेने चाललेल्या हक्काबद्दल मांग जमातीने महार जमातीशी कसल्याही प्रकारचे भांडण-तंटे करू नयेत, अशी त्यांना ताकीद देण्यात आली. त्याचबरोबर मांग जमातीत काही धार्मिक विधीच्या वेळी जमिनी या अर्पण केल्या जात, ज्याला सेतसलका म्हणत ते घेण्याचा आणि नवरात्राच्या उत्सवात जमिनीवर पडतील त्या सर्व वस्तू गोळा करण्याचे हक्क त्यांना प्रदान करण्यात आले. (ओतुरकर त्यांना : उपरोक्त - पृ.७०)

ब्रिटिश राजवट

तिसऱ्या इंग्रज-मराठे युद्धात (१८१८) मराठ्यांचा पराभव करून ब्रिटिशांनी आपला राष्ट्रीय ध्वज 'युनियन जॅक' शनिवारवाड्यावर फडकविला आणि कंपनीची राजवट सुरू झाली. ब्रिटिश राज्याचे प्रारंभीचे प्रशासक विशेषतः थॉमस मन्रो, माऊंट स्टुअर्ट एलफिन्स्टन यांना मराठ्यांच्या प्रचलित शासनपद्धतीत मोठ्या प्रमाणावर बदल करावेत, असे वाटत नव्हते. एलफिन्स्टनचे धोरण तर तूर्त काही नवे नको, असेच होते. कालांतराने १८७४ च्या बॉम्बे हेरेडिटरी ॲक्ट, ज्याला 'वतन ॲक्ट' म्हणून त्यात महार जमातीची सेवा 'सरकारी सेवा' या वर्गात घालण्यात आली. या कायद्यावर नंतर बरीच चर्चा झाली, 'सेवा' ज्या वंशपरंपरा एखाद्या घराण्याकडे होत्या त्यात काही सुधारणा करण्यात आल्या.

२० नव्या शतकाच्या पहिल्या चतुर्थकात बॉंबे प्रेसिडेंसी व कोल्हापूर संस्थान यात प्रामुख्याने महार वतनाचे प्रश्न हा मुद्दा वारंवार चर्चिला गेला. भिन्न अशा कारणांवरून कोल्हापूर संस्थानच्या राजर्षि शाहू महाराजांनी जून १९१८ मध्ये कुलकर्णी वतन व सप्टेंबर १९१८ मध्ये महार वतन रद्दबातल केले. हिंदू समाजाने महारांवर लादलेल्या गुलामगिरीतून त्यांना मुक्त करण्यासाठी राजर्षि वचनबद्ध होते. गावच्या अधिकाऱ्यांसाठी काही सेवा विनामूल्य पुरविण्याची बळजबरी महारांवर होऊ नये, यासाठी त्यांनी आदेश दिला. त्यांनी महारांना केवळ सर्व बंधनातून मुक्तच केले नाहीतर इतर समाज उपभोगीत असलेले सर्व मानवी हक्क त्यांना बहाल केले. त्यांनी असेही म्हटले की, राज्याच्या प्रशासकीय सेवांमध्ये महारांना पदोन्नतीस कोणतीही बाधा येऊ नये. अखेर १८ सप्टेंबर १९१८ मध्ये सरकारी आदेश काढून 'महार वतन' खालसा केले व गावच्या सेवांच्या बदल्यात त्यांच्या ताब्यात असलेल्या जमिनीच्या तुकड्यांचे मालकी हक्क त्यांना बहाल केले. अशा प्रकारे महार हे गुलामगिरीमुक्त झाले व ही सुधारणा अमलात आणणारे कोल्हापूर हे पहिले संस्थान ठरले.

सन १९२५ पासून पुढील काळात महार वतनाची चर्चा खूपच विस्ताराने मुंबई इलाख्यात केली गेली. डॉ. बाबासाहेब आंबेडकरांनी संपादित केलेल्या 'बहिष्कृत भारत' या पाक्षिकात दि.२ ते ३० सप्टेंबर १९२७ या काळात तीन प्रमुख लेख 'महार आणि त्याचे वतन' या नावाने प्रकाशित केले.

हे प्रकरण नांदगाव (१९२६ जि.नाशिक), रहिमतपूर (जि. सातारा) गावनाळ जि.बेळगाव) येथे झालेल्या महारांच्या सभांमध्येसुद्धा चर्चिला गेले. त्याचवेळी डॉ. बाबासाहेब आंबेडकर हे सन १८७४ वतन ॲक्ट कायद्यातील महार वतनाबाबत असलेल्या तरतुदींमध्ये सुधारणा करून बाँबे प्रेसिडेंसी काऊन्सिलमध्ये सादर करण्यासाठी एक नवा मसुदा तयार करण्याच्या प्रक्रियेत गुंतले होते. त्यांनी निदर्शनास आणून दिले की, सन १९२१ च्या जनगणनेनुसार महारांची संख्या दरहजारी पन्नास याप्रमाणे होती. जी इतर अस्पृश्य समाजाच्या तुलनेत खूपच जास्त होती. तरीसुद्धा ते म्हणतात की, जर अस्पृश्यता निवारणाचे ध्येय गाठायचे असेल, तर ती चळवळ सर्वव्यापक हवी.

वतन ॲक्ट १८७४ च्या तरतुदींविरोधातील मुख्य आक्षेप असा होता की, त्यात महारांच्या सेवा नेमकेपणाने विशद केल्या नव्हत्या. काहींच्या मते कदाचित ही कायद्यातील लवचीकता मुद्दामच तशी ठेवण्यात आली असावी - जेणेकरून त्यांच्याकडून शक्य तेवढे सर्व काम करून घेता यावे. काही जिल्ह्यांमध्ये महार वतन तरतुदींमध्ये वर्णन केल्याप्रमाणे महारांची कार्ये विशद केली असली तरी ती खूप असष्ट होती. उदा. जमीन महसूल गोळा करणे, सरकारी टपाल पोहोचते करणे, तालुक्याच्या ठिकाणच्या सरकारी खजिन्यात महसूल भरणे, गावातील जन्म-मृत्यू नोंदणीचे तपशील ठेवणे व गावाशी संबंधित इतर किरकोळ कामे. आपल्या गावासंबंधित ही ज्ञातिकर्मे उरकताना महारांना अतिशय कठीण व अपमानास्पद प्रसंगातून जावे लागे. उदाहरणार्थ, काही गावांमध्ये एकूण ४३ प्रकारची बिगारीची कामे महारांना करावी लागत व त्यासाठी त्यांना अगदी किरकोळ मोबदला मिळे. महारांनी या विरोधात सरकारदरबारी आपले गाऱ्हाणे मांडले. मात्र, ते दुर्लक्षितच राहिले.

गावाच्या लोकसंख्येनुसार त्या गावासाठी नक्की किती महारांची सेवा आवश्यक आहे, हे ठरविले असूनही हा नियम धाब्यावर बसवून गरजेपेक्षा किती तरी अधिक महारांना अधिकारी बळजबरीने कामाला जुंपत. त्यांच्या कामाच्या वेळा अनिर्बंध तर होत्याच शिवाय ज्याला काम सोपविलेले असे ती व्यक्ती काही कारणाने असमर्थ असेल, तर त्याच्या पत्नीवर, मुला-मुलीवर, वृद्ध-माता-पित्यावर काम करण्याची सक्ती केली जात असे.

या सरकारी सेवांखेरीज महारांना बलुता देणाऱ्या रयतेची व शेतकऱ्यांचीही सेवा करावी लागे. उदाहरणार्थ, सुगीसाठी जमीन तयार करणे, मालकाकडे कुणाचा मृत्यू झाल्यास चितेसाठी लाकडे गोळा करणे, निधनाची बातमी नातेवाईकांना देणे तसेच

रस्त्यात मेलेले प्राणी उचलून त्याची विल्हेवाट लावणे, मालकाच्या घरी विवाहप्रसंगी इंधन म्हणून लाकडे तोडणे व इतर किरकोळ कामे करावी लागत. महारांनी या अशासकीय सेवांच्या विरोधात आपला आवाज उठविला.

ब्रिटिशराजमध्ये वतन ॲक्ट १८७४ मध्ये केलेल्या तरतुदींमुळे महारांच्या या न संपणाऱ्या कर्तव्यांच्या दीर्घयादीत आधीच्या शोषकपद्धतींमध्ये विशेष फरक पडला नाही. महारांच्या संघटनांनी अनेक ठराव संमत करून घेतले. ज्यात ते ठासून सांगतात की, वतन हाच त्यांच्या प्रगतीमधील खूप मोठा अडसर असून, वतनाशी निगडित अशी अवघड परिस्थिती दूर सारण्यासाठी अनेक उपाय व मार्ग सुचविले. वतनाच्या अन्यायकारक बाजूपासून मुक्त होण्यासाठी असे सुचविण्यात आले की, महारांना मोबदला म्हणून 'मुशहिरा' मिळावा, म्हणजेच बलुत्याच्या ऐवजी रोख रक्कम आणि भाकरी (अन्न) ऐवजी नकद व्यवहार, तसेच शेतकऱ्यांच्या सेवांच्या बद्दल त्यांना जबाबदार धरण्यात येऊ नये. त्यांचे कामाचे तास ठरावीक असावेत, वतनाच्या जमिनी कोणत्याही कारणाने जर त्यांच्या ताब्यात नसतील, तर त्या त्यांच्याकडे जमा व्हाव्यात आणि गावातील स्वच्छता राखणे व इतर काही कामांसाठी त्यांना जबाबदार धरू नये.

महारांना उत्पन्नाची तीन साधने होती. 'इनाम' जमीन, बलुता व नकद पगार. जो ब्रिटिशांनी देण्यास सुरुवात केली; परंतु १६ सप्टेंबर १९२७ च्या **'बहिष्कृत भारत'** मधील 'महार वतन' या दुसऱ्या अग्रलेखात म्हटल्याप्रमाणे ही साधने त्यांना ठरावीक उत्पन्न मिळवून देऊन स्थैर्याची हमी देऊ शकत नव्हती. म्हणूनच महार वतन रद्द करण्यासाठी अर्ज करण्यात आला होता. त्याच्या अस्तित्वाने महारांचे कुटुंबीय अत्यंत दुय्यम, महत्त्वाकांक्षाहीन व स्वाभिमानशून्य जीवन जगत होते. त्यांच्या रसातळाला जाण्यास, कोणतीही सुधारणा वा प्रगती न होण्यास वतनसारखी दुष्ट व्यवस्था कुटुंबात प्रचलित असणे हे प्रमुख कारण होते.

दिनांक ३० सप्टेंबर १९२७ ला प्रकाशित झालेल्या तिसऱ्या अग्रलेखात महार वतन रद्द करण्याचे उपाय व मार्ग यावर विचार केला आहे. सरकार व महार समाज या दोन्ही पक्षांनी तडजोड करून कसे बदल घडवून आणावेत ते ठरवावे, असे खुद्द वतन ॲक्ट १८७४ मध्ये नमूद केले आहे. बलुता व रोख रक्कम मोबदला म्हणून देणे हे एकदमच थांबवावे, परंतु वतनाशी निगडित जमीन त्यांच्याकडून हिरावून घेतली जाऊ नये. सरकारने निश्चित केलेली रक्कम भरल्यावर जमिनीचे मालकी हक्क त्यांच्याकडे सुपूर्त करण्यात यावे, असे विचार डॉ. आंबेडकरांनी मांडले.

डॉ. आंबेडकरांनी या अग्रलेखांच्या आधारे १८७४ च्या कायद्यात काही बदल सुचविणारा मसुदा तयार केला. यासंबंधी त्यांचे विचार विस्तृतपणे मांडणारा लेख दि.४ नोव्हेंबर १९२७ च्या 'बहिष्कृत भारत' मध्ये छापण्यात आला. आंबेडकरांच्या या मतांना

अनेकांनी देहू, पुरंदर, कराड, हुबळी, सातारा येथील सभांमधून तसेच मराठी वृत्तपत्रांतून खूप मोठा पाठिंबा दिला.

अखेर डॉ. आंबेडकर व इतरांच्या सातत्यपूर्ण व अथक परिश्रमांची फलनिष्पत्ती होऊन महार वतनाची ही मध्ययुगीन संस्था स्वातंत्र्योत्तर काळात सन १९५९ मधील संसदीय कायद्याने रद्दबातल करण्यात आली.

महार जमातीच्या उन्नतीच्या आणि सामाजिक परिवर्तनाच्या दृष्टीने डॉ. बाबासाहेब आंबेडकरांनी हे फार महत्त्वाचे काम बजावले होते. यामुळे दलितवर्ग खेड्यातून बाहेर पडला आणि आजवर शिक्षणापासून वंचित राहिलेल्या या समाजाला डॉ. बाबासाहेबांनी शिक्षणाचे महत्त्व पटवून दिले.

टीपा

१) राजाचा प्रतिनिधी म्हणून छत्रपती राजाराम महाराजांनी 'प्रतिनिधी' हे नवे अधिकारपद सुरू केले आणि त्या पदावर आपल्या विश्वासांतील प्रल्हाद निराजी या व्यक्तीची नेमणूक केली.(सामान्यतः या अधिकाऱ्याचा दर्जा ब्रिटिशकाळातील 'व्हाईस रॉयसारखा होता) प्रत्यक्षात 'प्रतिनिधी' राजाचा खास अधिकारी म्हणून काम पाहू लागला. (पाहा ग्रँट डफ १९२१ आवृत्ती आणि वि. गो. भिडे कृत सातारचे श्रीमंत छत्रपती महाराज यांचे वंशाचा व प्रतिनिधी आणि अष्टप्रधान यांचा इतिहास भोर, १८६६) भिडे यांच्या मते, प्रल्हाद निराजी यांची प्रतिनिधी म्हणून नेमणूक झाली. हे नवे पद मंत्रि- मंडळातील इतर सदस्यांपेक्षा उच्च दर्जाचे होते आणि १६८९-९० च्या सुमारास राजाराम महाराजांनी ते निर्माण केले. परशुरामपंत हा पहिला पंतप्रतिनिधी की ज्याने नागनाक याचा तंटा सोडविला.

२) धार म्हणजे तलवार, दिव्य म्हणजे सत्त्वपरीक्षा, योद्धयाने आपल्या जीवाची पर्वा न करता दिव्य पार करायचे असते.

३) पाहा विल्सन (१८५७: xxiii); शिवाय पाहा केतकर (१९३५:२४-३७)

४) डफ (१९२१,१:३०); शिवाय पाहा आर. व्ही. ओतुरकर-(१९५०:३१-३२); अत्रे (१९१५), अळतेकर (१९२७:९१), गुडीने (१८५२:१८-१४,२३-४१).

बलुतेदार म्हणून महारांची जी कामे आहेत, त्याबद्दल गुडीने आपल्या अहवालामध्ये लिहितात की, महारांना गावाचे डोळे म्हटले जात असे. तो गावाचा पहारेकरी, संरक्षक असतोच; पण गावाची सर्व प्रकारची माहिती त्याला असते. त्याचे स्थान किंवा त्याची उत्कंठा त्याला प्रत्येकाच्या प्रकरणात सामील करून घेते व प्रत्येक तंट्याच्या वेळी त्याची साक्ष घेतली जाते. जर दोन शेतकरी त्यांच्या शेतांच्या सीमेवरून भांडत असतील, तर त्याची साक्ष निर्णायकी ठरे. तसेच जर दोन गावांमध्ये असेच

भांडण झाले तर महारांची भूमिका महत्त्वाची असते व कधी कधी केवळ त्यांचाच निर्णय प्रमाण मानला जातो.

५. या ठिकाणी सांगणे आवश्यक आहे की, ग्रँट डफने महारांच्या हक्कासाठी वापरली जाणारी मराठी परिभाषा, ज्यात इनाम वा वतन असणारी जमिनीची देणगी अंतर्भूत आहे, हडकी–हडोळा मधील फरक विशद केलेला नाही. मराठी–इंग्लिश कोशकार मोल्सवर्थ हडकी व हडोळा मधील फरक विशद करतात. हडकी म्हणजे महारांना देण्यात आलेले मैदान व हडोळा म्हणजे गावच्या वस्तीच्या जागेवरून गुरा–ढोरांचे सापळे उचलण्यासाठी दिलेली जमिनीची देणगी. तेव्हा 'हडकी' याचा अर्थ वैयक्तिक सेवा या कामासाठी दिलेली 'इनाम' जमीन नव्हे. अशा सेवेसाठी मराठी कागदपत्रांत 'राबता महार' ही संज्ञा वापरली आहे. याचा अर्थ गावकामगाराच्या वैयक्तिक सेवेसाठी नेमलेल्या महारसेवकाला ही सेवा दरवर्षातील काही महिने करावयाची असते आणि त्यासाठी 'म्हारकी वतन' दिलेले असते. ही एक प्रकारची 'वेठबेगार'च होती. वेठबेगार ही सक्तीची आणि विनामूल्य असे.एका महार व्यक्तीकडे म्हारकी आणि हडकी–हडोळा ही दोन्ही वतने असू शकतील, असाच प्रकार गावचे कुलकर्णी आणि जोशी वतन या बाबतीतही झालेला आढळतो. म्हणजे एकच ब्राह्मण गावकामगार म्हणून काम पाहत असताना रयतेला पंचाग वाचून दाखविण्याचे (मार्क्स याला 'कॅलेंडर ब्रॅहमिन' म्हणतो) काम करीत असे.

६) MSS-EUR-D, 426 IOL लंडन येथील इंडिया ऑफिसमधील ऐतिहासिक पत्रकात ९७ क्रमांकाच्या प्रश्नाला (ही प्रश्नावली एलफिन्स्टनने आपल्या अधिकाऱ्याकडून माहिती मिळविण्याकरिता तयार केली होती) ग्रँट डफने बलुता आणि 'आलुता' या पद्धती संबंधी, गावकामगाराकडून गोळा केलेली माहिती दिली आहे.

७) ओतुरकर रा. वि.(१९५० पृ.३१–३२) प्रसिद्ध मराठी साहित्यिक आणि समाज कार्यकर्ते श्रीपाद महादेव माटे यांनी आपल्या 'अस्पृश्यांचा प्रश्न' या महत्त्वपूर्ण ग्रंथात महाराच्या बावनहक्कांचा शोध घेण्याचा प्रयत्न केला आहे. प्रस्तुत संदर्भात ज्या दस्तऐवजाचा विचार केला आहे. तो पैठणच्या एका देवळात बहामनी राजवटीतील दामाजीपंत या अधिकाऱ्याने तयार केला आहे आणि तो मुंगीपैठणची सनद या नावाने ओळखला जातो. पैठण येथे भरलेल्या गोतसभेमध्ये घेतलेल्या मूळ सनदेची येथे उल्लेखिलेला दस्तऐवज ही नक्कल आहे या सभेसाठी शेटे, पाटील, कुलकर्णी, देशमुख, देशपांडे, बारा बलुतेदार, बिदरचा काझी आणि पैठणच्या परिसरातील अनेक पाटील हजर होते आणि त्यांच्या उपस्थितीत गावकऱ्याच्या (पांढरी) माहितीसाठी या महजरांचा तपशील तयार केला. इतिहासाचार्य वि. का. राजवाडे यांच्या मते या महजरांमुळे मंगळवेढ्याचा कमाविसदार दामाजी पंत जो १५ व्या शतकातील बहमनी राजवटीतील

एक अधिकारी होता. ती कोणी काल्पनिक व्यक्ती नव्हती आणि त्याच्या कार्याविषयी रचलेले काव्य आणि त्याचा सहकारी विठू महार यांनी सरकारी धान्याची कोठारे रयतेला खुली केली. या घटनेला या महजरामुळे दुजोरा मिळतो. तसेच पैठण येथील देवळाचा उल्लेख 'राऊळ' असा महजरात केला आहे. नाथांनी उभे केलेले पैठण येथील मंदिर १६ व्या शतकातील आहे, आणि महजरांत आलेले 'राऊळ' हे कदाचित त्याहून जुने असावे. या महजरावर तारीख नाही, पण एवढाच उल्लेख आहे की (बिदरच्या) बादशहाच्या आज्ञेने आणि शिक्क्याने आणि दामाजी पंतांच्या हस्ताक्षराने हा महजर तयार झाला. या महजराच्या पहिल्या भागात लग्नाच्या मिरवणुकीत नवऱ्या मुलाला लग्नमंडपात नेताना कोणत्या जातीने कोणत्या जनावराचा उपयोग करावयाचा याचा तपशील दिला आहे. उदा. ब्राह्मणांनी, घोडा. तेली जमातीने, बैल. मुसलमानांनी, घोडा. मांग जमातीने, रेडा, महार जमातीने घोडा आणि कैकाडी फासे-पारधी, भामले, बुरूड, वडार आणि इतर जातींतील नवरदेवांनी मिरवणुकीतून पायी चालत जावे असे म्हटले आहे.

महजराच्या दुसऱ्या भागात महार जमातीचे बावन्न हक्क दिले आहेत. यात महार जमातीला देशमुख, पाटील, सोनार, माळी, शिंपी, शेटे महाजन, कुंभार, चांभार, वाणी, तांबोळी, बागवान, तेली, विणकर, सुतार, मुसलमान, काझी, मुलाणी, वडारी, लामण, धनगर आणि इतर अनेक ग्रामवासी जमातींकडून काय मिळावे, याचा तपशील दिला आहे.

या महजराची एक प्रत सातारा छत्रपतींच्या अभिलेखागारात सापडली. खंडो नारायण कुलकर्णी-दीक्षित या पैठणच्या माणसाने या महजराची नकल मुंबई इलाख्याचा गव्हर्नर एलफिन्स्टन आणि पुण्याचा कलेक्टर, रॉबर्टसन यांच्या सांगण्यावरून तयार केली. त्या प्रतीवर या दोघा इंग्रज अधिकाऱ्यांच्या स्वाक्षऱ्या आहेत.

या महजराच्या शेवटी नागरिकांना अशी विनंती केली आहे की, या महजरासंबंधी कोणाला काही सांगवायचे असेल, तर त्यांनी पुण्यास समक्ष येऊन आपले म्हणणे सादर करावे. (हा महजर भा. इ. सं. मंडळाच्या चतुर्थ संमेलन वृत्तान्तात पान क्र. ५३-६७ प्रसिद्ध झाला आहे.)

पैठणच्या महारांचे हक्क नोंदविणारी अठराव्या शतकाच्या पूर्वार्धातील एक दस्तऐवज प्रा. श्री. म. माटे यांनी सादर केला आहे. गावकऱ्यांना पुरविण्यात येणाऱ्या सेवांसाठी महारांना त्यांच्याकडून 'मोबदला' काय मिळावा-विशेषत:, वस्तूंच्या रूपाने याचा तपशील या दस्तऐवजांत दिला आहे. प्रस्तुत संदर्भात एक जपानी संशोधक डॉ. हिरोशी फुकाजावा यांनी आपल्या लेखात चर्चा केली आहे.(The Medeival Deccan, OUP, Delhi, 1991, पृ.२२२-२२४) परंतु मराठी संज्ञाचे, शब्दांचे इंग्रजीत भाषांतर करताना त्यांच्या लेखात काही दोष राहून गेले आहेत. त्याची काही ठळक उदाहरणे येथे

नमूद केली आहेत. उदाहरणार्थ, 'बांधले खोलेचा' या शब्दांचे भाषांतर डॉ. फुकाजावा 'गावचा जलाशय खोल करणे' करतात. वस्तूतः 'बांधले' याचा अर्थ 'निष्ठावान' अथवा बांधलेला आणि 'खोलेचा' याचा अर्थ 'हुशार' असा आहे. त्या संपूर्ण वाक्याचा अर्थ 'वर्षभराच्या सेवेसाठी मालकाशी निष्ठावान (बांधले) असा हुशार महार असा होतो. तसेच 'पेवाचे तळबुड' म्हणजे 'खळगीतील उरलेले धान्य' नव्हे; 'पेव' म्हणजे धान्य साठविण्यासाठी जमीन खोदून तयार केलेला 'खळगा' आणि 'तळबुड' याचा वरवरचा अर्थ म्हणजे 'खळग्याच्या तळाची जागा' असा सरळ शब्दार्थ होता. महाराच्या हक्काच्या संदर्भात या वाक्प्रचाराचा अर्थ असा की, 'पेवांत साठविलेले धान्य बाहेर काढण्यास मालकाला महार सेवकाची मदत घ्यावी लागते आणि या सेवेच्या मोबदल्यात पेवाच्या तळाच्या बुडाशी जे धान्य राहिलेले ते महाराला घेऊन जाण्यास सांगण्यात येते. 'पडझड' या शब्दाचा अर्थ डॉ. फुकाजावा 'पडलेली झाडे' असा लावतात, तर पांढरी (गावकरी राहतात तो भाग) आणि 'काळी' (शेतजमीन) यावर पडलेली कोणतीही वस्तू उचलण्याचा हक्क महार जमातीला होता. 'रेडा' म्हणजे म्हैस हा चुकीचा अर्थ आहे. 'विडा' या शब्दाचे चुकीचे वाचन (cigar) 'विडी' असे केले आहे. 'उचलिले हात' म्हणजे 'उघडलेला हात' (open hand) नसून वर उचलेला हात असा होता. 'उचलिले हात' हा वाक्प्रचार महाराला उचलेल्या हातात जितके मावेल तितका मोबदला देण्याच्या प्रथेच्या संदर्भात केला जातो. 'वोटला दाम' म्हणजे बाजारपेठेस आलेले बाहेरचे व्यापारी, जी जागा वापरतात ती जागा म्हणजे 'वोटल' आणि त्या जागेचं भाडे म्हणजे दाम. डॉ. फुकाजावा यांनी याचा अर्थ 'जमिनीवर तांब्याची नाणी फेकणे' असा लावला आहे. त्यापासून काही बोध होत नाही.

८. तपशिलासाठी डॉ. बाबासाहेब आंबेडकर संपादित 'बहिष्कृत भारत' आणि 'मूकनायक' या नियतकालिकांत १९२७ आणि १९२९ साली प्रसिद्ध केलेले लेख. या नियतकालिकांचे पुनर्मुद्रण डॉ. वसंत मून यांनी महाराष्ट्र शासनाकरिता १९९० साली केले आहे. अधिक माहितीसाठी डॅनियल थॉर्नर संपादित या ग्रंथातील ७,१४ आणि १५ ही पुणे आणि सासवड येथील महार आणि मांग जमातींची प्रत्यक्ष पाहणी करून लिहिलेले प्रा. हॅरॉल्ड मॅन यांचे लेख पाहा.

९. ओतुरकर रा. वि.(सं) पेशवेकालीन सामाजिक आणि आर्थिक पत्रव्यवहार भा.इ.सं.म, पुणे १९५० पृ ६९–७१. या ग्रंथातील दस्तऐवजाला जोडलेल्या टिपेवरून दसऱ्याच्या दिवशी ग्रामदेवतेला बळी दिल्या जाणाऱ्या रेड्याचा सांगाडा ताब्यात घेण्याचा मांगांचा दावा अमान्य करून तो दौलताबादेच्या महार जमातीला दिला आहे आणि त्यांचा उल्लेख 'भूमिपुत्र' असा केला आहे.

१०. तपशिलासाठी पाहा गुडीने (पृ.११-१४ आणि २१-२४; आणि या लेखाची टीप ४ आणि ८.

११. मराठे का. बा. (सं.) निवडक कागद ; सातारा राजा आणि पेशवा रोजनिशी, पुणे, १९०९ खंड ६ भाग २

१२. वसंत मून (सं) बहिष्कृत भारत महाराष्ट्र प्रशासन, मुंबई, १९९०, पृ. ९०-९२, ९८-१००, ११८-२० आणि या लेखाची टीप क्र.८.

परिशिष्ट

महारकी वतन

राजवाडे : म.इ.सा.२० : ले १७४ : पृ.२२४-२२६

वाई-चित्राव **१६१५**

श्री शंकर **नकल**

हक व लाजिमे कारकीर्द निजामशाई व काजी शरा शरीफ व हाकीम व धर्माधकारणी काा पैठण दि ।। पाा वाई नींब बकाजी अजम-काजी कमाल सुाा सन इसने अलफ हिजरी माहारानी कासे किरतेकर नाईक वगैरे काा पैठण देह प्रमाणे खातरती तपसील शके १५३७ रासस नाम संवछरे शंकर नाईक पाडेवार.

फडलिंगा १	हडवळा १	मुरदारकसी १
पेवबूड १	सारामाफ १	मालव सुमार १
कडबी १	लाकडेसुमार १	खडकी १
सिसाला १	धुमनसेत १	घाससुमार १
वांगी दर गाडीयास	उस दर गाडीयास	फुले व कबू वगैरा दर
१० वेसकर	१० वेसकर	गाडीयास ५
१५ पाडेवार	१५ पाडेवार	तेलियाचा घाणीयास वजन
२५	२५	σσ११
भाजीचे मालबियास	केले बागवानापासून	कापड जे येईल त्यास दर
भाजी σσ५	दर बैलास सुमार ७	बैलास रूके .।.
गाडा हरजीनस येईल	लग्नला लागेल तर एक मेंढरु व	अडाणियानी दर गुरास
त्यास फसकी बेणा	पाय तांदूळ	वोहडणावलि रूके σ६.
गाडीयास २ गोणीस १	माहारास द्यावे १	कुंभारानी दर आवियास
धणगराचे घरी लेकवलियास	सिंदी विकावयासी	मडकी ५
बाडियाचा	येईल त्यास हक	गाडियाचा सतका बकरे
दारोटियावरील सेला १	पखालेस घागर १ घागरीस	२ एक व चवाळे १ ऐसे
एक व रुके .।।. देणे	गाडिगा १	माहारास देणे १
कलम १	सेतीतून दर कितीयास	मांडवाचे ऊस व खोबरे
पेढियाची घागर माहारानी	हर जिनस माहारास द्यावे	व खारीक व हर ग्रमपूजा

खलियात घेऊन चुंबळ
माहारानी घ्यावे कलम १
कोष्टियानी दर मागास
रुके ϭ५ व अटफले
वेसकारास व पाडेवारास
वाटून घ्यावे १.
गुराल लागालिया पाडेवारास
दर खंडीस गूळ पासरीचा
ϭ११ देणे १ दिवाळीवरसाची
येईल त्यास कुलवाडी व
अडाणी अठरा खुम यानी दर
घरास रूके ϭ६ प्रा. देणे १.
पूजेकार्य १
विलायतील तेलियास तेल
ϭϭϭ९ पाडेवार
ϭϭ१. वेसकर
ϭϭ१.९
दर सालास वेसकरास वेसी
सेला १ देणे १
बागठाणे लाकडाचा गाडा
आणलियापासून रूके .।.
देणे विकावयासी येईल ते
वेलेस घेत जाणे. कलम १

तुपाचे जोडीस तूप
वजन ϭϭ१.
दिवाणचा हक जेवण
व पेठवणी टका १
पेंढारियाचे घरी टका १
पैसा १ एक ज्याची
पाली असेल त्याने
मोहबत प्रा रुके ϭ४ घेणे १.
तोरण मांडवाचे माहारानी
घ्यावे मांगाने न घ्यावे
घेईल तरी त्यास दंड
करणे १
दिवालीचा हक दर घरास
रूके ϭ६
दर मोलीस ऊस २ व
दर बैलास ५ देणे
कलम १
गुरवाचे घरीचा हक बा.
पहिली वोवाळणी
गुरवाने घेणे दुसरी
वोवाळणी पाडेवार व
वेसकरानी घेणे १
धणगरानी दर नगास
व दर मागास अटफले
१ देणे कलम १
मांगाचे घरी लग्न लागले
तरी तेथील पाय तांदूळ व सेला
१ व जेवण टका १ देणे १
पोलियाचा नैवेद्य व तोरण
वेसकरानी व पडिवारानी
खावा १.

वरीली असेल ते महारास
देणें सुतारास न देणें
कलम १
चांभाराने दर सालास
वाहाणाचे जोड २ देणे
कलम १
धनगराचे घरीचा हक
दर सालास दसरियाास
बकरे १ देणे व दिवाळीस
बकरी २ देणे.

कलम १
गुरू मेले तर वोहडून
टाकावयासी सिकनी व
मागागाईत कुलवाडियानी
भाकर व जेवण व जोरी पाच
सेर ϭϭ५ देणे कलम १

माणूस मेले तरी
मसणवटीयास
सेला १ एक रूके ϭ४ देणे
धणगराचे दर कातरीस दुहक
यासी
लोहकर वजन ϭϭ ७।।बि।।
ϭϭ २११ वेरूकर
ϭϭ ५ पाडेवार
ϭϭ ७।।

सदर धर्मादा आसे जो वाचील त्याने धर्मता वाचावे पदरीचे जोडील त्यास गाळ आसे हे लिहिले. सही

निवडक ग्रंथ सूची

१. अळतेकर ए.एस.- History of Village Communities in Western India, Mumbai, 1927

२. अत्रे त्र्यं.न.- गांवगाडा, पुणे,१९१५

३. ओतुरकर रा. वि. (सं)- पेशवेकालीन सामाजिक आणि आर्थिक पत्रव्यवहार, पुणे, १९५०

४.Coats, Thomas, Account of the Present State of the township a Lony : Literary Society of Bombay, Transactions Vol III, Mumbai, 1923

५. भिडे वि.गो, - सातारचे श्रीमंत छत्रपती महाराज यांचे वंशाचा व प्रतिनिधी आणि अष्टप्रधान यांचा इतिहास, भोर, १८६६

५. दीक्षित सी.के. अडिवऱ्याची महालक्ष्मी (काली) पुणे, १९३६

6. Grant Duff - History of the Mahrattas Ed. by S.M. Edwardes, London, Oup, 1921. - Report - Submitted to Mountstuart Elphinstone London, 1820, India Office Library MSS EUR-D-421

7. Fukarawa, Hiroshi, - The Medieval Deccan Delhi, OUP, 1991

8. Goodine R.N., Report on the Village Communities of the Deccan, Mumbai, Bombay, Govt. 1852

९. जोशी, लक्ष्मणशास्त्री (सं) - राजवाडे लेखसंग्रह, मुंबई, १९६७

१०. जोशी शं. ना.- मराठेकालीन समाजदर्शन, पुणे, १९६०

११. कीर धनंजय, - राजर्षि शाहू महाराज, मुंबई, १९७९

१२. कुलकर्णी अ.रा. - शिवकालीन महाराष्ट्र, राजहंस, पुणे, २००४ (ति.आ)

१३. मराठे का.बा.(सं)- सातारा राजा आणि पेशवा रोजनिशी- निवडक कागद पुणे, १९०९.

१४. माटे श्री. म. - अस्पृश्यांचा प्रश्न, पुणे, १९३३

१५. मून, वसंत (सं), Source Material on Dr. Babasaheb Ambedkar and the Movement of Untouchables Vol. II, Mumbai, 1990

१६. राजवाडे वि.का., मराठ्यांच्या इतिहासाची साधने (शिवकाल) खंड ३ रा (मूळ खंड १६,१७,१८) नवी आवृत्ती राजवाडे संशोधन मंडळ, धुळे, २००२.

17. Thorner, Daniel (Ed), Agricultural Frame work (Selected articles of Harold Mann) 2nd Ed, Mumbai, 1967)

18. Wilson, John - Introduction W Moleswarth, Marathi and English Dictionary, Mumbai, 1857.

❑❑❑

५.

मध्ययुगीन चौल

पुरातन हिंदु वसाहतीवरच निर्माण झालेल्या 'चौल' या गावाचा इतिहास अतिशय प्राचीनतम आहे. पोर्तुगिजांच्या राजवटीत पुन्हा एकदा महत्त्व पावलेले चौल कुंडलिका नदीच्या मुखावर वसले असून गोव्याच्या उत्तरेला ३५७ कि.मी.तर मुंबापुरीच्या दक्षिणेस ५६ किमी वर वसलेले आहे. प्राचीन साहित्यात हीच नगरी चंपावती वा रेवती या नावाने ओळखली जात होती मात्र भिन्न-भिन्न ऐतिहासिक साधने तिचा चेमुली, चेऊल, मुर्तझाबाद, रेवदंडा (बहुधा प्राचीन नगरनाम रेवती यापासून उत्पत्ती झाली असण्याची शक्यता) असाही उल्लेख करतात. आज पूर्णपणे निर्दोष व विश्वासार्ह अशा ऐतिहासिक साधनांची खूप मोठी उणीव असल्यामुळे या बंदराच्या इतिहासाची पुनर्बांधणी करणे अवघड झाले आहे. तहामुळे अथवा युद्धामुळे कोणत्याही स्थानाच्या राजकीय सीमारेषा सतत बदलत्या असल्या तरी मध्ययुगीन चौल हे कोणत्या विशिष्ट काळात तुर्क, स्थानिक मुस्लिम, पोर्तुगीज, मुघल किंवा मराठे यांपैकी नक्की कोणाच्या ताब्यात होते हे ठामपणे सांगता येत नाही. तरीसुद्धा देशी व विदेशी ऐतिहासिक साधनांच्या मदतीने इ.स.१७४०- पर्यंतच्या चौलच्या इतिहासाची संगतवार मांडणी करण्याचा एक प्रयत्न केलेला आहे. या कालापर्यंत चौल हे मराठा साम्राज्याचा अविभाज्य घटक बनले होते आणि इ.स.१८१८ मध्ये ब्रिटिशांनी निर्णायक विजय मिळवेपर्यंत तेथे मराठ्यांचा अंमल कायम होता.

ऐतिहासिक पार्श्वभूमी –

केशवाचार्य रचित 'महिकावतीची बखर' आणि इ.स.१४४८ ते इ.स.१६७८ या कालादरम्यानची भिन्न विविध साधने पोर्तुगिजांची सरशी होईपर्यंतच्या चौलच्या राजकीय इतिहासावर प्रकाश टाकतात. इ.स.१८२९ मध्ये वसईच्या वालाजी पाटील यांनी लिहिलेल्या बखरीची विस्तृत आवृत्तीची मूळ प्रत हीच कोकणाच्या इतिहासाच्या अभ्यासकांसाठी उपलब्ध आहे.

इसवीच्या ६व्या शतकापासून कोकणात प्रामुख्याने शिलाहार, राष्ट्रकूट, मौर्य, चालुक्य, कदंब व यादव ही प्राचीन राजघराणी नांदत होती. त्यावेळी चौल हे वरील राजघराण्यांच्या मांडलिकत्वाखाली असले पाहिजे. इसवीच्या ६ व्या शतकात भारताच्या पश्चिम किनारपट्टीला भेट देणारा कॉस्मास नावाचा ग्रीक व्यापारी 'सीबोर' नावाच्या बंदराचा उल्लेख करतो ते चौल असू शकते. दहाव्या शतकाच्या प्रारंभी भारतात येणाऱ्या

मसुदी नावाच्या अरबी लेखकाला चौलांच्या हिंदू राजवटीत स्वधर्माचरण करणारी संपन्न शांततामय वसाहत आढळली. चौलचा उल्लेख 'सैमूर' असाही केलेला आहे. अरबी खलाशांनी कोकणातील अरबी वसाहतीचा उल्लेख केला असून आणि कोकणी मुसलमान हे अरबांचे वंशज असल्याचे म्हटले आहे. इ.स.९४१ मध्ये येथे भेट देणारा प्रवासी महालहिल म्हणतो की, चौल हे नगर तुर्की व चिनी यांच्या वंशजांनी वसवले आहे.

चौल मधील रेशमाचा उद्योगधंदा कचाचित या चिनी लोकामुळेच सुरू झाला असावा. अलबेरूनी (इ.स.१000) आणि इद्रिसी (स.११५0) या दोन प्रवाशांच्या मते नारळाच्या झाडांनी आणि 'हीना' या तांबूस रंग निर्माण करणाऱ्या वनस्पतीने वेढलेले एक उत्तम प्रकारे वसलेले असे शहर होते.

१३ व्या शतकाच्या प्रारंभी राजा भोज हा चौलवर राज्य करीत होता. बहुधा तो शिलाहारांचा एक वंशज आणि यादवांचा मांडलिक असावा. घनदेवीचा वैश्य राजा नागरशा याने १२४१ मध्ये कोकणातील बिंब राजांना पराभूत करून ठाण्याच्या राज्यावर आधिपत्य मिळवले. त्यानेच १२७१ मध्ये देवगिरीच्या रामदेवराव यादव याला पराभूत केले आणि देवगिरीच्या गादीला वारस नसल्याने ते राज्य चौलमध्ये समाविष्ट केले. त्याने तेथे एक मंत्री नेमला आणि त्याच्या मदतीस २000 सैनिक आणि १४ हत्ती एक पथक यांची नेमणूक केली.

इ.स. १२९४ मध्ये अल्लाउद्दीन खिल्जीने आक्रमण केल्यावर देवगिरीतील यादवांची सत्ता लयाला गेली आणि तेव्हाच रामदेवरावाचा एक मुलगा बिंबदेव कोकणातील ठाणे प्रांतावर चालून गेला व त्याने नागरशा व त्याचा पुत्र त्रिपुरकुमार यांना हरवून १२९५ मध्ये पुन्हा चौलमध्ये हाकलले व माहीममध्ये आपली राजधानी वसविली. इ.स.१३१0 मध्ये नागरशा व त्याच्या पुत्राचा मृत्यू झाला आणि नागरशाचा नातू नागरशा द्वितीय हा चौलचा राजा झाला. पुढे त्याने १३३२ मध्ये माहीमच्या राजाला पराभूत करून ठाणे ते चौल अशा संपूर्ण कोकणाचा तो स्वामी झाला. मात्र १३४८ मध्ये मुहम्मद तुघलक याने या प्रांतावर स्वारी करून कोकणच्या ठाणे राजवटीचा विनाश केला.

कोकण प्रांताचा राज्यपाल म्हणून निका मलिकची नेमणूक झाली आणि त्याने नागरशाचा वंशज लहुरशा याला ठाण्याच्या गादीवर बसविले. एकूण ९ वर्षांच्या अल्प कारकिर्दीनंतर कोकणचे राज्य १३५७ साली नायतांच्या स्वाधीन करण्यात आले. नायता ही स्थानिक मुसलमानांची जमात असून या भागात १३ व्या शतकापासून त्यांचे वास्तव्य होते. स.१४२९ च्या सुमारास अहमदाबादच्या सुलतानाने हा प्रदेश जिंकून घेतला आणि मुहम्मद शाह बेगडाच्या काळात स १५00 च्या सुमारास पोर्तुगीज कप्तान लॉरेंज लुई डेट्रोव्ह, सेनॉर डेसकोर आणि सेनॉर बोझिझू या दोन बोटी घेऊन कोकण किनारपट्टीवर आला.

पोर्तुगिजांनी १५१२ साली आपली पहिली वखार वसई येथे उघडली आणि थोड्याच दिवसांत कोकणच्या बऱ्याच भागातून मुसलमानांना हरवून तेथे आपले वर्चस्व प्रस्थापित केले.

बहमनींच्या काळात विशेषतः मुहम्मद द्वितीय (इ.स.१३७८ ते ९७) हा बहमनी राजा राज्य करीत असताना चौल हे त्यांच्याच अधीन असावे असे दिसते. त्याने इस्लामची शिकवण प्रसृत करण्यासाठी शिक्षक नेमले व गरजू विद्यार्थ्यांना शिष्यवृत्तीही जाहीर केल्या.

अहमदनगरचा निजामअहमद शहा याच्या आधिपत्याखाली असताना १५०७-८ मध्ये पोर्तुगिजांचा चौलशी संबंध आला. इ.स. १५०८ मध्ये गुजरात व इजिप्तच्या सुलतानांच्या संयुक्त फौजांशी लढताना फ्रांसिस्को दी अल्मेडा या पोर्तुगीज व्हाईसरॉयचा पुत्र डी. लॉरेन्सो हा मारला गेला.

पोर्तुगिजांचा राज्यपाल अल्बुकर्क (१५०९-१५) याने इ.स.१५१३ च्या ऑगस्ट महिन्यात चौलला भेट दिली आणि किल्ला बांधण्याच्या दृष्टीने त्याला या स्थळाचे महत्त्व लक्षात आले.

दिओगो (Diogo) या पोर्तुगीज राज्यपालाने इ.स.१५१९ मध्ये चौलला किल्ला बांधण्याचा आदेश दिला. त्यासाठी दिओगोने इ.स.१५१९ मध्ये चौलला ख्रिस्तोवाओ डीसूझाला मोठ्या कारागिरांच्या पथकासह पाठविले. परंतु स्थानिक लोकांनी त्यांना हाकलून लावले. नंतर त्याने किल्ला व कारखाना उभारण्यासाठी फर्नाओ कोयल्हो (Fernao Coelho) याला रीतसर परवानगी घेण्यासाठी पाठविले. परंतु दीवच्या आघा मुहम्मद याने त्याचे मनोरथ असफल केले. मेनेझिस (Menezes) (१५२१-२४) हा राज्यपाल असताना पोर्तुगिजांचा त्या मनोरथाची पायाभरणी सुलभ झाली. १५५९-६० मध्ये पोर्तुगिजांनी निजामाची परवानगी न विचारता सरळ रेवदंडाच्या कोरेला (Korelah) पर्वतावर किल्ले बांधणीला सुरुवात केली. नंतर ह्याबाबत निजामाला राजी करण्यासाठी जेव्हा प्रतिनिधी पाठविला तेव्हा निजामाने त्याला सरळ तुरुंगात टाकले. एवढे करून तो थांबला नाहीच तर त्याने रेवदंड्याला किल्ला बांधण्यासाठी व चौलला तटबंदी घालण्यापासून पोर्तुगिजांना रोखण्यासाठी मोठे सैन्य रवाना केले. धोक्याची घंटा जाणून पोर्तुगिजांनी निजामाशी शांततामय संबंध स्थापले परंतु मक्का ते चौल असे हुसैनी जहाजातून तीर्थाटन करून परतत असताना पोर्तुगिजांचा मुस्लिम यात्रेकरूंशी व्यवहार बघून बुऱ्हान शाह द्वितीय नाराज झाला होता. सुलतानाने चौल व रेवदंडा या दरम्यान कोरेला पर्वतावर किल्ला उभारून पोर्तुगिजांवर वचक ठेवण्याचा खूप प्रयत्न केला. मात्र दोन्ही पक्षांचे प्रचंड नुकसान होण्याखेरीज या संघर्षातून फारशी फलनिष्पत्ती काही झाली नाही.

राजकीयदृष्ट्या चौल हे निजामशाहीच्या अधीन असले तरी प्रत्यक्षात पोर्तुगिजांनी

चौलवरचा आपला प्रभाव बराचसा कायम ठेवला त्यांनी इ.स.१६०४ मध्ये मलिक अंबरकडून चौलच्या जमिनीचा अर्धा महसूल घेण्याचा हक्क मिळवला होता. त्याबदल्यात मुघलांच्या दबावाला प्रतिकार करण्यासाठी त्याला मदत मिळणार होती. मात्र पोर्तुगिजांच्या दडपशाहीच्या धोरणामुळे त्यांनी गोळा केलेला जादा कर परत करून चौलमध्ये स्थैर्य राखणे आवश्यक ठरले. पोर्तुगिजांची हकालपट्टी करण्याच्या उद्देशाने निजामशहाने इ.स.१६१२ मध्ये चौलचा किल्ला ताब्यात घेतला. परंतु विजापूरच्या आदिलशाहच्या मध्यस्थीने हा संभाव्या धोका टळला. अखेर इ.स.१६२५ मध्ये पोर्तुगिजांनी चालवलेल्या अत्याचाराबद्दल शासन करण्यासाठी मलिक अंबर स्वतः चौलवर चालून गेला व त्यांना शांतता प्रस्थापित करण्यास भाग पाडले.

छत्रपती शिवाजी यांचे पिता शहाजीराजे यांनी पोर्तुगिजांशी सलोख्याचे संबंध प्रस्थापित केले होते. मुघलांकडून त्रस्त झाल्यावर इ.स. १६३६ मध्ये त्यांनी चौलच्या कप्तानाला त्यांच्या कुटुंबियांना आश्रय देण्याविषयी पत्र लिहिले होते.

निजामशाही खिळखिळी झाल्यावर त्याची प्रांतवार विभागणी मुघल व आदिलशाह यांच्या दरम्यान झाली. पैकी उत्तरेचे चौल आदिलशाहीच्या हद्दीत गेले तर दक्षिणेचे चौल म्हणजेच रेवदंडा पोर्तुगिजांच्या पदरी पडले. दख्खनी सत्तांसाठी चौल हे एक सुरक्षित आश्रयस्थान होते. विजापूरची राणी १६६२ मध्ये चौल येथे गुप्तवेषात राहिली होती.

शिवाजीमहाराजांनी इ.स.१६५६ नंतर राज्यविस्ताराला सुरुवात केली. इ.स. १६५९ मध्ये आदिलशाहीचे राज्य काबीज केल्यानंतर त्याने विजापूरच्या अखत्यारीत असलेल्या कोकण प्रांतावर प्रत्यक्ष-अप्रत्यक्ष वर्चस्व स्थापले. इ.स. १६६४ मध्ये सूरतस्वारीनंतर विजापूरच्या राजाने शिवाजी महाराजांच्या विरोधात चौलपर्यंतचा प्रांत घेता यावा यासाठी सैन्य पाठविले. शिवाजी राजाने पोर्तुगिजांकडून इ.स.१६६८-९ मध्ये चौल घेतले ही बातमी सर्वत्र पसरली. परंतु वस्तुतः हे विधान बरोबर नव्हे.

शिवाजीच्या राज्यभिषेकाप्रसंगी रायगड येथे उपस्थित राहण्यासाठी इ.स.१६७४ च्या मे महिन्यात निघालेल्या ईस्ट इंडिया कंपनीचा प्रतिनिधी हेन्री ऑक्सिन्डेन चौलच्यावरच्या भागात १५ मे १६७४ ला मुक्कामाला होता. पोर्तुगीज चौल शहराचे दरवाजे रात्री ८ वाजताच बंद होत असल्यामुळे त्याला आदली रात्र. शहराबाहेरील सिस्टर सेबास्टियन चर्चमध्ये घालवावी लागली त्याला एका सभ्य पोर्तुगीज व्यक्तीने सांगितले की, ते शिवाजी महाराजांच्या बाबतीत खूपच संशयी असून गोव्याच्या राज्यपालाने त्याच्या विरोधात युद्ध पुकारले आहे.

पोर्तुगीज शिवाजीमहाराजांशी लढण्यास असमर्थ आहेत यावर ऑक्झिव्डेनचा विश्वास बसेना याचा अर्थ शिवाजीमहाराजांनी वरचे चौल घेतले असावे परंतु खालचे

चौल वा रेवदंडा त्यांनी शिवाजी महाराजांना दिले नसावे. इ.स. १६८३ मध्ये शिवाजी महाराजांचे पुत्र संभाजी महाराज यांनी चौलवर आक्रमण केले खरे परंतु ते जिंकण्यात त्यांना यश आले नाही. दि.८ जानेवारी १७१८ मध्ये एका पत्रामध्ये पोर्तुगिजांनी, आपली जहाजे समुद्रावर वावरू देण्यासाठी 'दस्तक' (परवानगी) घ्यावी लागत असल्यामुळे चौलमार्गे व्यापाराचे खूप मोठ्या प्रमाणावर नुकसान होत असल्याचा व त्यासाठी प्रामुख्याने मराठ्यांचे आरमारप्रमुख कान्होजी आंग्रेच जबाबदार आहेत, असा आरोप केला.

इ.स. १७३९ मध्ये वसईचा पाडाव झाल्यावरच पोर्तुगिजाचे चौल हे मराठ्यांच्या वर्चस्वाखाली आले. इ.स. १७२९ मध्ये कान्होजी आंग्रेंचा मृत्यू झाल्यावर त्यांचा एक पुत्र मानोजी १७३४ मध्ये चौलच्या आश्रयाला आला आणि बहुधा पोर्तुगिजांच्या चिथावणीमुळेच त्यांच्यात गृहकलहाला सुरुवात झाली असावी. मराठा व पोर्तुगीज ह्यांच्यातील हे वैर शिगेला पोहोचले असताना १७३९ मध्ये पोर्तुगिजांनी डचांना मराठ्यांविरोधात मदत करण्याच्या अटीवर चौलचा किल्ला देऊ केला होता मात्र डचांनी ह्या देणगीचा अव्हेर केले. इ.स. १७३९ मध्ये पहिल्या बाजारीव पेशव्यांनी पोर्तुगिजांकडे चौलची मागणी केली. दि. २५ नोव्हेंबर १७४० च्या करारानुसार चौल (रेवदंडा) व कोला (मोर्रो) ही दोन्ही गावे मराठ्यांना कुणकली व असोलाने या साष्टी विभागातल्या २ खेड्यांच्या बदलात देऊन टाकली. अशा प्रकारे इ.स. १७४० मध्येच मराठ्यांना चौलवर पूर्ण अधिकार प्राप्त झाला व इ.स. १८१८ मध्ये संपूर्ण मराठा राजवट ब्रिटिशांच्या ताब्यात जाईपर्यंत तो तसाच त्यांच्याकडे राहिला.

मध्ययुगीन चौल : युरोपीय साधने

सोळाव्या शतकात जेव्हा ड्युरेट बार्बोसाने चौलला भेट दिली तेव्हा ते पूर्णतः मुस्लिमांच्या ताब्यात होते. प्राचीनकाळापासून कोकण हे नापीक जमीन व डोंगराळ मार्ग म्हणून ओळखले जात होते. युरोपीय देश किंवा मध्य पूर्वेकडे निर्यात होऊ शकेल असं कोणतेही पीक तेथे मोठ्या प्रमाणावर निघत नव्हतं. त्याचप्रमाणे अनेक पिढ्यांचे अठरा विश्व दारिद्र्य तेथे कोणतीही महागडी विदेशी वस्तू खपू देत नव्हते. तरीसुद्धा फार प्राचीन काळापासून कोकणातील बंदरे व्यापारी उलाढालींमुळे प्रसिद्ध होती. कोकणातील स्थानिक मंडळी सागरी हालचाल करत असली तरी स्वतःहून कोणत्याही सागरीमार्गे होणाऱ्या परकीय व्यापाराशी संबंधित नव्हती. म्हणून कोकणी बंदरे विविध वस्तूंच्या देवाण-घेवाणीचे माहेरघर व परकीय व्यापाऱ्यांच्या भेटीगाठीची ठाणी एवढीच भूमिका पार पाडत होती. चौलसुद्धा याला अपवाद नव्हते. पंधराव्या शतकाच्या मध्यावर पश्चिम किनारपट्टीला भेट देणारा रशियन प्रवासी निकिटिन म्हणतो की दाभोळ व चौल हे अनेक राष्ट्रांचे भेटींचे मोठे केंद्र होते. पश्चिमी किनारा ते तांबडा-समुद्र अशा व्यापारी रहदारीचे सूत्रधार असणाऱ्या अरबांनी आपल्या वसाहती पश्चिमी किनारपट्टीवर वसवल्या होत्या.

ज्यात चौलचाही समावेश होतो. या अरबी व्यापाऱ्यांनी आपल्या व्यापारी गरजा सहज भागवता याव्यात म्हणून चौलच्या विणकारांना वस्त्रनिर्मितीसाठी भांडवलही पुरवले होते. काही काळापुरते चौलवर नायता जमातीचे राज्य होते आणि ह्या समाजाची विणकर म्हणून प्रसिद्धी होती. कोकणी मुसलमान स्वतःस किनारपट्टीवर वसाहत करणाऱ्या नायता समाजाचे वंशज समजत. परंपरेने विणकराचा व्यवसाय करीत. चौलमध्येसुद्धा वस्त्रोद्योग फोफावत होते. रेशीम तयार करण्याचे तंत्र, चौलला परिचित करून देण्याचे श्रेय, सर्वस्वी प्राचीनकाळी चौलला भेट देणाऱ्या चिनी प्रवाशांकडे जाते. दळण-वळणाच्या सागरी सुविधा, स्वाभाविक बंदर, स्थानिक कुशल कामगार बहुधा अरबांनीच दख्खनच्या राज्यकर्त्यांना घोडे विकून कमविलेले पैसे भांडवल म्हणून देऊ केल्याने चौल ही एक अतिशय संपन्न अशी व्यापारी पेठ बनली असली तरी कोकणात मात्र कापूस अथवा रेशमी किडे यांची पैदास होत नव्हती अरब बार्बोसा म्हणतो, ''चौलचे दरवर्षी सुंदर मलमलचा कपडा खूप मोठ्या प्रमाणात फेट्यांसाठी घेऊन जातात व त्याचा वापर असणाऱ्या अरेबिया व पर्शिया या देशांशी व्यापार करतात. तलम पोताचे कॅलिकोव व रोमन फेटेही त्यांच्याकडे असतात व या तिन्ही प्रकारचे कापडं या राज्यात विणली जातात.

सोळाव्या शतकाच्या प्रारंभी भारतात आलेला वारथिमा (Varthema) हा दुसरा एक पोर्तुगीज प्रवासी वरील विधानाला पुष्टी देताना म्हणतो सुतीकापड येथे विपुल प्रमाणात तयार होत होते तसेच लिनशोटन (Linschoten) याने देखील सोळाव्या शतकात चौलला भेट दिली होती. तो म्हणतो की, चौल नावाचे एक प्राचीन शहर असून तेथील रहिवासी आपली परंपरा जपतात. तेथे रेशमाचे अनेक प्रकार विणले जातात. सर्व रंग व पोताचे ग्रोसेरान; सॅटिन, टॅफाटा असे एवढ्या मोठ्या प्रमाणात होतात की संपूर्ण भारतवर्ष व त्याच्या सीमेलगतचा परिसर त्याचा लाभ घेते हे सर्व करण्यासाठी चौलच्या नागरिकांना सर्व माध्यमं व सोयी उपलब्ध आहेत. प्रथम चीनमधून कच्चे रेशीम आयात करून त्याची सूतकताई व कापड विणकाम करणे आणि परत विणून ते घेऊन सर्वत्र देशभर पाठविणे.

दुसऱ्या एका वृत्तांतानुसार अगदी उशिरात उशीर म्हणजे १६६८ पर्यत चौलचे विणकर ५००० टेपेटा (एक प्रकारचे रेशमी कापड) तयार करीत असत, यावरून किती मोठ्या प्रमाणावर हे विणकाम चौल येथे चालले होते याची कल्पना येते.

१७ व्या शतकात चौलला येणारा फ्रेंच प्रवासी पायरड (Pyrard) म्हणतो की, गोवा व संपूर्ण भारताला पुरेसं रेशीम तेथे तयार होते व ते चीनी रेशमापेक्षा चांगल्या दर्जाचे असते आणि गोव्यात त्याला चांगली किंमत येते. तो पुढे असेही म्हणतो की, चौलचे कारागीर अतिशय सुंदर पेट्या आणि कोरीव वस्तू तयार करतात त्याला लिनशोटन (Linschoten) अशी पुस्ती जोडतो की, हे लोक अनेक प्रकारच्या वस्तू

आणि उत्तम पलंग स्त्रियांना आवडतील असे चकचकीत दिसणाऱ्या आणि विविध रंगातील लाकडी वस्तू आणि अशाच इतर विक्रीच्या वस्तू ज्याला विशेष मागणी आहे अशा तयार करतात, त्यामुळे येथील रस्त्यावर बरीच रहदारी असते.

वारथेमा (Varthema) म्हणतो की विदेशी लोक येथून धान्यांची विशेषतः बार्लीची (सातू) आणि हरयेक प्रकारचे भाजीपाले यांची मोठ्या प्रमाणावर खरेदी करतात. डीला व्हेल, (Delo Volle) म्हणतो की १६२३ साली त्याने जेव्हा या भागाला भेट दिली तेव्हा मुसलमान आणि पोर्तुगीज यांच्या ताब्यात असलेला चौलचा भाग उपवने, विविध फळांच्या बागा यामुळे तेथील रुंद आणि लांब रस्ते, गर्द सावलीने झाकलेले आणि सुशोभित झालेले दिसत. कोकणच्या इतर भागाप्रमाणे मिरी, दालचिनी, सुपारी, आले इत्यादी वस्तू येथे मोठ्या प्रमाणावर तयार होत असल्याने त्यांची निर्यात होत असणार. देशांतर्गत व्यापारातून नीळ, अफू या वस्तू दूरच्या भागांतून चौल येथे येत असणार आणि त्यांचाही निर्यातीत समावेश केला जात असावा. चौल येथे आयात होणाऱ्या मालात अनेक विदेशी वस्तू शिवाय मक्का, एडन आणि होर्मुज येथून चौलबंदरावर घोडे विक्रीसाठी येत असत.

अरब व स्थानिक मुसलमान खेरीज पोर्तुगीज, डच, इंग्लिश लोकांचेही चौलशी व्यापारी संबंध होते. १६२० मधील डच साधनं म्हणतात की पोर्तुगिजांनी तांबड्या समुद्रातील मोचा व पर्शियन आखात यांच्याशी व्यापार-कापड व्यापार करून खूप पैसा कमावला. चौलमधून जहाजे तांबड्या समुद्रावर जाण्यासाठी सप्टेंबर अखेर व ऑक्टोबरच्या सुरुवातीला निघत असत. अहमदनगरचा वझीर मलिक अंबर याने १६२१ मध्ये २ जहाजे चौलहून मोचाकडे पाठविली. त्याच वर्षी डचांनी खूप माल वाहून नेणारे चौलच्या नवाब असफ खान याचे जहाज पकडले. परंतु नंतर ही जहाजलूट आपल्या व्यापारी हितसंबंधांना बाधा आणेल असे लक्षात आल्याने डच कंपनीने नवाबाचा नुकसान भरपाईचा, केलेला खर्च १३,२२५ रुपये फक्त,असा पूर्ण दिला जावा असे फर्मान सोडले, कारण तो अतिशय महत्त्वाचा व्यापारी होता. इंग्रज व डचांनी सूरतमध्ये आपल्या वखारी उघडल्यापासून ते सतत चौल व दाभोळकडून जाणारी जहाजे पकडत असत म्हणून त्यांना अहमदाबाद, भडोच, आग्रा येथील राज्यकर्त्यांनी व्यापारासाठी मज्जाव केला. खरे पाहता डचांनी एक धोरणच तयार केले की जर डंच कंपनीच्या हितांना बाधा येत नसेल तर चौल व दाभोळच्या जहाजांवर आक्रमण करायचे. सूरतची इंग्रजांची जहाजे मोचासाठी/स्थानिक माल मिळविण्यासाठी चौलला जायची. डचांना इंग्रजांप्रमाणे शांततेचे धोरण समजावून सांगायला चौलचा प्रतिनिधी सूरतला गेला होता. वरील सर्व संदर्भ हे १६व्या व १७ व्या शतकात चौलचे व्यापारी केंद्र म्हणून किती महत्त्वाचे होते हेच सूचित करतात.

व्यापाराचे वाढते प्रमाण; परकीयांचे गुंतलेले हितसंबंध व चौलची उत्पादनक्षमता हेच सांगते की १६ व्या - १७ व्या शतकात चौल हे लोकसंख्येने गजबजलेले शहर होते, २० ऑगस्ट १६७४ चे इंग्रजांचे एक पत्रक म्हणते "रेशीम मोठ्या प्रमाणात निर्माण होते, असे चौल शहर अत्यंत दुर्दैवी अशा आगीत जवळपास भस्मसात झाले. ३००० हून अधिक घरे भुईसपाट झाली. उरलेले अनेक लोक येथे (मुंबईस) आले आणि आपण त्यांना घरे देऊ शकलो तर रोजच येतील. हेन्री ऑक्झेन्डेन म्हणतो, "राजाच्या मालकीचे वरचे चौल पोर्तुगाल शहरापासून दोन मैलावर असून ते एके काळी व्यापाराचे मोठे केंद्र होते व दख्खनाच्या सर्व गरजा पूर्ण करीत असे; परंतु मोघल व शिवाजी यांच्यातील युद्धांमुळे व सैन्याच्या लुटीमुळे ते पार लयाला गेले. सतराव्या शतकाच्या अखेरच्या पाव भागात एकेकाळी लोकांनी गजबजलेले हे शहर त्या भव्य अग्नीच्या भक्षी पडल्याने व सततच्या युद्धांमुळे अगदी नगण्य बनले."

जेव्हा बार्बोसाने चौलला भेट दिली तेव्हा तेथील घरे कौलारू छपरांनी शाकारली होती. या देशाचे स्थानिक लोक मोठ्या प्रमाणात त्यांच्याकडे उपलब्ध असलेली पण रसायनाने स्वच्छ न केलेली सुती वस्त्रे खूप वापरतात. मग एकदा ते विणून झाले की ते रसायन वापरून एकदम शुभ्र करून त्याला खळ लावून कडक करतात. असा कपडा अनेक प्रांतांत विकला जातो. मात्र त्यात तो फाटला तरी परत विणून दोन तुकडे जोडून कपडे शिवतात. त्याला उत्तम प्रतीच्या रंगांनी रंगवतात व खांद्यावरून उपरण्यासारखे घेतात आणि डोक्यावर मलमलचा तुकडा गुंडाळतात.

इ.स. १५१० पूर्वी येथे येणारा वारथेमा चौलच्या मूर्तिपूजक राजाचा उल्लेख करतो. तो लिहितो की " येथील लोक सावळ्या रंगाचे आहेत. परदेशी व्यापाऱ्यांचा अपवाद सोडला तरी काही अंगरखा घालतात तर काही मध्यभागी एक कपडा गुंडळतात आणि पायात व डोक्यावर काही घालत नाहीत. लोक लढवय्ये आहेत. त्यांची शस्त्रे म्हणजे लाकडापासून केलेल्या तलवारी, ढाल, धनुष्यबाण, भाले. त्यांच्याकडे शौर्य आहे. शहराभोवती एक मोठी तटबंदी असून शहर समुद्रापासून दोन मैलांवर आहे. या शहराला कुंडलिका नावाची एक अतिशय सुंदर नदी असून द्राक्षे, दाणे, चेस्टनट या व्यतिरिक्त शहरात विपुल असणाऱ्या सर्व वस्तूंची या नदीच्या पात्रातून विदेशी जहाजांमधून ने-आण होत असते. येथे अनेक अरबी व्यापारी आहेत. वातावरणाचा विचार केला तर थंडाव्यापेक्षा येथे उष्माच अधिक असतो. येथील न्यायव्यवस्था अतिशय काटेकोर आहे. राजाकडे फारसे योद्धे नाहीत. येथील रहिवाशांकडे घोडे, बैल व गायी मोठ्या प्रमाणात आहेत. लिंस्कोटनच्या मते येथे सर्व ऋतू असले तरी हवा उष्ण आहे आणि हे भारतातील एक अतिशय शांत व आरोग्यदायी ठिकाण आहे.

सतराव्या शतकात चौलचा मुसलमानांनी व्यापलेला वरचा भाग (वरचे चौल) आणि पोर्तुगिजांनी व्यापलेला खालचा भाग (खालचे चौल) हे दोन्ही भाग एका विस्तीर्ण

अशा सतत दाट छाया असलेल्या रस्त्याने जोडले गेले होते. पण याच शतकाच्या शेवटच्या काळात वरचे चौल अगदी मोडकळीस आलेल्या स्थितीत होते. खालच्या चौलची स्थितीदेखील फारशी समाधानकारक नव्हती. थॉमस निकोलास (Thomas Niecolls) हा इंग्रजांचा वकील ६ जून १६७३ रोजी तेथे गेला असता त्याने या प्रदेशाचे एक अगदी बोलके चित्र रेखाटले आहे तो म्हणतो,

।। हे शहर, अथवा बालेकिल्ला गोलाकार बांधला असून त्याच्या भिंतीवर जागोजागी ९ टोकदरा बुरूज उभे केले आहेत, त्यांच्या प्रशासनाचे नियम अल्प असले तरी ते उत्तम आहेत. हे शहर इतक्या भरभक्कम पायावर उभे केले असल्याने समुद्राच्या लाटा दूरवर आल्या तरी त्याला धोका नाही. हे सुंदर घरांनी सुशोभित केले असले तरी आता मात्र त्यांचा २/३ भाग ओसाड पडलेला आहे, आणि उरलेल्या भागात एका गल्लीत दोन कुटुंबे वस्ती करून राहिलेली दिसतात. हे असे भाग आरोग्यास धोकादायक असल्याने झाले आहे की, तेथील वस्ती हलविल्यामुळे झाले आहे हे मला माहीत नाही. पण आता तेथे फक्त काही सैनिक आणि सेट डेमिनगो, सेट फ्रॅन्सिस्को, सेट अगस्टिनो, सेंट पॉल, मेझेरीकार्डिओ आणि डी से ही सहा चर्चे आहेत आणि किल्ल्याबाहेर चार आणि नदीवर एक अशी १० चर्चे आहेत.'

सामाजिक-धार्मिक जीवन –

मुसलमान व पोर्तुगीज अशा दोन्ही चौलमध्ये संमिश्र समाज होता. हिंदू हे येथील मूळ निवासी होते आणि राजकीय बदल जरी झाले तरी पोर्तुगीजांनी काही धार्मिक दैनंदिनीत केलेल्या ढवळाढवळीचे थोडे अपवाद वगळता सहसा त्यांच्या धार्मिक जीवनाला बाधा आली नाही. पोर्तुगिजांनी मुस्लिमांना हरवून जेव्हा कोकणाचा काही भाग जिंकला तेव्हा त्यांनी हिंदूंच्या सामाजिक व धार्मिक जीवनात हस्तक्षेप केला नाही असे काही मराठी साधने सांगतात. त्यांनी सर्व वतने कायम ठेवून औरस वारसाला हस्तांतरित केली. धर्माचरणाचे स्वातंत्र्य दिले. नंतर मात्र पंचवीस एक वर्षाचा काळ ओसरल्यावर त्यांनी आपला ख्रिश्चन धर्म स्वीकारावा अन्यथा कैदी म्हणून गोव्याला जावे असे धमकावण्यास सुरुवात केली. त्याचा परिणाम असा झाला की काही लोक कोकण सोडून गेले तर उरलेल्या काहींवर बळजबरी झाल्याने त्यांनी ख्रिश्चन धर्म स्वीकारला.

कोकणचे नावाजलेले इतिहासकार शांताराम विष्णू आवळसकर यांनी चौलच्या अधिकारी कुटुंबातील काही मराठी कागदपत्रे उपलब्ध करून दिली त्यांच्या व इतर माध्यमांच्या सहाय्याने मध्ययुगीन चौलच्या समाजाच्या काही पैलूंची पुनर्रचना करण्याचा एक प्रयत्न केला आहे.

अधिकारी कुटुंब – चौलचे अधिकारी कुटुंब पंचकळशी माळी किंवा पंचकुलवंशी क्षत्रिय या हिंदुंच्या जाती व उपजातीचे होते. इ.स. १५०० पर्यंत त्यांनी

एक महत्त्वाचे दप्तर सांभाळले त्यांचे महत्त्वाचे काम म्हणजे चौलशी संबंधित कोणत्याही गोष्टींची नोंद आपल्या वहीत करायची. त्यासाठी त्यांनी आपल्या कुटुंबाची जुनी कागदपत्रे मिळवून अनेकविध माहिती गोळा केली. परंतु त्यातील फार थोडा भाग शिल्लक राहिला. पुण्यातील वाय.आर.गुप्ते, धुळ्याचे शंकरराव देव, अलिबागचे शां. वि. आवळसकर तसेच अजून काहींनी प्रकाशित केलेल्या सर्व संशोधकांच्या अथक प्रयत्नांमुळे आम्ही या माहितीपर्यंत पोहोचू शकलो. अधिकारी कुटुंबीयांचा हा संपूर्ण वृत्तान्त जर संशोधकांच्या हाती लागला असता तर किनाऱ्यावरचा समाज, अर्थव्यवस्था, सागरी गोष्टी यांवर बराच प्रकाश टाकता आला असता.

ग्रामस्थांमधील वतनदार म्हणून अधिकारींना अनेक फायदे व सुखसोयी उपभोगता येत होत्या. उदा. जर चौलचा एखादा रहिवासी व्याभिचाराच्या आरोपासाठी दखलपात्र असेल तर आरोपीने सरकारात दंड भरण्याबरोबरच अधिकारींना शेला द्यायचा, देवदंड म्हणून गावातील मंदिरांच्या प्रमुखास व समाजास दंड भरून द्यायचा.

तसेच एखादी व्यक्ती निषिद्ध असलेल्या समाजाबरोबर जेवण्याने दूषित झाली तर दोषी व्यक्तीने आपल्या जाती-पोटजातींच्या नियमावलीत बसेल, रूढी सांगतील त्याप्रमाणे गुन्ह्याच्या गांभीर्यानुसार तीर्थयात्रा किंवा दानधर्म बंद करावाच पण शिवाय अधिकारींना शेला द्यावा.

सर्वमान्य दत्तकविधान सोहळाही अधिकारींना शेला मिळवून देत कोणतेही कौटुंबिक शुभ कार्य असेल, लग्न असेल तेव्हा अधिकारी कुटुंबाला विड्याची पाने, अत्तरं, शेला, नारळ अशा वस्तू संबंधित पक्षाकडून भेटीदाखल मिळत. दीपावली, होळी किंवा शिमगा व पाडवा हे गावात साजरे होणारे मोठे हिंदू सण अधिकारींना अनेक भेटी मिळवून देऊन मानांकित करत. बाजारातले व्यापारी (मोहतर्फा) पारंपारिक वादक (वाजंत्री) हे अधिकारींना हक्काचे मानधन दिल्याखेरीज सुटका करून घेऊ शकत नव्हते.

शेटे कुटुंब –

चौल ही एक अत्यंत महत्त्वाची व्यापारी पेठ असल्याने अर्थातच बाजारहाट व संबंधित व्यवहारांचा प्रमुख शेटे हे चौलच्या समाजजीवनात अहम् स्थान होते. त्यांना नगरशेट म्हणून आदराने संबोधले जाई. धर्माजी गंबीरराव शेटे नावाच्या या गृहस्थाने इ.स.१६०० मध्ये (ग्रामसभेपुढे) देशकापुढे गाऱ्हाणे मांडले की त्यांचे पूर्वज प्राचीनकाळापासून अनेक सोयींचा लाभ घेत होते. त्या सर्व त्यांना त्यापुढेही तशाच मिळाव्यात. कोणत्याही विवाहप्रसंगी शेला, पुत्रजन्मप्रसंगी एक 'लारी' चादीचे नाणे, दरवर्षी एकदा प्रत्येक कुटुंबाकडून मेजवानी व एक लारी, गावातील कारागिरांकडून उदा. न्हावी, शिंपी, सुतार, सोनार, लोहार, गवंडी, रंगारी इ. कडून मेजवानीऐवजी एक वा अर्धी लारी, शिवाय बाजारातील व्यापाऱ्यांकडून नित्य धनप्राप्ती असे काही फायदे

शेटेंना मिळाले होते याखेरीज त्यांना छत्री, दिवटी, नेजा, (भाला) गुलाम, नफर, चाकर व घोडा बाळगण्याचा अधिकार मिळाला होता. त्याच्या स्वतःच्या जातपंचायतीचा प्रमुख म्हणून केलेल्या कार्याबद्दल त्याला नित्य शुल्क प्राप्त होई. व्याभिचार किंवा निपुत्रिकाच्या निवाड्यात त्यांना आणखी काही पैसे मिळतं कोणतेही 'दिव्य' त्यांच्या परवानगीशिवाय पार पडत नसे. ग्रामसभेचे सदस्य या नात्याने गावातील विविध कार्यक्रमात त्यांचा सक्रिय सहभाग असे. या कोणत्याही वहिवाटीला बाधा उत्पन्न झाली तर त्यास अतिशय गांभीर्याने घेतले जाईल असा शेटेंशी एक करार झालेला होता. एखाद्याने शेटेंची आज्ञा पाळली नाही किंवा त्यांच्या अधिकारांबद्दल कानाडोळा केला तर त्याला जन्मठेप होई किंवा कैद केले जाई.

ब्राह्मण – ब्राह्मणांना त्यांच्या उदरनिर्वाहासाठी लोकांकडून देणग्या व सवलती मिळत. प्रत्येक गावात एक 'जोशी' किंवा गावज्योतिषी असेच. तो गावातील बलुतेदारीतील एक सदस्य असे आणि कोणतेही राजकीय बदल घडले तरी या ग्रामव्यवस्थेत ढवळाढवळ होत नसे. ते ग्रामस्थांसाठी अनेक धार्मिक सेवा पुरवत, पंचांग वा नक्षत्र वाचन करत. नूतनवर्षारंभी सर्व ब्राह्मण पंचांगाला पालखीत ठेवून दिंडी काढत आणि या मिरवणुकीनंतर पंचांगवाचन हा गावातील एक मोठा सोहळा असे.

तरीसुद्धा कधी कधी क्रमवारी ठरत असे की जोशी प्रथम कुणाला पंचांग वाचून दाखविणार – जमीनदारांना की सरकारी अधिकाऱ्यांना? चौलमध्ये हा एक प्रतिष्ठेचा विषय होता. जोशी प्रथम जमीनदारांना पंचांग वाचून दाखवत त्याविरुद्ध इ.स.१७०१ मध्ये मुघल हवालदाराने 'मसाला' घेऊन आपले म्हणणे लादले. यावर जोशी व जमीनदार यांनी एकत्रितपणे आपलं गाऱ्हाणं फौजदारापुढे मांडले की सरकारमध्ये कोणतेही बदल झाले तरी पूर्वापार रूढी बदललेली नाही. फौजदाराने हे म्हणणे मान्य करून मसाला (खर्चाची रक्कम) नाकारली व यासंबंधित आपल्या जुन्या रूढी पाळण्याच्या सूचना केल्या. गावातील समाज हा देशसत्ता (ग्राम अधिकार) हे कायमस्वरूपी मानत असे तर दिवाण–सत्ता (सरकारी अधिकार) ही हंगामी अथवा बदलणारी मानली जात असे.

विवाह, उपनयन, गणेशाची प्रतिष्ठापना अशा धार्मिक सेवांसाठी जोशी ग्रामस्थांकडून शुल्क घेऊ शकत. एकदा या जोशी मंडळींनी आपल्या सेवेचा भाव जवळपास दुप्पट केला तेव्हा गावकऱ्यांनी सरकारकडे तक्रार केली जुनेच शुल्क आकारले जावे अशी विनंती केली. ग्रामसभेकडे चर्चा करून जुनेच शुल्क असण्याबाबत निर्वाळा तर दिलाच शिवाय तंबी दिली की पुन्हा जर जोशींनी या आज्ञेचे उल्लंघन केले तर त्यांना केवळ शिक्षाच होणार नाही तर त्यांची 'वृत्ती' (धार्मिक देणगीही) बंद करण्यात येईल.

त्या काळी ब्राह्मणांना गाई दान देण्याची एक प्रथा होती. परंतु गुरं–ढोरं ही करपात्र साधने होती आणि म्हणून या भेटीबरोबरच करातून सूट मिळण्याचे पत्र देखील पाठवले

गेले. शिवाजी महाराजांच्या पेशव्याने इ.स.१६७६ मध्ये एकाच वेळी जन्मलेल्या (पोटफोड्या) एकाच प्रतीच्या सोळा गायी पत्रात उल्लेखलेल्या चार ब्राह्मणांना 'धर्मादाय' म्हणून समसमान वाटल्या जाव्या व कर आकारू नये असे पत्र चौलच्या सुभेदार व इतर अधिकाऱ्यांना लिहिले. चौलचे वेदपारंगत ब्राह्मण येसाजी विष्णू भट मनोहर यांना आजीव एक खंडी तांदूळ लावून दिला होता. या वेदमूर्तींची खुशालीची नित्य चौकशी करण्याचे सुभेदाराला आदेश देण्यात आले होते. त्यांनासुद्धा करमाफी असलेल्या चार गायी देण्यात आल्या होत्या.

चौलमध्ये दोन जोशी घराणी होती. आगरकर व बेळवकर. कान्होजी आंग्रेंच्या हाती सत्ता आल्यावर त्यांनी सर्व जोशींना बोलवून गावातून मिळणाऱ्या सवलती व वृत्ती कमी करण्यास सांगितले. दोन जोशी कुटुंबीय सर्व धार्मिक कुटुंबीयांकडील कार्ये आपापसात वाटून घेत व गरजेनुसार शुल्क स्वीकारीत.

धर्म – चौलमध्ये हिंदु, मुस्लिम, ख्रिश्चन अशा संमिश्र लोकसंख्येचा समाज होता. सत्ताधाऱ्यांनी धार्मिक सहिष्णुतेचे धोरण अंमलात आणून हिंदूंच्या रितीरिवाजांमध्ये ते हस्तक्षेप करत नव्हते. उदा. चौलमध्ये काही ठिकाणी सतीचे स्मारक व मंदिरे होती व त्यास पूजण्यास अनेक ठिकाणची मंडळी येत. हिंदूंच्या धार्मिक विषयात मलिक अंबरने जे धोरण आखून दिले ते पाळणाऱ्या कारकून, हवालदार व इतर सरकारी मंडळींचे हे हिंदू हित चिंतत होते.

नारळी पौर्णिमा हा कोकणातील खूप महत्त्वाचा सण. या दिवशी एक मोठी मिरवणूक निघते व विधिपूर्वक नारळ समुद्राला अर्पण केला जातो. या मिरवणुकीसाठी चौलची मंडळी पूर्वांपार रेवदंड्याला जायची, जे कालांतराने पोर्तुगिजांच्या हाती गेले. मग चौलचा फौजदार रेवदंड्याच्या पोर्तुगीज कप्तानाला निरोप द्यायचा की नारळ घेऊन निघालेली मिरवणूक लवकरच त्याच्या हद्दीत पोहोचेल तेव्हा त्याच्या रयतेने झाडी-झुडपे तोडून रस्ता निर्वेध करावा. या सोहळ्यासाठी लागणारी वर्गणी व्यापारी व रयत यांच्याकडून गोळा करत व चौलवासीयांचे पावित्र्य व प्रतिष्ठा जपत हा पैसा खर्च केला जाई. जवळपास शंभर सव्वाशे नारळाची झाडे रेशमी धाग्यांनी सजवून रेवदंड्याच्या पोर्तुगीज कप्तानासह इतर अधिकाऱ्यांना दिली जात. हा सन्मान विड्याची पाने व पाच रुपयांचा इनाम देऊन स्वीकारावा अशी कप्तानाकडून अपेक्षा असे. एकदा नारळीपौर्णिमेच्या सणाला फौजदारांकडून निरोप आणणाऱ्या दूताला पोर्तुगिजांनी ठार केले तेव्हा ही प्रथा काही काळापुरती खंडित झाली होती.

पोर्तुगीज – पोर्तुगीज 'फिरंगी' या नावाने ओळखले जात. त्यांची लुटारु पथके अनेकवेळ चौलच्या रस्त्यावर येत, उभ्या पिकाची शेती तुडवत, घरे जाळत, दुकाने लुटत आणि लोकांना गुलाम म्हणून घेऊन जात. शेतीत फिरंग्यांनी सारखी बाधा

आणल्याने सरकारच्या शेतसाऱ्याच्या सततच्या मागणीला तोंड देऊ शकत नसत. याचा परिणाम म्हणून ते चौल सोडून दूरवर स्थलांतरित होऊ लागले.

फिरंगांनी चौलमध्येसुद्धा काही जमीन मिळविली होती, परंतु ते सरकारला महसूल देत नसत. खरं म्हणजे चौलच्या स्थानिक सरकारने पोर्तुगिजांना चौलमध्ये कोणतीही स्थावर मालमत्ता बाळगण्यास मनाई केली होती. फिरंगींना जमीन विकणाऱ्यास अतिशय कडक शासन, देहदंडही होते. जोशीवतनाच्या एका वादात चौलमध्ये चौकशी दरम्यान असे आढळले की वादातील एक पक्षकार दादाद वर्तक याने सरकारची पूर्व परवानगी न घेता आपल्या जमिनीचा एक तुकडा फिरंग्यांना विकून सरकारी नियमाचा भंग केला त्याचा गुन्हा सिद्ध झाल्यावर त्याला देहदंडाची शिक्षा ठोठावण्यात आली.

स्थानिक लोकांच्या धार्मिक चालीरीतींवर पोर्तुगिजांनी अनेक बंधने लादली हिंदूंना मंदिरे बांधण्यास मनाई करण्यात आली. मुस्लिमांना मशीद बांधण्याची परवानगी नाकारण्यात आली. प्रत्येक विवाहाप्रसंगी पोर्तुगीज अधिकारी साक्षीदार म्हणून उपस्थित असणे अनिवार्य झाले. घरात कोणताही धार्मिक विधी करण्यास हिंदूंना मनाई करण्यात आली आणि जर का हे लक्षात आले तर त्यांचे घर लुटून त्यांना शिक्षा म्हणून दोन तीन वर्षे गोव्याला पाठवले जाई. कोणत्याही घरात मूर्तीसाठी बंदिस्त देव्हारा ठेवणे शुभदिवसांना पूजा करणे अशक्य झाले. घरापुढे तुळशीवृंदावन उभारणे व त्याची पूजा करणे यालाही मनाई झाली. जर एकादी व्यक्ती आपल्या अल्पवयीन मुलाला त्याच्या आईव्यतिरिक्त इतर कोणीही जवळचा नातलग नसलेला मागे ठेवून मृत झाली तर मुलाला ख्रिश्चन धर्माची दीक्षा दिली जात असे.

अठराव्या शतकात जेव्हा पोर्तुगीजांचा हा प्रांत मराठ्यांच्या वर्चस्वाखाली आला तेव्हा रेवदंडावासीयांनी पहिल्या बाजीराव पेशव्यांना 'महाराष्ट्र धर्म' वृद्धिंगत करून पोर्तुगिजांनी केलेल्या सर्व गोष्टी रद्दबातल कराव्या अशी विनंती केली. इ.स.१७४० मध्ये पोतुगिजांबरोबर केलेल्या तहाची सांगता या कलमाने झाली की पोर्तुगीजांनी त्यांच्या प्रांतात 'महाराष्ट्र धर्म' आचरू द्यावा.

शुद्धीकरण – पोर्तुगिजांच्या धार्मिक धोरणाच्या परीणामांसाठी प्रतिक्षिप्त क्रिया म्हणून मराठ्यांनी शुद्धीकरण चळवळ सुरु केली तरी सुद्धा असे दिसून येते की सुधारणेमध्ये अनेक सामाजिक प्रश्नांची गुंतागुंत असल्याने लोक त्यास तयार नव्हते. याबाबत सन १७३५ मध्ये पाठारे पंच कलशे या कोकणी समाजाची याचिका उल्लेखनीय आहे त्यात म्हटले आहे की आपली लोकसंख्या वाढावी या हेतूने पूर्वी फिरंगींनी थोड्या मराठ्यांना ज्यात काही पाठारे पंच कलशे कुटुंबीयांचा समावेश होता त्या सर्वांना त्यांच्या धर्मात धर्मांतर करवून घेतले. किती काळ ही मंडळी ख्रिश्चन राहिली हे ज्ञात नसले तरी त्यातील काही आपल्या मूळ वस्तीस्थानी परतली व त्यांनी चांगल्या वस्तीत घरे

पटकावली. नंतर ती सर्व आपल्या जातपंचांना विनवू लागली की त्यांचे शुद्धीकरण करून त्यांना मूळ धर्मात पुन्हा स्वीकारले जावे व त्यासाठी काहीही सोसण्याची त्यांची तयारी होती. ही विनंती त्यांच्या 'समाजाने जरी नाकारली तरी मराठा सरकारने मान्य केली. छत्रपतींनी शुद्धीकरणाचे आदेश दिले. मग ह्या जातपंचांनी छत्रपतींची भेट घेऊन त्यांना शुद्धीकरण प्रक्रियेत गुंतलेल्या सामाजिक प्रश्नांची माहिती करून दिली. त्यांच्या मते नव धर्मांतरितास तात्काळ स्विकारणे मुळीच अवघड नाही. परंतु जेथे धर्मांतर होऊन पिढ्या-लोटल्या आहेत, अनुलोम व प्रतिलोम विवाह घडले आहेत. जेथे त्यांची नावेसुद्धा बदलली आहेत अशांना त्यांच्यात स्वीकारणे समाजाला अतिशय मानहानिकारक आहे. सरकारपेक्षा ज्ञातिसत्ता अधिक प्रबळ असल्याने सरकारला या समाजनेतृत्वाची मने धुडकावता आली नाहीत आणि अखेर त्यांनी दूषित लोकांचा स्वीकार करण्याची बळजबरी करण्याचे थांबवले.

दुसऱ्या धर्माच्या एखाद्या व्यक्तीबरोबर जेवले तरीही ती व्यक्ती दूषित ठरत असे तरीही नेहमीच हे जातपंचायतीचे नियम पाळले जात असे नाही. मुंबईवासी रामजी कामत यांनी असे प्रकार चौलच्या देसाई, देश कुलकर्णी, अधिकारी यांच्या निदर्शनास आणून दिले आणि जात-पंचायतीचे नियम काटेकोर पाळावेत, त्यास 'तीळतुल्य' समजू नये. अशी सक्ती केली. थोडी लाच स्वीकारून चौलचा एक गोसावी दूषित झालेल्यांना परत हिंदूधर्मात सामावून घ्यायचा. नंतर अशी मागणी करण्यात आली की समाजाच्या बहुमताने कुणाला परत दाखल करून घ्यावे व कुणाला नकारावे हे ठरवावे व खोडसाळ गोसाव्याला शिक्षा करण्यात यावी.

वेठबिगार – वेठबिगार किंवा सक्तीची चाकरी हे जाचक सरंजामी वैशिष्ट्य असले तरी चौलमध्ये व्यवस्थित चालू होते. शारीरिक कष्टाद्वारे ती साध्य होई किंवा कष्टाच्या बदल्यात रोखीने अथवा दोन्ही पद्धतीने ठरे. या अशा वेठबिगारीतून सुटका करून घेण्यासाठी काही रयत आपली जमीन नापीक सोडून सरळ रेवदंड्यास, पोर्तुगीज चौलमध्ये पळून गेली. सरकारला लागवडीमध्ये रस असल्याने जुन्या पद्धतीनुसारच वेठबिगार गोळा केला जावा व कुणाला त्रास होऊ नये असा आदेश देण्यात आला.

मध्ययुगात किल्ला ताब्यात असणे हे राज्याची हुकमत व्यवस्थितपणे चालू राहण्यासाठी आवश्यक आहे अशी समजूत होती. त्यामुळे सरकार किल्ले बांधणे, दुरुस्ती करणे यासाठी सक्तीने शेतकऱ्यांना या कामासाठी विनावेतन कामाला लावले जात असे. अशा सेवेचा काही मोबदला देण्यात यावा अशी रयतेची फारशी मागणी नसली तरी त्यामुळे त्यांची जमीन ओसाड पडून आहे. हा परिणामच त्यांना तापदायक असे. लागवड ही अधिक महत्त्वाची आहे, हे जाणून मुस्लिम सत्ताधाऱ्यांनी त्यांना वेठबिगारीतून सूट दिली होती. सन १६७०-७१ मध्ये जेव्हा मराठ्यांनी चौल ताब्यात घेतले तेव्हा

लोकांना वेठबिगारीसाठी पकडून किल्ल्यावर नेण्याची जुनी प्रथा पुनरुज्जीवित झाली. त्या प्रदेशाच्या समृद्धीसाठी वेठबिगारीची प्रथा नष्ट केली जावी अशी याचिका रयतेने नव्या सरकारसमोर सादर केली. मराठा सरकारने रयतेला वचन दिले की सततची युद्धे थांबवून सामान्य स्थिती निर्माण झाली की ही प्रथा नष्ट केली जाईल.

रयतेला 'वेठबेगार' या सबबखाली त्रास देऊ नये असा सरकारी फतवा काढला तरीसुद्धा वडवाळ (आदिवासी समाज) आणि अनाडी (अशिक्षित) समाज यांची गणना वेठबेगारीत करून त्यांच्याकडून बागाईत आणि जिराईत जमिनीची मशागत विनामूल्य करून घेत. त्यामुळे मशागतीत खंड पडू लागला; झाडांना पाणी, खतपाणी घालणे, बागांना कुंपण घालणे इत्यादी कामांत अडचणी निर्माण होऊ लागल्या. या परिस्थितीत सुधारणा करण्यासाठी १६८५ मध्ये चौलच्या मराठा सुभेदाराने एका फतवा काढून आपल्या अधिकाऱ्यांना ताकीद दिली की, रयतेला त्यांच्या नेहमीच्या लावणी संचणीच्या शेती कामापासून दूर करून त्यांना वेठबिगारीचे काम करण्यास भाग पडू नये

टीपा व संदर्भ

चौल हे ८.३३ उ. अक्षांश व ७७२.५९ पू.रेखांश वसलेले आहे. हे मुंबईच्या आग्नेयेला ३० मैलांवर (सु. ५० किमी) स्थित आहे. महाराष्ट्रातील रायगड जिल्ह्याच्या अलिबाग तालुक्यात असून कुंडलिका नदीच्या मुखाशी पश्चिम किनाऱ्यावर वसलेले आहे. होबसन जोबसन याने चौलची संगतवार माहिती दिली असून विविध कालखंडांत भिन्न व्यक्तींनी त्यांची कोणती रूपे वापरली हे देखील सांगितले. प्राचीन ग्रंथांमधून त्याचे आलेले भिन्न उल्लेख याप्रमाणे-चेनवाल, तेसिनवाल, सैमूर व जैमूर. मध्ययुगीन प्रसिद्ध पावलेली सागरी बंदरे स्वाली, वसई व मुंबई ह्यांच्यापेक्षासुद्धा पारंपरिकदृष्ट्या चौल हे प्राचीन बंदर आहे. मुंबई बेटाच्या पूर्वेस स्थित चेंबूर बेटाशी डॉ.बर्जेस यांनी पटविलेली ओळख योग्य वाटत नाही. आधुनिक काळात मुंबई जिल्ह्याच्या कुलाबा (नवीन रायगड) येथील रेवदंडा यांच्या चौलची ओळख पटली आहे.

'पेरिप्लस' मधील संदर्भानुसार चौलचे प्राचीनत्व इसवीच्या १ल्या शतकापर्यंत मागे जाते. इसवीच्या १० व्या शतकापर्यंत चौल हे लाट देश अर्थात गुजरातचा भाग होता या मुस्लिमबहुल प्रदेशाची लोकसंख्या १०,००० च्या घरात होती. ज्यात इतरांबरोबरच सिराज, ओमान, बसरा, बगदाद येथील मूळ रहिवासी व स्थानिक लोकांबरोबर झालेल्या विवाहातून निर्माण झालेली प्रजा असा मिश्र समाज होता. जर्मन विद्वान श्रीमती ग्रितली मितर वॉल्नर यांनी चौलचा 'चौल इन अनरफॉरश्ट स्टडट् अँडर वेस्टर्नकुस्ट इंडियन'' बर्लिन १९६४ मध्ये छान अभ्यास केला आहे.

२. वि.का. राजवाडे (संपा) 'महिकावतीची -बखर' पुणे १९२४

व रा.चि.ढेरे (संपा) 'महिकावतीची बखर' पुणे - १९७३

३. एम.एल. डेम्स (संपा) 'दि बुक ऑफ ड्युआर्ट बार्बोसा', हकलुइत सोसायटी, लंडन, १९६७ I १५९.

४. उपरोक्त, १६०.

५. वि.का. राजवाडे (संपा.) 'महिकावतीची बखर' पुस्तक, ४२

६. उपरोक्त, १०३.

७. एच.के. शेरवानी व पी.एम.जोशी (संपा) 'हिस्ट्री ऑफ मेडिएवल डेक्कन' हैद्राबाद, १९७३, I ११९.

८. आर.एस. व्हाइटवे, दि राईज ऑफ पोर्तुगीज पॉवर इन इंडिया' वेस्टमिन्स्टर १८९९, ११७

९. उपरोक्त, १५७.

१०. उपरोक्त १९०

११. उपरोक्त १९४-५.

१२. एच.के. शेरवानी व पी.एम.जोशी (संपा), 'हिस्ट्री ऑफ मेडिएव्हल डेक्कन', २४३. इ. १५१० मध्ये गोवा ताब्यात घेतल्यावर पोर्तुगिजांनी पश्चिम किनारपट्टीवर हळूहळू आपले स्थान बळकट करण्यास सुरुवात केली. गोव्याचा व्हाइसरॉय डॉन लुईस डी. अयईट याने आपल्या दूरदृष्टीने दख्खनमध्ये मुघलांच्या सत्ताविस्ताराचा धोका जाणून मुघल अहमदनगरची निजामशाही यांच्या विरोधात रजपूत व लहान मराठा सरदारांचा पाठिंबा मिळविण्याचा प्रयत्न केला.

इ.स.१५७०-७१ मध्ये अहमदनगरच्या निजामशहाने चौल ताब्यात घेतले अशी जबरदस्त शत्रूकडून होणाऱ्या आक्रमणास तेव्हा चौल सिद्ध झालेले नव्हते. चौलचा कप्तान हा केवळ शहरातील ३०० सैनिकांच्या तुकडीवर पूर्णपणे विसंबून असल्याने त्यानी लगेच तटबंदीची भिंत, खंदक इ. उभारण्यास सुरुवात केली. रोज चकमक झडत होती. किरकोळ नुकसानीच्या बदल्यात पोर्तुगिजांनी निजामशहास हरवले. पराभूत निजामशहाने माघार घेऊन युद्धबंदी जाहीर केली व जुलै १५७१ मध्ये शांतता करारावर सह्या केल्या.

अधिक माहितीसाठी पहा. आर. ओ. डब्ल्यू, गॉर्ट्झ, अॅटॅक अँड डिफेन्स टेकनिक्स इन द सीज ऑफ चौल, १५७०-७१, मध्ये 'सेमिनारीयो, इंटरनॅशनल डी हिस्टोरीआ इंडो, पोर्तुगीज, लिस्बन १९८५.

१३. उपरोक्त २५६.

१४. टी.आर. डीसूजा, 'मेडिएवल गोवा' दिल्ली १९७९,३०-१

१५. एच.के. शेरवानी व पी.एम. जोशी (संपा) 'हिस्ट्री ऑफ मेडिएवल

डेक्कन,' २६५.२६९.

१६. पी.एस. पिसुर्लेकर, 'पोर्तगीज-मराठा संबंध' पुणे १९६७,३९.

१७. बी.जी.परांजपे (संपा.) 'इंग्लिश रेकॉर्ड्स ऑन शिवाजी' पुणे.१९३१, I ४२.

१८. उपरोक्त I ८७.

१९. उपरोक्त १२८

२०. उपरोक्त I ३५९,३७०

२१. पी.एस्.'पिसुर्लेकर,' पोर्तुगीज-मराठा संबंध' पृ. ९३-५,१०३

२२. उपरोक्त, १४०.

२३. उपरोक्त १५१,१८२,२०४,२०५

२४. एम.एल.डेम्स (संपा.) ''दी बुक ऑफ ड्युआर्ट बार्बोसा'' १६१

२५. वर्थेमा, ''दी इटीनेररी ऑफ लुडोविस-डी-वर्थेमा त्यानंतर इंटिनेररी, लंडन, १९२८,४७.

२६. लिंस्कोटेन, 'दी व्हॉएज ऑफ जॉन ह्युघेन वान लिंस्कोटेन टू ईस्ट इंडिया' त्यानंतर' दी व्हॉएज) लंडन १८५४ I ६३-४.

२७. अ.रा. कुलकर्णी - 'महाराष्ट्र इन दी एज ऑफ शिवाजी' पुणे , १९६९,२२०.

२८. बॉंबे प्रेसिडेंसीचे गॅझेटीयर, I भाग II रेव्ह अलेक्झांडर कैदनारीने याने दिलेली माहिती 'दी हिस्ट्री ऑफ कोकण' (संपा कँपबेल), बॉम्बे, १८९६.

२९. लिंस्कोटेन, 'दी व्हॉएज' ६४.

३०. वर्थेमा, 'दी इटिनेररी' ४७.

३१. ओमप्रकाश (संपा) 'दी डच फॅक्टरीज इन इंडिया (१६१७-२३' दिल्ली १९८४, १२४, १८०

३२. उपरोक्त, १७, १६२,१९३,२१०,२२१,२४६.

३३. बी.जी. परांजपे (संपा.) 'इंग्लिश रेकॉर्ड्स ऑन शिवाजी' II

३४. उपरोक्त I ३७०

३५. एम.एल. डेम्स (संपा) 'दी बुक ऑफ ड्युआर्ट बार्बोसा,' १५९,१६१.

३६. वार्थेमा, 'दी इटिनेररी' ४७-८

३७. लिंस्कोटेन, 'दी व्हॉएज' ६४.

३८. बी.जी. परांजपे (संपा) 'दी इंग्लिश रेकॉर्ड्स ऑन शिवाजी' I २५६.

३९. वि.का. राजवाडे (संपा.) 'महिकावतीची बखर' १०४

४०. एस.व्ही. आवळस्कर (संपा.) 'आंग्रेकालीन पत्रव्यवहार' त्यानंतर AP पुणे १९४८,१७,२२.

४१. एस.व्ही.आवळस्कर (संपा.) 'शिवचरित्र साहित्य' यानंतर (एससीएस) पुणे १९४४ IX ६.

४२. एस.व्ही. आवळस्कर(संपा.) AP , २८

४३. उपरोक्त, २१; आवळस्कर SCS X ५२.

४४. एस.व्ही. आवळस्कर SCS, IX २-९, वर्ष इ.स.१५६४.

४५. उपरोक्त IX ५७

४६. उपरोक्त IX ६०

४७. एस.व्ही. आवळस्कर AP २७-९.

४८. एस.व्ही. आवळस्कर SCS, IX ४०, वर्ष इ.स.१६२७

४९. एस.व्ही. आवळस्कर AP २-३.

५०. एस.व्ही. आवळस्कर २०

५१. एस.व्ही. आवळस्कर SCS, IX, १० (वर्ष १५८७) 13 (वर्ष १५९६) १९ (वर्ष १६०७) २३ (वर्ष १६०७) उपरोक्त IX (वर्ष १५६४)

५२. उपरोक्त IX.४ (वर्ष १५६४)

५३. एस.व्ही. आवळस्कर १६; पिसुर्लेकर, पोर्तुगीज मराठा संबंध, २०२.

इ.स. १४४७ मध्ये लिहिल्या गेलेल्या महिकावतीची बखरमध्ये प्रथम 'महाराष्ट्रधर्म' हा शब्दप्रयोग आढळतो. इ.स. १५५७ आसपासच्या भक्ति-संप्रदायाच्या 'गुरुचरित्र' या रचनेमध्येही त्याचा उल्लेख आहे. शिवाजी महाराजांचे समकालीन स्वामी रामदास यांनीही तो वापरला इ.स.१६४८ मध्ये विद्वानांनी त्याचा वेगवेगळा अर्थ लावला. न्यायमूर्ती म.गो.रानडे व राजाराम शास्त्री भागवत त्याची 'महाराष्ट्राचा धर्म' अशी व्याख्या करतात तर राजवाडे त्याचा खूप व्यापक अर्थ लावून त्यात राष्ट्राचा धर्म, जाती, कुटुंब, वंश, देवता इ. च्या समावेशापासून 'महाराष्ट्रातील लोकांची जीवनपद्धती इतका विस्तार करतात. पहा 'महिकावतीची बखर' १०७-९.

५४. अनुलोम म्हणजे उच्चजातीचा पुरुष व कनिष्ठ जातीची स्त्री यांचा विवाह आणि प्रतिलोम विवाह म्हणजे उच्चजातीची स्त्री व कनिष्ठ जातीचा पुरुष यांचा विवाह.

५५. एस.व्ही.आवळस्कर AP ४०-१.

५६. एस.व्ही. आवळस्कर SCS, IX ८६-८

५७. उपरोक्त, २३

५८. उपरोक्त X २२,

५९. उपरोक्त IX ७१-२.

६०. उपरोक्त ६३.

□□□

६.
इंदापूर : एक ऐतिहासिक गाव

इंदापूरचे भौगोलिक स्थान

इंदापूर हा तालुका महाराष्ट्र राज्याच्या पुणे जिल्ह्यात मोडतो. मराठ्यांच्या इतिहासात अत्यंत महत्त्वाची भूमिका पार पाडणारे हे छोटे गाव भीमा आणि निरा नद्यांच्या दरम्यान वसलेले आहे. इंदापूरच्या पश्चिमेस बारामती तालुका असून, उर्वरित दिशा सोलापूर जिल्ह्याने वेढलेल्या आहेत. इंदापूर पुण्याच्या पूर्वेस सुमारे १३५ कि.मी. वर असून, ते पुणे-हैदराबाद मार्गावर वसलेले आहे.

या तालुक्यात पावसाचे प्रमाण अत्यंत कमी आणि तेही बेभरवशाचे आहे. बऱ्याच वेळा तर आवश्यक तेवढाही किमान पाऊस न झाल्याने जमिनी पडीक ठेवाव्या लागत. त्यामुळे कमी-अधिक प्रमाणात दुष्काळ हे या तालुक्याचे चिरपरिचित स्वरूप झालेले होते. सरासरी एवढे पीक हाती लागणे हा दुर्मीळ योग मानला जाई. इंदापूरच्या शेतजमिनीस मुख्यतः तांबडी जमीन या प्रकारात वर्गीकृत करता येईल. या जमिनीचा रंग तांब्याच्या धातूसारखा असून, सामान्यतः अशी जमीन पडीक किंवा बीन उपजावू (माळ) समजली जाते. तथापि, काही ठिकाणी जेथे पाटाच्या पाण्याची सोय आहे अशा भागात थोडी फार बागाईतही दिसून येते. या भागात ज्वारीचेच पीक मुख्यतः घेतले जात असले तरी काही भागात बाजरी, गहू, हरभरा इत्यादी पिकेही घेतली जातात. थोडक्यात, पुणे जिल्ह्यातील सर्वांत निकृष्ट कमी उत्पादन करणारा म्हणून इंदापूर तालुका ओळखला जात असे. साहजिकच या भागातून शेजारच्या निजामी प्रदेशात रयत उपजीविकेसाठी स्थलांतर करीत असे.

१८ व्या शतकातील एका दस्त ऐवजावरून असे दिसून येते की, इंदापूर परगण्यात केवळ ८५ गावांचा समावेश असून, इंदापूर आणि कळंब हे दोन कसबे होते. १८१८ सालच्या देहझाड्यात (गावाच्या यादीत) आणखी एका गावाची भर पडून परगण्यातील गावांची संख्या ८६ झालेली दिसते. तथापि इंदापूर तालुक्याचे वर वर्णन केलेल्या परिस्थितीत संपूर्ण १९व्या शतकातही फारसा बदल होऊ शकला नाही.

२० व्या शतकाच्या उत्तरार्धात मात्र इंदापूर परगण्यातील गावांच्या संख्येत लक्षणीय वाढ झालेली दिसून येते. १९७३-७४ मध्ये या तालुक्यांतील तलाठ्यांची संख्या १४७ झालेली आहे. गावाच्या संख्येत अशी वाढ होण्यात अनेक घटक कारणीभूत ठरले. सर्वांत महत्त्वाचे कारण म्हणजे कालाच्या ओघात पाणीपुरवठ्यात निश्चितता

आल्यामुळे पूर्वी जी उपनगरे किंवा वाड्या म्हणून ओळखली जात, त्यांना गावांचा दर्जा प्राप्त झाला. पाटबंधाऱ्यांची निर्मिती, रस्ते आणि दळणवळणाच्या साधनातील झालेली प्रगती, ऊसासारख्या नगदी पीकाची झालेली लागवड, सभोवतालच्या भागात निर्माण होत असलेले सहकारी साखर कारखाने, पूर्वी पडीक असलेल्या जमिनीचा वाढता उपयोग होऊन लागवड क्षेत्राची झालेली वाढ उंचावलेले राहणीमान आणि स्थलांतराच्या संख्येत झालेली घट इत्यादी कारणे या बदलास मुख्यतः कारणीभूत ठरली. साहजिकच आता इंदापूर तालुका हा अनुत्पादित उरला नसून या तालुक्यातील वाढत्या गावांच्या संख्येवरून त्याच्या भौतिक प्रगतीचा अंदाज कोणासही करता येईल.

कसबा इंदापूर –

मध्ययुगीन मराठी कागदपत्रांतून नेहमी ज्याचा उल्लेख मौजा, देहे, कसबा, पेठ किंवा ठाणे म्हणून केलेला दिसून येतो. तो गाव पातळीच्या स्तरावर महसूल यंत्रणेच्या दृष्टीने केलेला असतो. एकाच गावाचा उल्लेख त्याच्या विस्तारावरून बुद्रूक (मोठे) खुर्द (लहान) असा केला जात असे. त्यांना गावाचे भाग मानले जाई. गावाच्या उपनगरास सामान्यतः वाडी, वस्ती किंवा पाडा म्हणून ओळखले जाई. पुढे कालाच्या ओघात त्यांनाच स्वतंत्र गावाचा दर्जा मिळत असे. कसबा हा मुख्यतः कुशल कारागिरांच्या वसाहतींनी बनलेला असून, गावातील पंचक्रोशीतील रहिवाशांच्या दैनंदिन गरजा तो पूर्ण करीत असे. पेठ किंवा बाजाराचे ठिकाण वसविण्यासाठी एखाद्या व्यक्तीला सरकारातून सनद मिळत असे. अशी सनद धारण करणाऱ्यास बिडवई (नेता) असे म्हणत. सनदेत उल्लेख केलेल्या अनेक खास अधिकारांचा तो उपभोग घेई. शेटे आणि महाजन या अधिकाऱ्यांच्या तो नेमणुका करून पेठेत शांतता, सुव्यवस्था राहील असे पाहत असे. पेठेची आर्थिक व्यवस्था पाहण्याची जबाबदारी पेठेच्या सनदधारकाकडेच असे. ठाणा म्हणजे सरकारी अधिकाऱ्यांच्या कचेरीचे ठिकाण होते.

इंदापूरसुद्धा प्रारंभी लहानसा कसबा किंवा पेठ म्हणून अस्तित्वात येऊन पुढे कालाच्या ओघात मोठा गाव या स्वरूपात विकसित झाले असले पाहिजे. काळाच्या ओघात इंदापूरचे महत्त्व हळूहळू वाढत जाऊन पेठ इंदापूरला स्वतंत्र आणि परिपूर्ण गावाचे स्वरूप आले. यासाठी स्वतंत्र अधिकारी नेमण्यात येऊन स्वतंत्र अंदाजपत्रक तयार केले जाऊ लागले. शहरातील पेठ आणि कसबा यांच्यामधील भागाला गावाची पांढर म्हणत.

लवकरच इंदापूरचे ठाण्यात रूपांतर झाले आणि ते परगण्याचे मुख्य केंद्र बनले. इंदापूरचा हा दर्जा संपूर्ण १७व्या शतकात कायमच राहिला. इंदापूरचे महत्त्व आणखी एका गोष्टीमुळे वाढले ती गोष्ट म्हणजे १७ व्या शतकातच विजापूरचा आदिलशाहा आणि अहमदनगरचा निजामशाहा यांच्यात इ. १६०५ मध्ये याच ठिकाणी युद्ध जुंपले.

याच लढाईत मालोजी शिवाजी महाराजांचे आजे लढताना मृत्यू पावले. (परमानंद शिवभारत संपा.दिवेकर-आपटे, पुणे १९२७ अध्याय २:१५). औरंगजेबाच्या कारकिर्दीत १६९५-१७०० या काळात मुघलखान हा इंदापूरचा ठाणेदार असून, त्याला दोन ते तीन हजारांची मनसब देण्यात आली होती. पुढे १८व्या शतकात पेशवाईत सुपा, इंदापूर घोडदळ आणि पायदळ असलेले लष्करी ठाणे मराठी सरदारांच्या ताब्यात राहिले. अशा प्रकारे प्रारंभी कसबा, पेठ आणि ठाणे बनलेले इंदपूर १८व्या शतकात एक लष्करी केंद्र म्हणूनही पुढे आले.

इंदापूरचा संक्षिप्त इतिहास –

पुणे अभिलेखागार किंवा नंतर पेशवा दप्तर म्हणून ओळखल्या जाणाऱ्या ऐतिहासिक कागदपत्र संग्रहातील कागदपत्रांच्या आधारे इंदापूरचा सर्वांत जुना उल्लेख १६व्या शतकाच्या शेवटच्या दशकात आढळून येतो. १६व्या शतकाच्या प्रारंभी इंदापूर अहमदनगरचा निजामशाहा आणि विजापूरचा आदिलशाहा यांच्या ताब्यातून जात-येत राहिला. ही दोन्ही राज्ये १४व्या शतकाच्या मध्यास दक्षिणेत असलेल्या बहामनी साम्राज्याचीच छकले होती. असे असले तरी इंदापूर हा गाव मराठी राज्य संस्थापक असलेल्या शिवाजीराजे भोसले यांच्या घराण्याचा गाव म्हणूनच इतिहासात प्रसिद्ध आहे. हे भोसले घराणे प्रारंभी निजामशाहाच्या दरबारात चाकरीस राहिले. मालोजी राजे भोसले १५९१-१६०६ या काळात निजामशाहीत एक सरदार होते. पूर्वी म्हटल्याप्रमाणे इंदापूरजवळ झालेल्या लढाईत मालोजीराजे १६०६ मध्ये मृत्यू पावले. इंदापूरचा जुना कसबा आणि नवी पेठ यांच्या मधून वाहणाऱ्या ओढ्याच्या काठी टेकडीच्या पायथ्याशी 'सरकारवाडा' म्हणून ओळखल्या जाणाऱ्या वास्तूशेजारी मालोजीची समाधी बांधण्यात आली. १६८२-८३ मधील एका थळ झाड्यातील नोंदीनुसार या समाधीच्या पूर्जा-अर्चेस साडेसात बिघे जमीन नेमून दिलेली होती असे दिसते आणि ही नेमणूक अगदी इंग्रजी राजवटीतही कायम राहिली. (पुणे जमाव, इंदापूर रुमाल नं.७०१,७०५, ७१५, ८०१, ८०३ इ. पेशवा दप्तर येथील १६८२-८३ ते १८२३ काळातील कागदपत्र).

मुघल आणि आदिलशाही फौजांच्या संयुक्त मोहिमेत निजामशाहा पराभूत झाला तेव्हा शहाजी निजामशाहीचा मध्यस्थ झाला. शिवाजीचा आश्रित प्रख्यात कवी परमानंद ज्याने पुढे 'शिवभारत' नावाचे संस्कृत काव्य लिहिले. तो म्हणतो, शहाजीने शरणागती पत्करताना आपली इंदापूरची जहागिरी स्वत:जवळच ठेऊन उर्वरित प्रदेश मुघल आणि आदिलशाहा यांच्यात वाटून टाकला. इंदापूर आदिलशाहीत येत असले तरी तेथे प्रत्यक्षात एक स्वायत्त राज्यच होते. (परमानंद, अध्याय ९:२० ततो निजाम विषयं शाह: स्वविषयं विना। दिल्लीन्द्राय ददौ कंचित् येदिलायच कंचन।। ९:२०)

इ.१६३६ मध्ये शहाजीने आदिलशाहीत चाकरी सुरू केली; पण आपल्या इंदापूरच्या जहागिरीचे सर्वाधिकार १६४५च्या सुमारास त्याने आपल्या मुलाच्या नावे

केले. १६४५ पासून पुढे शिवाजीराजाने स्वत:चा स्वतंत्र शिक्का वापरणे सुरू केले त्यावरून निदान १६४५ च्या पुढे तरी शिवाजीराजा स्वत:ला स्वतंत्र सत्ताधीश मानून राजकीय हालचाली करू लागला असावा असे दिसते.

इ. स. १६४६ आणि १६४९ सालच्या इंदापूर येथील काजीच्या कागदपत्रांवरून असे दिसून येते की, इंदापूर परगण्याच्या काजीला पूर्वी जी नेमणूक होती तीच शिवाजीने चालू ठेवली आहे. (शिवाजीचे साहित्य खंड ४, ले. ६६१, ६६३). अंबाजी नारायण पाठक नावाच्या ब्राह्मणास दररोज दोन रुके, एक चावर जमीन आणि काही रोकड परंपरागत हक्कांबद्दल शिवाजीराजाने मंजूर केल्याचे १६५३च्या एका कागदावरून स्पष्ट होते. (खोबरेकर नं.१५, पृ.२१).

स.१६६० च्या सुमारास शाईस्तेखान पुणे प्रांतात असता त्याने इंदापूर परगणा आपल्या ताब्यात घेतला असावा कारण वर उल्लेखिलेल्या अंबाजी नारायण पाठकाने आपल्याला शिवाजीने मंजूर केलेल्या नेमणुकीस मुघल अधिकारी गाझी आलमखान याच्याकडून मंजुरी मिळविण्याचा प्रयत्न इ.१६६० मध्ये केल्याचे कागदपत्रांवरून दिसून येते. (उपरोक्त, नं. २०, पृ.५६, नं.२१ पृ.५७ आणि नं.२२ पृ.५८). तशीच विनंती त्याने सिदी हिलाल या मुघली अधिकाऱ्यास इ.१६६२ मध्येही केलेली आढळते. (शि.च.सा.खंड ३, ६६६, ६६७, ६६८, ६६९).

सरनोबत या पदावर काम करणारा नेताजी पालकर हा सेनापती १६६५ मध्ये शिवाजीला सोडून प्रथम आदिलशाहाला आणि पुढे १६६७ मध्ये मुघलांना जाऊन मिळाला. तेथे त्याला पाच हजारी मनसब आणि मोठी जहागिरीही देण्यात आली. पण १६६५ मध्ये शिवाजी राजे आग्याहून सुटून आल्यावर नेताजी आणि त्याच्या कुटुंबियांना मुसलमान करण्यात आले. नेताजीची रवानगी अफगाणिस्तानच्या मोहिमेवर करण्यात आली. १६७६ मध्ये तो महाराष्ट्रात पळून आला. शिवाजीने त्याचे शुद्धीकरण करून त्याला पूर्वीच्या पदावर नेमले. (सरकार, यदुनाथ, शिवाजी ॲण्ड हीज टाईम्स आ.५वी, कलकत्ता, १९५२, पृ.१३१, १५७).

जेव्हा इंदापूर परगणा मुघलांनी ताब्यात घेतला तेव्हा सय्यद आणि नवाब हिलालखान या अधिकाऱ्यानी इ.१६६३-६४ मध्ये अर्ज केला आहे की, त्यांना मलिकंबरच्या काळापासून काही जमीन आणि विशेष अधिकार उपभोगण्यास मिळत होते; पण शिवाजीच्या राजवटीत ते अधिकार खंडित करण्यात आले होते. ते आता पुन्हा दिले जावेत. १७व्या शतकाच्या शेवटच्या दशकातील अस्थिर राजकीय परिस्थितीत इंदापूर परगणा काही काळ मराठ्यांच्या ताब्यात तर काही काळ मुघलांच्या ताब्यात जात-येत राहिला. इ.१६८० साली शिवाजी महाराजांचा मृत्यू झाल्यापासून या भागातील मुघल सत्ता खूपच मजबूत स्वरूपात राहिली होती, असे दिसून येते. या काळात इंदापूर परगणा जुन्नर सरकारात आणि सुभे औरंगाबाद (खुजस्ते बुनियाद) यांच्यात मोडत

असे.

इंदापूर परगण्याचा मोकासा इ.१६९०च्या सुमाास निदान काही काळापुरता तरी शिवाजीचा प्रख्यात सरदार नेताजी पलाकराकडे सोपविलेला असावा. त्याला प्रती शिवाजीच मानले जात असे. इंदापूरच्या जामा मशिदीच्या काझी सय्यद कासीमने १६९० मध्ये अर्ज केलेला आहे की, पूर्वीच्या सरकारकडून मशिदीची देखभाल वगैरे करण्याच्या बदल्यात देण्यात आलेली नेमणूक पुन्हा चालू करावी. सर्वांत महत्त्वाची गोष्ट म्हणजे १६९९-१७०७ या कालावधीत औरंगजेबाने इंदापूर परगणीयातील रहिवाशांवर 'जिझीया कर' बसविला होता. त्यावरून त्या काळात हा परगणा मुघलांच्या ताब्यात होता ही गोष्ट स्पष्ट होते. (पुणे जमाव रु.नं.७८८ सदर दस्तऐवज फार्सी आणि मराठी (मोडी लिपीत) भाषेत असून तो १६९९ , १७०२, आणि १७०६ या वर्षातील आहेत).

१६८५ आणि १७०६ ही दोन वर्षे इंदापूर परगण्याच्या इतिहासात अत्यंत घालमेलीची ठरली. मुघल-मराठा संघर्ष, मराठ्यांच्या स्वातंत्र्ययुद्धाचा काळ म्हणून ओळखला जातो. त्याचा प्रारंभ हा शिवाजी महाराजांच्या मृत्यूपासून (१६८०) सुरू होऊन त्याचा शेवट औरंगजेबाच्या मृत्यूनंतर (१७०७) झाला. या काळात महाराष्ट्राचा बहुतेक सर्व भाग उद्ध्वस्थ झाला होता. बहुतेक जमिनी लावणीअभावी पडीक पडल्या आणि असंख्य खेडी ओसाड पडली. १६८७-८८ वर्षाचा इंदापूर परगण्यातील एका थळझाड्यावरून असे दिसते की, १८५ चावर ८७ १/२ बिघे शेतजमिनीपैकी केवळ ५ चावर १५ बिघे जमीन लागवडीस आणली गेली. त्यात १०५ बिघे बागायत आणि ४ चावर ३० बिघे जिरायत जमिनीचा समावेश होता. (पुणे जमाव ७०१ शिवाय पाहा खोब्रेकर नं.२७ पृ.६७-७३. एक चावर = १२० बिघे).

स. १६८९ मध्ये जमीन महसूल रु.७०० होता, तर इ.१६९० मध्ये तो ६०० झाला. तोच महसूल १६८३ मध्ये ४४८१-६-० एवढा होता. ही जमीन महसुलातील घट मुख्यत: राजकीय अंदाधुंदीमुळेच आणि मोठ्या प्रमाणावर झालेल्या स्थलांतरामुळेच झालेली होती. (सी.बी.जोशी इंदापूर व्हिलेज, इंडि.हिस्ट्री प्रोसि.खंड ११, वर्ष १९३८ पृ.१७५-१८१) इ.१६८९-९० या वर्षातील औरंगजेब बादशाहाचा एक कौलनामा मिळाला आहे. त्यात परगण्यातील देशमुख-देशपांड्यांना अभय देण्यात आलेले असून, विनंतीही करण्यात आलेली आहे की, सरकारचा भारी सारा देणं परवडत नसल्यामुळे इंदापूर सोडून परागंदा झालेल्या रयतेस पुन्हा आणवून त्यांची वसाहत करावी. (पुणे जमाव नं.७०१).

स. १७०७ मध्ये संभाजी पुत्र शाहूस औरंगजेबाच्या कैदेतून मुक्त करण्यात आले. आणि त्याने महाराष्ट्रातील मुघलव्याप्त प्रदेश शक्यतो लढाईची वेळ न आणता तडजोडीने सोडवून घेण्यास प्रारंभ केला. त्याचवेळी राजारामाची पत्नी ताराबाई हिने शाहूचा छत्रपती

पदावरील हक्क मान्य न केल्याने मराठी राज्यात सर्वत्र दुही माजली. मराठी राज्यात निर्माण झालेल्या या दुहीमुळे शाहूच्या स्वराज्यविस्तारास बराच अडथळा निर्माण झाला. इ.१७१८ मध्ये मुघल आणि मराठे या दोघांनी इंदापूरच्या रयतेला एकत्रित असा एक कौलनामा दिला. त्यावरून असे स्पष्ट दिसते की, इंदापूर परगण्याचा काही भाग ह्या काळातही मुघलांच्याच ताब्यात होता. (पुणे जमाव रु.नं.७०१) तरीसुद्धा 'स्वराज्याच्या कानू जाबत्या' वरून असे दिसते की, १७१९ मध्ये मुघलांनी इंदापूर परगणा मराठ्यांच्या हवाली केलेला असावा. (डॉ. रघुवीर सिंघ (संपा) मराठी राज्यासंबंधी अभिलेख १७०७-१७१९; सीतामऊ, १९८२ पृ.४०). स्वतःच्या राज्याभिषेकाच्या वेळी (१६७४) शिवाजीराजाने सुरू केलेला राजशक छत्रपती शाहूनेही वापरल्याचे १७३३ स.च्या एका दस्तऐवजावरून दिसून येते. (पुणे जमाव ७०१).

थोरल्या माधवराव पेशव्यांनी (१७६१-१७७३) मराठ्यांचा पानिपतच्या लढाईत (१७६१) झालेल्या दारूण पराभवामुळे मराठी साम्राज्याची प्रतिष्ठा, दरारा नष्ट होऊन राज्याची अर्थव्यवस्था पूर्ण कोलमडली होती, ती पुन्हा सावरण्याचे शर्थीचे प्रयत्न केले. शेती व्यवसायाला विविध मार्गांनी प्रोत्साहन दिले, पारंपरिक मलिकंबरी, तनखा महसूल आकारणीबरोबरच माधवरावांनी 'कमाल' महसुल आकारणी रूढ केली. इतर भागाप्रमाणेच इंदापूर परागण्यातही ती लागू करण्यात आली.

असे जरी असले तरी इंदापूरची खरी अधोगती शेवटचा पेशवा दुसरा बाजीराव (१७९६-१८१८) याच्या कारकिर्दीपासून झपाट्याने होत गेली. इ.१८०४-०५ या वर्षी होळकरी सैन्याने फत्तेसिंग मान्याच्या नेतृत्वाखाली इंदापूर परागणा पूर्ण उद्ध्वस्त केला. त्यातच भर म्हणून सातत्याने पडणाऱ्या दुष्काळाने लोकांचे जिणे अशक्य करून टाकले. १९व्या शतकाच्या दुसऱ्या शतकापर्यंत म्हणजे सुमारे साठ वर्षांच्या कालावधीत इंदापूर परगण्यातील अनेक गावे पूर्ण ओसाड झाली. तिसऱ्या इंग्रज-मराठे युद्धाने (१८१८) मराठ्यांची सत्ता संपूर्ण नामशेष झाल्याने इंदापूर परगणा इंग्रजांच्या ताब्यात आला आणि तो नगर कलेक्टरच्या अधिकारक्षेत्रात समाविष्ट करण्यात आला. हल्ली तो भाग पुणे जिल्ह्यात धरला जातो.

ग्रामीण प्रशासनात भाग घेणाऱ्यास 'वतन' म्हणजे अनुवंशिकपणे प्राप्त होणारी अधिकारपदे दिली जात. याचे आकर्षण विशेषतः मराठी समाजास विलक्षणच होते. अशी वतने मिळविण्यासाठी आणि ती टिकविण्यासाठी हे लोक एकमेकांचे प्राण घेण्यासही मागे-पुढे पाहत नसत. खुद्द राजालासुद्धा आपल्या छत्रपती पदापेक्षा इंदापूरच्या पाटीलकी, देशमुखीचे महत्त्व जास्त वाटत असे. हे वतनदार लोक आपल्या अधिकार क्षेत्रातील सारा वसुली आणि खास अधिकार वसूल करण्यासाठी आपले मुतालिक नेमत. ही पद्धत अगदी इंग्रजी राजवटीच्या प्रारंभापर्यंत टिकून होती. (पुणे जमाव रु.नं.७०५,

८०१). हिंदू आणि मुसलमान लोक अनुक्रमे काशी आणि मक्का या पवित्र क्षेत्रांची शपथ घेऊन बादशाही सनदेचा आदर करीत आणि परंपरागत रूढी निष्ठेने पाळीत असत. (शि.च.सा.ले ६७१-७२, पुणे जमाव -६९०). गावच्या पंचाईतीच्या संमतीखेरीज कुणीच आपले वतन विकू शकत नसे किंवा खरेदी करू शकत नसे. तसेच सर्व वतनदारांनी एकमेकांशी याप्रमाणे वागावे, अशीही शासनाची अपेक्षा असे (उपरोक्त, १९९-२००). ग्रामीण जीवनाचे सामान्य रूप आणि परिस्थिती अशा प्रकारची राहिली होती.

इंदापूरच्या महसूल सुधारणा पद्धतीचा इतिहास

मराठी राज्याच्या उत्पन्नाचा प्रमुख आणि एकमेव मार्ग म्हणजे जमीन महसूल हाच असे. साहजिकच जमीन महसूल आकारणीचा वारंवार पडताळा घेऊन त्यात सुधारणा केली जात असे आणि सामान्यत: रयत हा बदल मान्यही करत असे. अगदी प्रारंभीच्या इतिहासाला ज्ञात असलेला जमीन महसूल सुधारणा प्रयोग मलिकंबराने केला. त्याने तनखा पद्धती रूढ केली आणि संपूर्ण १६व्या शतकात ती या प्रदेशातही लागू राहिली. तथापि, या पद्धतीचा तपशील मात्र मिळू शकत नाही. पण फुटकळ नोंदीवरून असे म्हणता येईल की, संपूर्ण गावाचा महसूल गोळा करणे आणि त्याचा विनियोग करणे ह्या गोष्टी ग्रामाधिकाऱ्यावरच सोपविलेल्या असत. या पद्धतीला मौजेवार पद्धती असे म्हटले जाई. मलिकंबरची तनखा पद्धती थोड्या फार फरकाने संपूर्ण १७ व्या आणि १८ व्या शतकात इंदापूर परगण्यात वापरात राहिली होती.

१८व्या शतकाच्या मध्यापाशी केव्हातरी कसबा आणि पेठ हे भाग महसुली व्यवस्थेच्या सोयीसाठी अलग केले असावेत असे दिसून येते. जमाबंदीसंबंधीच्या दोघांच्याही स्वतंत्र याद्या तयार केल्या जाऊ लागल्या. उदा.१७५२ सालातील नोंदीवरून असे स्पष्ट दिसते की, कसब्याचा महसूल रु.६८१३-२-०, तर त्याच वर्षी पेठेतून रु.१५३१-९-० सारा वसुली झालेली आहे.

यापूर्वी निवेदन केल्याप्रमाणे थोरल्या माधवराव पेशव्यांनी १७६१-१७७३ या काळात कमाल महसूल वसुली पद्धती रूढ केली. आणि त्यावर स्वतंत्र मामलेदारांची नेमणूक केली. इंदापूर विभागासाठी कमलाकर भास्कर याने कमाल महसुलीबाबतचा तपशील तयार केला होता. इंग्रजांच्या १८३५ सालच्या अहवालान्वये 'कमाल जमीन महसूल वसुली' पद्धतीचे मूळ हे मलिकंबरी पद्धतीतील लवचीकतेत आढळून येते. तसेच मराठी राज्यकर्त्यांनी दर वर्षी चढ्या दराने अधिकाधिक महसूल मिळविण्याची स्वार्थी दृष्टी ठेवली, त्यातूनही तिची बीजे दिसून येतात. (मुंबई अभिलेखागार रेव्हेन्यू डिपार्टमेंट खंड ४४/६६६-१८३५, पृ १३६, पॅरा ९). या नव्या सारा वसुली पद्धतीनुसार इ.१७६४ मध्ये कसब्याचा कमाल महसूल रु.१२५०० निश्चित ठरविण्यात आला. तर पेठेचा रु.२४०० ठरविण्यात आला. ही रक्कम तनखा पद्धतीपेक्षा जवळजवळ

दुप्पट होती. पण इंग्रज अधिकाऱ्यांची निरीक्षणे जी अहवालात नमूद करण्यात आलेली आहेत, त्यानुसार कमाल पद्धती विशेषत: इंदापूरच्या संदर्भात केवळ कागदोपत्रीच किंवा नावापुरतीच अस्तित्वात उरली होती. प्रत्यक्ष व्यवहारात महसूल अकारणी तनखा पद्धतीच्या जवळ जाणारीच आहे. (उपरोक्त, पॅरा ४ आणि ५).

दुसऱ्या बाजीरावाच्या काळात कमाल पद्धतीने सारा वसूल करण्यात काही अडचणी निर्माण झाल्या. सरकारी तिजोरीवर युद्धामुळे पडलेला अतिरिक्त ताण कमी करण्यासाठी महसुलाच्या दरात वाढ करणे गरजेचे झाले. या शेवटच्या पेशव्याच्या काळात शेतीविषयक नवी पद्धती स्वीकारण्यात आली. तसेच 'बाबती' या करांच्या गटात आणखी नव्या गोष्टींचा समावेश करण्यात आला. मराठी प्रशासनात 'बाबती' हा प्रकार पूर्वीपासूनच रूढ होता. १७१९ साली मुघल–मराठे यांच्यातील झालेल्या करारान्वये त्याला मान्यता देण्यात आलेली होती. तथापि, यापूर्वी त्याची काटेकोरपणे अंमलबजावणी मात्र केली जात नव्हती.

जेव्हा इंग्रजांनी इंदापूर परगण्याचे प्रशासन आपल्या ताब्यात घेतले, तेव्हा त्यांनी महसूल पद्धतीत प्रारंभीच्या काळात सुधारणा करण्याचे प्रयत्न केले. तथापि, त्यात त्यांना फारसे यश मिळू शकले नाही. याचे मुख्य कारण म्हणजे स्थानिक प्रशासकीय अधिकाऱ्यांनी केलेले दुर्लक्ष हे होते. तसेच काही प्रमाणात प्रशासनाची संपूर्ण व्यवस्था ग्रामपातळीवरील भ्रष्ट अधिकाऱ्यांच्या ताब्यात राहिल्यामुळे हे अपयश इंग्रज अधिकाऱ्यांना आले. शेती सुधारणेसाठी योजलेल्या अनेक उपाययोजना त्यामुळेच रयतेपर्यंत पोहोचू शकल्या नाहीत. प्रशासनातील हा गोंधळ, अव्यवस्था दीर्घकाळ तशीच कायम राहिली. इंग्रज अधिकारी जमीन महसूल कसे वाढेल, याच प्रयत्नात होते. पण प्रस्थापित महसूल यंत्रणेत फारशी ढवळाढवळ न करण्याचेच त्यांचे धोरण राहिले.

रूढ महसूल पद्धतीमधील उणिवा वा दोष नष्ट करण्यासाठी त्यांनी या भागाची शास्त्रशुद्ध पाहणी करून जमीन महसूल निश्चित करण्याचे ठरविले. त्यानुसार १८२३ मध्ये हेलेबरी कॉलेजच्या प्रख्यात अर्थशास्त्रज्ञ आर. के. प्रिंगेलची नेमणूक करण्यात आली. मालथस आणि रिकार्डो या विद्वानांच्या पोलिटिकल इकॉनॉमी सिद्धान्ताचा विशेषत: रेंट (खंड) या बाबतीत त्याच्यावर विलक्षण प्रभाव होता. 'पोलिटीकल इकॉनॉमी' या विषयाचे उपरोक्त दोन्ही समर्थक होते. १८२८ मध्ये प्रिंगेलने आपला पाहणी अहवाल वरिष्ठांना सादर केला. आणि त्याची अंमलबजावणी १८३० पासून सुरू करण्यात आली. त्याने सर्वप्रथम सध्या लागवडीखाली असलेली आणि लागवडीस येऊ शकणाऱ्या जमिनीची पाहणी केली. त्यांची सुपीकतेच्या क्षमतेनुसार वर्गवारी केली. आणि लागवडीस जमीन आणण्यासाठी विशिष्ट रक्कम मंजूर केली. वेगवेगळ्या प्रकारच्या जमिनींपासून मिळू शकणाऱ्या उत्पन्नाचा अंदाज घेतला. एकर आणि गुंठ्यांत मोजल्या जाणाऱ्या

जमिनीचे एकरी निव्वळ उत्पन्न प्रत्येक जमीनधारक किती देऊ शकेल ते नक्की केले. ह्या नव्या पद्धतीला 'पैमाईश' असे म्हटले गेले. पण प्रिंगेलचा हा प्रयोग अयशस्वीच ठरला. त्याचे मुख्य कारण त्याने केलेली जमिनीची वर्गवारी सदोष पद्धतीने झाली, तसेच उत्पन्नाबाबतचा अंदाज ठरविण्यातही अप्रामाणिकपणा राहिला. पूना कॉलेजमधील लिट्रेचर ॲण्ड पोलिटिकल इकॉनॉमीचे प्राध्यापक एच. ग्रीन यांनी १८५२ मध्ये 'दी डेक्कन रयतस ऑण्ड देअर लॅण्ड टेन्यूअर्स' हा आपला निबंध मुंबईहून प्रसिद्ध केला. त्यात ते लिहितात, ''चांगली महसूल पद्धती बसविण्याचा प्रयत्न काही वर्षांपूर्वी प्रिंगेल यांनी केला होता. पण बहुतांशी त्याचा हा प्रयत्न अयशस्वीच झाला. त्याला काही अंशी पूर्वानुभव आणि कौशल्य यात प्रिंगेल कमी पडला, तर काही अंशी या अपयशाला त्याचे मदतनीस कारणीभूत झाले आणि काही अंशी त्याने जे स्थानिक देशी अधिकारी नेमले होते त्यांचा भ्रष्टाचार कारणीभूत ठरला.''

महसूल आयुक्त विल्यमसन २६ मार्च १८३५ रोजी सादर केलेल्या आपल्या अहवालात म्हणतो, ''याबाबतीतील आमची गैरव्यवस्था हा अत्यंत दुर्दैवी भाग असून त्याचे समर्थन होऊ शकत नाही. कोणतीही विशिष्ट पद्धत स्वीकारण्यात आलेली नव्हती. वेगवेगळ्या सुधारणा पद्धतींमुळे साऱ्याच अयशस्वी ठरल्या.'' (आर.डी. खंड ४४/६६६-१८३५-क्र.१३६ पॅरा १७).

नव्याने तयार करण्यात आलेली जमाबंदी कागदपत्रे ही मुख्यत: प्रिंगेलच्या अंदाजावरच आधारित होती. पूर्वीच्या पेठेसाठी स्वतंत्र जमाबंदी याद्या करण्याच्या पद्धतीस यात फाटा देण्यात आला. १८२९ नंतर संपूर्ण इंदापूर परगण्याचे एकंदर अंदाजपत्रक तयार करण्यात आले. यपूर्वीच्या अंदाजपत्रकात चौथ आणि सरदेशमुखीच्या रकमा स्वतंत्रपणे दाखविलेल्या असत. पण १८१८ पासून संपूर्ण भारतावर इंग्रजांचा एकछत्री अंमल सुरू झाल्यामुळे त्यांचा स्वतंत्र उल्लेख करण्याची आवश्यकताच उरली नाही. तसेच या अंदाजपत्रकात गावाच्या जत्रेत सरकारातून खर्ची पडणारी रक्कम आणि गावकीतील हक्कांची नोंद गावखर्च या सदराखाली केलेली होती.

आणि या साऱ्याची एकत्रित जमाबंदी यादी तयार केली जाऊ लागली. १८२९ नंतर इंदापूर परगण्याच्या जमाबंदी कागदपत्रांतून खालीलप्रमाणे खातेवार रकमा खर्ची पडलेल्या आढळून येतात.

	रु. आ. पैसे.
तनखा	७४९४- ४-०
कमाल	१४५५८-१४-०
पैमाईशी	१३४६०-७-०

जेव्हा प्रिंगेलच्या 'पैमाईशी' अहवालाबाबत सर्वत्र असंतोष आणि टीका होऊ लागली आणि सरकारच्याही त्यातील दोष, उणिवा लक्षात आल्या तेव्हा एच. ई. गोल्डस्मिथ आणि त्याचा सहायक जी. विंगेट यांच्या नेतृत्वाखाली नव्याने पाहणी आणि महसूल सुधारणेचा प्रयत्न करण्यात आला. त्यांना अशा खास सूचना देण्यात आल्या होत्या की, त्यांनी महाराष्ट्रातील ग्रामीण रूढी, परंपरा आणि आर्थिक-राजकीय परिस्थिती लक्षात घेऊन त्याला उपयुक्त अशी महसूल पद्धती निर्माण करावी असे सांगण्यात आले होते. इंदापूर तालुक्यात गोल्डस्मिड साहेब जनतेचा लाडका झालेला होता. त्याला लोक प्रेमाने नानासाहेब म्हणत असत. डिकसळ येथे ज्या ठिकाणी राहून तो आपले पाहणी काम करत असे. त्या ठिकाणी लोकांनी त्याची आठवण म्हणून एक विश्रांतिगृह उभारले. त्या धर्मशाळेच्या भिंतीवर एक स्मृतिशिला बसवून त्याच्या कार्याची पावती आणि त्याच्याबद्दलचे प्रेम त्यांनी व्यक्त केले. (मुंबई सरकारातील निवडक कागदपत्रे क्र.१०५२ ई.१८९७ प्रसिद्ध १८९९, पृ-१-२). त्याचा सहायक जॉर्ज विंगेट यासही नंतर सुपरवायझर म्हणून त्याने घेतलेल्या विशेष मेहनतीबद्दल व्हिक्टोरिया मानपदक देऊन गौरविण्यात आले).

इंदापूर परगण्याच्या महसूल पद्धतीचा आढावा लेफ्टनंट कर्नल फ्रान्सिस यांनी १८६७ मध्ये घेतला. त्यावेळी तो लिहितो, गोल्डस्मिथ आणि विंगेट यांनी महसूल व्यवस्था सुधारण्याच्या कामी जे उपाय सुचविले, ज्या सुधारणा राबविल्या, शेतकऱ्यांची परिस्थिती सुधारावी म्हणून जे काही केले, त्या साऱ्याचा एकंदरीत खूपच चांगला परिणाम दिसून आला. (सिलेक्शन्स बॉम्बे गव्हर्न्मेंट रेकॉर्डस क्र.सी.व्ही.आय.आय. न्यू सेरिज, १८६८, पॅरा २० पृ ७).

परंतु १८५७ नंतर ईस्ट इंडिया कंपनीकडून भारतातील कंपनीची सत्ता इंग्लंडच्या राणीला सोपविण्यात आली. तेव्हापासून जमीन महसुलाचे दर बरेच वाढविण्यात आले. इंदापूर तालुक्यातील रयतेचा प्रतिनिधी आणि पुढारी असलेल्या गोपाल नरसिंगराव देशपांडे याने इंदापूर तालुक्यातील २६९४ रयतेच्या सहीनीशी एक अर्ज ग. ज. लॉर्ड नॉर्थब्रुक याला २९ जुलै १८७३ रोजी केला आणि इंग्रज सरकारच्या वाढत्या सारा वसुली धोरणाविरुद्ध असंतोष नोंदविला. या अर्जात एकूण एकवीस कलमे असून, सरतेशेवटी "सर्व शक्तिमान परमेश्वराने आपल्या राज्यकर्त्यास कौन्सिलच्या सभासदास सर्वांना समान न्याय देण्याची बुद्धी द्यावी. आणि कृपाळू राणीच्या छत्राखाली सत्याची स्थापना व्हावी. राणीसाहेबांचे राज्य चिरायू होवो. आणि तिने आमच्यावर प्रेमाने दीर्घकाळ राज्य करावे" अशी प्रार्थनाही केली. (पेशवा दप्तर संकीर्ण कागदपत्र खं.३९८).

पुणे-इंदापूर तालुक्याचा जमाबंदी आणि पाहणी अहवाल.१८६६-७५ सदर अर्ज हा प्रारंभी मराठीत लिहिला गेला असावा आणि नंतर त्याचे इंग्रजी जाणकाराकडून भाषांतर केले गेले असावे.

या अर्जात असे स्पष्टपणे म्हटलेले आहे की...''कंपनीच्या काळात वेळोवेळी झालेल्या पाहणी आणि महसूल पद्धतीबाबत इंदापूरच्या रयतेची कोणतीही तक्रार नाही. गोल्डस्मिथ साहेब, विंगेटसाहेब यांनी अत्यंत मेहनतीने आणि विचारपूर्वक पद्धतीने व्यवस्था केलेली आहे की, त्याबद्दल थोडीसुद्धा तक्रार करण्यास वाव नाही. इतकेच नव्हे तर या भागातील शेतकऱ्याचे जीवनमान इतके सुखी झाले आहे की, इतरांनी त्यांचा हेवाच करावा..'' (पॅरा ३)

याच विनंती अर्जात इंग्रज सरकारला गतकालीन काही उदाहरणे सांगून सावधगिरीचा इशाराही देण्यात आलेला आहे. तो असा...''इतिहासावरून असे दिसून येते की गेल्या दोन हजार वर्षांच्या काळात भारतावर वेगवेगळ्या थोर राज्यकर्त्यांनी राज्ये केली. तथापि, त्यांचे सामर्थ्य आणि पात्रता असूनही लवकरच प्रजेच्या कल्याणाकडे दुर्लक्ष करून फक्त स्वत:च्या स्वार्थाकडेच लक्ष दिले. म्हणूनच दयाळू परमेश्वराने त्यांच्या पेक्षा श्रेष्ठ लायक जेते पाठविले.

शक्तिमान परमेश्वर गांजलेल्या प्रजेच्या किंकाळ्या ऐकून गुन्हेगारांना शिक्षा करील. आमची कृपाळू महाराणी आणि संस्थेचे मान्यवर सभासद हे सारे आम्हा भारतीयांच्या भावना लक्षात घेतात हे आजवर सिद्धच झाले आहे. सध्याच्या जुलमी आणि पिळवणूक करणाऱ्या पद्धतीपासून आमची मुक्तता करतील, अशी आम्ही आशा करतो.'' (पॅरा १५)

वरील विनंती अर्जाची भाषा, भावना ही तत्कालीन महाराष्ट्रातील शहरे, नगरे यांतून राहणाऱ्या सर्वसामान्य नागरिकांची वैशिष्ट्यपूर्ण मनोवृत्तीच प्रगट करते. १७ ते १९ व्या शतकातून ज्या काही ऐतिहासिक घटना घडल्या त्याच्या मुळाशी हीच भारतीय मनोवृत्ती आढळून येते. इतिहास हेच सांगतो की, या पराभूत मनोवृत्तीमुळेच स्वातंत्र्य प्राप्तीच्या प्रयत्नास खीळ बसत गेली. भारतातील सुशिक्षित पिढी इंग्रजी सुधारणांमुळे कंपनीच्या कारकिर्दीमुळे दिपून गेली आणि तोच प्रभाव भारताचा कारभार राणीच्या ताब्यात गेल्यावरही कायमच राहिला. महाराष्ट्रातील रयत निसर्गाविरुद्ध आणि राज्यकर्त्याविरुद्ध झगडत होती. त्यांचा हा झगडा कोणताही राजकीय लाभ मिळविण्यासाठी नसून खेड्यापाड्यात राहणाऱ्या लोकांची स्थिती सुधारावी, त्यांचे कल्याण व्हावे हाच त्याचा मुख्य हेतू राहिला.

जमिनीचे वितरण –

१६८७-८८ सालच्या एका थळझाड्यानुसार इंदापूरची रकब जमीन (गावाच्या ताब्यात असलेली जमीन) १८५ चावर आणि ११७ १/२ बिघे एवढी होती असे दिसते. आणि तेवढीच जमीन असल्याचे १८२२ पर्यंतच्या उपलब्ध कागदपत्रांवरून दिसून येते. तथापि, १८२२ मध्ये इंग्रजी सरकारने केलेल्या जमीन पाहणीत ७५ बिघे

आणि १३ पांड (१ पांड = १/२० बिघा) वाढ झालेली दिसते. त्यावरून एकूण रकब जमीन १८६ चावर ७३ बिघे किंवा बिघांच्या परिमाणात २२८८३ एकर आणि १९ गुंठ्यांपेक्षा किंचित अधिक इतकी होती.

गावाच्या ताब्यात असलेली एकूण जमीन दोन मोठ्या गटांत विभागली जात असे. एक गाव वसाहत (ज्या ठिकाणी गावातील नागरिक वस्ती करून राहात ती) आणि दुसरा गट खालसा (जी जमीन लागवडीसाठी उपयोगी असे ती). दुसऱ्या गटातील जमीन आणखी एका पोटविभागात विभागली जाई. इनाम जमीन आणि मिराशी जमीन. परंतु ही इनाम जमीनसुद्धा सनदी जमीन आणि गाव निसबस जमीन यात विभागलेली असे.

या प्रकारची जमिनीची वर्गवारी या निरीक्षणाच्या कालखंडात कायम राहिली. या वर्गवारीचा अधिक तपशील उपलब्ध कागदपत्रांतून खालील प्रमाणे आढळून येतो.

जमिनीचा प्रकार	बिघा/पांड
गाव निसबत –	९८०४ ३/४/२ १/२
खालसा –	१२५८८ १/४/१/२
एकूण –	२२३९३ ३
सनदी –	३०११ १/२
(सरकारने दिलेली)	
गावनिसबत –	१४११ १/२
(गावाच्या पंचायतीने दिलेली)	
एकूण –	४४५९ बिघे

गाव वसाहत जमीन या गटात पांढरी (गावाची वस्तीखालील जमीन), खडकमाळ (खडकाळ), चोपण (मातीची किंवा चिकण मातीची जमीन), ओढा (झऱ्याखालील), गायरान (गुरे चरण्यासाठी राखीव जमीन), सीमा किंवा शिवेखालील जमीन (तूटरान), (पाहणीअभावी पडीक जमीन), तळे (तळ्याकाठची जमीन , कुरणाखालील जमिनी या प्रकारात विभागली जाई.

इनाम जमिनी

सनदी इनाम प्रकारातील जमीन ही सामान्यत: सर्व प्रकारच्या सरकारी करापासून मुक्त असे. सरकारतर्फे सनद देऊन कायमस्वरूपी अशी जमीन इनाम दिली जात असे. त्यालाच अधिकृत सनदपत्र म्हटले जाई. कधी कधी हे इनाम सरकारी उत्पन्नाच्या निम्मे दिले जाई. त्याला इनामनिमाई म्हणत. काही वेळा एकतृतीयांश देत, तिला इनामतिमाई म्हणत तर काही वेळा एकचतुर्थांश देत तिला इनामचौथाई असे म्हणत.

गाव निसबत जमीन ही खास गाव पंचायतीच्या अखत्यारीतील जमिनींपैकी असून, ती सरकारी सारा माफ असलेली इनामी जमीन असे. त्यामुळे होणारे सरकारी नुकसान किंवा उत्पन्नातील कपात ही ग्रामपंचायत भरून देत असे.

या पूर्वीच म्हटल्याप्रमाणे इंदापूर परगण्याची एकूण इनामी जमीन ४४६९ बिघे असून, त्यांपैकी १२ बिघे जमीन बागायत असून ४३७८ बिघे जमीन जिराईत (कोरडवाहू) होती. सनदी जमिनीची विभागणी जातवार, धर्मनिहाय खालीलप्रमाणे होती.

जात किंवा धर्म जमीनधारकाची संख्या एकूण बिघे जमीन

१) ब्राह्मण – १६ – १९८४
२) मुसलमान – ०७ – ८०२ १/२
३) दरबारीजन – ०३ – ९०
४) जंगम/लिंगायत पुरोहित – ०१ – ३०
एकूण – २७ – २९०६ १/२

विशिष्ट इनामी जमिनीबाबतची मूळ सरकारी सनद जे इनामदार इंग्रजी राजवटीत सरकारला सादर करू शकले नाहीत. अशी जमीन बिघे १०५ असून ती त्यांच्याच ताब्यात राहिली. अशाप्रकारे एकूण सनदी जमीन पूर्वी उल्लेखिलेल्या प्रमाणे ३०११ १/२ बिघे होती.

गाव निसबत जमिनीचे वितरण खालील प्रमाणे होते –

१) पाटील – इनामगावच्या पाटीलकीचे वतन खुद्द छत्रपतींच्या अखत्यारीत होते – ६५७ बिघे

२) कुलकर्णी – गावचे दप्तर तपासणारा – ६६० बिघे

३) देशपांडे – परगण्याचा प्रमुख त्याला बहुधा प्रत्येक गावात जमिनी असत – ५ बिघे

४) नाडगौडा – हे इनाम छत्रपतींकडून दिले जाई – १५ बिघे

५) महार – त्याच्या वतनाला हाडोळा किंवा हडकी हडोळा असे म्हणत. गावाच्या संदर्भात महार जी कामगिरी, सेवा करत असे त्याबद्दल इनाम जमीन होती. (१७४१ इ. च्या दस्तऐवजावरून इंदापूरच्या महारांना जी जमीन इनाम दिलेली होती, त्याबद्दल त्यांनी सरकारला नजर किंवा भेट म्हणून काही रक्कम दिलेली होती). – १२० बिघे

६) रोकडाईदेवी – देवीच्या पूजेसाठी फुले लावण्यासाठी दिलेली जमीन – १/२ बिघे

एकूण – १४९७ १/२ बिघे

एकूण बेरीज

सनदी इनाम बिघे - ३०११ १/२ बिघे

गाव निसबत जमीन बिघे - १४५७ १/२ बिघे

४४६९ बिघे

जमाबंदी कागदपत्रांतून दोन प्रकारच्या इनामांचा उल्लेख येतो. १) महसुली इनाम - यात इनामधारकास त्या विशिष्ट जमिनीचा केवळ सारा गोळा करण्याचाच अधिकार असतो. त्यावर त्याची मालकी नसे. मग सरकार त्यातून त्याचा वाटा देत असे. २) जमीन इनाम - या प्रकारात इनाम धारण करणारा त्या जमिनीचा मालक असे.

इंदापूरचा महसूल - जमीन

इंदापूर परगण्याची जमीन ही मुख्यत: कमी सुपीक किंवा खडकाळ पट्ट्यात येत असल्याने एकूण लागवडीखालील जमिनीत केवळ दोन टक्के जमीन ही बागायत क्षेत्रात मोडते. बाकी सर्व जिरायत प्रकारातील आहे.

उपलब्ध कागदपत्रांवरून एकूण जमीन आणि खालसा जमिनीचे क्षेत्र याची आकडेवारी येते आणि ती आकडेवारी या कालखंडात फारशी बदललेली नाही.

एकूण जमीन -	बागायत	जिरायत
बिघे	बिघे	बिघे
२३३९३	५०२	२१८९१

खालसा जमीन

बिघे

१२५८८ ३४२ १/२ १२२४५ १/२

जमाबंदी चिटा (यादी) मधूनही या बाबतीतील तपशील वर्षानुसार आढळून येतो. विशेषत: इ.१८५२ नंतरच्या पुढील काळातील लावणी, (प्रत्यक्ष लागवडीखाली असलेली जमीन) पडीक (लावणीअभावी पडलेली जमीन) आणि आकार अैनजमा (एकूण सारा वसुली) संबंधीची आकडेवारी येते. लावणी या जमीन प्रकारातच मिराशी जमीन (शेतकऱ्यांकडे मालकी हक्काने असलेली) आणि गतकुळी (ज्या जमिनीवरील मिरासदार गैरहजर आहेत अशी जमीन) जमीनप्रकार येतो.

गतकुळी प्रकारातील जमीन सामान्यत: तात्पुरत्या तत्त्वावर लावणीसाठी देण्यात येत असे. अशा शेतकऱ्यास 'उपरी' म्हटले जात असे. जे लोक त्या गावात नव्यानेच राहायला आलेले आहेत आणि ज्यांना ग्रामीण समाजात कोणतेही अधिकार नाहीत त्यांना उपरी असे म्हणत.

इंग्रजांनी जमिनीची उत्पादनक्षमता लक्षात घेऊन जमिनीची मोजणी आणि

वर्गीकरण करण्याची नवी पद्धती रूढ केली. ज्या साखळीच्या साहाय्याने ही जमीन मोजली जात असे तिला शंखु-साखळी असे म्हणत. आणि तिच्या साहाय्याने गावची जमीन एकर आणि गुंठ्यात मोजली जाई, त्याला प्रतिबंदी म्हणत. त्यानुसार एकूण जमीनधारकांची संख्या ६४५ होती. लावणीसाठी असलेल्या जमिनीचे क्षेत्र हे पडीक जमिनीपैकी दरवर्षी किती जमीन लागवडीखाली आणली त्या प्रमाणात बदलत जात असे.

जमीन सामान्यत: तीन वर्गांत मोडली जात असे आणि प्रत्येक वर्ग पुन्हा आणखी तीन पोटविभागात विभागला जात असे. आणि त्यांचा एकरी दर हासुद्धा निश्चित केलेला असे. हे तीन गट पुढीलप्रमाणे होत - काळी, तांबडी आणि बरडी. त्यांना समनार्थी शब्द अव्वल, दुम आणि सीम असे होते आणि ते इंग्रजी अमलापूर्वीच्या दस्तऐवजांत वापरलेले दिसून येतात.

'चिटा' मध्ये आपणास महसुलाचा अपेक्षित अंदाज मिळतो. तसेच प्रत्यक्ष गोळा झालेला महसूल आणि विशिष्ट वर्षात तूट झाली असल्यास तिचा उल्लेख कमबेरजी या सदराखाली येतो.

इंदापूर परगण्याचा महसूल - करपद्धती

विविध करांच्या रूपाने जो महसूल गोळा केला जात असे, त्याला सायर असे म्हटले जाई. आणि तो पाच प्रकारच्या शीर्षकाखाली दर्शविला जात असे. १) बलुते, २) मोहतर्फा ३) शिरस्ते बटा ४) बाजार बटा ५) नजरभेट . बलुतेदार किंवा ग्रामसेवक मंडळींना बहुधा कोणताही कर भरावा लागत नसे. पण असेही दिसून येते की, बलुतेदार जर एखादा जोड व्यवसायही करत असतील, तर त्यांना या जादा उत्पन्नावर कर भरावा लागत असे. उदा. १८३१ सालच्या चिट्यामध्ये खालीलप्रमाणे बलुतेदारांकडून कर आकारणी केली आहे -

३० रु. सुतार
९० रु. चांभार
२० रु. कुंभार
४९ रु. न्हावी
४० रु. परीट (धोबी)
२२९ रु.

मोहतर्फा हा कर बाजारपेठेतील व्यापाऱ्यांकडून गोळा केला जात असे. विशेषत: धान्य व्यापारी, तेली आणि किरकोळ मोलमजुरी करणारे ज्यांना 'अडाळा कुले' म्हणत त्यांच्याकडून वसूल केला जात असे. गावातील एक बलुतेदार किंवा शेतकरी सोडता बाकी सर्वांकडून जो कर वसूल केला जाई, त्याला 'अडाणापटी' म्हटले जाई. १८२२

मध्ये इंदापुरात आठ जैन वाणी स्थायिक असून त्यांच्यापासून रु.२६,पाच तेल्याकडून १२ रु आणि काही इतर अडाणी कुळांकडून रु.१४-४-० कर मोहतर्फा ह्या वर्गात वसूल करण्यात आला आहे.

सिरस्ता बटा या प्रकारचा कर काळ्या जमिनीवर आकारला जात असून, तो सामान्यत: एक टक्का असे. जर बाजारबटा निव्वळ महसुली उत्पन्नावर दर हजारी रु.१-१४-६ इतका आकारत आणि त्याला वसुली बेरजी असे म्हणत. बहुतेक सर्व चिटांवर प्रासंगिक स्वरूपात एक रुपया नजरभेट म्हणून घेतल्याची नोंद आहे.

काळाच्या ओघात काही जुने कर मागे पडले आणि नवे कर निर्माण होत गेले आणि सरकारी आदेशानुसार करामध्ये काही सूटही मिळाली.

१८३९ सालचा जमाबंदी चिटावरून दोन नव्या बाबींचा करामध्ये समावेश झालेला दिसतो. एक देशी दारू उत्पादन आणि दुसरे हसी फुलेफळे. हसी हे एक रानटी फळ असून सर्वांत जास्त बोली करणाऱ्यास हा मक्ता दिला जात असे. त्या फुलांच्या तोडणीचा मक्ता दिला जात असे.

'सायेर' या गटात आणखी एका गोष्टीचा समावेश केला जाई तो म्हणजे राबता महार. रूढ मराठी प्रशासनात या गोष्टीचा समावेश असून, गावातील वतनी हक्कदारांना महारांकडून जी मोफत सेवा वर्षातील विशिष्ट काळात मिळण्याचा खास हक्क असे त्याचा यात समावेश होई. पण इंग्रजी राजवटीत महारांकडून अगदी वेगळ्या प्रकारची सेवा घेतली जाऊ लगली. इंदापूर कसबा आणि पेठ यांच्या दरम्यान माजलेले निवडुंग रस्त्यात अडथळा निर्माण करीत होते. तसेच गावाच्या सौंदर्यालाही त्यामुळे बाधा येत होती. त्यामुळे तो रानटी निवडुंग साफ करणे गरजेचे झाले होते. जेव्हा महारांना हे काम करण्यास सरकारतर्फे सांगितले गेले. तेव्हा त्यांनी त्याच्या बदल्यात आपल्याकडील जमिनीवरील सारा माफ करा, अशी विनंती केली. सरकारतर्फे महारांची ही विनंती मान्य झाली. महारांनी देणे असलेला महसूल जमाबंदी चिट्यात सायरमध्ये हिशोबात घेतला जाई. पेशव्यांच्या ताब्यातील नव्याने ताब्यात घेतलेल्या मुलखातून सतत वाढता महसूल कसा राहील या प्रयत्नात कंपनी सरकारचे अधिकारी होते. त्यासाठीच त्यांनी अगदी नव्या प्रकारची पिके काढण्याचा प्रयोग हाती घेतला. त्यात कापूस, ऊस उत्पादनाचा प्रयोग करण्यात आला.

रेशमी कापडाचे उत्पादनास आवश्यक त्या तुतींच्या झाडांची मोठ्या प्रमाणात लागवड करण्यात आली. विविध सवलतीही देऊ करण्यात आल्या. उदा.१८३५-३६ या वर्षात कापूस उत्पादकांना जिरायती जमीन सारात तुतीच्या १/२, तर बागायती जमिनीवर १/३ सारा माफी सरकारतर्फे जाहीर करण्यात आली. आणि जे शेतकरी मॉरिशसच्या उसाची लागवड करतील त्यांना पाच वर्षे सारा माफ करण्यात आला.

तशाच तऱ्हेच्या सवलती तुतीच्या झाडांची लागवड करण्यासाठीही देण्यात आली. नवी दुकाने आणि कौलारू घरे बांधण्यासाठी पाच वर्षे सारामाफी सायर या शीर्षकाखाली घोषित करण्यात आला.

खर्चाचा तपशील – जमीनबाब आणि सायरबाब या दोन्ही शीर्षकात मिळून एकूण जमा होणाऱ्या गावच्या महसुलातून गावच्या हक्कदारांवर होणारा खर्च आणि गावखर्च वगळून शिल्लक राहणाऱ्या महसुलास 'वसुली बेरजी' म्हणत आणि तशी नोंद चिट्यामध्ये केली जाई. आणि ही रक्कम दर वर्षी ऑक्टोबर ते एप्रिल या काळात सात हप्त्यांतून वसुल केली जाई.

गावच्या वतनी हक्कदारांमध्ये देशमुख, देशपांडे, नाडगौडा आणि गुमास्ता जमीनदाराचा दुय्यम प्रतिनिधी यांचा समावेश असे. गावखर्च ह्या शीर्षकाखाली हिंदूच्या देवता आणि मुसलमानांच्या दर्ग्यास त्यांच्या दैनंदिन खर्च आणि उत्सवासाठी जो खर्च सरकारातून नेमून दिलेला असे, त्याला देवस्थान खर्च म्हणून तो जमा-खर्चात नोंदला जाई. तसेच ब्राह्मणांना त्यांच्या धार्मिक सेवेबद्दल 'वर्षासन' जे दिले जाई त्याचाही यात समावेश असे. गावातील हक्कदार म्हणजे पाटील, कुलकर्णी, चौगुला, खोत, ग्रामजोशी आणि काही इतर अधिकाऱ्यांचा त्यात समावेश केला जाई.

ही जमाबंदी चिटा गावातील एकूण कुळे कोण, नांगर, बैलांची, गाड्यांची संख्या, पाणीपुरवठ्याची सोय, वापरात असलेल्या आणि नसलेल्या विहिरींची संख्या भुंडक्या (छोट्या विहिरी)ची संख्या इ.ची सविस्तर माहिती देतो. उदा. १८२१ आणि १८४१ या वर्षी वरील बाबींची माहिती मिळते ती अशी –

		१८२१	**१८४१**
१)	जमीन करणाऱ्यांची संख्या एकूण	१९६	३१४
	अ) शेतकरी	१७०	२६४
	ब) इतर	२६	५०
२)	बैलांची संख्या	७८८	८००
३)	नांगरांची संख्या –	९५	१००
४)	दुबैली किंवा त्यापेक्षा जास्त बैली नांगर	३९४	४००
५)	बैलगाड्या	नाहीत	नाहीत
६)	विहिरींची एकूण संख्या	३२	७४
	वापरातील	२८	६३
	वापरात नसलेल्या	०४	११

७)	भुंडक्या विहिरी एकूण	७६	–
	वापरातील – ५४	तपशील दिलेला नाही	
	गैरवापरातील – २२		

संपूर्ण दक्षिणेतच खटारे

बैलगाड्या ह्या अत्यंत दुर्मीळ असाव्यात असे दिसून येते. बार्टर फ्रेअर लिहितो की, सोलापूर आणि पुण्यापलीकडे जेमतेम तीन बैलगाड्या आढळून आल्या. एक इंग्रज अधिकारी लेफ्टनंट गायसफोर्ड याने देशी खटाऱ्यात सुधारणा करून मिळावी, असा अर्ज केला आहे. या जुन्या पद्धतीच्या खटाऱ्याची चाके दगडी असून, निरुपयोगी सामान वाहून नेण्यासाठी त्याचा वापर केला जाई. लेफ्टनंट गायसफोर्ड याने शेतकऱ्यांच्या सर्व गरजा पूर्ण करणारी नवी गाडी तयार केली. सोलापूर जिल्ह्यातील टेंभुर्णी येथे त्याने अशा गाड्या तयार करून तो थांबला नाही, तर नादुरुस्त गाड्या दुरुस्त करू शकणारे कारागीरही त्याने तयार केले. ले. गायसफोर्डच्या या प्रयत्नांमुळे १८४२ नंतरच्या काळात खटारा गाड्यांच्या संख्येत लक्षणीय वाढ होत गेली. तीन चिट्यांमधून खटाऱ्यांची संख्या खालील प्रमाणे आली आहे.

१८४२ –	लहान – ५		
	मोठे – १०	=	१५
१८५०–	शेतीसाठी वापरण्यात येणारे	१६	
	वाहतुकीसाठी वापरण्यात येणारे छकडे	१३	२९
१८५७ –	मोठे	१३	
	छकडे	१८	३१

जनगणना जन्म-मृत्यूची आकडेवारी

इंदापूर कसब्यात सात वाड्यांचा समावेश होत असे. एकूण वस्तीखालील गावाची संख्या आठ होते. एखाद्या वर्षी या गावाची निश्चित लोकसंख्या किती असावी, याबाबत कोणताही तपशील मिळाला नाही. तथापि, १८१९ सालचा जनगणना अहवाल या गावात नेमकी घरे किती, त्यातून किती कुटुंबे नांदत होती. याचा तपशील देतो. खालील तक्त्यावरून इंदापुरात कोणत्या जातीची किती घरे होती याचाही बोध होऊ शकेल.

व्यवसाय जात	घरांची संख्या	माणसांची संख्या	दुकानांची संख्या
१. सरकारवाडा कोट शिबंदी (राजवाड्यावरील पहारेकरी)	१	२५	–
२. नाडगौडा	१	०६	–
३. भिक्षुक	६	१०	–
४. गृहस्थ बहुधा ब्राह्मण	२१	१०२	–
५. चौगुला	०३	१०	–
६. कुणबी (शेतकरी)	१७१	७०१	
७. माळी	२९	१२१	
८. गुजर (मारवाडी, वाणी)	०८	३७	९
९. तेली	७	३०	
१०.सोनार	३	११	
११.कोष्टी पासोड्याचा एक माग असणारे कोष्टी विणकर	२	०८	
१२.शिंपी	४	१५	
१३.न्हावी	४	१५	
१४.परीट (धोबी)	४	१५	
१५.लोहार	६		

१६. तीरगुल (विड्याच्या पानाची बागायत करणारे)	२	१५	
१७. चांभार	१०	५२	
१८. कुंभार	९	३६	
१९. सुतार	११	४३	
२०. गोडी जिनगर	५	१७	
२१. मुसलमान	२३	८७	
२२. रजपूत	३४	१२२	
२३. रोजंदारी मजूर	१८८	६३६	
२४. भिकारी	३०	७०	
२५. भटक	३	१२	
२६. रामोशी	६	२५	
२७. महार रोजंदार	५३	१७५	
२८. मांग रोजंदार	२७	९५	
	६७०	२५११	९

जनगणनेचा सदरचा अहवाल आपल्या इंदापूर गावातील व्यवसाय (जात) निहाय लोकसंख्येची कल्पना देणारा आहे. पण हे प्रमाण अंदाजे दिलेले असावे कारण छत्रपती हे इंदापूर कसब्याचे देशमुख आणि पाटीलसुद्धा होते. त्यांचा तेथे सरकारवाडा होता; पण तो आता नांदता नव्हता. केवळ काही पहारेकरी त्या ठिकाणी होते. तसेच ही यादी इंदापूर गावातील घरांची संख्या किंवा इंदापूरगावात राहणाऱ्या परगण्याच्या अधिकाऱ्यांची कोणतीही माहिती पुरवीत नाही.

असे दिसते की इंदापूरगावातील घरांची, लोकांची, जनावरांची पहिली मोजदाद १८३६-३७ मध्ये घेण्यात आली असावी. एका तक्त्यावरून खालील माहिती मिळते.

घरांची संख्या - ८९६

कौलारू ७ सपाट छपरांची ४४९ शाकारणीची - ४४० = एकूण ८९६

रहिवाशांची संख्या -

पुरुष	अ)	१५ वर्षांखालील	१०८८
	ब)	१५ वर्षांवरील	१९९२
			३०८०

स्त्रिया	अ)	१५ वर्षांखालील	६५२
	ब)	१५ वर्षांवरील	२१२३
			२७७५
	एकूण लोकसंख्या		५८५५

जनावरांची संख्या -

१) रेडे आणि म्हशी		
अ- शेतीसाठी उपयोगी	-	१६८३
ब- इतर कामासाठी राखीव	-	१८५३
२) गायी वासरे		२३८०
३) म्हशी आणि त्याची रेडुके		६७८
४) घोडे आणि शिंगरे, घोड्या हत्ती, उंट इ.		२०८
५) शेळ्या, बकऱ्या इ.		२५०७
जनावरे एकूण -		७४५६
खटारे (गाड्या)		६
नांगरांची संख्या		१५०

इ. १८५० आणि १८५७ सालचा जमाबंदी चिटाखालील तपशील पुरवतो -

घरे	१८५० स	१८५७ स
कौलारू	-	-
सपाट छपरी	११६	१२५
शाकारलेली	२८६	२९७
एकूण	४०२	४२२

रहिवाशांची संख्या	१८५० स	१८५७ स
पुरुष (प्रौढ)	९८७	१३५४
पुरुष (बालके)	६७०	५००
	१६५७	१८५४
स्त्रिया (प्रौढ)	९२४	१३३५
स्त्रिया (मुली)	६७२	४२९
	१५९६	१७६४
एकूण लोकसंख्या	५३५३	३६१८

इ.१८५०-५७ मध्ये कौलारू घर इंदापुरात एकही नव्हते. पण १८३५-३६ मध्ये मात्र ७ कौलारू घरे असल्याची नोंद सापडते. याचाच अर्थ दरम्यानच्या काळात कौलारू घरे नष्ट झाली असावीत किंवा दुसरी शक्यता म्हणजे सरकारने कौलारू घरांवर कर आकारणी सुरू केली असावी. थोडक्यात, या साऱ्यांचा अभ्यास करून एकच निष्कर्ष काढला जाऊ शकतो तो म्हणजे या कालखंडात इंदापूरची लोकसंख्या हळूहळू घटत गेली आहे.

देवळे आणि दर्गे-मशिदी -

इंदापूर शहराचा मुख्य देव इंद्रेश्वर किंवा महादेव असून त्यावरूनच इंद्रपूर-इंदापूर नाव झाले असावे. इतरही अनेक देवालये या ठिकाणी आढळून येतात. त्यापैकी महत्त्वाची देवळे म्हणजे व्यंकटेश, सिद्धेश्वर, राममंदिर, खंडोबा, लक्ष्मी, रोकडाई, मारुती, मार्तंड, नरसोबा इ.या सर्व देवालयास पूजा-अर्चेसाठी उत्सवासाठी काही इनाम जमिनीही देण्यात आलेल्या होत्या. इ.१६८७-८८ सालच्या दस्तऐवजावरून असे दिसते की, इंदापुरात सहा मशिदी किंवा दर्गे असून सरकारातून त्यांना झाडलोट, दिवाबत्ती, अथितीस भोजन इ.खर्चासाठी १० चावर जमीन देण्यात आलेली होती.(खोप्रेकर क्र.२७ पृ.६७-७३) याच ठिकाणी असलेल्या चांदखान पिराला ताबुतासाठी काही रोख रक्कम दर वर्षी सरकारतून दिली जात असे. या चांदखान दर्ग्यात दर वर्षी मोठा ऊरुस भरवला जात असे आणि तिच्यात हिंदू आणि मुसलमान उत्साहाने भाग घेत असत. हा दर्गा इंदापूर भुईकोटाच्या आतील भागात असून 'फतहमंगल' या नावाने प्रसिद्ध आहे. सदर दर्ग्याचे इंदापूरच्या ब्रिटिश रेसिडेंटने नंतरच्या काळात (१९३१ मध्ये) नूतनीकरण केले आणि त्यासाठी सुमारे पाच हजार रुपये खर्च केले. पालखीचीही नेमणूक केली. इंदापुरातील बहुसंख्य मुस्लीम वस्ती याच किल्ल्याच्या परिसरात आहे.

इंदापूर या मराठी गावाचा अनेक प्रसिद्ध आणि अप्रसिद्ध साधनांच्या साहाय्याने विविध अंगांचा-सामाजिक, राजकीय, आर्थिक, धार्मिक अभ्यास करण्याचा या शोधनिबंधांत प्रयत्न केला आहे. पुण्याच्या पेशवे दप्तरांतील विशेषतः जमाव विभागात अशी असंख्य अप्रसिद्ध साधने आहेत, ज्यायोगे निरनिराळ्या विभागांतील काही निवडक ऐतिहासिक गावांचा अभ्यास करणे शक्य आहे हे येथे आवर्जून सूचित करावयाचे आहे.

□□□

७.

अक्कलकोटच्या जमीनदारांचे बंड (१८३०)

अठराव्या शतकांत छत्रपती शाहूमहाराजांनी 'अक्कलकोट'च्या छोट्या जहागिरीची निर्मिती केली.[१] मोगलांच्या छावणीतून १७०७ साली शाहूराजांची सुटका झाल्यावर ते, आपल्या राजधानीकडे-साताऱ्याकडे परत येत असताना महाराणी ताराबाईंच्या समर्थकांनी त्यांच्या मार्गात अनेक ठिकाणी अडथळे आणण्यास सुरुवात केली होती. दौलताबादेच्या दक्षिणेस २५ मैलांवर असलेल्या पराड गांवच्या पाटलाने शाहूंना विरोध करण्याचा एक निष्फळ प्रयत्न केला आणि त्या निकराच्या झटापटीत तो मरण पावला त्या पाटलाची विधवा पत्नी शाहू राजांना शरण आली आणि त्यांच्याकडे संरक्षणाची याचना केली. शाहू राजांनी तिला क्षमा केली, आणि तिच्या मुलाला आपल्या मुलासारखे वागवेन असे वचन दिले. त्या वचनाचे पालन राजाने त्याला सोलापूर जिल्ह्यातील अक्कलकोट या गांवची जहागिरी दिली आणि त्याचे जुने नांव बदलून फत्तेसिंग असे नवे नांव ठेवले. ती जहागीर वंशपरंपरा होती, आणि तिला सातारा राज्यात स्थान दिले. फत्तेसिंगाला एक राजपुत्रासारखे त्याने वागविले, आणि कदाचित साताऱ्याची गादीही त्याला पुढे मिळाली असती, पण राज्याचा स्वामी होण्यापेक्षा एका छोट्या जहागिरीचा मालक होणेच त्याने पसंत केले.[२]

अक्कलकोट जहागिरीचा पाचवा राजा शहाजी दुसरा (१८२८-१८५६) याला आपल्या संस्थानात निर्माण झालेल्या एका लहानशा लोकक्षोभाला सामोरे जावे लागले होते. १८१८ साली ब्रिटिशांनी जेव्हा मराठ्यांची सत्ता हिरावून घेतली. तेव्हा महाराष्ट्र देशात सर्वत्र एक असंतोषाचे वातावरण निर्माण झाले होते. साताऱ्याचे चतुरसिंग, रामोशी, कोळी, गडावरचे शिबंदी, खानदेशातील भिल्ल इत्यादींनी ब्रिटिश अधिकाऱ्यांच्या विरुद्ध बंड पुकारले. विशेषतः मराठी सैनिक, ज्यांना कामावरून दूर करण्यात आले होते ते बंडखोर बनले.[३]

छत्रपती धाकटे शाहूमहाराज यांच्या मृत्यूनंतर (१८०८) त्यांचे अल्पवयीन पुत्र प्रतापसिंह तथा बुवासाहेब हे छत्रपती बनले आणि त्यांच्या वतीने त्यांच्या मातु:श्री माईसाहेब या राज्यकारभार पाहू लागल्या. या सुमारास दुसरा बाजीराव हा पेशवेपदावर होता. (१७९६-१८१८) सातारा आणि पुणे यांचे परस्पर संबंध १८११-१२ पर्यत सलोख्याचे होते. पण त्यानंतर पेशवे आणि छत्रपती यांच्यामध्ये 'नेमणुकीच्या खर्चाच्या' मुद्द्यावर तेढ निर्माण होऊ लागली, आणि 'प्रतापसिंह' पेशव्याचा नजरकैदी बनला. प्रतापसिंहांच्या रोजनिशीतील एका नोंदीवरून ''बाजीराव यानी काहीयेक विद्या सिको

दिली नाही'' छत्रपतींना शिक्षणापासून कसे वंचित केले होते याची कल्पना येते. पण बाजीराव स्वतः कर्तबगार नसल्याने इंग्रजांचे वर्चस्व मराठी राज्यात दिवसेंदिवस वाढू लागले. छत्रपती आणि पेशवा यांच्या परस्परांत निर्माण झालेल्या बेबनावाचा फायदा घेऊन एल्फिन्स्टन साहेबाने प्रतापसिंहांशी गुप्तपणे बोलणी करून त्यांना दोस्तीचे आश्वासन दिले आणि आपल्या बाजूला सामील करून घेतले. मराठे आणि इंग्रज यांच्यात १८१८ साली युद्ध सुरू झाले, आणि या लढाईच्या काळात छत्रपती आपल्या बाजूला असणे महत्त्वाचे वाटल्यावरून प्रथम प्रतापसिंहांना साताऱ्याच्या किल्ल्यावरून हालवून प्रथम वासोटा किल्यावर नजरकैदेत ठेवले, आणि नंतर त्यांना आपल्या स्वारीबरोबरच घेतले, परंतु लढाईत होणाऱ्या सततच्या पराभवामुळे, आणि इंग्रजांनी प्रतापसिंहांशी सुरू केलेल्या गुप्त वाटाघाटींमुळे, शेवटी राजा आपल्या सर्व परिवारासह अष्टी येथे कॅप्टन स्मिथच्या छावणीत दाखल झाला.

इंग्रजांनी सातारा शहर आणि किल्ला आपल्या ताब्यात घेतले होते. त्यामुळे मराठ्यांची राजधानीच त्यांच्या ताब्यात आली होती. ११ फेब्रुवारी १८१८ रोजी एल्फिन्स्टनने एक जाहीरनामा काढून पेशव्यांची 'ब्राह्मणी मसनद' रद्द करून पेशव्यांच्या कैदेत असलेल्या साताऱ्याच्या महाराजांना आम्ही मुक्त करणार आहोत, आणि त्यांना आणि त्यांच्या कुटुंबियांना सुखाने आणि वैभवाने राहता येईल एवढ्या मोठ्या विस्ताराचे स्वतंत्र राज्य त्यांना करून देणार आहोत, आणि त्यासाठी महाराजांचा झेंडा आम्ही सातारा किल्ल्यावर उभारला आहे, असे जाहीर करून राजा आणि त्याची प्रजा आपल्याकडे वळवून घेण्याचा यशस्वी प्रयत्न केला.

४ मार्च १८१८ रोजी राजा आणि कंपनीचा प्रतिनिधी यांची भेट झाली आणि त्यांतूनच उभयतांमध्ये सातारा राज्य निर्मितीचा करार झाला. एलफिन्स्टनच्या समवेत राजाची साताऱ्याच्या दिशेने वाटचाल सुरू झाली आणि मोठ्या थाटाने १० एप्रिल सातारा शहरांत प्रवेश केला आणि त्यांच दिवशी ''त्रितिय प्रहरी मुहुर्तानी मोठे समारंभे, बराबर आलपिष्टन आणि सर्व साहेब लोक खासे त्रिवर्ग.... सिव्हासनारूढ झाले. डावे बाजूस सर्व साहेब लोक बसले. वरकड हुजुरची मंडळी आणि शहरांतील थोर थोर आले. नाच वगैरे समारंभ झाला. नजरा जाल्या, विडे, अत्तर, गुलाब होऊन सर्वांना निरोप जाला. आलपिष्टनसुद्धा सर्वास खुसी तोफा जाल्या.''

सातारा राज्याची निर्मिती इंग्रज कंपनी आणि छत्रपती या उभयतांमध्ये २५ सप्टेंबर, १८१९ साली झालेल्या तहनाम्याने झाली. हा तहनामा म्हणजे एल्फिन्स्टन साहेबाचा मुत्सद्देगिरीचा उच्चांक असे म्हणता येईल. पेशव्यांच्या दरबारांतील इंग्रज रेसिडेंट म्हणून १८११ साली एलफिन्स्टन पुण्यात आला तो इंग्रजी सत्तेची भारतांत पायाभरणी करण्यासाठीच आला होता आणि या कार्याचा प्रारंभ सातारा राज्याची निर्मिती पासून झाला असे स्थूलमानाने म्हणता येईल. प्रत्यक्ष आणि अप्रत्यक्षरीत्या सर्व भारतभर

पसारलेली मराठ्यांची सत्ता, १४ पेट्यांच्या सातारा राज्यापूरतीच मर्यादित झाली आणि मराठी सत्तेचा सार्वभौम 'छत्रपती' आता 'साताऱ्याचा राजा' बनला होता आणि त्याची सत्ता पश्चिमेस सह्याद्रीघाट, उत्तरेस नीरा नदी, पूर्वेस निजामाची सरहद्द आणि दक्षिणेस कृष्णा आणि वाहणाऱ्या नद्या या चतुःसीमेपुरतीच मर्यादित करण्यात आली होती. याखेरीज या भागातील सहा जहागीरदार – औंधचे प्रतिनिधी, भोरचे पंतसचिव, अक्कलकोटचे राजे भोसले, फलटणचे निंबाळकर, जतचे डफळे आणि पसरणीचे (वाई) नबाब शेखमिरे हे राजाकडे सोपविण्यात आले होते; परंतु या जहागीरदारांशी पत्रव्यवहार करणे त्यांच्या भेटीगाठी घेणे या गोष्टी राजाला इंग्रज रेसिंडेटच्या सल्ल्याशिवाय करण्याचा अधिकार नव्हता. या तहनाम्यात असे स्पष्टपणे नमूद केले होते की, ''सरकार इंग्रेज बहादुर यांचे सरकारातून जे राज्य देत आहे ते घेऊन सरकार इंग्रज बहादूर यांचे कह्यात आणि निरंतर संतोषाने राहून सरकार इंग्रेज बहादूर यांचे सल्लामसलतीने हरयेक काम करीत जावू''

तहनाम्यातील या कलमाप्रमाणे हे सर्व जहागीरदार सातारा राजाच्या हुकमतीखाली असले, तर प्रत्यक्षांत मात्र त्यांनी ईस्ट इंडिया कंपनीशी स्वतंत्रपणे करार केले होते.[४] यामुळे सातारा राज्याच्या निर्मितीपासूनच परस्परांवरील अविश्वास आणि बेबनाव यांचे बीजारोपण झाले होते. राजाच्या सत्तेला वेसण घालण्याची ब्रिटिशांची ही एक राजनीती होती. 'फोडा आणि राज्य करा' या ब्रिटिश राजनीतीची सुरवात ही 'सातारा राज्य' निर्मितीपासून झाली.

१८१९ च्या तहनाम्याप्रमाणे साताऱ्याच्या राजाने, एक प्रकारे ब्रिटिशांचे सार्वभौमत्व मान्य केले होते आणि एक प्रकारे आपले अधिकार आणि स्वातंत्र्य यावरही मर्यादा स्वीकारल्या होत्या. या तहनाम्यातील पाचव्या कलमाप्रमाणे ''आपले राज्याबाहेरील हरकोणासी पत्र पाठऊ नये, लग्नाचे किंवा घरगुती कारण पडल्यास रेसिडेशच्या मार्फतीने काम उलघडून घ्यावे व यामध्ये तफावत पडल्यास महाराज सरकारास जो फायदा आहे तो बरबाद होईल'' असे बजावण्यात आले होते.

मराठे जहागीरदार यांची स्थूलमानाने तीन विभागांत नोंदणी करण्यात आली होती ती अशी १) फलटणचे निंबाळकर, जतचे डफळे, आणि मुधोळचे घोरपडे २) शिवछत्रपतींचे मंत्री आणि त्यांचे वंशज यांत, औंधचे प्रतिनिधी कुलाबकार आंग्रे, आणि अक्कलकोटचे भोसले आणि ३) पेशवेकालीन जहागीरदार म्हणजे, रास्ते, पटवर्धन इत्यादी.[५]

अक्कलकोटचे राजे फत्तेसिंह (१७८१-१८२२) याने ३ जुलै १८२० रोजी साताऱ्याचा पहिला रेसिडेट कॅप्टन जेम्स ग्रेट याच्याशी करार करून सातारा राजाचे आधिपत्य मान्य केले होते.[२] या कराराच्या दुसऱ्या कलमान्वये त्याला असे आश्वासन देण्यात आले होते की जोपर्यंत तो या कराराशी प्रामाणिक राहील तोपर्यंत कंपनीसरकार

त्याला संरक्षण देईल. [७] या करारानुसार सातारा राजा आणि अक्कलकोट जहागीरदार यांच्यामध्येही ११ जुलै १८२० रोजी एक करार झाला.

ग्रेंट डफ जो पर्यंत साताऱ्याचा रेसिडेंट म्हणून काम पहात होता (१८१८-१८२२) तो पर्यंत या दोन्ही कराराचे प्रामाणिकपणे पालन केले गेले, पण त्याच्या निवृत्तीनंतर राजा आणि जहागीरदार यांच्यामध्ये विविध बाबतीत तणाव निर्माण होण्यास प्रारंभ झाला. १८१९ च्या तहनाम्याच्या सहाव्या कलमाप्रमाणे राजाला सर्वाधिकार एकदम देण्यात येणार नव्हते. राज्यकारभारात तो वाकबगार झाल्यानंतर राज्याची सर्व सूत्रे क्रमाक्रमाने त्याच्याकडे सुपुर्द करावयाची होती. ग्रेंट डफने आपल्या चार वर्षांच्या कारकिर्दीत राजाला एक उत्तम प्रशासक बनविले आणि एल्‌फिन्स्टनने देखील 'एक विशेष सुसंस्कृत राजकुमार' म्हणून त्याची स्तुती केली.

राजा आणि त्याचे जहागीरदार यांचे परस्पर संबध कसे असावेत या संबधित विचार ग्रॅंट आणि राजा यांच्यामध्ये १८२१-२२ मध्ये सुरू झाला असावा. कारण त्या सुमारास प्रतापसिंहाला राज्यकारभारीची उत्तम माहितीही झाली होती आणि राज्याची सर्व सूत्रे आपण मायदेशी परत जाण्यापूर्वी राजाकडे सुपूर्द करण्यास ग्रॅंट फार उत्सुक होता. प्रतापसिंहाराजाच्या रोजनिशी वरून असे दिसते की जाहगीरदारवर आपली संपूर्ण सत्ता असावी ही ग्रॅंटची मागणी कंपनी सरकारने फारशी मनावर घेतली नव्हती.[८] या संबंधी कंपनीचे धरसोडीचे धोरण राजा आणि जहागीरदार यांच्यामधील तणाव वाढीस लागण्यास कारणीभूत झाले.

अक्कलकोटचा जहागीरदार मालोजी (१८२३-२८) नंतर त्याचा पुत्र शहाजी दुसरा (१८२८-१८५६) हा जहागीरदार बनला. शहाजी अल्पवयीन असल्याने त्याची मातोश्री तुळजाबाई ही या शहाजी आणि त्याचा भाऊ फत्तेसिंग यांची संरक्षक बनली परंतु १८२० च्या तहनाम्याप्रमाणे त्या जहागिरींची सूत्रे सातारा राजाकडे आली. सातारा राज्याचा हा हस्तक्षेप अक्कलकोटच्या जनतेला मान्य नव्हता म्हणून त्यांनी १८३० साली साताऱ्याविरुद्ध बंड पुकारले, आणि त्यामुळे कंपनी सरकारला त्या बंडाचा बीमोड करण्यासाठी हस्तक्षेप करावा लागला.

सातारचे स्थानिक वतनदार आणि इनामदार यांनी प्रतापसिंहांच्या प्रशासनाला वैतागून बोरगावचे वतनदार शंकरराव सरदेशमुख यांच्या नेतृत्वाखाली त्यांनी प्रतापसिंहांच्या प्रशासनाला आव्हान दिले. अक्कलकोटच्या बाल राजा शहाजी दुसरा याला पकडून अक्कलकोटचा किल्ला आपल्या ताब्यात घेतला, आणि राजधानी बंडखोरांनी आपल्या ताब्यात घेतली.

बंडाची ही बातमी जेव्हा सातारा सरकारला मिळाली तेव्हा अक्कलकोटचे संरक्षण करणे ही साताराराजाची नैतिक जबाबदारी होती हे जाणून प्रतापसिंहाने कंपनीच्या फौजेसह अक्कलकोटवर स्वारी केली. बंडखोरांनी काही काळ किल्ला मोठ्या शर्थीने लढविला

पण कंपनीच्या प्रशिक्षित सैन्यापुढे त्यांचा टिकाव न लागल्यामुळे त्यांना शरणागती पत्करावी लागली. या लढाईत कंपनीच्या सैन्याचा एक अधिकारी कॅप्टन स्पॅरो हा जखमी होऊन मरण पावला. या घटनेने ब्रिटिश सैनिक अधिकच पेटले आणि त्यांनी मोठ्या क्रूरपणे बंडखोरांना वठणीवर आणले. या घटनेच्या स्मृतिप्रित्यर्थ साताऱ्याचा रेसिडेंट रॉबर्टसन याने नव्या राजवाड्याच्या रस्त्यावर एका बाजूला कॅप्टन स्पॅरोचे थडगे बांधले. कंपनीच्या सैन्याने अल्पावधीत अक्कलकोट संस्थानांत शांतता प्रस्थापित केली आणि कॅप्टन जेम्सन नावाच्या अधिकाऱ्याला कंपनीमार्फत अक्कलकोट प्रशासकपदी नियुक्ती केली. (९)

अक्कलकोट जहागिरीतील या उठावासंबंधीचे अस्सल दस्ताऐवज साताराचे पारसनीस म्युझियम आणि पुण्याचे भारत इतिहास संशोधक मंडळ, येथे उपलब्ध असल्याने त्याच्या साहाय्याने अक्कलकोट येथील १८३० च्या उठावावर बराच प्रकाश पडतो. राजा आणि त्याचे जहागीरदार यांच्यामध्ये तणाव का निर्माण झाला, या संपूर्ण घटनेत इंग्रज कंपनीचा काय भाग होता या बंडाची कारणे कोणती आणि अक्कलकोटच्या जनतेने सातारा आणि इंग्रज कंपनी यांच्या संयुक्त सैन्याशी कसा मुकाबला केला. प्रत्यक्ष त्या दिवशी काय घडले आणि या बंडाचा बीमोड कसा केला इत्यादी विविध प्रश्नांची उत्तरे या मूळ स्वरूपाच्या कागदपत्रांवरून शोधता येतील.

ग्रॅट डफने साताऱ्यात शांतता आणि सुव्यवस्था प्रस्थापित करूनच १८२२ साली सातारा शहर सोडले होते. परंतु त्याने सातारा शहर सोडल्यावर ब्रिटिशांबद्दल ज्या कटुभावना लोकांच्या मनात होत्या, त्या हळूहळू वर येऊ लागल्या. उदा. साताऱ्याच्या राजाने जहागिरदारांच्या मागे असा सततचा तगादा सुरु केला होता की त्यांनी दसऱ्याच्या दिवशी साताऱ्यांत भरणाऱ्या राजाच्या दरबारात उपस्थित रहावे. पण जहागीरदारयांनी या सक्तीच्या मागणीला विरोध केला, कारण त्यांना हे आर्थिकदृष्ट्या परवडणारे नव्हते. शिवाय त्यांना हे काहीसे अपमानकारकही वाटत होते. या मानपानाच्या पूर्तीसाठी, अक्कलकोटच्या राजाने ग्रॅट साहेबाच्या सल्ल्यानुसार आपल्या जहागिरीतील एक खेडे सातारा राजाला देऊन दसरा दरबारातील या सक्तीच्या उपस्थितीतून आपली सुरक्षा करून घेतली होती.

परंतु सातारा आणि अक्कलकोट यांच्या परस्पर संबधात या घटनेमुळे काहीही फरक पडला नाही. उलट ते बिघडतच गेले. साताऱ्याच्या राजाने कॅप्टन जॉन ब्रिग्ज या रेसिडेंटाकडे या प्रश्नाची चौकशी करावी अशी तक्रार नोंदविली. पुण्याचा कमिशनर विल्यम चॅपलिन आणि मुंबईचा गव्हर्नर एल्फिन्स्टन यांनी अक्कलकोट राजाकडून या प्रकरणासंबंधी खुलासा मागविला. राजाने दोघांना कळविले की कंपनीशी आपला जो करार झाला आहे त्याच्याशी मी बांधला गेलो आहे आणि तसा काही प्रसंग उद्भवलाच तर आपण कंपनी सरकारकडे मदत मागू असे कळविले. (१०) अक्कलकोट राजाचे हे उत्तर

मान्य करून कंपनी सरकारने सातारा राजाच्या तक्रारीची दखल घेण्याची आवश्यकता नाही असे ठरविले.

कंपनी सरकार आपल्या अधिकाऱ्यांच्या वारंवार बदल्या करीत असे, त्यामुळे स्थानिक सरकारांची बरीच अडचण होत असे, कारण प्रत्येक नव्या अधिकाऱ्याशी त्यांना सुरुवातीपासून मैत्रीचे संबंध प्रस्थापित करावे लागत असत आणि त्यात त्यांचा बराच वेळ जात असे. तेव्हा जहागीरदारांनी जॉन माल्कम या मुंबईच्या नव्या गव्हर्नरला अशी विनंती केली की, साताऱ्यासाठी एका अत्यंत कार्यक्षम रेसिडेंटाची नेमणूक करावी आणि त्याला पूर्वीच्या अधिकाऱ्यांचे विशेषतः एलफिन्स्टन, ग्रॅट डफ, ब्रिग्ज यांचे कामाचे अहवाल त्याला उपलब्ध करून द्यावेत. (११) अर्थात नवा येणारा अधिकारी आपल्या नव्या कामाची पूर्ण माहिती करून घेऊनच अधिकारसूत्रे ग्रहण करीत असे कारण ब्रिटिश प्रशासन व्यवस्थेचा तो एक अनिवार्य भाग होता.

१० जुलै १८३० रोजी बडाचा उठाव झाला. राजमाता तुळजाबाईंनी ३० जून १८३० रोजी पत्रद्वारे गव्हर्नर मालकम याला अक्कलकोट येथील स्फोटक परिस्थितीची जाणीव करून दिली होती. (१२)तिच्या राजमुख्यत्यारीच्या काळात सातारा राजाने जे अधिकारी अक्कलकोटच्या प्रशासनासाठी पाठविले होते त्यांच्याविषयी प्रामुख्याने तिने तक्रार केली होती तिचे म्हणणे असे होते हे अधिकारी आपल्या अधिकाराचा गैरवापर करीत या संस्थानचे रीतीरिवाज पाळत नाहीत सर्वसाधारण प्रचलित कायदे संकेत धुडकावून लावतात.आणि राजघराण्यातील पुष्कळ मौल्यवान वस्तूंसह इतर अनेक गोष्टींचा लिलाव करतात. त्यामुळे संस्थानाची प्रतिष्ठा धोक्यात आली आहे. राजाने नेमलेल्या नव्या सैनिकांनी अक्कलकोटच्या जुन्या सरदारांना कैद केले, मारहाण केली आणि त्यांची अप्रतिष्ठा केली तेव्हा गव्हर्नर साहेबांनी सातारा राज्याच्या या अधिकाऱ्यांना ताबडतोब हलवावे अशी विनंती राजमातेने केली.

साताऱ्याचा राजा अक्कलकोट प्रकरणात हस्तक्षेप करण्याच्या प्रतीक्षेत होताच जमीनदारांच्या उठावाचा बंदोबस्त हे एक चांगले कारण त्याला मिळालं. पण राजमाता तुळजाबाईने ठामपणे सांगितले की अक्कलकोट येथे जे काही घडत आहे त्यासाठी जमीनदारांना दोषी ठरविणे योग्य नाही, जमीनदारांचे हक्क आणि त्यांना मिळणारा तनखा यावर गदा आणल्याने ते वैतागून अक्कलकोट सोडून जात आहेत. अर्थात या वैतागलेल्या जमीनदारांना सातारा प्रशासनाविरुद्ध बंड पुकारण्याची चेतावणी राजमातेनेच दिली असण्याची शक्यता नाकारता येणार नाही. राजमातेचा खलिता गव्हर्नर माल्कमला १० जुलै १८३० म्हणजे बंडाचा उठाव झाल्यावर तीन दिवसांनी मिळाला होता.

साताऱ्याचा रेसिडेट रॉबर्टसन आणि राजाचा सेनापती दिनकरराव मोहिते. अक्कलकोट येथील बंडाव्यासंबंधीचा तपशील, बंड पुकारले त्या दिवशीच म्हणजे १० जुलै १८३० रोजीच पत्राने कळविले होते. (१३) एडमंड स्पॅरो रणांगणांवर जखमी होऊन

कसा मरण पावला याचा वृत्तांत या पत्रात होता. दिनकरराव मोहिते या राजाच्या सेनापतीने आपल्या सैन्यातील तीन माणसे जागीच ठार झाली आणि ८ ते १० सैनिक ठार झाल्याचे नमूद करून १० जुलै रोजी काय घडले त्याचा विस्तृत तपशील राजाला सादर केला. अक्कलकोटचे देशमुख आणि सरदेशमुख आपल्या परिवारासह गाव सोडून जात असत. साताऱ्याचे सैनिकांबरोबर त्यांची चांगलीच झटापट झाली. अक्कलकोटच्या नागरिकांनी देखील या साताऱ्याच्या हस्तक्षेपाला मोठ्या शौर्याने तोंड दिले. अक्कलकोट शहराचा काही भाग आगीचे भक्ष्य बनला. राजाचे अधिकारी जे अक्कलकोटमध्ये होते त्यांना लोकांनी हद्दपार केले. सोलापूरच्या बाजूने येणाऱ्या राजाच्या सैन्याकडे संरक्षणासाठी त्या अधिकाऱ्यांनी धाव घेतली. राजाच्या सेनापतीने बंडवाल्यांना हैराण करण्याचा खूप प्रयत्न केला. पण बंड पुकारले त्याच्या आदल्यादिवशी रात्री बराच पाऊस पडल्याने साताऱ्याला सैन्याच्या हालचालीत बरेच अडथळे निर्माण झाले. (१४)

परिस्थिती आपल्या हाताबाहेर जात आहे असे रॉबर्टसन रेसिडेटच्या जेव्हा ध्यान्यात आले तेव्हा ११ जुलै रोजी त्याने राजाला दोन मोठ्या तोफा, दारूगोळा, आणि तोफा डागणारे सैनिक, राजाच्या तबेल्यातील दोन हत्ती अक्कलकोटकडे त्वरेने रवाना करण्याची विनंती केली. तसेच इंग्रजांचे अहमदनगर येथे जे लष्करी ठाणे होते तेथील अधिकाऱ्यांनाही अक्कलकोटकडे तोफा रवाना करण्याचे आदेश देण्यात आले आणि त्याचबरोबर राजालाही कळविले की अहमदनगरहून तोफा जर वेळेवर पोहोचल्या तर साताऱ्याहून तोफांची जादा कुमक पाठविण्याची गरज नाही. यासाठी पुण्याहून येणाऱ्या खलित्याची राजाने वाट पहावी आणि अहमदनगरहून तोफखाना जर निघाला असेल तर राजाने फक्त दोनशे सैनिक पाठवावेत अशी सूचना त्याला देण्यात आली. (१५)

इतकी जय्यत तयारी हा बंडावा मोडण्यासाठी कंपनीसरकार आणि सातारा राज्याने केली होती यावरून हा उद्रेक किती गंभीर स्वरूपाचा होता याची कल्पना येते. या सर्व तातडीच्या प्रयत्नांमुळे १२ जुलै रोजी परिस्थिती आटोक्यात आणण्यात आली आणि अक्कलकोट भागात शांतता प्रस्थापित झाली. १३ जुलै रोजी मालकमचे पत्र राजमातेला मिळाले त्यात त्याने राजमातेला अक्कलकोटमधील परिस्थिती अधिक चिघळू नये म्हणून रेसिडेट रॉबर्टसनच्या आज्ञांचे पालन करावे असा सल्ला दिला होता. वास्तविक १३ जुलैचे हे पत्र म्हणजे राजमातेने ३० जून १८३० रोजी पाठविलेल्या पत्राचे उत्तर होते पण ते हाती पडण्यापूर्वीच बंडावा संपुष्टात आला होता. याच पत्रात मालकमने राजमातेला कळविले होते की कंपनीच्या स्वाधीन बालराजपुत्रास करण्यात आले तर त्याला योग्य ते संरक्षण दिले जाईल आणि तिच्या तक्रारींचेही निवारण केले जाईल. त्याचबरोबर राजमातेने रॉबर्टसनशी त्वरेने संपर्क साधला नाही, राजघराणे आणि अक्कलकोटचे प्रजानन याच्या परिणामांना तोंड द्यावे लागेल आणि राजमातेने उशिरा काही विनंती केली तर तिची दखल घेतली जाणार नाही असे राजमातेला या पत्राद्वारे बजावण्यात आले होते. (१६)

१७ जुलैला १८३० बंड पूर्णपणे निपटून काढण्यात आला. योग्य वेळी ताडतीने मदत केल्याबद्दल अभिनंदनाचे पत्र मालकमने प्रतापसिंहाला पाठविले. राजाला असे अभिवचन देण्यात आले की अक्कलकोटच्या लोकांनी कंपनीच्या जाहीरनाम्याने पालन केले नाही तर त्यांना शासन करण्यात येईल आणि त्यामुळे अक्कलकोटचे राजे आणि बंडखोर यांचे अपार नुकसान होईल. (१७)

राजमाता तुळजाबाई यांनी दहा दिवसाच्या आत कंपनीच्या पुणे कार्यालयास भेट देण्याचे मान्य केले. प्रस्तुत संदर्भात राजमातेने जे पत्र लिहिले आहे त्यावरून असे दिसते की कंपनीसरकारचा निर्णय तिला फारसा समाधानकारक वाटत नव्हता, पण तिचा नाइलाज होता. त्यामुळे कंपनी सरकारच्या आज्ञा विनातक्रार काही पर्याय नव्हता. रेसिडेंटला लिहिलेल्या पत्रात राजमातेने असे स्पष्टपणे म्हटले होते की ३० जून १८३० रोजी पाठविलेल्या आपल्या पत्रात नमूद केलेल्या समस्यांचा काहीही विचार न करता कंपनी सरकारने आपला जाहीरनामा स्वीकारण्यात भाग पाडले आहे. (१८)

अक्कलकोटचा राजा, पुणे सोडून साताऱ्यास जाण्यास फारसा उत्सुक नव्हता, कारण पुण्यात कंपनी सरकारचे त्याला पूर्ण संरक्षण होते. सातारा राज्याचे प्रशासन त्याला मान्य नव्हते आपण साताऱ्यास गेलो तर अक्कलकोटच्या लोकाकरीता खास बांधलेल्या घरात आपल्याला कोंडून ठेवले जाईल याची त्याला भीती वाटत होती. ही खास निवासस्थाने म्हणजे एकप्रकारे बंदीखानेच होते याची त्याला जाणीव होती. परंतु साताऱ्याला जाऊन प्रतापसिंहाला भेटण्याखेरीज दुसरा काही पर्याय त्याच्यापुढे नव्हता. (१९)

कंपनी सरकारला असा संशय होता की या अक्कलकोटच्या बंडाची सूत्रधार राजमाताच होती. राजा प्रतापसिंहाच्या रोजनिशीत प्रस्तुत संदर्भात असे म्हटले आहे की ‘‘जिमिसन साहेब (जेम्सन) बोलिले की शाहजी चांगला आहे, परंतु तुळजाबाई त्यास फिसाद सिकिवती. सबब रसिदेट याणी आम्हास लि ।। (लिहिले) की बाईस तिचे मदत पोचऊन खर्चापुते द्यावे. परंतु दोन महिने वाट पाहून ती चाल नीट न दिले तरी बाईस पोचऊन देऊ असे बोलले’’ (२०)

अशारीतीने साताऱ्यापासून स्वतंत्र होण्याचा अक्कलकोटचा १८३० चा प्रयत्न फसला. पण यामुळे सातारा आणि अक्कलकोट यांमधील तणाण संपला नाही. प्रतापसिंहाला कंपनी सरकारने १८३९ साली पदच्युत केले आणि १८४८ साली सातारा राज्य खालसा करून ते कंपनी सरकारात विलीन करून टाकले आणि सातारा राजाचे सर्व जहागीरदार कंपनीच्या आधिपत्याखाली आले.

थोडक्यात १८३० सालचा जमीनदारांचा कंपनीच्या राज्याविरुद्ध १८५७ साली जो मोठा उद्रेक झाली त्याची एकप्रकारे नांदीच असे म्हणता येईल.

टीपा आणि संदर्भ

१) डेक्कन कॉलेज पुणे मधील मराठा हिस्ट्री म्युझियम मध्ये पारसनीस संग्रह

आणि भारत इतिहाससंशोधक मंडळ पुणे येथील अस्सल ऐतिहासिक दस्तऐवजावर प्रस्तुत शोध निबंध आधारला आहे. श्री.य.न.केळकर यांनी आपल्या संग्रहातील काही कागद या कामासाठी दिले.

२) इतिहाससंग्रह सं.द.ब.पारसनीस, वर्ष २ भाग ३ पृ.६-७.

३) Maharashtra Under the Company (1818-1857)

(डॉ.पं.वि.रानडे यांचा पुणे विद्यापीठाला सादर केलेला अप्रकाशित प्रबंध. प्रकरण ४ मध्ये महाराष्ट्रात झालेल्या उद्रेकाचे विवेचन आहे.

४) Memoirs on the Satara Territory Selections from the Records of the Bombay Govt.No. XLI - New Series, Bombay 1857 pp.52-57.

५) History of the Marathas, 6th Ed. OUP Vol. II pp.326-28.

६) Memoir of the Satara Territory op.it pp.52-55

७) Ibid pp 52-55

८) प्रतापसिंहराजाची रोजनिशी भाग ५

हस्तालिखित पान १४६-६१ ता.१९ ते २७ मार्च १८२२ पेशवे अभिलेखागार पुणे.

९) Pradhan A.N., A Monograph on Akkalkot.

१०) पारसनीस संग्रह रूमाल नं.१ फाईल ८ ता.२३.७.१८२६ 'डेक्कन कॉलेज(संक्षेप - पारसनीस)

११) राजाचे मालकमला पत्र ता ५-१२-१८२८ पारसनीस फाईल ८:१९

१२) राजमाता तुळजाबाईचे मालकमला पत्र ता. ३०-६-१८२८

पारसनीस फाईल ८:७

१३) पारसनीस फाईल ५:२

१४) सातारा दफ्तर, भारत इतिहास संशोधक मंडळ, पुणे (संक्षेप भाइ सं.म.) पत्र क्र.९, ता. १० जुलै १८३०

१५) पारसनीस फा ८-१३

१६) तत्रैव फा. ५:२

१७) तत्रैव फा. ८:४

१८) तत्रैव फा. ८:९

१९) भाइसं.मं ता २३.९.१८३०

२०) पेशवे दफ्तर खंड ४२:६२ ता. ५.१.१८३१

❑❑❑

८.

१९ व्या शतकातील पुण्याची शास्त्री परंपरा

महाराष्ट्राच्या मध्ययुगीन आणि आधुनिक इतिहासात शास्त्रीवर्गाला काही खास अधिकार आणि हक्क होते. तसेच समाजजीवनात आणि राजकारणातही आदराचे महत्त्वपूर्ण स्थान होते. समाजातील विविध पारंपरिक धार्मिक विधी पार पाडणे आणि नव्या पिढीला विविध शास्त्रे पढविण्याच्या जबाबदाऱ्याबरोबरच शासनाला आणि विविध सामाजिक संस्थांना वेळोवेळी सल्ला, मार्गदर्शन करण्याचे महत्त्वपूर्ण काम हा वर्ग पार पाडीत आला आहे. विशेषतः सामाजिक स्वरूपाच्या न्याय निवाड्यात न्यायसंस्थेला योग्य शास्त्राधार शोधून देऊन न्यायप्रक्रियेत दुजोरा देण्याचे काम हा शास्त्रीवर्ग करीत असे. मराठी राज्यकर्ते अशा विद्वान शास्त्रीपंडितांना त्यांच्या ग्रंथनिर्मितीच्या प्रमाणात वार्षिक अनुदान देऊन त्यांच्या विद्वतेबद्दलचा आदरभाव व्यक्त करीत असत.

शिवकालात, स्वराज्यसंस्थापक शिवाजीमहाराजांनी स्वतःच्या राज्याभिषेक प्रसंगी निर्माण केलेल्या अष्टप्रधान मंडळात दानधर्माचे काम पाहणाऱ्या स्वतंत्र मंत्र्याचा समावेश केलेला होता. त्याला 'पंडितराव' असे म्हटले जात असे आणि तो सरकारी अनुदान, दानधर्म यांवर देखरेख ठेवीत असे. तसेच आणखीही एक जबाबदारी त्याला पार पाडावी लागत होती ती म्हणजे राज्यातील विद्वान शास्त्री पंडितांचा दर श्रावण महिन्यात छत्रपतींच्या वतीने आदर सत्कार करून त्यांना त्यांच्या तपश्चर्येचे पारश्रमिक म्हणून वार्षिक अनुदान मंजूर करणे ही होय. मराठेशाहीतील विद्वानांचा आदर सत्कार करण्याच्या या परंपरेचे शिवरायांच्या वखरकारांनी खालील शब्दांत वर्णन केलेले आहे'' एका वेदाचे अध्ययन करणाऱ्या विद्वानास प्रत्येकी एक मण तांदूळ दिला जाई तर दोन शास्त्रांत पारंगत असणाऱ्यास प्रत्येक दोन मण तांदूळ दिला जात असे. पंडितराव प्रतिवर्षी श्रावण महिन्यात अशा विद्वानांची परीक्षा घेत असे आणि त्यांच्या ज्ञानातील प्रगतीच्या मानाने वार्षिक अनुदानात वाढ वा घट मंजूर करीत असे. राज्यातील कुणाही विद्वानास पर राज्यात जाऊन भीक मागण्याची वेळ येत नसे.....'' (सरकार जदुनाथ 'शिवाजी आणि शिवकाल' ओरिएंट लॉगमन्स, १ ली आवृत्ती, १९७३ प. ३६८) राज्याभिषेकानंतर शिवाजी महाराजांनी रघुनाथ पंडित हणमंते यांना 'राजव्यवहारकोश' सिद्ध करण्याची आज्ञा दिली. कृष्ण ज्योतिषी या विद्वनाने ज्योतिष शास्त्रावर आधारित 'करणकौस्तुभ' या ग्रंथाची रचना केली. तर गागाभट्टाने 'शिवाकौदय', कवींद्र परमानंदाने शिवछत्रपतींच्या इच्छेनुसार 'शिवभारत' हे काव्य लिहीले. उपरेक्त ग्रंथकर्त्यांना मराठी

शासनातर्फे सर्व तऱ्हेचे सहाय्य आणि सोयी उपलब्ध करून देण्यात आलेल्या होत्या. (कुलकर्णी अ.रा. शिवकालीन महाराष्ट्र, पुणे, १९७१ .पृ.१७३)

पुढे १८ व्या शतकात जेव्हा पेशव्यांनी मराठीराज्याचे सर्व प्रशासन आपल्या हाती घेतले आणि मराठी राज्याची राजधानी पुण्यास नेली तेव्हापासून पुणे शहर अखिल भारतीयांच्या आकर्षणाचे प्रमुख केंद्र विविध कारणांमुळे बनत गेले. पुणे शहर मुळा-मुठा नद्यांच्या संगमावर वसलेले असल्यामुळे तीर्थयात्रेच्या दृष्टिनेही पुण्यास महत्त्व आहे. तसेच पेशव्यांच्या नेतृत्वाखाली ब्राह्मणशाहीस प्रारंभ होऊन राजकारणाबरोबरच धर्मकारणाचेही ते प्रमुख केंद्र झाले. सहाजिकच भारत वर्षातील विद्वान शास्त्रीपंडितांचे पुणे हे एक आकर्षण केंद्र झाले. तीर्थयात्रेच्या निमित्ताने पुण्यात आलेल्या लोकांचे धार्मिक विधी संपन्न करण्यासाठी पुरोहित, भिक्षूकवर्गही मोठ्या प्रमाणात पुण्यात स्थायिक झाला. याशिवाय सुशिक्षित, कर्तबगार ब्राह्मण तरुणांना पेशव्यांच्या प्रशासनात एक मोठेच क्षेत्र निर्माण झाले. अशाप्रकारे पौरहित्य आणि प्रशासनात कारकूनी करण्याच्या उद्देशाने, विशेषतः कोकणातून मोठ्या प्रमाणावर ब्राह्मणवर्ग पुण्यात येऊ लागला.

पुण्याच्या रेसिडेंटची एक जुनी यादी उपलब्ध आहे. १८ व्या शतकात पुणे शहरात ५८ ब्राह्मण शास्त्री पंडित होते. त्यापैकी ३५ ऋग्वेदी तर उर्वरित यजुःर्वेदीय (ब्राह्मणाची एक पोट जात) ज्ञातीतील होते. थो.माधवराव पेशव्यांच्या काळात (१७६१-७२) पुण्यातील ब्राह्मणांची संख्या झपाट्याने वाढली. तत्कालीन एका जुन्या यादीनुसार २८१ ब्राह्मण (बहुधा ही कुटुंबांची संख्या असावी) त्यापैकी २५० चितपावन ब्राह्मण कुटुंबे होती आणि ही सर्व कुटुंबे पेशव्यांच्या खाशा शनिवारवाड्याच्या भोवतालच्या मेहुणपुरा (शब्दशः अर्थ बायकोच्या भावांची वसाहत) शनिवार पेठ, कसबा पेठ या भागात स्थिरावलेली होती. (भाई सं, मंडळ, संपा. पुणे नगर संशोधन वृत्त खंड १-४, पुणे, १९४२-५२ पहा खंड ३ पृ.२५८-२६५)

पुणे शहरातील वाढती ब्राह्मण लोकसंख्या लक्षात घेऊन पेशव्यांनी श्रावणमास दक्षिणेची रक्कम, ती देण्यामागचा हेतू आणि वाटपाची पद्धती यात सुधारणा केली. पेशवे आपल्या वार्षिक अंदाजपत्रकात फार मोठी रक्कम श्रावणातील दक्षिणेसाठी म्हणून राखून ठेऊ लागले. इ. १७७५ च्या एका ताळेबंदात एकूण १,२५,००० रु. दक्षिणेपोटी ब्राह्मणांस वाटण्यात आले. त्यापैकी ७१००० रु.शनिवारवाड्यात वाटण्यात आले तर उर्वरित ५४,००० रु. पर्वती टेकडी (याच टेकडीवर नाना साहेब पेशव्याने बांधलेले पार्वतीचे सुंदर देवालय आहे. १७४०-१७६१) च्या पायथ्याशी खास बांधलेल्या रमण्यात वाटण्यात आले.

ज्या ब्राह्मणांना ही दक्षिणा दिली जाई त्यांची प्रथम दोन गटात वर्गीकरण शनिवारवाड्यात केले जाई. पैकी पहिल्या गटात सुशिक्षित चांगले ब्राह्मण आणि अशा

ब्राह्मणांना खुद्द पेशव्यांच्या हस्ते किंवा त्यांच्या प्रतिनिधीच्या हस्ते दक्षिणा दिली जाई. जे ब्राह्मण रमण्यापर्यंत चालत जाण्यास असमर्थ असत त्यांनाही शनिवारवाड्यात दक्षिणा वाटप केले जाई. आणि सामान्य भट, भिक्षुकांना रमण्यात देकार दिला जाई. काही वेळा विद्ववान शास्त्रीस खास पालखी वा मेणा पाठवून सन्मानपूर्वक शनिवार वाड्यात पाचारण केले जाई. सामान्यतः प्रत्येक विद्वानास ३ रु. २ आणे तर श्रेष्ठ विद्वानास प्रत्येकी १० रु. दक्षिणा दिली जाई. कनिष्ठ प्रकारच्या ब्राह्मणास मुठ भर तांब्याची नाणी देऊन त्यांची बोळवण केली जात असे. (सरदेसाई गो.स. पेशवे दप्तरातील निवडक कागदपत्र खंड ४३:८३, पृ. ७१)

वेगवेगळ्या पेशव्यांच्या कारकिर्दीत दर श्रावणात वाटल्या गेलेल्या दक्षिणेच्या आकडेवारीचे जे कागद उपलब्ध आहेत त्या वरून पुढील माहिती मिळते.

पेशवा	वर्ष	रुपये
बाजीराव पहिला	१७३६	१६,३५४
(१७२०-४०)	१७३७	१,००,०००
बाळाजी बाजीराव (नानासाहेब)	१७४९	१,२३,५६०
(१७४०-६१)	१७५१	२,५०,०००
	१७५३	१,२०,६००
	१७५४	८,००,०००
	१७५८	१८,००,०००

पुढील पंचवीस वर्षात म्हणजे पानिपतोतर काळात हीच श्रावणमास दक्षिणा रक्कम २ लाखापासून ५ लाखापर्यंत कमी जास्त होत राहिलेली दिसून येते. (उपरोक्त पृ.११५, शिवाय पहा कुलकर्णी अ.रा. 'पुण्याचे पेशवे', पुणे १९९९ (१२३-१२५)

श्रावणात दिली जाणारी ही दक्षिणा जरी तत्त्वतः ब्राह्मणांना त्यांच्या वेदविद्येच्या प्राविण्याबद्दल दिली जात होती तरी पुढे काळाच्या ओघात तिच्या कक्षा वाढत गेल्या. धार्मिकतेबरोबर नुकसानभरपाईचा दृष्टिकोन त्यात येऊन सार्वत्रिक देकाराचे स्वरूप प्राप्त झाले तसेच त्यात भ्रष्टाचाराचाही शिरकाव झाला.

या काळात पेशव्यांच्या नेतृत्वाखाली बहुअंशी संपूर्ण भारतभर मराठ्यांची सत्ता प्रत्यक्ष वा अप्रत्यक्षपणे प्रस्थापित झालेली होती. सहाजिकच पेशव्यांच्या या श्रावण मास दक्षिणेची महती भारतभर सर्वदूर पसरली. परिणामतः दक्षिणेतील शृंगेरी, कांची, श्रीरंगपट्टण, कुंभकोणम, तंजावर, तेलंगणा तसेच उत्तरेतून बनारस (काशी) कनोज

ग्वाल्हेर, मथुरा इत्यादी ठिकाणाहून पात्र, अपात्र ब्राह्मणांचे जथ्थेच्याजथ्थे या काळात पुण्यात येऊ लागले.

दर श्रावणात सुमारे चाळीस हजार ब्राह्मण पुण्यात एकत्रित येत. या दक्षिणेबरोबरच या ब्राह्मणांना सुमारे ३००, ४०० रुपयांची अवांतर प्राप्ती होत असे. पुण्यातील आणि जाण्या-येण्याच्या मार्गावरील धार्मिक कृत्ये ते पार पाडीत. या प्रवासात ३-४ महिने सहज निघून जात. त्यांच्या राहाण्या-खाण्याचा खर्च स्थानिक यजमानच करीत असत. थोडक्यात या ब्राह्मणांची पुणेवारी त्यांना वर्षभर आरामात जीवन व्यतीत करुन देणारी ठरत असे.

अशाप्रकारे श्रावण मास दक्षिणा हा उपक्रम विद्वानांचे भरण पोषण करीत असे. तथापि एवढ्या मोठ्या प्रमाणावर दानधर्माची खैरात करण्याचे १८१८ साली स्थापन झालेल्या कंपनी सरकारने अमान्य केले. या प्रारंभीच्या काळात इंग्रज सरकारचे धोरण म्हणजे अंतर्गत बाबतीत कोणतीही ढवळाढवळ न करणे असेच राहिले. त्यानुसार एतद्देशीयांच्या सामाजिक, धार्मिक परंपरांना त्यांनी धक्का लावला नाही. माऊंट स्टुअर्ट एलफिस्टन याला १८१८ पासूनच पुण्याच्या सामाजिक-राजकीय जीवनाची खडान्‌खडा माहिती होती. पेशव्यांनी चालू ठेवलेल्या श्रावणमास परंपरेचे महत्त्व आणि तिला असलेली प्रतिष्ठा एव्हाना एलफिन्स्टनच्या लक्षात आलेली होती. कंपनीच्या राजवटीच्या प्रारंभीच्या काळातील दंगेधोपे शांत केल्यावर त्याची दक्षिण विभागाचा कमिशनर म्हणून नेमणूक झाली. नव्याने संपादन केलेल्या पेशव्यांच्या या प्रदेशाची सुव्यवस्था लावीत असता त्याने मराठा जनतेची तीन गटात विभागणी केली. पहिल्या गटात लहान मोठे सरदार, जहागीरदार, दुसऱ्या गटात मध्यमवर्ग आणि तिसऱ्या गटात कनिष्ठ वर्ग तरी देखील एक फार मोठा वर्ग शासनाच्या किंवा समाजाच्या दानधर्मावर पोसला जाणारा होता. एल्फिन्स्टनला त्या वर्गाचा स्वतंत्र आणि विशेष विचार करावा लागला. या गटात ज्या शास्त्री मंडळींचा समावेश होता त्यात नीलकंठशास्त्री, मल्हारशास्त्री, रघुआचार्य आणि इतरही शास्त्री मंडळींचा समावेश होता.

महाराष्ट्रात इंग्रजी राजवटीचा पाया घालीत असता एलफिन्स्टनने मराठा आणि ब्राह्मण या दोन्ही वर्गाला संतुष्ट ठेवून त्यांचा विश्वास आणि सहकार्य संपादन करण्याचे धोरण स्वीकारले. मराठ्यांना खूष करण्यासाठी त्याने मराठी राज्यांतर्गत एक छोटेसे सातारा राज्य निर्माण केले. शिवाजी महाराजांच्या वंशातील वारस प्रतापसिंह राजे याला त्या गादीवर बसविले. ब्राह्मण पेशव्यांनी छत्रपतींची सत्ता हिसकावून घेतली पण इंग्रजांनी त्यांचा पराभव करून ती जिंकून घेतली अणि ती पुन्हा छत्रपतींच्या स्वाधीन केली असा आमजनतेला उद्देशून जाहीरनामा काढला.

त्याचप्रमाणे महाराष्ट्रातील ब्राह्मण वर्ग मोठ्या प्रमाणावर पेशव्यांचा चाहता आणि

साहाय्यकरता होता तेव्हा त्या वर्गाचे सहकार्य, आणि विश्वास संपादन करण्याच्या दृष्टीने एळफिन्स्टनने काही सकारात्मक धोरण निश्चित केले. त्याचाच एक भाग म्हणून त्याने विद्वान ब्राह्मणांना आर्थिक मदत करण्याचे ठरविले आणि पुण्याला एक संस्कृत महाविद्यालय स्थापन करण्याचा निर्णय त्याने घेतला. सध्याच्या डेक्कन कॉलेजचे ते प्रारंभिक रूप होते. या ठिकाणी हिंदुधर्मशास्त्र आणि गणित यांच्या जोडीला काही आधुनिक विषयांचा अभ्यास होऊ लागला.

तिसऱ्या आणि शेवटच्या इंग्रज-मराठे युद्धात पराभूत होऊन दुसऱ्या बाजीरावाने महाराष्ट्रातून पलायन केले. तेव्ह ईस्ट इंडिया कंपनीने एच.डी.रॉबर्टसनची पुण्याचा कलेक्टर म्हणून नेमणूक फेब्रुवारी १८१८ मध्ये केली. सरते शेवटी दुसऱ्या बाजीरावाने १८१८च्या जून महिन्याच्या प्रारंभी जनरल माल्कम समोर संपूर्ण शरणागती पत्करली आणि पुढच्याच महिन्यात म्हणजे जुलैमध्ये पुण्यच्या शास्त्रीवर्गाने कलेक्टर रॉबर्टसन समोर एक विनंती अर्ज ठेवला. त्यात त्यांनी म्हटले होते की त्याकाळी कमीत कमी आठ हजार ब्राह्मण दुसऱ्या बाजीरावाच्या दानधर्मावर जगत होते. या अर्जाद्वारे या शास्त्री मंडळींनी कलेक्टरला अशी विनंती केली की या नव्या सरकारनेही त्यांच्यावर अशीच कृपा दृष्टी पुढेही चालू ठेवावी.

शास्त्री मंडळींची ही मागणी रॉबर्टसनला अर्थातच गैर वाजवी वाटली. शास्त्रीमंडळींनी ही मागणी मागे घ्यावी म्हणून त्याने प्रयत्न केला. तथापि पूर्वीप्रमाणे नव्या सरकारनेही श्रावणमास दक्षिणा उत्सव चालू ठेवावा ही त्यांची विनंती पूर्णपणे फेटाळूनही त्याने लावली नाही. इतकेच नव्हे तर दक्षिणेबाबतचे त्याचे विचार एलफिन्स्टनच्या विचारांशी जुळणारेच होते.

१३-१-१८१८ रोजी तो एलफिन्स्टनला लिहितो, मला अशी खात्री वाटते की अशा विद्वान मंडळींना आपण खूष ठेवले तर त्यांचा आपल्या या नव्या सरकारला पाठिंबा राहील. सरकार शास्त्री मंडळींच्या बाबतीतील कायद्याचे नूतनीकरण करून त्यांच्या समस्या, शंकांचे योग्य निरसन आपण केले तर ते सरकारी नोकऱ्या स्वीकारून आपल्याला सहकार्यही करतील. (बॉल हॉटचेट, के.अे. सोशल पॉलिसी ॲण्ड सोशल चेंजेस इन वेस्टर्न इंडिया १८१७-१८३०, लंडन, १९५७, पृ. ९.२११)

पुण्याच्या या ब्राह्मणवर्गाला सुप्रसन्न राखण्याबाबत एलफिन्स्टन खूपच उत्सुक होता. १८१८ मध्ये झालेल्या उद्रेकापासून धडा घेऊन, दक्षिण विभागाचा कमिशनर या नात्याने त्याने काही सकारात्मक पाउले उचलली आणि नव्या सरकारच्या उदारतवादी धोरणाला साजेसे काही निर्णय घेतले गेले. त्याच्या दृष्टीने अत्यंत निकडीचा प्रश्न म्हणजे प्रतीवर्षी श्रावणात केवळ ब्राह्मणवर्गाला दिल्या जाणाऱ्या श्रावणमास दक्षिणा फंडाचा सुयोग्य विनियोग करणे हा होता. त्याच्या असे लक्षात आले होते की ब्राह्मण वर्गातच

आणि अत्यंत विषम प्रमाणात वाटली जाणारी ही दक्षिणा तिच्या मूळ हेतूपासून दूर गेलेली होती. विद्वानांच्या सत्काराऐवजी तिला सार्वत्रिक देकाराचे स्वरूप प्राप्त झाले होते आणि म्हणूनच काही मूठभर ब्राह्मणांचा रोष पत्करूनसुद्धाही श्रावणमास दक्षिणा बंद केलीच पाहिजे असे त्याला ठामपणे वाटू लागले. पण त्याचवेळी अत्यंत मोजक्या, लायक शास्त्रीपंडितांना या दक्षिणाफंडातील काही रक्कम वर्षभर किंवा काहीकाळ विद्यावेतन म्हणून देता येईल का याचाही तो गंभीरपणे विचार करीत होता. नाशिक आणि वाई या दोन तीर्थक्षेत्राच्या ठिकाणी एक किंवा दोन महाविद्यालये सुरू करता येतील का असाही त्याचा विचार चालू होता. पण ही सर्वच योजना अत्यंत खर्चिक म्हणून त्याने बाजूला सारली. नियमीत स्वरूपाचे कॉलेज सुरू करण्याऐवजी इंग्रजी राजवटीला एक वर्ष पूर्ण झाल्याबद्दल दक्षिण विभागातील काही विद्वानांचा सत्कार करण्यासाठी रु. ५० हजार वाटण्यात आले. त्याच निधीचा वापर शिक्षकांच्या वेतनासाठी करून पारंपरिक हिंदुधर्मशास्त्रे शिकवण्याच्या जोडीला काही आधुनिक शास्त्रेही शिकविता येतील असा एलफिन्स्टनने विचार केला.

पुण्यातील विद्वान शास्त्री पंडितांना खूष करण्यासाठी एलफिन्स्टनने आणखी एक पाऊल उचलले. रावबाजी सर्वच ब्राह्मणांवर लाखो रुपये दक्षिणेपोटी उधळत असे त्याऐवजी जेष्ठ, विद्वान पंडीतांची निवड करून त्यांना निवृत्ती वेतन जाहीर केले आणि त्यासाठी एक लाख रुपयांचा निधी राखून ठेवला. या विद्वानांत मल्हारशास्त्री हे दक्षिणविभागातील जेष्ठ, श्रेष्ठ विद्वान होते. रॉबर्टसनच्या मते त्यांना प्रतीवर्षी आठशे रुपये दिले जात तर नीलकंठ शास्त्री नावाच्या प्रख्यात पंडितास १२०० रुपये प्रतीवर्षी मंजूर करण्यात आले. रघू आचार्य नावाच्या आणखी एका विद्वानास पूना हिंदू कॉलेजचा प्राचार्य नेमून त्याला ६०० रु वार्षिक वेतन निश्चित करण्यात आले. (बॉल हॉटचेट, पृ. ८५,८६,८७).

एलफिन्स्टनने शास्त्री मंडळाबाबत स्वीकारलेल्या धोरणाचा पुढचा महत्त्वाचा टप्पा म्हणजे या दक्षिणा फंडातूनच कायम स्वरूपी महाविद्यालय स्थापन करणे हा होय. वाई आणि नाशिक येथे दोन स्वतंत्र महाविद्यालये सुरू करण्याऐवजी इ.इं.कंपनीच्या संचालक मंडळाने पुण्यास एक महाविद्यालय सुरू करण्यास मंजूरी दिली.

एतद्देशीयांसाठी पुण्यास महाविद्यालय सुरू करण्यापूर्वी कंपनीच्या संचालक मंडळाने काही आक्षेपांचे मुद्दे पुढे आणले होते असे दिसून येते. तथापि १८२४ मध्ये एलफिन्स्टनने आपले शिक्षण विषयक धोरण जाहीर करताना वरील सर्व आक्षेपांचे यथायोग्य खंडन केले आणि पुणे येथील कॉलेज निर्मितीची बाजू समर्थपणे मांडली. त्याची ही योजना म्हणजे धर्म आणि शिक्षण यांचे मिश्रणच असणार या संचालक मंडळाच्या आक्षेपाचे त्याने जोरदार खंडन केले. त्याने असे लक्षात आणून दिले की

ब्राह्मणांना संरक्षण देणे, त्यांच्या उपजीविकेची काळजी घेणे हे पेशवे सरकारचे प्रमुख उद्दिष्ट होते आणि म्हणूनच दुसरा बाजीरावसुद्धा सालाना ५ लाख रुपये ब्राह्मणांना दक्षिणा देत असे. वस्तुत: मूठभर ब्राह्मणांना दिली जाणारी दक्षिणा एलफिन्स्टनने बंदच केली होती. कारण त्याच्या मते त्यातील बहुसंख्य ब्राह्मण या सन्मानाला अपात्र होते. पण या गोष्टीचा एक परिणाम असा झाला की फार मोठ्या संख्येने ब्राह्मण मंडळी या अनुदानापासून वंचित झाली आणि सरकारवर नाराजही झाली. तेव्हा एलफिन्स्टन लिहितो, त्या अपात्र ब्राह्मणांना शाल किंवा एखादी वस्तू देऊन समाधान करावे.

वरील सर्व परिस्थिती लक्षात घेता एलफिन्स्टन अशा निर्णयाप्रत आला की समाजाला ब्राह्मणांबद्दल वाटत असलेल्या श्रद्धेमुळे यांच्यातील पात्र, पात्र विद्वान शोधणे फार जिकीरीचे काम आहे. त्या ऐवजी दरवर्षी दिली जाणारी दक्षिणा बंद करून तीच रक्कम बाह्मणांच्या अनुदानासाठीच खर्ची टाकावी आणि हे इंग्रजी सरकार आपला देव–धर्म भ्रष्ट करत आहे हा आपल्या शत्रूचा आक्षेपही आपोआपच निकालात निघेल. तसेच विद्वान शास्त्रीपंडितांना सरकारने अर्थसाहाय्य देणे, विद्येला प्रोत्साहन देणे हे ही तेवढेच महत्त्वाचे आणि वाजवी ठरेल.

अशा तऱ्हेचे कायमस्वरूपी महाविद्यालय स्थापन केल्यामुळे नव्या सरकारवर मोठाच आर्थिक बोजा पडेल या आक्षेपाचेही एलफिन्स्टनने जोरदार खंडन केले. आकडेवारीने त्याने असे दाखवून दिले की कॉलेजचा संपूर्ण खर्च या दक्षिणाफंडातून अगदी सहज भागविला जाऊ शकतो. विद्येला प्रोत्साहन देण्याच्या या उपक्रमात सरकारला एक रुपयाही पदरचा खर्च करावा लागणार नाही. तो पुढे असेही म्हणतो की, हे कॉलेज जेव्हा पूर्ण शक्तीनीशी कार्यान्वित होईल तेव्हा त्यातील १९ प्राध्यापकांचा पगार आणि १०० विद्यार्थ्यांना द्यावे लागणारे विद्यावेतन आणि इतर सर्व खर्च मिळून ही रक्कम १५,३२० रुपये पेक्षा जास्त होणार नाही.

महाविद्यालय स्थापनेविरुद्धचा आणखी एक आक्षेप असाही होता की दक्षिणाफंडाचा बराचसा भाग त्या कॉलेजात हिंदू धर्म शास्त्रे, नीतीशास्त्रे, पुराणे यासारख्या निरूपयोगी विषय शिकविणाऱ्या प्राध्यपकांच्या वेतनासाठीच खर्ची पडेल. त्याचा प्रथम सकृत दर्शनी काहीच लाभ नव्हता. एलफिन्स्टन नंतर दक्षिण विभागाचा कमिशनर झालेला चॅपलिन तर असा आरोप करतो की त्या कॉलेजात शिकविले जाणारे विषय किंवा ज्ञानशाखा नुसत्याच निरूपयोगी होत्या असे नव्हे तर अत्यंत वाईटही होत्या.

अर्थातच एलफिन्स्टन इ.ई.कंपनीच्या संचालक मंडळाच्या वरील धोरणाशी कधीच सहमत नव्हता. तो म्हणतो, ''आपण एक गोष्ट लक्षात ठेवणे नेहमीच गरजेचे आहे ती म्हणजे आपण जे महाविद्यालय निर्माण करणार आहोत ते अत्यंत हट्टी आणि आग्रही ब्राह्मण समाजात आणि त्या समाजातील सर्व ज्ञान हे धर्मशास्त्रातच बंदीस्त

आहे. तेथे विज्ञान हेसुद्धा धर्मशास्त्राचीच एक शाखा मानली जाते. अशा परिस्थितीत धार्मिक कार्यासाठी राखून ठेवलेला हा निधी आपण धर्मशास्त्रातील विद्वानांना वगळून आणि हिंदू धर्माबद्दल अनादर दाखवून खर्च करू शकत नाही. धार्मिक भावनेत ढवळाढवळ न करण्याचेच आपले धोरण आहे आणि त्या धोरणाशी हेच वर्तन योग्यही दिसेल. समाजाचा शिक्षणाबाबतचा पूर्वग्रह खोडून काढणे, गैरसमाजांची धार बोथट करणे, यासाठीच अशा एखाद्या महाविद्यालयाची फार आवश्यकता आहे.''

त्यानंतर एलफिन्स्टनने कॉलेज स्थापनेबाबतच्या मूलभूत प्रश्नाकडे लक्ष दिले. जो प्रश्न म्हणजे या महाविद्यालयात प्रवेश करण्यासाठी जनमत तयार करणे. कारण हाही प्रश्न तेवढाच जटील स्वरूपाचा होता. तो म्हणतो, ''या देशातील लोकांना त्यांच्या भल्यासाठी उच्चशिक्षणाची गरज आहे की नाही? एक गोष्ट स्पष्टपणे ध्यानात ठेवली पाहिजे की ब्राह्मणांना पारंपरिक विद्येतील शिक्षण घेण्यास उद्युक्त करणे किंवा त्यांना पाश्चिमात्य ज्ञानशाखांचा अभ्यास करण्याची सुविधा निर्माण करून देणे किंवा यापैकी कोणताच पर्याय न स्वीकारणे या गोष्टीचा निर्णय एकदा घेतला गेला पाहिजे.'' तो पुढे असाही युक्तिवाद करतो की, ''युरोपियन शास्त्रांची बीजतत्त्वे आपण त्यांना देशी भाषेतून समजावून देऊ शकत नाही. आणि आपण जर त्यांना तसे करणे भाग पाडले तर फारच थोडे किंबहुना कोणताच एतद्देशीय विद्यार्थी आपण दिलेले ज्ञान स्वीकार करणार नाही. ह्यामुळे आता एकाच मुद्याचा विचार केला गेला पाहिजे तो म्हणजे सध्या जी ज्ञानपरंपरा येथे उपलब्ध आहे तिचा उपयोग आपण करून घ्यायचा की नाही आणि तसा उपयोग करून घेतला गेला नाही तर भविष्य काळातील सर्व आशा आकांक्षांच नष्ट होतील...'' एलफिन्स्टनने कंपनीच्या संचालक मंडळास असे आश्वासन दिले की एकदा का हे कॉलेज येथील ब्राह्मण वर्गाच्या साहाय्याने स्थापन झाले की आधुनिक, युरोपियन पद्धतीच्या पदवी परिक्षांचे वर्ग सुरू करण्यास फारच सुलभ होईल. आणि अशा तऱ्हेची शिक्षणसंस्था सामाजिक अशांतता नष्ट करण्याचे प्रभावी हत्यार बनू शकेल. (फॉरेस्ट जी.डब्ल्यू. सिलेक्शन्स फ्रॉम दी मिनिटस् ॲण्ड अदर ऑफिशियल रायटिंग्ज ऑफ दी ऑनरेबल माउंटस्टुअर्ट एलफिन्स्टन, लंडन, १८८४ पृ.१०६-११०)

अशाप्रकारे एलफिन्स्टनने पेशवाईतील श्रावणमास दक्षिणानिधीचा उपयोग ब्राह्मणवर्गाचे प्रेम, विश्वास आणि सहकार्य संपादन करण्याच्या कामी केला आणि १९व्या शतकाच्या प्रारंभी शास्त्री परंपरेचे पुनरुज्जीवन करण्यात आले. पुण्याच्या ब्राह्मणांबाबत एलफिन्स्टनने जो हा कळवळा, प्रेम दाखविले त्यामुळेच असेल कदाचित मद्रासचा गव्हर्नर थॉमस मन्रो त्याला गमतीने शेवटचा पेशवा असे म्हणत असावा.

नव्याने प्रस्थापित झालेल्या या इंग्रजी सरकारने स्थानिक हिंदू लोकांच्या सामाजिक धार्मिक बाबतीत कोणताही हस्तक्षेप न करण्याचे धोरण मुत्सद्दीपणाने स्वीकारलेले होते.

त्यामुळेच परंपरागत हिंदू धर्म, तत्त्वज्ञान, कायदा, शास्त्रे, विविध सामाजिक रूढी, परंपरा नीट समजावून घेण्यासाठी सरकारला शास्त्री पंडितांच्या ज्ञानाची नेहमीच गरज पडत असे. या रूढी परंपरा काद्यापेक्षाही ताठर असल्यामुळे त्याविरुद्ध कोणताही निर्णय घेणे इंग्रजी सरकारलासुद्धा शक्य नसे. अशीच एक प्राचीन काळापासून रूढ असलेली रूढी किंवा परंपरा म्हणजे सतीची चाल होय. पती मृत पावल्यावर त्याची विधवा पत्नी पतीच्या चितेवर स्वतःला जिवंत जाळून घेत असे. ही पद्धती भारतातील बहुतेक प्रांतातून रूढ होती. महाराष्ट्रातसुद्धा सतीपद्धती समाजाच्या सरसकट थरात रूढ नसून उच्चवर्णीय ब्राह्मण, क्षत्रिय (राजवंश, खानदानी सरदार, जहागिरदार) या वर्गापुरतीच मर्यादित होती. तरीसुद्धा अशा परिस्थितीत सती जाण्याबाबत कोणावरही सक्ती वा जबरदस्ती केली जाणार नाही एवढी खबरदारी घेण्याचे इंग्रजी सरकारचे धोरण राहिले. तसेच त्यांनी विधवा स्त्रियांना सती जाण्यापासून रोखण्यासाठी धर्म शास्त्रातील आधार शोधण्याचेही प्रयत्न सुरू केले. त्यासाठी या शास्त्रीपंडितांचीच मदत घेतल्याने नव्या इंग्रजी सरकारविरुद्ध जनक्षोभ निर्माण होऊ शकला नाही. अर्थातच ही अमानुष रूढी कायद्याने ताबडतोब बंद करणे हेही या नव्या सरकारला अशक्य होते. पण सरकारी प्रयत्नामुळे सती प्रसंगी होणारा जुलूमजबरी कमी होऊन तिला ऐच्छिक स्वरूप आले.

पेशव्यांच्या पुणे दरबारातील इंग्रज वकील मॅलेट अशा दोन सती समारंभाचा साक्षीदारच होता. या दोन्ही स्त्रिया मराठा कुटुंबातील असून एक २० वर्षांची तर दुसरी ३० वर्षांची होती. मुळा-मुठा नदीच्या संगमावरील त्याच्या तंबू शेजारीच त्या स्त्रिया आपल्या मृत पतीच्या चितेवर चढल्या (मे १७८७). ते दृश्य अत्यंत भयानकच होते. मॅलेटला तर तो अनुभव भयचकित करणाराच होता. त्याने या गोष्टीचा समग्र अहवाल गव्हर्नर जनरल कॉर्नवॉलीसला पाठविला. पण याही वेळी इंग्रज शासन काहीही करू शकले नाही. याचे मुख्य कारण या काळात मराठी सत्ता ऐन वैभवाच्या शिखरावर होती. (सरदेसाई गो.स. संपा.पूना रेसिडेन्सी कॉरसपॉन्डन्स खंड २ पृ.१११-१२ ४.६३)

सामाजिक बाबतीत कोणतीही ढवळाढवळ न करण्याचे इंग्रजांचे जरी सामान्य धोरण राहिले तरी मराठी राज्य संपादन केल्यानंतर या अमानुष सती पद्धतीबाबत ते तटस्थता पाळू शकले नाहीत. पुण्याचा कलेक्टर एच.डी.रॉबर्टसन तर राधाबाई नावाच्या एका स्त्रीच्या सती जाण्याच्या प्रसंगाने हेलकावूनच गेला. प्रारंभी सती जाण्यास राधाबाई तयार झाली होती पण धडाडून पेटलेल्या चितेची धग ती सहनच करू शकली नाही. चितेतून बाहेर पडण्याचे तिचे सारे प्रयत्न विफल झाले. कारण भोवतालचे लोक काठ्यांच्या साहाय्याने तिला पुन्हा पुन्हा आत ढकलीत होते. (फेल्डहाउस ॲना, इमेजेस ऑफ वुमेन इन महाराष्ट्रीयन लिटरेचर ॲण्ड रिलीजन, न्यू यॉर्क, १९९६-पृ १८८). ह्या प्रसंगा नंतर मात्र रॉबर्टसनने पुण्याच्या शास्त्री पंडितांची सभाच घेऊन त्यांच्याशी चर्चा

केली. आणि सती पद्धतीबाबत एक विशिष्ट पद्धती असावी असे सुचविले. विशेषत: सती जाणाऱ्या स्त्री वर सक्ती केली जाई त्यावरच त्याचा मुख्य आक्षेप होता. (बॉल हॉटचेट, पृ.२०४).

आपली ही योजना निश्चित यशस्वी होईल आणि ही अमानुष रूढी सरतेशेवटी कायद्यानेच बंद होईल असा रॉबर्टसनला पूर्ण आत्मविश्वास होता. तरीसुद्धा मुंबई सरकारने कमिशनर चॅप्लीनल सावधगिरीचा इशारा दिला की त्याने या प्रश्नाबाबत अत्यंत सावधपणे पावले उचलावीत. (चोकसी आर.जी.माऊंट स्टुअर्ट एलफिन्स्टन, मुंबई, पृ.२३२.२३९).

एलफिन्स्टनने सतीबंदीबाबतचे आपले विचार स्पष्ट शब्दात माल्कमला खालीलप्रमाणे कळविले आहेत. तो लिहितो,..''जर आपण या उपक्रमात यशस्वी ठरलो तर सुमारे एक दशलक्ष स्त्रियांचे प्राण आपण ऐच्छिक सती पद्धतीने वाचवू शकू. पण जर आपण अयशस्वी झालो तर सुमारे ६०दशलक्ष स्त्रियांच्या नाशाला कारणीभूत ठरू. ही हानी त्याच्या मोठ्या क्रांती किंवा युद्धातील हानीपेक्षा कमी असणार नाही. युरोप आणि आशियातील सैन्यापेक्षाही आपल्याला एतद्देशीयांच्या भावनांना भ्यायले पाहिजे..'' (बॉल हॉटचेट, पृ २८५).

वरील विचार मराठी राज्य, १८१८ मध्ये संपादन करणाऱ्या एलफिन्स्टननेच व्यक्त केलेले आहेत. त्यावरून त्याच्या साम्राज्यवादी धोरणावरसुद्धा उदारमतवाद कसा प्रभाव टाकून होता हे स्पष्ट होते. हिंदूसमाजात आपण काही सुधारणा घडवून आणावी असा त्याचा निश्चितच विचार नव्हता. तरीही तो आपल्या या धोरणावर ठाम राहिला.

मल्हारशास्त्रींसारख्या काही परंपरावादी शास्त्र्यांनी सतीपद्धतीचे जोरदार समर्थन केले. पण ते या गोष्टीला कोणताच शास्त्रीय आधार देऊ शकले नाहीत. पण पंढरपूरचा विठ्ठल उपाध्याय हा मात्र रॉबर्टसनच्या मदतीस धाऊन आला. त्याने शास्त्राधार शोधून काढला आणि कोणत्या पद्धतीने शास्त्रशुद्ध चिता रचता येते ते त्याने दाखवून दिले. म्हणजे ऐनवेळीसुद्धा एखाद्या विधवेचा सती जाण्याचा विचार बदलला तर ती सुखरूपपणे त्या चितेबाहेर पडू शकेल. आपला जीव वाचवू शकेल. उपाध्याय याने सुचविलेल्या चितेची रचना एकमताने सम्मत करण्यात आली. आणि रॉबर्टसननेही जाहीर करून टाकले की सती जाण्याची ही आदर्श पद्धती असून इथून पुढे या जिल्ह्यात असेच सती जावे लागेल. शास्त्री पंडितांची त्याने सभा बोलावून एखादी स्त्री कशा पद्धतीचे सती जाऊ शकेल त्यासंबंधी काही नियम रॉबर्टसनने घालून दिले. सती जाणाऱ्या प्रत्येक स्त्रीला ते नियम माहित करून देता यावेत.

कमिशनर चॅपेलनेही शास्त्रींच्या सभेतील निर्णयाला आपली संमती दिली. आणि सरकारलाही कळवीले की ब्राह्मण सभेने केलेला हा निर्णय पुरेशा गांभिर्याने पाळला गेला तर या घटनेतील क्रौर्य मी नाहीसे करू शकेन.

अशा रीतीने पुण्याच्या शास्त्री वर्गाला विश्वासात घेऊन इंग्रज सरकारने सती या अमानुष प्रथेवर नियंत्रण प्राप्त करून घेतले. पुण्याच्या शास्त्री मंडळींचा हा सूज्ञ निर्णयच पुढे कदाचित लॉर्ड विल्यम बेटींगला प्रेरणादायी ठरला असावा. कारण त्याने १८२९ च्या डिसेंबर मध्ये स्वतंत्र कायदाच करून संपूर्ण भारतातील सती पद्धती रद्द करून टाकली.

विधवा विवाह-

१९व्या शतकातील दुसरा ज्वलंत सामाजिक प्रश्न म्हणजे विधवा स्त्रियांना पुनर्विवाहास मान्यता असावी की नसावी हा होता. याही प्रश्नाबाबत पुण्याच्या शास्त्री मंडळींनी अत्यंत महत्त्वाची भूमिका बजावली. नेहमीप्रमाणे इंग्रज सरकारने याही प्रश्नाबाबत अलिप्त धोरण स्वीकारले. प्राचीन हिंदू धर्मशास्त्र, तत्त्वज्ञान, रूढी, परंपरा या वेद, पुराणे, स्मृतीवर आधारित असल्याने त्यात कोणतीही ढवळाढवळ न करण्याचेच इंग्रजी सरकारचे धोरण राहिले. इतकेच नव्हे तर ईस्ट इंडिया कंपनीने जो कायदा आयोग स्थापन केला त्याच्या कार्यक्रम पत्रिकेवर या प्रश्नाला अनुक्रम देण्यात आला.

विष्णुशास्त्री पंडित, (१८२७-१८७८) पं. ईश्वरचंद्र विद्यासागर यांचे एकनिष्ठ शिष्य आणि १९व्या शतकातील महाराष्ट्रातील धडाडीचे जेष्ठ धर्म सुधारक, हे विधवा विवाह चळवळीचे जेष्ठ समर्थक होते. त्यांनी तर विधवांना पुनर्विवाहास समाजात मान्यता प्राप्त व्हावी यासाठी जणू धर्मयुद्धच पुकारले. संपूर्ण समाजाचे जनमत विधवा विवाहास अनुकूल होण्यासाठी विष्णुशास्त्री आणि त्यांच्या अनुयायांना आपल्या मताच्या पुष्ठ्यर्थ शास्त्रात आधार शोधावा लागणर होता.

मार्च १८७६ मध्ये विधवा विवाहास मान्यता असावी किंवा नसावी या विषयावर पुण्यात एक वादसभाच आयोजित करण्यात आली. शास्त्रात या गोष्टीला आधार शोधण्याचा प्रयत्न हिंदूधर्मातील आदरणीय विभूती असलेल्या शंकराचार्यांच्या अध्यक्षतेखाली पुण्यातील दीक्षितवाड्यात ही सभा सतत ९ दिवस चालली. या सभेत सुधारणावादी आणि प्रतिगामी असे दोन गट होते. सुधारक गटाचे नेतृत्व विष्णुशास्त्री पंडित यांचेकडे होते आणि त्यांना न्या.रानडे, आर.जी.भांडारकार यांचा पाठिंबा होता. तर विरोधी (प्रती सुधारणावादी) गटाचे नेतृत्व नीलकंठशास्त्री यांचे शिष्य नारायणशास्त्री गजेंद्रगडकर यांनी केले. तर त्यांच्या समर्थकांत विठोबा दप्तरदार, गाडगीळ आणि पटवर्धन यांचा समावेश होता. दोन्ही पक्षांनी खूप परिश्रम घेऊन सदर सभेची योजना आखली होती. दोन्ही पक्षाच्या संमतीने ज्यूरीही नेमण्यात आले. त्यात पुण्यातील कृष्णशास्त्री चिपळूणकर, रघुनाथशास्त्री शेंडे यांच्या नावाला सुधारक पक्षाने मान्यता दिली तर प्रतीगामी गटाने भिकूशास्त्री गोडबोले यांना आपले ज्यूरी म्हणून मान्य केले.

सदर वादसभेला महाराष्ट्राच्या विविध भागांतून २००च्या वर शास्त्रीपंडितांनी हजेरी लावली. त्यात काशी, ग्वाल्हेर, इंदोर येथील विद्वानांचाही सहभाग होता. या

सभेत एकट्या पुण्यातील ९७ शास्त्री हजर होते. साहजिकच त्यांचा एक मोठाच गट येथे निर्माण झाला. दोन्ही पक्षांनी आपली मते शास्त्रार्थ देत अभ्यासपूर्ण भाषेत मोठ्या हिरिरिने मांडली. तथापि, अंतिम निर्णय मात्र सुधारणावादी पक्षाच्या विरोधात दिला गेला. या महासभेच्या मान्यवर पंचांनी आपला निर्णय जाहीर केला की, हिंदूंच्या कोणत्याही पवित्र ग्रंथातून विधवांना विवाहास परवानगी दिलेली नाही. विशेषत: त्रिवर्णीकांस (ब्राह्मण क्षत्रिय आणि वैश्य) असा विवाह करता येणार नाही.

थोडक्यात, महाराष्ट्रात सामाजिक सुधारणा घडवून आणण्याच्या कामी पुण्याच्या या सुधारक शास्त्रीपंडितांच्या गटाला, पाश्चात्त्य विद्याविभूषित नव्या दमाच्या सुधारकांची जेव्हा साथ मिळाली तेव्हाच ते आपली चळवळ यशस्वी करू शकले.

(सिलेक्शन्स फ्रॉम सातारा राजा ॲण्ड पेशवा डायरिज व्हॉ.७ संपा. जी. सी. वाड ॲण्ड बी. पी. जोशी, पुणे १९११ पत्र क्र.७५५, ता. १७६५-६६, पृ.३२८)

कागदपत्रांचे संपादन, जतनीकरण आणि त्यांचे भाषांतर करणे –

पुण्याच्या शास्त्रीपरंपरेला बळकटी आणणारा आणखी एक महत्त्वाचा शक्ती स्रोत म्हणजे पेशवेकाळातील कागदपत्रं, पोथ्या, हस्तलिखिते यांचा संग्रह करणे, तो काळजीपूर्वक जतन करणे आणि त्यांचे अनुवाद करवून घेणे हा उपक्रम सांगता येईल. स्वतः सर्वच पेशवे आणि त्यांच्या घराण्यातील काही स्त्रियासुद्धा विद्याप्रेमी आणि चांगल्याच बहुश्रुत होत्या. विशेषतः थोरल्या बाजीरावाची मातुःश्री राधाबाई आणि थोरल्या माधवरावाची मातुःश्री गोपिकाबाई यांना दुर्मीळ हस्तलिखिते पोथ्यांचा संग्रह करण्याचा छंदच होता. पुस्तकशाला या नावाचा एक स्वतंत्र विभागच पुढे पेशव्यांना निर्माण करावा लागला. त्याकाळात अजून छापखान्याचा शोध लागलेला नसल्यामुळे दुर्मीळ पोथ्या मिळवून त्याच्या नकला करवून घेऊन त्या संग्रही बाळगल्या जात. साहजिकच पुणे हे दुर्मीळ ग्रंथ खरेदी-विक्रीचे प्रमुख केंद्र झाले. १८ व्या आणि १९ व्या शतकात उत्तम, सुंदर हस्ताक्षर असणारा लेखनिक वर्गही त्यामुळेच उदयास आला. कोणत्या पोथीच्या नकला केल्या आणि त्यासाठी लेखनीकास काय मोबदला द्यावा लागला, यासंबंधीचे काही संदर्भ उपलब्ध आहेत.

रघुनाथराव पेशवा उर्फ राघोबा यास जुन्या पोथ्या हस्तलिखितांचा संग्रह करण्याचा, वाचनाचा छंदच होता. त्याने आपल्या पदरी तीन लेखक बाळगले असून, तिघांना मिळून ते ३१ रुपये वेतन दरमहा देत असे. या लेखनिकांना कागद, शाई इतर लेखन साहित्य तर पुरविले जात होतेच, त्याशिवाय झालेले काम व्यवस्थित सुरक्षित जतन करून ठेवण्यासाठी लाकडी फळ्या, पुठ्ठे किंवा जाड कागदही वेष्टणासाठी पुरविला जात असे.

हस्तलिखितांचा शोध उपक्रम

सर थॉमस मन्रो याचा समकालीन आणि भारताच्या 'सव्हेअर जनरल' या पदावर

काम करीत असलेला लेफ्टनंट कर्नल मॅकेन्झी जुन्या हस्तलिखितांवरून भारताचा प्राचीन इतिहास जाणून घेण्याबाबत फारच उत्सुक होता. म्हैसूरच्या सर्व्हे विभागाचा अधीक्षक या नात्याने काम करीत असता त्याला असे जाणवले की, भारताच्या प्राचीन इतिहासाची माहिती देणारी साधने खूपच कमी आहेत. म्हणून त्याने दक्षिण भारताच्या विविध भागांतून मूळ वा भाषांतरित स्वरूपात संस्कृत हस्तलिखितांचा संग्रह करण्याचा उद्योग हाती घेतला. या योजनेचाच एक भाग म्हणून त्याने नारायणराव आणि आनंदराव या दोघा मराठी भाषिक हस्तकांना १८०६-०७ या काळात मुद्दाम पुण्यास रवाना केले आणि त्यांच्यावर पुण्यातील शास्त्रीपंडितांच्या खाजगी संग्रहातील ऐतिहासिक ग्रंथ, हस्तलिखिते, पोथ्या इ.च्या नकला मिळविण्याची कामगिरी सोपविली होती.

मॅकेन्झीने गोळा केलेली ही ग्रंथसंपदा भारताचा ग. ज. लॉर्ड हेस्टिंग्ज याने ईस्ट इंडिया कंपनीसाठी १८२१-२२ मध्ये आपल्या ताब्यात घेतली. त्यातील काही भाग इग्लंडमध्ये नेण्यात आला, तर काही भाग विशेषतः जो भाग दक्षिण भारताशी निगडित होता असा भाग मद्रासच्या ओरिएन्ट हस्तलिखित संग्रहालयात जतन करून ठेवण्यात आला. इ.१८३६ मध्ये विल्यम तायलोरने ह्या संग्रहाची सूची किंवा कॅटलॉग प्रसिद्ध केला. नारायणराव आणि आनंदराव या मॅकेन्झीच्या दोघा हस्तकांनी ज्या रोजनिशा लिहिलेल्या आहेत त्यातून खूपच रंजक आणि महत्त्वाची माहिती आपल्याला मिळते. विशेषतः ऐतिहासिक दुर्मीळ ग्रंथांचा त्यांनी घेतलेला शोध त्याबाबतीत त्यांना कोणकोणत्या प्रसंगांना तोंड द्यावे लागले, नकला करून घेताना दिलेल्या मोबदल्याचा तपशील किंवा पुण्यातील शास्त्रीपंडित यांना माहिती देताना कशी टाळाटाळ करीत, विलंब करताना कोणत्या युक्त्या प्रयुक्त्या करित, हस्तलिखितांची शीर्षके आणि एकूणच मराठी राज्याच्या अस्तकालात पुण्याच्या सार्वजनिक जीवनावर त्यांनी उत्तम प्रकाश टाकला आहे.

मॅकेन्झीचे उपरोक्त दोन्ही हस्तक इंग्रज वकिलातीचा 'संगम' या नावाने पुण्याचा मुळा-मुठा नदीचा भाग होता तेथे उतरले होते. त्यांचा दैनंदिन कार्यक्रम म्हणजे दिवसभर पुणे शहरात भटकंती करून शास्त्रीमंडळी, सरकारी अधिकारी आणि इतर संबंधित व्यक्तींचा शोध घेणे, हस्तलिखितांची माहिती गोळा करणे हाच होता. दिवसभरातील भेटीगाठी आणि त्याचे फलित यांचा अहवाल ते आपल्या रोजनिशीत नोंदवून ठेवीत आणि उर्वरित वेळात ज्या व्यक्तींकडून परतीच्या बोलीवर हस्तलिखिते आणली असतील त्यांच्या नकला करीत असत. कित्येकवेळा शास्त्रीपंडितांशी किंवा संबंधित व्यक्तीशी झालेली चर्चा अगदीच निरुपयोगी ठरत असे. केवळ त्यांनी तोंडभरून दिलेल्या आश्वासनावरच समाधान मानून त्यांना परत फिरावे लागत असे.

१८ व्या शतकाच्या प्रारंभी हस्तलिखितांच्या अशा नकला करून घेताना कोणत्या दराने मोबदला दिला जात असे, याचा तपशीलही सापडतो. उदा. सुबराव नावाच्या एका

शास्त्र्याने 'तंत्रराज' या ग्रंथाच्या ४०० ओव्यांची नकल करण्यास सहा रुपयांची मागणी केली आहे. तर 'त्रिपुरसुंदरी' नावाच्या पोथीच्या ८००० ओव्यांची नकल करण्यास एका ब्राह्मणाने दर हजारी ११-२-० दर सांगून १२ रुपये अगावू वसूल केले आहेत. जेव्हा या दोन्ही हस्तकांनी पेशव्यांच्या कारकुनाशी संपर्क साधला तेव्हा त्यांना असे सांगण्यात आले की, दुसऱ्या बाजीराव पेशव्यांच्या कारकिर्दीत पोथीशालेची खूपच दुरवस्था झालेली आहे.तेव्हा त्यांना हवी असणारी पोथी शोधण्यास बरीच दप्तरे शोधावी लागतील, त्यासाठी काही दिवस त्यांना थांबावे लागेल.

मॅकॅन्झीचे हे हस्तक कमीत कमी 'पुणे पेठ कैफियत' आणि 'परशरामचरित्रम्' ही दोन अत्यंत महत्त्वाची हस्तलिखिते मिळविण्याच्या बाबतीत तरी अत्यंत सुदैवी ठरले. पैकी 'पुणे पेठ कैफियत' पुण्याबद्दलची काही माहिती देते. तसेच शिवाजी आणि शिवकाल, पेशवाईच्या प्रारंभीपासून राजाराम पत्नी महाराणी ताराबाई यांच्या काळापर्यंतची माहिती देते. दुसरे हस्तलिखित 'परशरामचरित्रम्' पुण्याचा प्रख्यात नगरशेट, सावकार दुर्लभसेठ याचा मुलगा भाऊशेठ यांच्याकडून त्यांना प्राप्त झाले.

चरित्राच्या स्वरूपात पण ओवीबद्ध अशी ही रचना असून, ती दुर्लभशेठच्या परिवारातील वल्लभ नाईक या व्यक्तीने केलेली आहे. तिच्यात थो. माधवराव पेशव्याच्या मृत्यूपर्यंत पेशव्यांचा इतिहास आलेला आहे. या ग्रंथात थो. माधवराव पेशव्याची पत्नी रमाबाई सती गेली, या प्रसंगाचेही वर्णन आलेले आहेत. (चंद्रशेखरन टी. (संपा.) पूना पेठ कैफियत, मद्रास, १९५६. तसेच पाहा - वागळे एन. के. कुलकर्णी अ. रा. (संपा.) परशरामचरित्र, मुंबई, १९७५)

पुण्यातील नारायण पेठेतील प्रख्यात विद्वान मल्हारशास्त्री यांनी मॅकॅन्झीच्या या हस्तकांना ग्रंथ हस्तलिखिते कुठे मिळू शकतील याची माहिती दिली. त्यानुसार नारायणराव आणि आनंदराव हे दोघे खाजगीवाले पुण्याचे कोतवाल यांना जाऊन भेटले. या दोघांनाही या कामात शक्य ती सर्व मदत करण्याचे आश्वासन त्यांना दिले. पुण्यातील प्रसिद्ध शेखसला दर्ग्याचा व्यवस्थापक शहाबुद्दीन यासही ते जाऊन भेटले. या दर्ग्याचा गेल्या सातशे वर्षांचा इतिहास त्याच्यापाशी होता. पण नजीकचा इतिहास देण्याबाबत मात्र त्याने काही दिवसांची मुदत मागून घेतली. शनिवार पेठेतील जिवाजी चिटणीस याने एक हस्तलिखित देण्याचे नुसतेच आश्वासन दिले; पण ते पाळले मात्र नाही. वेताळ पेठेतील एका वाण्याने मात्र एक हस्तलिखित त्यांना मिळवून दिले आणि अशाच सारखे काही मिळाल्यास त्यांना देण्याची तयारीही दाखविली. या हस्तकांना खुद्द राव बाजीची गाठ घेण्याची फार उत्सुकता होती. पण त्यांच्या महिन्याभराच्या पुण्यातील वास्तव्यात पेशव्यांची स्वारी पुण्यातच नसल्यामुळे त्यांची गाठ पडू शकली नाही.

कर्नल मॅकॅन्झीच्या या दोन हस्तकांनी हस्तलिखितांचा जो शोध घेतला, त्यावरून एकच गोष्ट स्पष्ट होते ती म्हणजे या काळात पुणे हे पुस्तक ग्रंथ-पोथ्यांच्या संग्रहाचे एक प्रमुख केंद्र झालेले होते.

शार्ल द ओशोवा

चार्लस ही ओचा हा युजेनी बर्नुफ याचा शिष्य असून, प्राच्य विद्यांच्या संशोधनात पायाभूत स्वरूपाचे काम करणारा तरुण विद्वान संशोधक होता. १८४३-४४ या काळात त्याने पुण्यास भेट दिली. पण शहर आणि भोवतालच्या परिसरात हिंडून त्याने अवघ्या वर्षाभराच्या अल्प काळात ठिकठिकाणच्या शास्त्रीमंडळीच्या संग्रहातील अत्यंत मौलिक माहिती गोळा केली. अनेक मराठी ग्रंथांची त्याने भाषांतरे करवून घेतली.

नीलकंठशास्त्री थत्ते (१७५०-१८३४) या विद्वनाच्या खाजगी संग्रहातील ग्रंथांची त्याने वर्गीकरणात्मक सूची तयार केली. या निबंधाच्या प्रारंभीच नीलकंठशास्त्री यांची माहिती येऊन गेलेली आहे. पुण्याचा कलेक्टर रॉबर्टसनसुद्धा त्यांना दक्षिण भागातील प्रकांड पंडित, शास्त्रनीती निपुण, आदरणीय व्यक्ती म्हणून मान देत असे. म्हणूनच नीलकंठशास्त्री यांची न्यायखात्याचा प्रमुख म्हणून नियुक्ती करण्यात आली होती. ठिकठिकाणच्या दुय्यम न्यायाधीशांची उमेदवार म्हणून तो नियुक्ती करू शकत असे. षट्शास्त्रात निपुण अशी त्यांची ख्याती असल्याने त्यांच्या खाजगी संग्रहात अनेक दुर्मीळ ग्रंथ, पोथ्या यांचा फार मोठा संग्रह होता. त्यात व्याकरण, न्याय, साहित्य, स्मृती, पुराणे इ. विविध विषयांवरील उत्तम उत्तम ग्रंथ होते. असे म्हटले जाते की, बनारस (काशी) येथील प्रख्यात पंडित वैद्यनाथशास्त्री पायगुडे यांच्याकडून विविध शास्त्रांचे अध्ययन करण्यासाठी खास पेशव्यांनी शिफारस करून त्यांना पाठविले होते. व्याकरण शास्त्रांवर त्यांचे एवढे प्रभुत्व होते की, त्यांच्या या गुरूने त्यांना पाणिनीचा आधुनिक अवतार अशी पदवीच बहाल केली. बनारसहून सन्मानित होऊन पुण्यास आल्यावर पेशव्यांच्या दरबारात त्यांनी कोणतेही मानाचे पद मात्र स्वीकारले नाही. कारण त्यांच्या आदरणीय अशा रामशास्त्री प्रभुणे यांचे निधन झालेले होते. नीलकंठशास्त्री यांनी आपले उर्वरित आयुष्य विद्यार्थ्यांना विविध शास्त्रे पढविण्यात, वादसभेस सहभागी होणे आणि दर श्रावणात देशभरातून पुण्यात दक्षिणेसाठी येणाऱ्या विद्वानशास्त्री, पंडितांची परीक्षा घेण्यास घालविले. पूना कॉलेजचे पहिले प्राचार्य रघु आचार्य ओक, राघवेंद्राचार्य गजेंद्रगडकर आणि भास्कर शास्त्रीअभ्यंकर ही १९ व्या शतकातील महाराष्ट्रात महशूर असलेली आणखी काही विद्वान मंडळी होती.

शार्ल-द-ओशोवाने नीलकंठशास्त्री बोरा येथे यांच्या खाजगी संग्रहातील सुमारे ४९१ ग्रंथांची वर्गीकरणात्मक सूची तयार केली. विषयानुसार त्यांची वर्गवारी आणि संख्या पुढील प्रमाणे आहे. व्याकरण-६४ धर्मशास्त्र-९४ न्यायशास्त्र -८८

अलंकार शास्त्र- १३ छंदशास्त्र ४ द्वादशमुख - ४८, स्मृतीवरील भाष्ये (टीपा) - ४, पुराणे -२९, मीमांसा-२४, वेदांत -४२ काव्ये -२४, चंपूकाव्य आणि नाटके -१७, इतर ग्रंथ व विविध शास्त्रांवरील ही प्रचंड ग्रंथसंपदा पाहून तत्कालीन पुण्याच्या विद्वतेची कुणालाही कल्पना येऊ शकेल.

पुणे आणि भोवतालच्या विविध शास्त्रीमंडळांकडून मराठी हस्तलिखिते, पोथ्या, ग्रंथ इ. च्या नकला मिळविण्यासाठी ओशोवाने गणपुले नावाच्या एका हस्तकाची नेमणूक केली होती. नकल करणाऱ्यास १००० श्लोकास पाच रु. मोबदला ठरलेला असता नकलकारास गणपुले याच्याकडून हजारी तीन रुपयेच मिळाले होते. (कुलकर्णी अ. रा. संपा. हिस्ट्री ॲण्ड प्रॅक्टिस, दिल्ली, १९९३ पृ.१०२-१२४)

थोडक्यात असे म्हणता येईल की, १९ व्या शतकातील ही शास्त्रीपरंपरा अत्यंत दृढ स्वरुवात कार्यरत होती आणि तिने संपूर्ण १९ वे शतक आणि २० व्या शतकातील पहिली काही दशके महाराष्ट्राच्या राजकीय, सांस्कृतिक, सामाजिक, धार्मिक आणि शैक्षणिक क्षेत्रावर आपला ठसा उमटविला होता. पाश्चात्त्य शिक्षणाच्या प्रभावामुळे याच काळात मुंबईत निर्माण झोलल्या विविध सामाजिक सुधारणा चळवळीस पुण्यातील प्रतिगामी ब्राह्मणवर्गाने जो कडवा विरोध केला त्याचे मुख्य कारण त्यांच्यावर या कर्मठ शास्त्री परंपरेचा मोठा ठसा होता. शास्त्रीपरंपरेच्या या साम्राज्याला पहिला धक्का अप्रत्यक्षपणे ईस्ट इंडिया कंपनी सरकारने दिला. पुढील काळात म.ज्योतिबा फुले. वि. रा. शिंदे या बहुजन समाजातील सुधारकांनी उघडपणे ह्या ब्राह्मणी वर्चस्वाविरुद्ध बंड पुकारण्यास बहुजन समाजाला उद्युक्त केले.

थोडक्यात, भविष्यकालात पुढे शतकभर जो बाह्मण-बहुजन वाद वा संघर्ष उफाळला त्याची पाळेमुळे इंग्रजी राजवटीच्या प्रारंभी पुण्यातील या शास्त्रीपरंपरेच्या महाराष्ट्रातील सांस्कृतिक वर्चस्वात दडलेली असावीत, असे स्थूलमानाने म्हणता येईल.

❑❑❑

९.

प्रो. हेन्री ग्रीन – (१८१०–१८५४)

१८१८ मध्ये ईस्ट इंडिया कंपनीच्या ताब्यात मराठीराज्य आल्यापासून प्रत्यक्ष किंवा अप्रत्यक्षपणे भारतीय उपखंडात इंग्रजी सत्ता प्रस्थापित होऊन स्थानिक सत्ताधीशांची चाललेला संघर्ष संपुष्टात आला. पण या विजयाबरोबरच अनेक नवे प्रश्न कंपनी सरकारपुढे आ–वासून उभे ठाकले. सर्वांत मोठा जटिल प्रश्न म्हणजे एवढ्या मोठ्या खंडप्राय देशाचे प्रशासन अत्यंत तोकड्या साधनसामग्री आणि मनुष्यबळ यांच्या साहाय्याने कसे चालवायचे हा होता. तसेच नव्याने ताब्यात घेतलेल्या प्रवेशाचे महसुली उत्पन्न सातत्याने कसे वाढते ठेवायचे, हेही एक मोठे आव्हानच होते. कारण केवळ भारतातील प्रशासन खर्च भागून चालणार नव्हते, तर इंग्लंडमधील ईस्ट इंडिया कंपनीच्या भागधारकांना समाधानकारक लाभांशही देणे अत्यंत गरजेचे होते.

इंग्रजांनी भारतात स्थापन केलेल्या राजकीय वर्चस्वाने थोर राजकारणी विचारवंत, अर्थशास्त्रज्ञ आणि प्रशासक यांच्या विचाराला मोठेच खाद्य पुरविले. राजकीय विचारवंतांपुढे महत्त्वाचा प्रश्न असा होता की, भारताच्या बाबतीत प्रस्थापित विचारप्रणाली योग्य ठरेल की नाही? का एका नव्याच विचारप्रणालीचा अवलंब करणे प्राप्त परिस्थितीत योग्य ठरेल? (अधिक तपशिलासाठी....'ब्रिटिश इकॉनॉमिक थॉट ॲन्ड भारत..' लेखक – विल्यम जे. बारबर ऑक्सफर्ड १९७५ या ग्रंथाचे पहिले प्रकरण पहावे.) ॲडम्स स्मिथ यांच्या मते भारतातील सद्यःस्थिती मुख्यतः शैक्षणिक मागासलेपणाने निर्माण झालेली आहे आणि म्हणूनच तो जगातील या छोट्याशा भू–प्रदेशाचे वर्गीकरण विस्तारितस्थिर की अधोगतीस जाणारी अर्थव्यवस्था या पैकी कोणत्या वर्गात करावी, याबाबत संभ्रमात आहे..." म्हणून तो स्पष्टपणे म्हणतो की, मूठभर निवडक व्यापाऱ्यांनी मिळून निर्माण केलेली शासनव्यवस्था ही कोणत्याही देशाच्या दृष्टीने सर्वांत वाईट असते.(उपरोक्त पृ.९८)

भारताबाबतही इंग्रज प्रशासक संभ्रमावस्थेत होते की, या ठिकाणी रिकार्डोच्या आर्थिक सिद्धान्तावर आधारित अर्थव्यवस्था योग्य ठरेल की बेनथॅमचे तत्त्वज्ञान या ठिकाणी जास्त परिणामकारक ठरेल. बेनथॅमचे सर्वोच्च आनंद हा बहुसंख्याकांच्या वाट्यास यावा असे होते. प्रा. हेन्री ग्रीन १८४३ आणि १८५४ मध्ये बॉम्बे एज्युकेशनल सर्व्हीचा सभासद होता. त्याने उपरोक्त विषयांतही हा भाग घेतला होता. तसेच तो बॉम्बे रेव्हेन्यू सेटलमेंट आणि सर्व्हेडिपार्टमेंटमधील कॅप्टन गोल्डस्मीड, कॅ. विंगेट यांचा तो समकालीन होता.

दुर्दैवाने हेन्रीच्या जीवन चरित्राविषयी फारशी माहिती उपलब्ध नाही. तथापि, डरहम विद्यापीठ (ग्रेट ब्रिटन) येथे ठेवलेल्या विंगेटच्या कागदपत्रांच्या आधारे प्रा. हेन्री ग्रीनच्या भारतातील कार्याचा आढावा घेण्याचा येथे प्रयत्न केला आहे. मुंबई एज्युकेशन बोर्डाचे त्यावेळी ई.पेरी (अध्यक्ष) जॉन वॉर्डन, जगन्नाथ शंकरशेठ, फ्रामजी कावसजी, महमद इब्राहीम मुकबी (सभासद) आणि मिस्टर स्टोवेल (सेक्रेटरी) होते.

हेन्रीची भारतातील कारकीर्द –

प्रा. हेन्री ग्रीन १८१० मध्ये इग्लंडला जन्मला. १५ मार्च १८४३ रोजी तो मुंबईस पोहोचला आणि सुरत येथील शाळेचा मुख्याध्यापक म्हणून नोकरीवर रुजू झाला. त्याला ३०० रु. मासिक वेतन देण्याचे ठरले होते. १८४३ च्या एप्रिल अखेरीपर्यंत एलफिन्स्टन इन्स्टिट्यूटमध्ये राहून भारतातील सद्यःस्थितीतील शिक्षण पद्धतीचा त्याने अभ्यास केला. सुरत येथे १८४२ मध्ये स्थापन झालेल्या ह्या शाळेत सुप्रसिद्ध मराठी व्याकरणकार दादोबा पांडुरंग तर्खडकर हे हेन्रीचे त्यावेळी सहकारी होते.

हेन्री या शाळेत सुमारे सहा वर्षांपेक्षा जास्त काळ मुख्याध्यापक होता. एज्युकेशन बोर्ड त्याच्या शाळेच्या कामकाजाबाबत अत्यंत समाधानी होते. १८४९ सालचा अहवाल असे स्पष्टपणे म्हणतो की, विद्यार्थ्यांच्या संख्येत लक्षणीय वाढ झालेली आहे. १८४३ मध्ये ५८ असणारी विद्यार्थ्यांची संख्या जेव्हा त्याने शाळा ऑगस्ट १८४९ मध्ये सोडली तेव्हा ती २९२ पर्यंत पोहोचली होती.

(बॉम्बे एज्युकेशन बोर्डाचा १८४९ सालचा अहवाल १८५१ मध्ये प्रसिद्ध झाला. त्याचा ८ वा खंड पृ.१२-१३, २७ येथून पुढे याचा उल्लेख आर.बी.ए. असा करण्यात आला आहे.) बॉम्बे बोर्डाचा अध्यक्ष ई. पेरी याने एप्रिल १८४९ मध्ये शाळेच्या कारभारातून प्रो. ग्रीन निवृत्त होताना त्याने केलेल्या सेवेबद्दल भावपूर्ण उद्गार काढले. तो म्हणतो, ''अत्यंत उत्साहाने शिक्षणावरील निकोप श्रद्धेने आणि तळमळीने एखाद्याने कार्य केले म्हणजे त्याचे परिणाम किती चांगले होतात याचे प्रा. ग्रीन हे एक उत्तम उदाहरणे आहे.'' (१५ एप्रिल १८४९ आर.बी.ए. त्याशिवाय पाहा - अ.का.प्रियोळकर, रावबहादूर दादोबा पांडुरंग, मुंबई १९४७ पृ. १५६,१५७,१७०,१७३,१९५) हेन्री ग्रीन यांने 'सुरतेच्या' या शाळेतील आपल्या सहकाऱ्यांशी मित्रत्वाचे स्नेहाचे संबंध निर्माण केले होते, ते विद्यार्थ्यांना मदत करण्यास तसे सदैव तत्पर असत आणि सर्व शिक्षक मिळून ते बडोद्यास होळीचा उत्सव साजरा करीत, गुजराथी स्त्रियाबरोबर 'गरबा' नृत्यात ते भाग घेत. प्रो. ग्रीनला हिंदुस्थानी शास्त्रीय संगीताची विलक्षण आवड होती. तसेच मराठी लावणी, भारतीय खाद्यपदार्थ, बुद्धिबळाचा खेळ यात ही त्याला कमालीचा रस होता. त्याने उत्तमप्रकारे गुजराथी भाषा आत्मसात

केली होती. एवढेच नव्हे तर १८५० मध्ये त्याने ज्योतिष शास्त्रावर 'खगोल विद्या' या नावाचे पुस्तक गुजराथीत लिहिले. त्याचे इंग्रजी वाक्प्रचार आणि त्यांच्या समानार्थी गुजराथी वाक्प्रचार संग्रह हे पुस्तकही १८५१ मध्ये प्रसिद्ध झाले.

सुरत येथील मुख्याध्यापक कालातील हेन्रीचा अनुभव पुष्कळसे काही सांगून जातो. त्याच्या शाळेतील बहुतेक शिक्षक अगदी यांत्रिकपणे शाळेचा दिवस संपवितात. या संबधी खेदाने तो म्हणतो कदाचित आपणास शिक्षकांच्या नव्या पिढीच्या उदयापर्यंत वाट पाहावी लागेल कारण सद्यःस्थितीतील शिक्षकांना सामान्यतः आपण काय शिकवतो याच पुरेसे ज्ञानही नाही आणि विश्वासही नाही. त्यांना मिळणाऱ्या पगारापुरतंच ते काम करतात.(आरबीए १८४६-४७) खंड पृ.४-५ या ठिकाणी तो एक शिक्षकाचे उदाहरण देतो. या शिक्षकाला आपल्या विद्यार्थ्यांना असे सांगायची सवय होती की, जेव्हा मुख्याध्यापक तुम्हाला प्रश्न विचारतील तेव्हा त्यांचे पूर्ण समाधान होईल, अशी माहिती देण्यासाठी तुम्ही ह्या विषयाचे ज्ञान मिळवा. पण ती उत्तरे बरोबर असतील की नाही ते देवालाच ठाऊक.) एज्युकेशन बोर्डाने सरकारला हेन्रीबाबत स्पष्टपणे अनुकूल अभिप्राय देऊन त्याची एलफिन्स्टन इन्स्टिट्यूटच्या हंगामी प्रिन्सिपॉलपदासाठी शिफारस केली. प्रिन्सिपॉल मि. हार्कनेस याच्या रजेमुळे हे पद रिक्त होणार ाहेते. (आर.बी.ए. १८४९ खंड ८ पृ. २; पृ १२-१३) यानंतर हेन्री जवळ जवळ दोन वर्षे (१८४९-५१) मुंबईत राहिला. एलफिस्टन इन्स्टिट्यूटचा प्रिन्सिपॉल या नात्याने अत्यंत कठीण आणि महत्त्वाची जबाबदारी सांभाळून तो पूना कॉलेजमध्ये इंग्रजी साहित्याचा हंगामी प्राध्यापक म्हणून १८५१ मध्ये रुजू झाला. त्यावेळी त्याला प्रिन्सिपॉल मेजर थॉमस कॅन्डी यांचे कुशल मार्गदर्शन लाभले. (आर.बी.ए.१८२ क्र.१० पृ.२२)

प्रा. हेन्रीने जवळ जवळ दहा वर्षे वैशिष्टपूर्ण सेवा बजावून कंपनी सरकारच्या नोकरीचा राजीनामा दिला आणि मुंबईच्या पारसी धर्मार्थ शाळेचा मुख्याध्यापक म्हणून त्याने १८५३ मध्ये नोकरी स्वीकारली. या ठिकाणी त्याने दोन वर्षे काम केले. एज्युकेशन बोर्डाने ग्रीनच्या शैक्षणिक मार्गदर्शनाचे महत्त्व कंपनी सरकारच्या वारंवार लक्षात आणून दिले, त्यांच्यावर भरघोस स्तुतिसुमने उधळली आणि इच्छा व्यक्त केली की त्याने अजूनही प्राध्यापक म्हणून सरकारी सेवेत रुजू व्हावे. (खालील शब्दात एज्युकेशन बोर्डाने आपली शिफारस दिली आहे. ".... शिक्षणखात्याने त्याच्या रूपाने एका अत्यंत बुद्धिमान, दीर्घ अनुभवी, अत्यंत उत्साही आणि अथक प्रयत्नवादी शिक्षक गमावला आहे."

ग्रीन सध्या आपल्या सेवेत नसल्यामुळे आपले नुकसान असले तरी त्यातल्यात्यात समाधानाची गोष्ट म्हणजे शैक्षणिक विश्वाचे मात्र काहीच नुकसान होणार नाही. कारण फारशी एज्युकेशनल संस्थेचा प्रिन्सिपॉल या नात्याने त्याची नवी कारकीर्द सरू होत आहे. त्याचा अनुभव कार्यकौशल्य इत्यादींचा लाभ बहुसंख्य देशीबांधवांना होणारच

आहे. आम्ही पारसी समाजाचे मनःपूर्वक अभिनंदनच करतो की, त्यांना अत्यंत योग्य आणि कर्तृत्ववान व्यक्ती प्रिन्सिपॉलपदासाठी मिळालेली आहे....'' (आर.बी.ए. १८५२-५३ पृ.३०)

त्याच वेळी प्रा. ग्रीन मुंबईच्या स्टुडंट लिटररी ॲण्ड सायंटिफिक सोसायटीचा तो १८५३-५४ या काळात अध्यक्षही झाला. त्या नात्याने १८५३ मध्ये त्याने पोलिटीकल इकॉनॉमी या विषयावर तीन व्याख्याने दिली. सोसायटीच्या सभासदांपुढे भारतातील परिस्थितीच्या संदर्भात ही व्याख्याने त्याने दिली. (ग्रीन एच.'थ्री लेक्चर्स ऑन पोलिटिकल इकॉनॉमी ऑफ बॉम्बे' बॉम्बे गॅझेट प्रेसने १८५३ मध्ये सदर व्याख्याने प्रकाशित केली आहेत.) (Tribute खंडणी विषयाच्या चर्चेसाठी पृ.४५-४६ पाहा)-

त्यान आपल्या एका व्याख्यानात भारतीय भांडवलदारांनी इग्लंडचे अनुकरण करण्याची गरज असल्याचे प्रतिपादन केले. सुव्यवस्था, शिस्त, वैशिष्ट्यपूर्ण श्रमविभागणीच्या तत्त्वाने इंग्लंडने अत्याधुनिक औद्योगिक प्रगती साधून घेतली. उपलब्ध साधनसामग्री आणि भांडवल यांचा पुरेपूर वापर करून आपले ध्येय साकार केले. भारतीय शेती व्यवसायाचा अधिक कार्यक्षमतेने कायापालट करावा. भारतीय भांडवलदार म्हणजे केवळ पैसा पुरविणारे सावकार आहेत असे तो म्हणतो.

त्याने आपल्या व्याख्यानात भारतीय तरुणांना आवाहन केले की, त्यांनी अमेरिका, इंग्लंडमध्ये प्रशिक्षण संपादन करून भारतातील शेतकरी वर्गाला अधिक नेटाने काम करण्यास प्रवृत्त करावे की ज्यामुळे वैयक्तिक आणि देशाचीही आर्थिक प्रगती होईल.

या व्याख्यानाच्या ओघात प्रा. हेन्रीने बऱ्याच वेळा खंडपी (Tribute) या विषयीही विवेचन केले. त्याचे निरीक्षण असे की, कराच्या रूपाने फार मोठी संपत्ती भारताबाहेर जात आहे ही गोष्ट इंग्लंडच्या दृष्टीने किरकोळ आहे, पण इंग्लंडची औद्योगिक प्रगती ह्या संपत्तीवरच अवलंबून नाही. इंग्लंड एका वर्षात एक दशलक्ष वस्तू आणि सेवा निर्माण करते. त्याचे एका वर्षात सहजच दीडशे दशलक्ष होऊ शकतात. ही गोष्ट त्यांच्या परिणामकारक औद्योगिक व्यवस्थेमुळेच घडू शकते. तो पुढे असेही म्हणतो की, 'खंडपी' ही गोष्ट भारतीयांच्या दृष्टीकोनातून दुसह्य असली तरी इंग्लंडच्या दृष्टीने ती फारशी महत्त्वाची नाही.

असे असले तरी तो कबूल करतो की, इंग्लंडने मनाचा थोडा मोठेपणा दाखवून भारतावरील करांचा भार कमी करावा आणि प्रशासनावरील खर्च इंग्लंडच्या उत्पन्नातून करावा. त्यायोगे भारतातील भांडवल संचय हळूहळू वाढू शकेल. भारताच्या या भौतिक प्रगतीने इंग्लंडवरच त्याचा चांगला परिणाम होईल. इंग्लंडचा भारताबरोबरचा व्यापार आणखीन वाढेल आणि लवकरच भारत हा अमेरिकेप्रमाणे एक समृद्ध देश होईल. तो

अत्यंत आत्मविश्वासाने म्हणतो की, उद्योगधंद्याचे संस्थापक स्वतः आर्थिकदृष्ट्या संपन्न होतीलच; पण त्या बरोबरच आपल्या मातृभूमीला नवी बाजारपेठ मिळवून देऊन तिच्या वैभवातही भर घालतील.

प्रस्तुत संदर्भात, तो म्हणतो की, वसाहती राजवटीमुळे उभयदेशांचा फायदा झाला असला तरी आपला देश आपल्या न्याय्य हक्कांची मागणी करणाऱ्या आणि ज्याला साहित्याच्या विविध अंगांचे आणि विज्ञानाचे भरपूर ज्ञान आहे, अशा आपल्या प्रेमळ मित्राला आपण मुकलो आहोत.

पहा १) Proceedings of the Students' Literary and Scientific Society, Bombay for the years 1854-55 and 1855-56 pn 21-23.

2) The Indian Career of Professor H. Green by Kaikhoshro Hormazi : Published at the expense of an Admirer of the late Professor. Bombay Gazette Press, 1854.

3) Report of the Bombay Education, 1855 P.32.

'दी इंडियन करीअर ऑफ प्रो. एच. ग्रीन लेखक कैकुस्त्रो होरमाजी, प्रो. महाशयांच्या चाहत्यांनी दिलेल्या देणगीतून बॉम्बे गॅझेट प्रेसने १८५४ मध्ये मुंबईत सदर पुस्तक प्रसिद्ध केले. तसेच आ.बी.ए..१८५५ पृ.३२ पाहा)

प्रो. ग्रीन ४ ऑगस्ट १८५४ रोजी वयाच्या अवघ्या ४४ व्या वर्षी अचानक कालवश झाला. कर्तृत्वाच्या ऐन शिखरावर जाणाऱ्या उमेदीत असता तीन चार दिवसांच्या आजारपणात मृत्यूने त्यांना मुंबईतच गाठले. त्यांचा मृत्यू मुंबई आणि पुणेकरांना चटका लावून गेला. मुंबईच्या सायंटिफिक सोसायटीने आयोजित कलेल्या शोकसभेत त्याची शैक्षणिक गुणसंपदा, विविध योजना यावर प्रकाश टाकण्यात आला. तथापि त्याच्या माणुसकीवर विशेष भर दिला गेला. त्यावेळी हे ही लक्षात आणून दिले गेले की, त्यांच्या प्रेमळपणाचे वैशिष्ट्य हेच होते की, समाजातील ज्या थरातील लोकांना खरोखरीच ज्याची गरज आहे त्या सुखाचाच तो प्रथम विचार करीत होता आणि तो सदैव गरिबांचाच पाठिराखा राहिला. आपल्या लाडक्या मित्रासाठी सोसायटीच्या सभासदांनी मनःपूर्वक खेद त्या सभेत व्यक्त केला. दुसऱ्या एका सोसायटीच्या शोकसभेत कैकूस्त्रो होरमजी या त्यांच्या एका विद्यार्थ्याने सोसायटीसमोर सादर केलेल्या एका शोधनिबंधात आपल्या आदरणीय गुरूला श्रद्धांजली वाहिली. त्याचे शीर्षकच होते... प्रो. ग्रीन यांच्या भारतातील कारकिर्दीच्या आठवणी..." सदर लेख १८५४ मध्ये नंतर प्रसिद्धही करण्यात आला.

प्रख्यात 'ज्ञानप्रकाश' या मराठी वृत्तपत्राने... मि. ग्रीन अलीकडे पुण्याच्या पूना कॉलेजमध्ये प्राध्यापक होते. ते अत्यंत विद्वान आणि हाडाचे शिक्षक होते. विद्यार्थीवर्गात

ते इतके प्रिय झालेले होते की, दोन वर्षांनी ते पुणे सोडून पुण्याहून मुंबईस गेले तरी त्यांचे विद्यार्थी त्यांची आणि सहकारी प्राध्यापक यांची सतत आठवण काढीत असत. प्रा. ग्रीन हे अखिल भारतीयांचे उपकारकर्तेच होते. म्हणूनच त्यांचा मृत्यू भारतीयांना अत्यंत दुःखदायक वाटला. पण काही मूठभर इंग्रजांना मात्र प्रा. ग्रीन यांचा मृत्यू फारसा शोककारक वाटला नाही. त्यांचे दुःख तोंडदेखलेच होते.) ('ज्ञानप्रकाश' अंक ६०, वर्ष ६ दि.१० ऑगस्ट, १८५४)

'ज्ञानप्रकाश' या प्रख्यात मराठी वृत्तपत्राने प्रा. महाशयांच्या आकस्मिक मृत्यूची वार्ता देताना विद्वान संशोधक आणि विद्यार्थी यांच्या वतीने नेमक्या शब्दात त्यांना आदरांजली वाहिली आहे. ('ज्ञानप्रकाश', १५-८--१८५४)

प्रा. ग्रीन यांचे पुण्यातील चाहते, संशोधक आणि विद्यार्थी यांच्या वतीने एक सभा आयोजित करण्यात आली. त्या सभेत सर्वानुमते असे ठरविण्यात आले की, कै. प्रा. ग्रीन यांची स्मृती चिरंतन राहण्यासाठी आणि त्यांचा यथोचित गौरव करण्यासाठी एक गौरवग्रंथ लवकरच प्रसिद्ध करावा. याच सभेत आणखीही एका गोष्टीवर विशेष भर देण्यात आला ती गोष्ट म्हणजे प्रा. ग्रीन हे केवळ नोकरीत असताना समाजोपयोगी कामे करणारे नसून आपला फावला वेळही ते याच कामासाठी व्यतीत करीत. चोखंदळ पुणेकरांना हे निश्चितच ठाऊक झालेले होते की, प्रा. ग्रीन हे नेहमीच प्रतिपाद्य विषयांचे निरुपण अत्यंत निर्दोष, तर्कशुद्ध पद्धतीनेच करीत. त्यांच्या राहत्या घरी किंवा महाविद्यालयातील वर्गात किंवा जाहीर सभांतून प्रतिपाद्य विषयाचे त्यांचे सखोलज्ञान सदैव जाणवत असे. थोडक्यात पुण्यातील शैक्षणिक जगताचे प्रा. ग्रीन यांच्या मृत्यूने कधीही भरून न येणारे नुकसान झाले, यात काहीच संशय नाही. साहजिकच अशा परोपकारी विद्वानाची स्मृती कायम राहण्यासाठी पुणेकरांनी काही तरी करणे यात आश्चर्य असे काहीच नव्हते. ते त्यांचे कर्तव्यचहोते.

हा प्रस्ताव पुणे कॉलेजमधील देशी भाषांचे साहाय्यक प्राध्यापक कृष्णशास्त्री चिपळूणकर जे महाराष्ट्रात बृहस्पति, प्रकांड पंडित या टोपण नावाने सुपरिचित होते. त्यांनी मांडला. अर्थातच, शास्त्रीबुवांचा हा प्रस्ताव ताबडतोब एकमताने संमत झाला आणि सदरचा हा गौरवग्रंथ प्रकाशित करण्यासाठी प्रा. ग्रीन यांचे चाहते, विद्यार्थी, सहकारी समाजातील दानशूर व्यक्ती यांच्याकडून देणग्या गोळा करण्याचेही ठरले. याही ठरावास काही सभासदांनी आपली देणगी जाहीर सभेतच देऊन चालना दिली. सभेच्या जागीच ९० रुपयाच्या देणग्या जमाही झाल्या. ('ज्ञानप्रकाश' वर्ष ६ अंक ६८ दि.३१ ऑगस्ट १८५४)

प्रा. ग्रीन आणि महसूल सुधारणा –
महसूल व्यवस्थेबाबत प्रा. ग्रीन यांचे काय मत होते हे पाहायचे, तर इंदापूरवरील

फ्रान्सिसचा अहवाल महत्त्वाचा ठरेल. त्या अहवालांत म्हटले आहे की, प्रो. ग्रीन हे अत्यंत बुद्धिमान सरकारी नोकर असून, बॉम्बे गॅझेटचा खास लेखक याने जमीन पाहणी आणि सारा निश्चिती यासंबंधीचा अगदी प्रारंभापासूनच्या इतिहासाचा आणि या क्षेत्रात झालेली प्रगती याचा आढावा घेतला आहे. (मुंबई सरकारची निवडक कागदपत्र नं.cvii न्यू सेरिज पेपर्स इंदापूर तालुका, पुणे जिल्हा पाहणी कागदपत्र परीक्षण, मुंबई १८६८) (येथून पुढे याचा उल्लेख फ्रान्सिस रिपोर्ट असा आला आहे.)

विंगेटची कागदपत्र ओरिएन्टल हस्तलिखित ग्रंथालय डरहॅम विद्यापीठात जतन करून ठेवण्यात आलेली आहेत. वरील शीर्षकाखाली असलेल्या कागदपत्रांतील १४ पत्रे प्रो. ग्रीनची असून, त्यापैकी दोन पत्रे विंगटला पाठविलेली आहेत आणि १ पत्र गोल्डस्पीडला पाठविलेले आहे. उर्वरित दोन पत्रे कोणास पाठविलेली असावीत हे निश्चित होत नसले तरी ती बहुधा विगेंटलाच लिहिलेली असावीत. ही सर्व पत्रे पुण्याहून रवाना झालेली आहेत. ही पत्रे म्हणजे एका विद्वान शिक्षणतज्ज्ञ आणि कुशल प्राध्यापक यांच्यातील वैचारिक देवाण-घेवाणीचा आदर्श नमुनाच आहेत. त्या पत्रांचा मुख्य विषय म्हणजे मुंबई सरकारचा नवा महसूल सुधारणा कायदा हाच आहे.

या पत्रव्यवहाराचा सूक्ष्म अभ्यास केल्यावर असे दिसते की, राजकीय संबंधाच्या बाबतीत प्रा. ग्रीन हे एलफिन्स्टनच्या मार्गाचा अनुयायी होता आणि आर्थिक धोरणाबाबत, जॉन स्टुअर्ट मिल या ब्रिटनच्या समकालीन अर्थशास्त्रज्ञाच्या विचारसरणीशी सहमत होता. ब्रिटिश साम्राज्याबाबत त्याच्या मनात काही विरोधाची भावना नव्हती. वस्तुतः तोसुद्धा एलफिन्स्टनसारखाच साम्राज्यवादी होता, परंतु त्याचबरोबर दक्षिणेतील लोकांबद्दल त्याच्या मनातं एक सहानभुतीची भावना होती. २३ डिसेंबर १८५१ साली विगेंटला लिहिलेल्या पत्रात तो म्हणतो, ‘‘ज्या लोकांशी माझा संबंध आला आहे आणि ज्यांच्या परिश्रमामुळे आम्ही एकत्र राहतो, त्यांच्याबद्दल आमची भावना त्या लोकांचे बरे करावे एवढ्यापुरतीच मर्यादित राहिली नाही, तर आमच्या मनात आता पूर्वेकडील साम्राज्याबद्दल एक प्रकारचा राष्ट्राभिमान निर्माण झाला आहे आणि म्हणून मला असे वाटते की, आमची या प्रदेशातील सत्ता अशी राहावी की, ज्यामुळे आपल्याला अधिकाधिक लोककल्याणाचे श्रेय मिळेल.’’ (विंगेट पत्रव्यवहार, पूर्वोक्त २३ डिसेंबर १८५१)

मि. फ्रान्सिस आपल्या रिपोर्टमध्ये (पॅरा ८५) उल्लेख करतो की, कॅ. विगेट आपला रिपोर्ट तयार करत असताना प्रा. ग्रीन यांच्याबरोबर नेहमीच पत्रव्यवहाराने संपर्कात होता. (विगेट, उपरोक्त, डिसेंबर ३०,१८५३) ग्रीनला असे नेहमी वाटतं असे की, आपण पत्रातून इतके प्रश्न त्याला विचारतो की, कंटाळून विंगेट त्याला उत्तरे पाठविण्याचेही बंद करील. ग्रीन लिहितो..... ‘‘माझा हा पत्रव्यवहार तुम्हाला तापदायकच वाटत असेल;

पण माझी अशी विनंती आहे की, तो जेव्हा अधिक त्रासदायक होत आहे असे वाटेल तेव्हा ताबडतोब थांबवावा, माझ्या सर्व शंकाचे मोठ्या सहानुभूतीने निरसन केले त्याबद्दल मनःपूर्वक आभार.'' (१८ सप्टेंबर १८५२) त्याला विंगेटचा इतका लळा होता की, जेव्हा त्याला समजले की लवकरच विंगेट सेवेतून निवृत्त होऊन मायदेशी जाणार आहे, तेव्हा तो लिहितो... तुझ्या प्रयाणाचा दिवस इतका जवळ आलेला पाहून मला मनस्वी खेद होतो. भारतात तुझ्या जागेवर कोणाची नेमणूक होईल याची मला कल्पना नाही. ज्या कोणावर तुझी जबाबदारी निःशंकपणे टाकता येऊ शकेल असा मला कुणीच दिसून येत नाही. तुला जे प्रश्न विचारून मी भंडावून टाकीत असे तसे 'आता मी कोणाला भंडावून सोडू' (विंगेट पत्रव्यवहार १८.९.१८५२)

'अर्थशास्त्र' या ज्ञानशाखेच्या सुरवातीच्या काळात म्हणजे ॲडम स्मिथ, रिकॅर्डो, माल्थस इत्यादी अर्थशास्त्रज्ञांच्या काळात 'क्लासिकल स्कूल' असे म्हणतात. जॉन स्टुअर्ट मिल हा अर्थशास्त्रज्ञ या 'क्लासिकल स्कूल' चा पुरस्कर्ता होता. प्रा. ग्रीनने विंगेटशी आर्थिक विषयासंबंधी जो पत्रव्यवहार केला आहे त्यावर जॉन स्टुअर्ट मिलच्या विचारसरणीचा बराच प्रभाव दिसून येतो. मिल या अर्थशास्त्रज्ञावर, क्लासिकल स्कूल प्रमाणेच युटिलिटेरियन (उपयुक्ततावादी) आणि सेंट सायमन, ऑगस्त कोम्तेसारख्या सोशेलिझम (समाजवादी) अर्थशास्त्राज्ञांच्या विचारसरणीचा प्रभाव होताच. मिलप्रमाणेच ग्रीनवर देखील या दोन पंथांचा प्रभाव होताच. अर्थात, मिल हा संपूर्णतया समाजवादी पंथात मिसळला नसला, तर त्याने आपल्या लिखाणातून समाजवादी तत्त्वांचा उल्लेख केला होता. (Gtde and Rist, A History of the Economic Doctrines, London 1923 pp 352-367) १९ व्या शतकात युरोपात भांडवलदार आणि मजूरवर्ग यांच्यामध्ये आर्थिक बाबींवरून तंटे होण्यास प्रारंभ झाला होता. प्रस्तुत संदर्भात ग्रीन म्हणतो, 'मिल पूर्वीच्या' अर्थशास्त्रीय लिखाणांत बहुजन समाजाच्या प्रश्नासंबंधी फारच कमी प्रमाणात सहानुभूती दाखविलेली दिसते. त्यांच्या लेखनाचा भर प्रामुख्याने भांडवलदार, सरकार आणि समाजातील प्रतिष्ठितवर्ग यांची विचारसरणी मांडण्याकडे दिसून येतो. असे असले तरी प्रा. ग्रीनला मात्र असे वाटत होते की, आपणच आपले भांडवलदार बनावयाचे, आपणच आपले व्यवस्थापक मंडळ बनावयाचे आणि आपणच आपल्या कार्यावर देखरेख करावयाची, यासाठी कामगारवर्गाचा जो प्रयत्न चालू आहे तो कालांतराने यशस्वी होईल. (विंगेट पत्रव्यवहार, सप्टेंबर १८५२)

पेशव्यांचा मुलूख जेव्हा कंपनीच्या ताब्यात आला तेव्हा माऊंटस्टुअर्ट एलफिन्स्टनने, सामान्य माणसांचे प्रश्न सोडविण्यापूर्वी, सरदार, जहागीरदार आणि इतर महत्त्वाच्या वर्गाचे अधिकार आणि हक्क या प्रश्नांना अग्रक्रम देण्याचे धोरण स्वीकारले. कंपनीसरकारच्या काळात नंतर देखील हेच धोरण राहिले. मात्र, त्याचबरोबर सरकारी

शेतसारा निश्चित करण्याच्या कामालाही प्रारंभ केला. ब्रिटिश सरकारी अधिकारी हे ''रसातळाला जाणाऱ्या आणि ढासळत चाललेल्या सरंजामशाहीकडे अधिक सहानुभूतीने पाहते, अशी प्रा.ग्रीनची समजूत झाली होती. तो म्हणतो, '' सरकारला जर, सरंजामदारांचा उद्धार करावयाचा असेल, तर ते केवळ सामान्य लोकांवर अधिक बोजा टाकून तो पैसा सरंजामशाही वाचविण्यासाठी खर्च करावा लागेल. अर्थशास्त्राच्या सिद्धान्ताप्रमाणे, सरंजामशाही ही सामान्यजनांचा काही भाग सांभाळू शकत नाही, तर सामान्यजनताच, सरंजामशाहीला आधार देते. या तत्त्वाच्या आधारे प्रा. ग्रीन असा प्रश्न उपस्थित करतो राष्ट्राच्या संपत्तीचा जो भाग हे सरंजामदार उकळतात, त्यापैकी किती भाग ते राष्ट्राच्या सेवेसाठी वेचतात आणि ते जर काही थोडा भाग उचलत असतील, तर त्याचा गाजावाजाच फार केला जातो. (पत्रव्यवहार आक्टोबर १८५१)

जे. एस. मिलच्या लिखाणाने ग्रीन इतका प्रभावित झाला होता की, त्याने त्याच्या प्रिन्सिपल्स ऑफ पोलिटिकल इकॉनॉमी (१८४८) या अर्थशास्त्रीय ग्रंथाचे मराठी माणसाच्या उपयोगासाठी मराठीत भाषांतर करण्यासाठी दोन मराठी पंडितांना तयार केले. मुंबईच्या एलफिन्स्टन इन्स्टिटय़ूटचा प्राचार्य म्हणून काम पाहत असताना प्रा. ग्रीनने पुण्याच्या डेक्कन व्हरन्याक्युलर ट्रान्सलेशन सोसायटचीच्या सेक्रेटरी, हार्वजेस, याच्या रजेच्या काळात ते पद सांभाळण्याचे काम स्वीकारले होते. या काळात एका स्थानिक पंडिताने मिसेस मार्सेट याचे अर्थशास्त्रावरील १८१७ साली प्रसिद्ध झालेल्या, 'Conversations' या लोकप्रिय पुस्तकाचे मराठीत भाषांतर करण्याची तयारी दाखविली. 'क्लासिकल स्कूल' चा अर्थशास्त्रज्ञ रिकॅर्डो याचे हे पुस्तक म्हणजे अर्थशास्त्राचे सिद्धान्त सांगणारे आणि ते 'सत्य' ठरल्याने आता ते शाळांतून शिकविण्यास काही हरकत नाही, असा विचार त्यावेळी रूढ झाला होता. मिसेस मार्सेटच्या पुस्तकात अर्थशास्त्राचे सिद्धान्त शाळकरी मुलांना समजण्याच्या दृष्टीने गोष्टी अथवा संवाद रूपाने मांडले होते. या पुस्तकाचे भाषांतर करताना प्रा. ग्रीनने अशी सूचना केली होती की, पुस्तकाची मांडणी मार्सेटच्या पुस्तकाप्रमाणे संवादरूपाने करावी; पण विषयाची मांडणी मात्र मिलच्या 'प्रिन्सिपल्स' या ग्रंथाला धरून असावी. ग्रीनने स्थानिक भाषांतरकार आणि त्याचा सहकारी यांना एक योजना तयार करून पाठविली आणि सांगितले की, भाषांतराचे जस जसे भाग तयार होतील तसतसे वेळोवेळी ते त्याच्याकडे पाठवावेत. ग्रीनने असेही भारतीय अर्थशास्त्र या विषयाकडे विशेष लक्ष पुरवावे, तसेच रिपोर्ट (फ्रान्सीसचा) आणि कॅप्टन विंगेटने त्यानंतर लिहिलेली दोन पत्रे याचा विशेष अभ्यास करावा, अशा सूचना दिल्या होत्या. (विंगेट पत्रव्यवहार नोव्हेंबर १८५१) या पुस्तकाचा संकलक हरी केशवजी पाठारे, सदर अदालत मधील भाषांतरकार आणि त्याचा सहलेखक म्हणजे एलफिन्स्टन इन्स्टिटय़ूटचा प्रथम नॉर्मल स्कॉलर विश्वनाथ नारायण मंडलिक हे होते. या पुस्तकांच्या

मुखपृष्ठावर हे पुस्तक प्रा. एच. ग्रीन, भाषा विषयाचे प्राध्यापक, पूना कॉलेज यांच्या मार्गदर्शनाखाली तयार झाले आणि ते मुंबई येथे १८५४ साली प्रसिद्ध केले. असा मजकूर छापले गेले असे नमूद केले होते. त्याचबरोबर हे पुस्तक मिसेस मार्सेट यांच्या 'कॉन्व्हसेशन' आणि मिलच्या 'प्रिन्सिपल्स' या दोन पुस्तकांचे स्वैरभाषांतर असून, त्याचे मराठी शीर्षक देशीव्यवहार व्यवस्था असे आहे. (दि. के. बेडेकर (सं) चार जुने मराठी अर्थशास्त्रीय ग्रंथ १८४३-१८५५ गोखले इन्स्टिट्यूट, पुणे १९६७ पृ.७५).

ग्रीनच्या पत्रात रुजू पाहणाऱ्या दुसऱ्या व्यक्तीचे नाव कृष्णशास्त्री चिपळणकरांचे होते. ते पूना कॉलेजमध्ये प्रादेशिक भाषेचे साहाय्यक प्राध्यापक होते. त्यांनी जॉन स्टुअर्ट मिलच्या 'प्रिन्सिपल्स ऑफ इकॉनॉमी' या ग्रंथाचे स्वैर मराठी भाषांतर तयार केले. त्या ग्रंथाचे शीर्षक होते. 'अर्थशास्त्र परिभाषा'. सदर पुस्तक १८५५ मध्ये पूना कॉलेजने प्रसिद्ध केले. हे काम त्यांनी ग्रीनच्या मार्गदर्शनाखेरीज स्वतंत्रपणे पार पाडले असले, तरी असे दिसते की चिपळूणकरांनी ग्रीनने सूचना केल्याप्रमाणे 'भारतीय अर्थशास्त्रा' कडे विषयाची मांडणी करण्याकरिता विशेष लक्ष पुरविले होते. आणि जेथे जेथे शक्य होते त्या त्या ठिकाणी शास्त्रीबुवांनी भारतीय परिस्थितीचाच संदर्भ दिलेला आढळतो. उदा. जमिनीपासून निर्माण होणारे उत्पन्नाबाबतचे कायदे, नियमांची चर्चा करताना ते जाणवते. भारतातील जमीन महसुलाची तुलना चिपळूणकर इंग्लडच्या स्कॉटलंडच्या महसूल पद्धतीशी करतात. भारतात शेतकऱ्यांचा मिराशी खंड मालकी हक्काने आकारला जात असे. तर इंग्लंड-स्कॉटलंडमध्ये भांडवलदार जमीन मालकाकडून जमीन भाडेतत्त्वावर घेत आणि त्यावर नफा कमवीत. (एच. ग्रीन 'दि डेक्कन रयतस ॲण्ड देअर लॅण्ड टेन्यूअर' पुणे, येथे सप्टेंबर १८५२ मध्ये प्रकाशित पृ.७)

वर उल्लेखिलेले हे दोन्ही ग्रंथ मोठे पुरोगामी स्वरूपाचे असून, प्रत्येक ग्रथांत जमीन महसूल पद्धतीचा आढावा साधारणपणे सारखाच आहे. (पत्रव्यवहार विंगेट २३-११.१८५१)

जमीन महसूल हाच महाराष्ट्राच्या सरकारी उत्पन्नाचा प्रमुख भाग असल्याने कंपनीने आपल्या प्रशासन कालाच्या प्रारंभिक अवस्थेत जमीनविषयक प्रश्नांचाच प्रामुख्याने विचार केला. त्यांना असे दिसून आले की, शेवटच्या पेशव्याच्या कारकिर्दीत जमीन महसूल यंत्रणा पूर्णपणे खिळखिळी झालेली होती. आणि ती सुव्यवस्थित करायची झाली तर सर्वसामान्य रयतेचा विश्वास संपादन करावा लागेल. पण त्याचवेळी हळूहळू राज्याच्या महसुली उत्पन्नातही वाढ झाली पाहिजे. जमिनीपासून जास्तीत जास्त उत्पादन मिळविण्यासाठी सर्वप्रथम जमिनीची शास्त्रशुद्ध मोजणी-प्रतवारी केली गेली पाहिजे. शेती उत्पादनाच्या वाढीबरोबरच जमीन महसूलही वाढत गेला पाहिजे. त्यायोगे कंपनीचा प्रशासकीय खर्च भागविला जाईलच. पण त्याचवेळी शेतीच्या कच्च्या मालाचा पुरवठा विशेषतः कापूस

उत्पादनाबाबत कापसाच्या विविध जाती शोधून काढून चांगले बियाणे आणि परदेशी तत्त्वज्ञान वापरून कंपनीला त्यातून नफाही निर्माण झाला पाहिजे.

एल्फिन्स्टन, चॅपलिन यांच्या काळातील प्रारंभीचा इंग्रजी प्रशासकांनी रिकार्डोचा खंड सिद्धान्त आणि बेनथॅमचा उपयुक्ततावाद या दोन्हींचा विचार करून जमीनविषयक प्रश्न सोडविण्याचा प्रयत्न केला. विशेषतः १८१९ मध्ये जेम्स मिल भारतीय पत्रव्यवहाराचा दुय्यम परीक्षक म्हणून ईस्ट इंडिया कंपनीत रुजू झाल्यावर या प्रक्रियेस चांगले स्वरूप आले. पहिली जमीन पाहणी आणि महसूल सुधारणेचा प्रयोग १८२८ मध्ये इंदापूर परगण्यात आर. के. प्रिंगेल, जुन्नरचा दुय्यम कलेक्टर याच्या मार्गदर्शनाखाली करण्यात आला.

प्रा. ग्रीन यांच्या मते हा प्रयोग अयशस्वी झाला याचे कारण काही अंशी प्रिंगेल आणि त्याचे सहकारी यांच्या ठिकाणी अशा तऱ्हेच्या कामाचा पूर्वानुभव आणि कौशल्य यांचा अभाव आणि काही अशी तत्त्वहीन स्वभावाचे नेमलेले मदतनीस हे होते. (विंगेट पत्रव्यवहार, ऑक्टोबर १८५१)

फ्रान्सिसच्या मते, या प्रयोगाचे अपयश मुख्यतः जमीन मोजणी, पाहणी वर्गीकरण आणि पीक उत्पादन निश्चित करण्यासाठी जी पद्धती योजली होती त्यामुळे घडून आले. (उपरोक्त, सप्टेंबर १८५२) म्हणूनच महसूल यंत्रणेचे परीक्षण करणे, असंतुष्ट शेतकरीवर्गाला शांत करणे आणि इंदापूर परगण्यातून हेणारे स्थलांतर थोपविणे अत्यंत गरजचे होते. परीक्षण करण्याची ही कामगिरी विंगेट आणि डेव्हिडसन यांचा साहाय्यक गोल्डस्पीड याच्यावर सोपविण्यात आली होती. इंदापूर परगण्यासाठी नवा महसूल कायदा लवकरच अस्तित्वात आला. या प्रारंभीच्या काळात विंगेटचा प्रा. ग्रीनशी संबंध आला असला पाहिजे. कदाचित 'पोलिटिकल इकॉनॉमी' तज्ज्ञ प्राध्यापक तोच एकमेव त्याला सल्ला घेण्यास उपलब्ध झाला असावा आणि अशा प्रकारे एक शिक्षणतज्ज्ञ आणि प्रशासक यांच्यात संवाद सुरू झाला.

१८३१ साली भारतात येऊन विंगेट प्रथम ईस्ट इंडिया कंपनीच्या सुरत येथील इंजिनीअर्स पलटणीत नोकरीवर रुजू झाला. पण नंतर म्हणजे १८३५ मध्ये त्याने प्रशासकीय सेवेत प्रवेश केला आणि पुणे कलेक्टरच्या अधिकार क्षेत्रातील जमीन महसूल व्यवस्थेचे परीक्षण करण्याच्या कामी तो ग्लोडस्मीडचा दुय्यम म्हणून काम करू लागला. आणि याच काळात त्याचा पूना कॉलेजच्या प्रा. एच. ग्रीनशी संबंध आला असला पाहिजे. त्याने पाठविलेल्या ऑक्टोबर १८५१ च्या पत्रात विंगेटचा स्पष्ट उल्लेख नसला तरी यातील मजकुरावरून त्यात वापरलेले संबोधन विंगेटला उद्देशूनच असावे असे दिसते. सदर पत्रात त्याने मांडलेले मुद्दे अत्यंत महत्त्वाचे आहेत आणि असेही लक्षात येते की, विचारांची हीच दिशा त्याने विंगेटला पाठविलेल्या पत्रातून कायम राहिली आहे.

जमिनीवरील आपले वर्चस्व सरकारने सोडून द्यावे, असा सल्ला प्रा. ग्रीन देत नाही. परंतु त्याचबरोबर तो म्हणतो की, जमिनीचा निव्वळ खंड सरकारने गोळा करणे यात आक्षेपार्ह काहीच नसले तरी त्याला अशी भीती वाटत होती की, जमिनीची व्यवस्था पाहण्यासाठी सरकारने जी नोकरशाही नियुक्त केली आहे ती कदाचित जुलमी आणि भ्रष्टाचारी निघेल.

सरकारी यंत्रणा, लाज वाटावी इतकी अदूरदर्शी आणि स्वार्थी आहे आणि ज्या रीतीने ती महसूल गोळा करते, ती देशाचे उत्पन्न वाढीस हानीकारक आहे, तिची तुलना सोन्याचे अंडे देणाऱ्या कोंबडीलाच मारून टाकण्यासारखं आहे, अशी परखड टीका तो सरकारी व्यवस्थापनेवर करतो. या पद्धतीमुळे मेहनत, नवे उपक्रम आणि प्रगती इत्यादी गुणांना उत्तेजन मिळत नाही.

ह्या सर्व परिस्थितीतून बाहेर पडण्यासाठी ग्रीनने जमीन विक्रीस कडवा विरोध केला. त्याऐवजी जमिनीची मालकी शेतकऱ्यांकडे ठेवून जमीन महसुलात आधुनिकता आणावी. शेतकऱ्यांकडून नियमित सारा भरण्याच्या अटीवरच विशिष्ट सारा निश्चित करण्यात यावा. जो पुढे असेही सुचवितो की, शेती उत्पादन आणि सरकार यांच्यामध्ये भारतीय अथवा युरोपियन मध्यस्थ असू नये. या सर्व मार्गांनी रयत ही अधिक स्वतंत्र आणि आत्मविश्वासपूर्ण असली पाहिजे हे त्याच्या मनात ठसविले गेले पाहिजे.

एखाद्या विभागाच्या आर्थिक प्रगतीबाबत त्याचे मुद्दे असे होते – अत्याधुनिक महसूल पद्धती स्वीकारून दीर्घ कालासाठी ठरावीक सारा निश्चित केला, तर भांडवलवृद्धी होऊ शकते. जीवनोपयोगी कला आणि व्यापार याच्यात हळूहळू वृद्धी व्हावी. दुर्व्यसनातून बाहेर येऊन उद्योजगता वाढावी. कर्तबगार महसुली अधिकारी नेमले जावे. कारण जे अधिकारी होते ते समाजाला फारसे उपयोगी तर नव्हतेच, उलट समाजावर ते एक भार बनून राहिले होते. अशा भ्रष्ट नोकरशाहीबाबत सरकारचे जे सहानुभूतीचे धोरण होते त्यावर ग्रीनचा आक्षेप होता. त्याने असेही लक्षात आणून दिले की वाढत्या गरिबीविषयीची ही सर्व चर्चा व्यर्थ आहे कारण ती समूळ नाहीशी करण्याचा एकमेव मार्ग म्हणजे सुयोग्य महसूल व्यवस्था राबविणे हा आहे. कारण गरिबी नष्ट करणे हाच इतर उपायांपेक्षा जास्त परिणामकारक उपाय ठरेल. कारण हा एकच घटक भांडवल वृद्धीकडे नेणारा होता. त्याबाबत ग्रीन सरकारलाच दोषी मानतो कारण दुष्परिणामांची जाणीव सरकारला असून ते उदासीन, निष्क्रिय आणि सुस्त राहिले. स्थानिक जनतेचे काटकसर करण्याकडे मन वळविणे जरूर होते. सावकार-मारवाड्याच्या तावडीतून स्वतःची सुटका करून त्यांनी स्वतःच भांडवलदार बनले पाहिजे.

या विषयाचा समारोप करताना तो परत एकदा सांगतो की, जमिनीचा सारा सुधारणी प्रश्न समाधानकारकरीत्या सोडवणे, देशी जनतेची उत्पादनक्षमता वाढविणे,

कामगारांची कल्पकता वाढविणे आणि सरतेशेवटी जनतेत सामाजिक प्रश्नाबाबत नवनवीन कल्पना रूढ करणे ही सरकारसमोरील आव्हाने आहेत.

हिंदुस्थानावर मोठ्या प्रमाणात भूतदया दाखविण्याचे काम आपल्याला करावयाचे असेल, तर आपण क्रमाक्रमाने आणि मोठ्या कौशल्याने स्थानिक स्वराज्य संस्थांचा मोठ्या प्रमाणावर प्रारंभ केला पाहिजे. अशी एक सूचना ग्रीनने सरकारला केली होती. पण त्याकडे फारसे लक्ष दिले जाणार नाही, उलट सरकारच्या पक्षाकडून आपल्या या सूचनेवर फार मोठे आक्षेप घेतले जातील, याची त्याला कल्पना होती.

सर्वांत मोठा पहिला संभाव्य आक्षेप असा की, देशीजनता अद्याप त्यादृष्टीने लायक झालेली नाही आणि दुसरा तेवढाच महत्त्वाचा आक्षेप म्हणजे आपल्या सत्तेला त्यामुळे काही अंशी बंधन पडेल. या दुसऱ्या आक्षेपाबाबत सांगायचे झाले तर (कदाचित पहिला आक्षेप वादग्रस्त ठरू शकेल.) ग्रीन म्हणतो, सरकारची ही भीती नाहीशी करण्यासाठी केंद्रीय आणि साम्राज्याशी संबंधित सर्व सत्ता-अधिकार सरकारने आपल्या हाती राखून ठेवावेत आणि जिल्हापातळीवरील प्रशासनाचे अधिकार भारतीयांकडे तुर्कस्थानच्या प्रजेकडे जसे आपण सोपविले आहेत त्याप्रमाणे सोपवावेत...(एच. ग्रीन, डेक्कन रयतस, पृ.८०)

१८४०-४२ या काळात विंगेट इग्लंडला गेलेला होता. १८४३ साली पुन्हा भारतात परत येताच दक्षिण महाराष्ट्रातील महसूल सुधारणा खात्याचा पर्यवेक्षक या नव्या जागेवर तो रुजू झाला. आणि तो या जागेवर १८५० पर्यंत होता. १८५१ मध्ये त्याला बढती मिळून तो मुंबई राज्याचा रेव्हेन्यू कमिशनर झाला. या जागेवरून तो १८५४ साली प्रशासकीय सेवेतून निवृत्त होईपर्यंत होता.

कॅप्टन विंगेटने आपल्या रत्नागिरी जिल्ह्यातील अहवालात तेथील लोकसंख्येच्या समस्याचा उल्लेख केला आहे. या समस्येमुळे कोकणातील लोकांचे जीवन अत्यंत कष्टप्रद झाले होते. ग्रीनला लिहिलेल्या एका पत्रात हा प्रश्न तो उपस्थित करतो. तो विचारतो की, लोकसंख्येची वाढ रोखण्याचा भूकबळी हाच एकमेव सबळ मार्ग आहे का, काही सामाजिक कारणांमुळे जनता लोकसंख्या वाढीला विरोध करते? त्याच्या मते भांडवलाचा अपुरा पुरवठा आणि सर्वसाधारणपणे उत्पादनक्षमतेची कमतरता या कारणामुळे रत्नागिरीची लोकसंख्या अपेक्षेपेक्षा अधिक वाढलेली आहे. वाढीव लोकसंख्येमुळे निर्माण झालेल्या समस्यांना तोंड देण्यासाठी समाजशास्त्राचा अभ्यास केल्यास काही उत्तरे मिळतील किंवा ते सोडविण्यासाठी काही संकेत सापडतील. (विंगेट पत्रव्यवहार सप्टेंबर १८५२)

१८५२ मध्ये सरकारने मुंबई इलाख्यातील विविध भागांतील जमीन महसूल सुधारणा या प्रश्नाबाबत मोठ्या प्रमाणात साधनसामग्री उपलब्ध करून दिली. १८५२

सालच्या जून आणि ऑगस्टमध्ये ग्रीनने मुंबई गॅझेटमध्ये काही लेख प्रसिद्ध केले. 'बॉम्बे गॅझेट' हे एक अत्यंत धडाडीचे नियतकालिक असून, ते मोठ्या समर्थपणे चालविले आहे, असे तो म्हणतो. हेच लेख १८५२ मध्ये 'दि डेक्कन रयतस ॲण्ड देअर लॅण्ड टेन्यूअर' या शीर्षकाखाली पुस्तकरुपाने प्रसिद्धही झाले.या ठिकाणी टेनन्ट राईट्स लीग' (भूधारक अधिकार संघ) आयर्लंडमध्ये या हक्कांसाठी केवढी तीव्र निदर्शने झाली आणि तेच अधिकार भारतीयांना (विशेषतः महाराष्ट्रातील लोकांना) सहजपणे ईस्ट इंडिया कंपनीने देऊ केले, याची जाणीवही तो करून देतो. सरकारने त्याच्या मागणीप्रमाणे सर्वतऱ्हेची कागदपत्रे पुरवून सदर विषयाचा सखोल अभ्यास करण्यास सर्वतऱ्हेच्या सोयी सुविधा उत्पन्न करून दिल्या.

प्रा. ग्रीन खालील शब्दात नवीन सुधारणेवरील संयुक्त अहवालाच्या लेखकास धन्यवाद देतो. ''आपण एक गोष्ट कबूल केली पाहिजे ती म्हणजे जमीन सुधारणेबाबतचे टोकाचे स्वातंत्र्य, कौशल्य आणि काळजी घेतल्यामुळेच संपूर्ण यश बक्षीस रूपाने मिळालेले आहे. पण त्याचवेळी तो चार गंभीर प्रश्न उपस्थित करतो.

१) नवीन सुधारणेमुळे जमीन लागवड क्षेत्र विस्तारले आहे का आणि असल्यास किती प्रमाणात आणि जर ते विस्तारले नसेल, तर त्याच्या मार्गातील अडथळे कोणते आहेत ?

२) देशी बाजारपेठेतील उत्पादनाच्या कोणत्याही शाखेत पूरक वाढ होत आहे का ?

३) ज्या जिल्ह्यामध्ये नवा सुधारणा कायदा राबविल्या गेला आहे तेथील निर्यातीत किती वाढ झालेली आहे

४) आणि सरते शेवटी हा नवा सुधारणा कायदा राबविल्यापासून भाववाढीचा आलेख कसा आहे? (ग्रीन, ६८-६९)

या नव्या सुधारित महसूल कायद्याचा सखोल अभ्यास करून प्रा. ग्रीनने त्याची प्रमुख निरीक्षणे मांडली. कॅ. विंगेटने त्यातील काही मुद्द्यांचे स्पष्टीकरण करणाऱ्या सूचना त्यावर मांडल्या. त्यावेळी तो लिहितो... तुझ्या सर्व प्रतिपादनात परिपूर्णता आहे आणि तुझा सारांश हा माझ्या मनाशी जुळणाराच आहे. तथापि, तो महसुलाबाबत मात्र फारसा अनुकूल नाही. ग्रीनच्या प्रतिपादनातील शिफारशीतील काही उणिवा तो लक्षात आणून देताना म्हणतो .. तुझी निरीक्षणे आणि परीक्षणे माझ्या दृष्टीने मुख्यतः अनुकूल आणि निःपक्षपाती आहेत. (फ्रान्सिस, पॅरा-८५)

फ्रान्सिसने आपल्या अहवालात ग्रीनच्या विधानांचा, निरीक्षणांचा थोडक्यात आढावा घेताना म्हटले आहे.... ''समाजातील कोणत्याही वर्गाच्या परिस्थितीचा अंदाज केवळ आकडेवारीवरून किंवा मौखिक पुराव्यांवरून करणे ही अत्यंत कठीण

गोष्ट आहे आणि प्रा. ग्रीन यास या पदावर नेमले आहे; पण त्याला दक्षिण महाराष्ट्रातील विविध जिल्ह्याच्या अंतर्गत भागाला भेट देण्याची संधी मात्र मिळालेली नाही.

(फ्रान्सिस पॅरा ८०-८७)

ग्रीन असे लक्षात आणून देतो की, सर्वत्र सावकाराच्या उपकाराच्या आणि कर्जाच्या ओझ्याखाली सामान्य रयतेची शोचनीय अवस्था झालेली आहे. त्याचा अत्यंत प्रतिकूल परिणाम त्यांच्या कार्यक्षमतेवर पडला आहे. पण त्याचबरोबर, कर्जबाजारीपणा कमी होत चालला आहे, या बद्दल समाधान व्यक्त करतो. (ग्रीन-डेक्कन रयत पृ.१२४)

विंगेट ग्रीनच्या या मताशी पूर्ण सहमत होता. पण त्याचवेळी 'बॉम्बे गॅझेट'च्या अहवालाकडे त्याचे लक्ष वेधून घेतो. सोलापूर विभागातील एका सावकाराचा त्याच्या ऋणकांनी निर्घृण खून केला आणि त्यांच्या या कृत्याला गावकऱ्यांचा संपूर्ण पाठिंबा होता.

''शेतीप्रधान खेड्यांतील ऋणको आणि धनको यांच्यामध्ये घडलेली ही घटना आपल्या नागरी न्यायव्यवस्थेमुळे घडली, या दृष्टिकोनांतून विचार केला, तर ती फार धक्कादायक आहे असे विंगेटला वाटले. (फ्रान्सिस अहवाल पॅरा ८५)

१८५३ मधील आपल्या पत्रात ग्रीनच्या मताशी आपण सहमत असल्याची तो कबुली देतो आणि सरकारशी संबंध असणारी बँक अस्तित्वात यावी असे सुचवितो. ही बँक अल्पदरात कर्जपुरवठा करील आणि महसूल विभागाच्या मध्यस्थिने साध्या सोप्या पद्धतीने व्याजही वसूल करील. न्यायसंस्थेकडून या योजनेला आक्षेप येईल याची ग्रीनला पूर्ण कल्पना होती. ही समस्या दूर करण्याच्या दृष्टीने तो असे सूचवितो की ज्यांच्या जमिनीवर कर्जाचा जबरदस्त बोजा आहे, त्या जमिनी भांडवलदारांच्या ताब्यात द्याव्यात, त्यामुळे सावकाराला आपली रक्कम वसूल करणे कठीण होईल आणि ती मिळविण्यासाठी त्याला स्वतःला जमीनधारक बनावे लागेल असे झाले म्हणजे भांडवलदार आणि जमीनदार एकत्र येतील आणि त्यामुळे त्या मगरूर शेतकऱ्याला (ऋणकोला) ज्याने स्वतःहून कर्जबाजारीपणा ओढवून घेतला आहे, त्याला आपल्या जमिनीचा मालकी हक्क सोडून, एक रोजगारी करणारा मजूर बनावे लागेल. तो पुढे असे म्हणतो की, नव्या महसूलव्यवस्थेमुळे धारवाड आणि सोलापूर भागात शेती व्यवसायाने थोडीशी प्रगती केली असली तरी पुणे विभागातील चित्र बरेच सौम्य प्रकारचे वाटते. असे असले तरी नवीन व्यवस्थेत अंतर्भूत असलेली गुणवत्ता कोणी नाकारू शकत नाही. (फ्रान्सिस रिपोर्ट पॅरा ८५, ग्रीन-डेक्कन रयतस पृ.१२४) अर्थात, हे विधान ग्रीनने केवळ पुणे कलेक्टर कचेरीने प्रसिद्ध केलेल्या अहवालाच्या आधारावरच केले आहे.

या अहवालात असे स्पष्टपणे नमूद केले आहे की, लागवडीखाली आणलेली जमीन आणि त्यापासून मिळणारा महसूल यात झालेली वाढ ही पूर्णपणे समाधानकारक

आहे, पण प्रत्यक्षात लागवडीचे क्षेत्र आणि वसुलीच्या रुपयांत काहीशी घट झाली आहे. या स्पष्टपणे, अधिकृतरीत्या पुणे जिल्ह्याच्या कलेक्टराने सरकारी अहवालात केलल्या विधानामुळे प्रा. ग्रीनची थोडीशी पंचाईतच झाली. (विंगेट पत्रव्यवहार ऑगस्ट १८५२)

साखरेच्या व्यापाराच्या माहितीमुळे ग्रीन अत्यंत प्रभावित झाला. ही माहिती विंगेटने त्याला मद्रासच्या जमीन महसुलाच्या संदर्भात दिलेली होती. तो आपल्याकडील आकडेवारीचा अभ्यास करून म्हणतो की, तिकडच्या सारखे काहीतरी दक्षिण (महाराष्ट्रात) केले पाहिजे. तसेच त्याने पुण्याच्या किंमतीपेक्षा इंदापूरच्या किमती ५०% का वाढल्या आहेत त्याचीही कारणे शोधून काढली.

(विंगेट पत्रव्यवहार, डिसेंबर १८५३)

दुर्दैवाने त्या दोघातील संपूर्ण पत्रव्यवहाराचा तपास अद्यापि लागू शकलेला नाही पण जी काही पत्रे उपलब्ध झाली आहेत ती सूक्ष्मपणे अभ्यासली, तर इंग्रजांचे महसुली धोरण आणि सामान्यतः आर्थिक धोरण कशा प्रकारचे होते, याची कल्पना अभ्यासकांना करता येईल.

१८५१ च्या पत्रात प्रा. ग्रीन विंगेटला पुण्याहून लिहितो की, तो जर यापुढेही वरील उद्देशाने काम करीत राहिला, तर या साहसी कामामुळे काही लोकांच्या दृष्टीने मी अडचणीचा माणूस होऊ शकेन. विशेषतः सरदार–जहागीरदार की जे लोकांना उद्योगी बनविण्यास त्यांच्याकडून जास्तीत जास्त सारा वसूल करणे योग्य मानतात त्यांना माझी अडचण वाटेल. तरीसुद्धा तो म्हणतो की, माझे १८५१ मधील स्पष्टीकरण मी कायमच ठेवेन. भारताला दीर्घकालीन निश्चित सारा वसुली पद्धती आवश्यक आहे, कारण त्यात रयतेच्या हिताला अधिक प्राधान्य असेल. (एच. ग्रीन दी डेक्कन रयतस पृ.७ फ्रान्सिस रिपोर्ट पॅरा ८६,८७ आणि त्याचे विंगेटला १८ डिसेंबर १८५१ चे पत्र)

ग्रीन अद्यापि त्याच्यापुढील समस्यामुळे कंटाळून गेला नव्हता. तो विंगेटला त्याच वर्षी (१८५१) आपल्या सारावसुली धोरणाच्या यशस्वीतेबाबत लिहितो. तसेच तो त्याबाबत काही शंकाही उपस्थित करतो. तो लिहितो.... लागवड जमिनीतील मोठी वाढ शेतकऱ्यांची आणि त्यांच्या जनावरांची पोटे भरील.... तसेच एकूण धान्यपुरवठ्यातही वाढ होईल. कच्चा शेतमाल बाजारात वाढेल आणि या सर्वामुळे किमती घसरतील.

शेतीवर अवलंबून नसलेला समाज विनिमयाच्या वस्तू आणि सेवा यांचा पुरवठा वाढवेल. समाजाचा हा दुसरा वर्गही सुखी राहील. पण काही विशिष्ट अर्थाने आणि विशिष्ट मर्यादेपर्यंतच. पण त्याला असेही वाटते की, हे घडण्याची शक्यता फार कमीच आहे.

प्रो. हेन्री ग्रीन – (१८१०–१८५४) / १७१

दुसरे असे की, तो असा दावा करतो की, शेतीव्यवसायात झालेली वाढ समप्रमाणात इतर उत्पादन करणाऱ्या शाखांतून पसरेल आणि त्याचा परिणाम म्हणून जरी उत्पादनाच्या किमती घसरल्या तरी इतर वस्तूंच्याही किमती त्याच प्रमाणात कमी होतील.

तिसरे, तो असे म्हणाला होता की, पिकांच्या किमती जरी कमी झाल्या नाहीत तरी त्याचा समतोल पूर्णपणे राखला जाईल. चांदीवरील वाढ नियंत्रणाखाली येईल. लोकांमधील कल्पक बुद्धी आणि व्यापार वाहतुकीच्या साधनांतील सुलभता योग्य त्या प्रमाणात देशातील औद्योगिक विकासाला गती देऊन निर्यातीची मागणी पूर्ण करून विदेशी वस्तू प्राप्त करेल. तो पुढे म्हणतो व्यापार इत्यादीमुळे अन्नधान्यातील वाढ आणि सामान्य संपत्ती, औद्योगिक प्रगतीला हातभार लावतील.

याबाबतीत ग्रीनचा निष्कर्ष असा की, उद्योगधंद्यातील प्रगती मागोमाग नवीन सारा पद्धती येऊन या पूर्वीचा सारा आकारणीची पद्धती देशाला परवडण्याजोगी नव्हती हे सिद्ध होईल. आणखी एक प्रश्नाला विंगेटने उत्तर द्यावे अशी ग्रीनची इच्छा होती, तो प्रश्न म्हणजे अविश्वसनीय वाटेल इतकी दरातील घट हे काय दर्शविते ?

त्याचे स्वतःचे या प्रश्नावरील उत्तर होते, प्रशासन म्हणजेच व्याज; देशी उद्योगधंदे, पेन्शन, सरकारी नोकरांचे पगार, आपल्या उद्योजकांमधील जीवघेणी तीव्र स्पर्धा, परदेशात जाणारा द्रव्यप्रवाह किमती खाली आणतील. उद्योगजगतामधील तीव्र स्पर्धेमुळे भारतीय उद्योजक जागतिक बाजारपेठेकडे खेचले जातील आणि सामान्यतः परकीय वस्तू विशेषतः चांदी खरेदीची त्यांची क्षमता कमी होईल. तसेच इंग्रजी मालाच्या मागणीत जास्त वाढ होईल आणि त्यायोगे व्यापारातील समतोल साधला जाईल. हे सर्व घटक किमती घटविण्यास कारणीभूत ठरतील.

प्रो. ग्रीन नेहमीच गोल्डस्मीड, विंगेट आणि डेव्हिडसन यांनी तयार केलेल्या संयुक्त अहवालाचा संदर्भ देतो. इंग्रजांच्या भारतातील प्रशासनात अजून त्याचा अवलंब होत असल्याने तो अहवाल अत्यंत महत्त्वाचा दस्तऐवज आहे. पण त्याबाबत चर्चा करताना तो म्हणतो, पोलिटिकल इकॉनॉमीची तत्त्वे ह्या परिस्थितीत भारतात लागू करता येतील की नाही ? त्याने तेव्हा तरुण अभ्यासकांना श्रीमती मार्सेट यांच्या 'कॉन्झरवेशन्स' चे आणि जे.एस. मिलच्या 'प्रिन्सिपल्स' चे भाषांतर करण्यास सांगितले. त्यावेळी त्याने आग्रहाने त्यांना ह्या संयुक्त अहवालाचा अभ्यास करण्यास सांगितले. तसेच त्यांनी आपल्या पुस्तकात भारतीय अर्थव्यवस्था या मुद्द्यावर विशेष भर द्यावा असे तो म्हणतो.

दक्षिणेतील आर्थिक स्थितीचा अभ्यास करत असता प्रा. ग्रीन नेहमीच विंगेटचे मत पडताळून पाहतो. विंगेटच्या मते दक्षिणेतील सारा आकारणीमुळे काही काळ उत्पादनाला उत्तेजन मिळाले तरी त्यामुळे किमती धरण्याऐवजी त्यात वाढच होईल.

किंवा अनिच्छेने किमतीत घसरण होईल. या सर्व परिस्थितीचे कारण विंगेट देतो ते ही त्याच्या वरील मताला पुष्टी देणारे आहे. १५ डिसेंबर १८५१ मध्ये ग्रीनने पुण्याहून त्याला पाठविलेल्या अभ्यासपूर्ण पत्रात वरील विधानाचे परीक्षण त्याने केलेले आहे. काहीही असले तरी त्याचा दृढ विश्वास होता की, राज्याचे शेती व्यवसाय, उद्योग व्यवसाय किंवा भाव पातळी जी काय असेल ती असो; पण सरकारने जमिनीवरील साऱ्याचे प्रमाण कमीच ठेवले पाहिजे. दक्षिण महाराष्ट्राच्या भाव पातळीचा सखोल अभ्यास करण्यासाठी त्याला आयात-निर्यात व्यापाराची अधिकृत आणि विश्वासार्ह आकडेवारीची नितांत गरज होती.

उर्वरित काही पत्रे, माहितीपत्रक किंवा काही स्पष्टीकरण करणारी असल्याने फारशी महत्त्वाची नाहीत. या दोन व्यक्तींत झालेला संपूर्ण पत्रव्यवहार जर उपलब्ध झाला, तर १९व्या शतकाच्या पहिल्या पन्नास वर्षांत दक्षिणेतील ब्रिटिश सारावसुली पद्धतीवर महत्त्वपूर्ण प्रकाश पाडता आला असता.

❑❑❑

प्रो. हेन्री ग्रीन – (१८१०-१८५४) / १७३

१०.

रंगो बापूजी

एकोणिसाव्या शतकाच्या प्रारंभीच्या काळात मराठी सत्तेला संपूर्णपणे नेस्तनाबूत करून ईस्ट इंडिया कंपनीने जेव्हा आपले कंपनी सरकार स्थापन केले, तेव्हा पासूनच या नव्या सरकारला महाराष्ट्रात विरोधाचे वारे सुरू झाले होते. साताऱ्याच्या राजाच्या कंपनी सरकारने जो छळ सुरू केला होता, त्यासाठी अगदी इंग्रजांच्या देशात जाऊन न्याय मिळविण्यासाठी रंगो बापूजी या निष्ठावंत सेवकाने जे प्रयत्न केले ते आणि १८५७ साली भारतात जे स्वातंत्र्याचे नगारे झडत होते त्यात देखील सामील होऊन इंग्रजांविरुद्ध जे वातावरण निर्माण केले ते सारे देशकार्य अत्यंत महत्त्वाचे आहे. अशा या राष्ट्रभक्त मराठी माणसाची सर्वप्रथम मराठी माणसाला ओळख करून देण्याचे काम केशव सीताराम ठाकरे तथा प्रबोधनकार ठाकरे यांनी एक प्रचंड ग्रंथाद्वारे १९४८ साली केले.

राजर्षि छत्रपती शाहू महाराज मृत्युशय्येवर असताना ५ मे १९२२ रोजी प्रबोधनकार ठाकरे यांनी शपथ घेतली होती की, सत्यनिष्ठ छत्रपती प्रतापसिंह आणि छत्रपतिनिष्ठ रंगो बापूजी यांचा तपशीलवार इतिहास आपण लिहितो. त्यानुसार सतत ३० वर्षे मेहनत करून उपलब्ध सर्व साधनांची छाननी करून २१ मे १९४७ रोजी आपले लेखन पूर्ण केले आणि तो ग्रंथ राजर्षिंच्या स्मृतीला अर्पण केला. त्यानंतर १९४८ साली 'प्रतापसिंह छत्रपत्री आणि रंगो बापूजी म्हणजेच साताऱ्याच्या राज्यक्रांतीचा इतिहास' हा प्रसिद्ध केला आणि आधुनिक महाराष्ट्राच्या इतिहासात एका मौलिक साधनग्रंथाची भर घातली.

प्रस्तुत निबंधात प्रबोधनकारांनी रंगो बापूजीसंबंधी जी माहिती दिली तिच्या आधारे आणि काही नवीन माहिती संपादन करून रंगो बापूजींच्या कार्याचा परिचय करून देण्याचा प्रयत्न केला आहे.

पूर्ववृत्त : रंगो बापूजी, हा उपलब्ध माहितीनुसार मावळातील रोहिडखोऱ्याचे दादजी नरसप्रभू देशपांडे यांचा खापर पणतू, परंतु त्याच्या जन्म-मृत्यूची नोंद मात्र कोठेही आढळत नाही. दादजी नरसप्रभू हे नाव इतिहासात नोंदले गेले ते शिवाजी महाराजांनी १७ एप्रिल १६४५ रोजी लिहिलेल्या अभयदानाच्या पत्रामुळे होय. शिवाजीराजाने मावळात जो बंडावा पुकारला होता. त्यामुळे विजापूरच्या आदिलशाही सत्तेला धोका निर्माण झाला होता. त्यामुळे मावळातील देशमुख-देशपांडे या वतनदार मंडळींनी शिवाजीराजाच्या कार्यात सामील होऊ नये, अशी जरबेची पत्रे आदिलशाहीकडून येत होती. अशाच एका पत्राला काय उत्तर द्यावे, अशी विचारणा दादजी नरसप्रभूने

शिवरायाकडे केली असता, महाराजांनी त्यांना उत्तर दिले की, ''तुम्हास विजापूरच्या वजिराचा हुकूम शिरवळ ठाण्याच्या अधिकाऱ्याने तुमच्याकडे पाठविला. त्यामुळे तुमचे पिताजी नरसीबाबा हवालदिल झाले. इत्यादी मजकूर आपल्या पत्रावरून कळला. आपण घाबरून जाऊ नये...तुमच्या रोहिड खोऱ्यातील श्री रोहिरेश्वर हे तुमचे आद्य कुलदैवत...श्री रोहिरेश्वराच्या कृपेमुळे आम्ही मावळात यशस्वी झालो. पुढे देखील तो आम्हास असेच यश देईल आणि हिंदवी स्वराज्याची स्थापना करून तो आमचे सर्व मनोरथ पूर्ण करणार आहे, याबद्दल आम्ही निश्चिंत आहोत. तुम्ही स्वत: व आम्ही यांच्यामध्ये रोहिरेश्वरापाशी ज्या शपथा झाल्या ते कायम वज्रपाद आहे...तुमचे वतन आणि इतर हक्क चालविण्याबाबत आमच्याकडून कसलीही कमतरता होणार नाही, याबद्दल आपण निश्चिंत राहावे. कारण हे राज्य व्हावे हे श्रींचे मनांत आहे.'' तेव्हा हे राज्य व्हावे ही रोहिरेश्वराच्या मनातील इच्छा बंडवाल्या शिवाजीराजाने पूर्ण केल्याने प्रबोधनकार म्हणतात, ''दादजी सारख्याला एवढा दिलासा दिल्यावर, त्याच्या घराण्यांतील हर एक वंशजाने छत्रपतींच्या शब्दासाठी नि तक्तासाठी प्राण द्यायला मी मी म्हणून सारखे पुढे सरसावावे यात नवल ते कसले'' असे प्रास्ताविक करून दादजी नरसप्रभूच्या खापरपणतूची – रंगो बापूजीची कहाणी सांगतात.

सातारच्याचे राजे प्रतापसिंह आणि मावळातील एक वतनदार रंगो बापूजी गुप्ते यांची चरित्रे परस्पराशी इतकी निगडित आहेत की, सातारा राज्याचा उदय, विकास आणि अस्त यांचा विचार करावयाचा झाल्यास या दोन व्यक्तींच्या कार्याचा विचार एकत्रितपणे करणे अनिवार्य आहे. या चरित्रात प्रसंगानुसार अनेक पात्रे– त्यापैकी काही मित्र तर काही शत्रू येतात, त्याचाही आपल्याला परिचय करून द्यावा लागतो. यात माउंट स्टुअर्ट एल्फिन्स्टन, कॅप्टन जेम्स ग्रँट, जॉन ब्रिग्ज, कॅप्टन रॉबर्टसन, कॅप्टन कोगन, लॉडविक यांसारखे मित्रत्वाच्या नात्याने वागणारे स्थानिक इंग्रज अधिकारी आणि त्याचबरोबर त्याला विरोध करणारे कर्नल ओव्हन्स, रॉबर्ट ग्रँट, सर जेम्स रिव्हेट कॉरनॅक यांसारखे इंग्रज अधिकारी यांचा समावेश करावा लागेल. तसेच बाळाजीपंत नातूसारख्या ब्रिटिशधार्जिण्या मराठी मित्राने आपल्या राजाचा कसा विश्वासघात केला आणि सातारा राज्य खालसा करण्याच्या कामी ज्या कारवाया केल्या त्याचा विचारही ओघाने येथे करावा लागेल.

शिवरायांकडून आपल्या वंशाजांना मिळालेले वतन हे राष्ट्रसेवेसाठी आहे. 'वतनदार' म्हणजे राज्याचे 'दायाद' असे आज्ञापत्रात म्हटले आहे हे खरे. पण 'दायाद' म्हणजे वाटेकरी नव्हे, तर स्वराज्यस्थापनेच्या कार्यातील 'सहकारी' होत याची जाणीव ठेवून आपल्या वतनावर पाणी सोडून अनेक वतनदार शिवकार्यात सामील झाले होते. रंगो बापूजीला ही विचारसरणी मान्य असावी. १६५५ साली गुंजणमावळच्या देशमुखाला अभयदान देताना शिवाजीराजे म्हणतात, ''आमच्या इमानावरी आपली

मान ठेवून आम्हापासी येणे. कोणे गोष्टीची चिंता न करणे.'' हे अभयदानच रंगो बापूजीला प्रेरणा देणारे ठरले असावे. हे कसल्याही पदाची अपेक्षा न करता केवळ प्रतापसिंहाच्या इमानावरी आपली मान ठेवून रंगो बापूजी निष्ठेने लढला हे त्याच्या कार्यावरून स्पष्ट होते.

१८०३ च्या वसईच्या तहाने रावबाजीने 'मराठी राज्य' इंग्रजांच्या पतपेढीवर (?) गहाण टाकले होते. १८११ साली एल्फिन्स्टन पुण्याचा रेसिडेंट म्हणून आला. त्याची नियुक्ती ही जणू काय 'मराठी राज्याची' दिवाळखोरी जाहीर करून ते खालसा करण्यासाठीच विधात्याने केली होती. योगायोग असा की हा साहेब १७९५ साली आपले नशीब काढण्यासाठी म्हणून मायदेश सोडून भारतात आला आणि १७९६ साली त्याची पहिली नेमणूक बनारस येथे न्याय खात्यातील एक साधा साहाय्यक म्हणून झाली आणि नेमके-त्याचवर्षी दुसरा बाजीराव पेशवा झाला. पुढे बाजीरावाला पदच्युत करून त्याची नेमणूक बनारसजवळच्या परिसरात ब्रह्मवर्तात केली. आणि दुर्दैवाने १८३९ साली सातारच्या प्रतापसिंहाला याच शहरी वनवासासाठी धाडण्यात आले आणि मराठ्यांच्या सत्तेची उरलीसुरली नावनिशाणीही उद्ध्वस्थ होण्याच्या मार्गाला लागली. 'काशी' हे ठिकाण मराठ्यांच्या उत्कर्षकाल आणि विनाशकाल यांच्याशी अप्रत्यक्षरीत्या निगडित झाले आहे. 'मऱ्हाटा पातशाहा येवढा छत्रपति जाला' या मंत्राचा उद्घोष करण्यासाठी गागाभट्ट काशीहून आले, परमानंदाने शिवचरित्राचे प्रवचन काशी नगरीत केले आणि त्याच काशीच्या परिसरात प्रथम छत्रपतीचे राज्य खालसा करून प्रथम दुसऱ्या बाजीरावाला आणि मराठी सत्तेची नामोनिशाणीदेखील राहू नये म्हणून नंतर इंग्रजांनी प्रतापसिंहाला पाठविले. इतिहासाचे वळण हे असे अनाकलनीय असते. प्रतापसिंहाला आपल्या वर्चस्वाखाली ठेवण्यासाठी रावबाजी आणि कंपनी सरकार आपापल्या परीने प्रयत्न करत होते. सातारचे राजे दुसरे शाहू महाराज तथा आबासाहेब यांच्या मृत्यूनंतर १८०८ साली प्रतापसिंह मराठी दौलतीचा धनी बनला. तुम्ही थोरले शाहू राजे आणि मी थोरला बाजीराव असे आपले नाते राहील. अशी बतावणी करून राजाला आपल्या अंकित ठेवण्यासाठी साखरपेरणीचे काम रावबाजी सतत करत होता. पण यामुळे राजाची होणारी कुचंबणा लोकांच्या लक्षात येत होती. अशावेळी राजाची सुटका करण्यासाठी रंगो बापूजी पुढे आला आणि काही निमित्ताने एलफिन्स्टनची गाठ घेऊन छत्रपतींच्या दैन्यांवस्थेचे निवेदन त्याने साहेबास केले. आणि छत्रपतीला वाचविण्यासाठी मदतीची याचना केली. एव्हाना एल्फिन्स्टनने चिटणीसांनी सादर केलेल्या मराठ्यांच्या बखरीचे वाचन करून शिवशाहीचा परिचय करून घेतला होता. पण प्रत्यक्ष राजकारणात हस्तक्षेप करण्यापूर्वी सातारच्या किल्ल्यावर नजरकैदेत असलेल्या प्रतापसिंहाची त्यासाठी संमती हवी होती. रंगो बापूजीने आव्हान स्वीकारले आणि रामदासी शिष्याचा वेष धारण करून 'जय जय रघुवीर समर्थ' अशी गर्जना करीत, अनेक हाल

अपेष्टांना, मारहाणीला तोंड देत महाराजांची गुप्तपणे भेट घेऊन साहेबाला हवे ते संमतीपत्र मिळविले आणि याच्याकडून मदतीचे आश्वासन घेतले. आणि येथूनच रंगो बापूजीच्या कार्याचा शुभारंभ झाला. रावबाजीला याचा सुगावा लागला असावा कारण त्याने प्रतापसिंहाची सातार्‍याच्या किल्ल्यावरून उचलबांगडी करून वासोट्याच्या दुर्गम किल्ल्यात त्याला कडेकोट बंदोबस्तात डांबून ठेवले. हा सारा रोमहर्षकारक प्रसंग प्रबोधनकारांनी मोठ्या कौशल्याने रंगविला आहे.

रंगो बापूजीच्या प्रयत्नामुळे असेल अथवा आपल्या जासूसामार्फत राजाच्या छळासंबंधी मिळालेली माहिती एलफिन्स्टनला पटली असेल म्हणून असो, इंग्रज-मराठे संघर्षाला, तेव्हापासून सुरुवात झाली. राजा इंग्रजाकडे जाऊ नये असे रावबाजीचे प्रयत्न आणि राजाला आपल्या बाजूला वळविण्याचे साहेबाचे प्रयत्न यातून परस्परांचे संबंध बिघडत गेले. २८ ऑक्टोबर १८१७ रोजी बाजीरावाने आपल्या सैन्याची जमवाजमव गारपीरावर (आजचे ससून हॉस्पिटल) केली आणि इंग्रजांच्या रेसिडेन्सीवर चालून जाण्याचा दिवस निश्चित केला. पण सिद्ध झालेले सैन्य, जरीपटक्याची काठी मोडली, अपशकुन झाला म्हणून पुढे गेलेच नाही. बेसावध असलेल्या इंग्रजांची २८ ची काळरात्र टळली. ते सावध झाले आणि जरीपटक्याची मोडलेली काठी मराठी राज्य मोडून बसली.

१८१७-१८ हा काळ प्रतापसिंहाच्या जीवनातील अत्यंत कसोटीचा काळ होता. रावबाजीने राजाला त्याच्या परिवारासह वासोट्यावरून बाहेर काढले आणि आपल्या युद्धछावणीत दाखल करून घेतले आणि तो इंग्रजांच्या हाती लागू नये म्हणून त्याला आपल्याबरोबर रानोमाळ फरफटत नेले. पुढे युद्ध संपले. रावबाजीने शरणागती पत्करली. इंग्रजांनी राजाचा कब्जा घेतला. मोठ्या दिमाखाने त्याला सातार्‍यास आपले आणि तेथून पुढे नवे पर्व सुरू झाले.

प्रबोधनकारांनी समकालीन मराठी, इंग्रजी साधने विशेषत: पेशवे दप्तर, मराठी दप्तर रुमाल, प्रवासवर्णने, ऐतिहासिक कागदपत्रे, एल्फिन्स्टनचे चरित्र आणि इतर इंग्रजी ग्रंथ यांचा तपशीलवार अभ्यास केला होता. याचा आपल्या ग्रंथात त्यांनी जागोजागी जे उल्लेख केले आहेत आणि आपल्या विधानांच्या पृष्ट्यर्थ जी दीर्घ परिशिष्टे जोडली आहेत त्यावरून चांगलाच प्रत्यय येतो. प्रबोधनकारांपूर्वी हा विषय बी. डी. बसू, 'स्टोरी ऑफ सातारा' (कलकत्ता १९२२) आणि ॲडव्होकेट र. गो. राणे, सातारा, 'छत्रपति प्रतापसिंह महाराज यांचे चरित्र' (पुणे १९२९) या दोघांनी हाताळलेला होता. पण त्यांच्या निवेदनांना काही मर्यादा होत्या. प्रबोधनकारांनी त्या ग्रंथांतून अधिक तपशीलवार माहिती देऊन या विषयाला पूर्णत्व देण्याचा प्रयत्न केला आहे. अर्थात, १९४७ नंतर जी नवी साधने उपलब्ध झाली, ग्रंथ निर्माण झाले, त्याचा उपयोग करून घेऊन विद्यमान

ग्रंथातील विषयाला पूरक अशा माहितीचा परिचय करून देणे आवश्यक वाटल्याने तसे करण्याचा प्रयत्न या लेखात केला आहे.

प्रतापसिंहाला राज्य मिळाले, पण रंगो बापूजीला साताऱ्यात नोकरी दिली गेली नाही. प्रतापसिंह त्याला विसरला होता की, काही हेतूने त्याला बाजूला ठेवले होते हे सांगणे कठीण आहे. प्रबोधनकार म्हणतात, 'रंगो बापूजी उघडा राहिला' (पृ.४५) पण आपली सोय लावा असा त्याने 'आक्रोश' केला नाही. सातारच्या नोकरीपेक्षा रंगो बापूजीने जाणूनबुजून कंपनी सरकारची नोकरी पत्करली असावी. कंपनीत राहून आपण राजाची सेवा चांगल्या रीतीने करू शकू, अशी त्याची भावना असावी. कंपनी सरकार 'नेटिवास' जवळ करीत असत, त्यामागे त्यांचाही काही हेतू असावा. पेशव्यांच्या विरुद्ध बाळाजीपंत नातू आपणास चांगला उपयोगी पडेल म्हणून एलफिन्स्टनने त्याला कंपनीच्या नोकरीत ठेवले होते आणि त्याचा साहेबानी मराठी राज्याचा संपूर्ण नाश करण्याच्या कामी चांगला उपयोगही करून घेतला होता. रंगो बापूजी हा एलफिन्स्टकडे प्रतापसिंहाची कैफियत घेऊन गेला, तेव्हा छत्रपतीशी कंपनीची काही बोलणी चालली आहेत, ह्याचा सुतराम सुगावा बाळाजीपंताला लागू देऊ नकोस, असे त्याला बजवाण्यात आले होते. कदाचित नातूच्या साताऱ्यातील कटकारस्थानांवर बारीक नजर ठेवण्यासाठीच रंगो बापूजीला कंपनी सरकारच्या सेवेत रुजू करून घेतले असावे.

१८१८ ते १८३९ या २१ वर्षांच्या कालखंडात साताऱ्यात जे जे घडले त्याचा साद्यंत वृत्तान्त प्रबोधनकारांनी दिला आहे. त्यामुळे त्याविषयी अधिक लिहिणे येथे आवश्यक नाही. परंतु एलफिन्स्टनची या संपूर्ण प्रकारणांतील भूमिका, सातारचा पोलिटिकल एजंट आणि राजाचा एक सन्मित्र म्हणून कॅप्टन जेम्स ग्रँट याने निवृत्तीनंतरही राजाशी ठेवलेला ऋणानुबंध आणि बाळाजीपंत नातू याने सूडबुद्धीने वागून प्रतापसिंहाचा कसा छळ केला, यासंबंधी प्रस्तुत लेखकाला नव्या संशोधनाच्या आधारे जी काही माहिती मिळाली त्यासंबंधी येथे अल्पसे विवेचन करावयाचे आहे.

सातारा राज्याची निर्मिती हा एलफिन्स्टनच्या खास राजनीतीची विजय होता असे सामान्यतः मानले जाते. एकोणिसाव्या शतकाच्या सुरुवातीच्या काळात दख्खन देशाचा कारभार करण्यासाठी कंपनी सरकारने माऊंटस्टुअर्ट एलफिन्स्टन आणि थॉमस मन्रो या दोन माणसांची नेमणूक केली होती. यापैकी पहिला राजनीतीज्ञ होता आणि दुसरा रणनीतीज्ञ. कंपनी सरकारची दक्षिणेत आणि पुढे सर्व देशावर सत्ता दृढमूल करण्यास या दोघांची कामगिरी महत्त्वपूर्ण ठरली. हे दोघेही मूलतः साम्राज्यवादी होते, पण इंग्रजांचे राज्य लोकांनी स्वीकारावे म्हणून त्यांचा विश्वास संपादन करण्यासाठी काही अंशी त्यांनी उदारमतवादी धोरणाचा पुरस्कार केला होता. मन्रो हा प्रामुख्याने सेनानी होता आणि एलफिन्स्टनच्या राजकीय डावपेचांना त्याचा पूर्ण पाठिंबा होता. एलफिन्स्टनला 'शेवटचा पेशवा' असे तो म्हणत असे.

पेशव्यांशी लढा देऊन कंपनीने जो मराठी प्रदेश जिंकला होता त्याची विल्हे कशी लावावयाची ही एक मोठी समस्या गव्हर्नर जनरल लॉर्ड हेस्टिंग्जपुढे होती. कंपनी सरकारपुढे दोन पर्याय होते - एक शिवाजीच्या वंशजाला एक छोटीशी जहागिरी देऊन त्याला स्वस्थ बसविणे आणि दुसरा पर्याया राजाला जिंकलेल्या मराठी मुलखाचा विशेषतः नीरा-भीमा नद्यांमधला एक छोटासा प्रदेश बांधून देणे आणि त्याला मर्यादित स्वरूपाचे सार्वभौमत्व देणे. मर्यादित सार्वभौमत्व ही संकल्पना राज्यशास्त्राच्या कोणत्याही सिद्धान्तात बसत नाही. सार्वभौमत्वाचे विभाजन म्हणजे सार्वभौमत्वाचे विनाशीकरण होय. साताऱ्यासाठी इंग्रजांनी ही खास राजनीती शोधून काढली होती. ब्राह्मणांनी बळकावलेली मराठी सत्ता छत्रपतीच्या वंशजाला परत मिळवून देऊन मराठ्यांची सहानुभूती आणि पाठिंबा कंपनी सरकारला मिळवावयाचा होता. इकडे ब्रह्मवृंदाला खूष करण्याकरिता आणि लिखापढी केलेले निष्ठावंत कारकून कंपनी सरकारला मिळावेत म्हणून श्रावणमाशी रमण्यांत ब्रह्मवृंदाना जी दक्षिणा मुक्तपणे वाटली जात असे, त्याच दक्षिणेचा एक फंड बनवून त्यातून संस्कृत कॉलेजची (हेच पुढे पूना कॉलेज आणि नंतर डेक्कन कॉलेज बनले.) कल्पना निघाली आणि आपल्या उदारमतवादाचे प्रदर्शन करून त्याने ब्राह्मणांचाही विश्वास संपादन करण्याचा आणि पाठिंबा मिळविण्याचा प्रयत्न केला आणि ब्राह्मणांना देखील ब्रिटिश राजवट हे 'ईश्वरी वरदान' वाटू लागले. अशा या साम्राज्यवादी एलफिन्स्टनने इंग्लंडमधील समकालीन तत्त्वज्ञ जेरेमी बेंथॅम यांच्या 'अधिकांचे अधिक सुख' या उदारमतवादाचा बुरखा घेऊन आपले मूळ साम्राज्यवादी स्वरूप झाकण्याचा प्रयत्न केला.

एलफिन्स्टनने २५ सप्टेंबर १८१९ रोजी ११ कलमी तहनामा राजाबरोबर केला तो म्हणजे पुढे होणाऱ्या सामीलनाम्याची पूर्वतयारी होती असे म्हणता येईल. विशेषतः करारातील २ आणि ५ या कलमांनी राज्याच्या विलीनीकरणाचे सूतोवाच करून ठेवले होते. कलम २ म्हणते, "इंग्रज बहादूर यांचे सरकारांतून जे राज्य देत आहे ते घेऊन सरकार इंग्रेज बहादूर याचे कह्यांत व मदतीत निरंतर संतोषाने राहून सरकार इंग्रेज बहादूर यांचे सल्ला-मसलतीने हरयेक काम करीत जाऊ" अशी नमनालाच भूमिका घेऊन कलम ५ मध्ये स्वच्छ इशारा दिला आहे की, " महाराज याचे सरकारातून काही तफावत पडल्यास या तहनाम्याचे रूईने (विचाराने) महाराज याचे सरकारास जो फाईदा आहे तो बरबाद होईल. राजाने बाहेरच्या माणसांना भरावयाचे नाही. पत्रव्यवहार करावयाचा नाही, लग्नास बाहेरगावी जावयाचे नाही. अथवा घरगुती कारणास्तव बाहेरच्या लोकांशी व्यवहार करावयाचा असेल तर तो इंग्रजांच्या मार्फत करावा" अशी जाचक बंधने या कलमात होती. हेच मर्यादित सार्वभौमत्वाचे स्वरूप होते. ५ व्या कलमांत अशी सवलत दिल्याने जहागीरदारांचे फावले व राजाशी त्यांचा संघर्ष सुरू झाला आणि केवळ या ५व्या

कलमाचा आधार घेऊन रॉबर्ट ग्रँट या गव्हर्नरला राजाच्या पदच्युतीची कारवाई करणे सोपे झाले हे सारे एलफिन्स्टनने मोठ्या धूर्तपणे केले होते.

१८१९ च्या या तहनाम्यास १८२६ साली एक चार कलमी पुरवणी जोडून परत एकदा १८१९ सालचा तहनामा बळकट करण्यात आणि राज्याच्या सीमांचा तपशील, सहा जहागीरदारांची नावे, राजाच्या खर्चाची तरतूद, यांचा पुनरुच्चार करण्यात आला होता. प्रतापसिंहाला असे वाटत होते की, आपल्या नोकराला म्हणजे बाजीराव पेशव्याला एकदा तडीपार केले म्हणजे त्याने गिळंकृत केलेला सर्व मुलूख इंग्रज आपल्या स्वाधीन करतील. पण हा सरळसोट व्यवहार इंग्रजांच्या राजनीतीत बसत नव्हता. येथे एक गोष्ट प्रामुख्याने लक्षात ठेवली पाहिजे, ती ही की एलफिन्स्टनने शिवाजीच्या वंशजात रूढ झालेला 'छत्रपती' ह्या किताबाचा प्रतापसिंहाच्या बाबतीत चुकूनसुद्धा कोठे उल्लेख केला नाही. साताऱ्याचा पोलिटिकल एजंट म्हणून ग्रँटची नेमणूक केल्यावर त्याला दिलेल्या एका सूचनेत एलफिन्स्टन म्हणतो, ''राजाची प्रजा आणि स्वतः राजा यांच्या मनावर असे बिंबवावे की, सातारा राज्याच्या हद्दीतील खेड्या–खेड्यांतून राजाचा झेंडा फडकविला असला आणि तेथील रहिवासी हे जरी राजाचे प्रजानन असले तरी नावापुरते सुद्धा शिवाजीच्या साम्राज्याचे पुनर्जीवन करण्याचा इथे इरादा नाही. (It is not intended to revive even in name the empire of Seevajee) ब्रिटिश सरकार हे सार्वभौम आहे हा विचार जर राजाने आत्मसात केला नाही, तर आपण निर्माण केलेले हे सातारा राज्य एक दिवस आपल्यावरच उलटेल, अशी धोक्याची सूचनाही त्याने ग्रँटला दिली होती. 'छत्रपती' हा किताब साहजिकच इंग्रजी तहनाम्यात नाही पण त्याचा मराठीत तर्जुमा करताना लिपिकाने 'छत्रपती' हा शब्दप्रयोग केला आहे.

एलफिन्स्टन हा साम्राज्यवादी असला तरी ब्रिटिशाचे साम्राज्य भारतावर किती काळ टिकेल, याबद्दल त्याच्या मनात शंका होतीच. आपला मित्र जेम्स मॅकिनटोश याला १८१९ साली लिहिलेल्या पत्रात तो म्हणतो की, ''ब्रिटिश सरकार हे कालांतराने नष्ट होणार हे माझे विधान कोणत्याही पूर्वग्रहावर आधारलेले नसून निव्वळ तर्कावर आधारलेले (not prejudice, but reason) आहे'' भारतीयांच्या शिक्षणासाठी प्रादेशिक भाषेतून तयार केलेल्या त्याच्या पुढे पडलेल्या पुस्तकांचा ढिगारा पाहून त्याचा सहकारी ब्रिग्ज त्याला हे सारे कशासाठी, असा सवाल करतो. त्यावर एलफिन्स्टन म्हणतो, एतद्देशीयांना शिकविण्यासाठी पण त्याचप्रमाणे आपल्याला युरोपला परत जाण्याचा मार्ग दाखविण्यासाठी (To educate the natives, but it is high road back to Europe).

वास्तविक, एलफिन्स्टन हा प्रतापसिंहाच्या राज्यकारभारावर खूष होता. साताऱ्याच्या एका भेटीत ग्रँट डफच्या तालमीत तयार झालेल्या या राजाच्या वाड्यातील

खाजगी खोलीला तो भेट देतो. त्या खोलीत टेबल-खुर्चीवर बसून शिवाजीचा हा वंशज कामकाज करतो याचा त्याला अचंबा वाटतो आणि तो म्हणतो, अशा प्रकारच्या शांततावादी वंशजाबद्दल त्याच्या पूर्वजाला (शिवाजीला) काय वाटले असते हे मला सांगता येणार नाही. (I do not know what his ancestor would think of so peaceful a descendent). राजाला देखील एलफिन्स्टनबद्दल आदर वाटत असे. एलफिन्स्टनच्या निरोप समारंभप्रसंगी जे मानपत्र त्याला देण्यात आले होते त्यावर पहिली स्वाक्षरी प्रतापसिंहाची होती. १८३६ पासून ब्रिटिश अधिकाऱ्यांनी जेव्हा राजाविरुद्ध कुभांड रचण्यास सुरुवात केली. तेव्हा आपल्या २३ मार्च १८३७ च्या कोर्ट ऑफ डायरेक्टर्स या कंपनी सरकारच्या सर्वश्रेष्ठ संस्थेकडे केलेल्या विनवणी पत्रात तो आपल्यावर केलेल्या आरोपांची चौकशी करण्यासाठी एलफिन्स्टनचे मत मागवावे, अशी विनंती करतो. ग्रँट डफने देखील १८३९ ते १८४९ असा सतत दहा वर्षे पत्रव्यवहार करून राजाचे निर्दोषित्व एलफिन्स्टनला पटविण्याचा प्रयत्न केला, पण त्याने या प्रश्नावर राजाच्या बाजूने अथवा विरुद्ध असे कोणतेच मत ग्रँट आणि इतर ब्रिटिशांप्रमाणे का केले नाही हे एक न उकलणारे कोडे आहे. समजा, एलफिन्स्टन या काळात भारतातच असता, तर त्याने हे संकट टाळले असते का? का साम्राज्यवादी एलफिन्स्टनला जे होते आहे ते ठीकच आहे असे वाटत होते का? याचे उत्तर आजपर्यंत तरी कोठे सापडले नाही. रंगो बापूजी त्याला कधी भेटलाच नाही काय? का त्याच्या प्रयत्नाला यशच आले नाही एलफिन्स्टनने अशी विरक्ती आणि मौन का स्वीकारले होते? अशा अनेक प्रश्नांचा उलगडा होत नाही.

या प्रकरणापाशी सुरुवातीपासून संबंधित असलेली दुसरी प्रमुख व्यक्ती म्हणजे कॅप्टन जेम्स ग्रँट. १८१८ साली तो प्रथम राजाला भेटला आणि दिवसेंदिवस त्याचे ऋणानुबंध दृढच होत गेले. राजाच्या पदच्युतीचे, वनवासाचे आणि शेवटी अवतार समाप्तीचे सर्वांत अधिक दुःख जर कोणा इंग्रजास झाले असेल, तर ते जेम्स ग्रँटला, असे म्हणावे लागेल.

१८१८ च्या एप्रिल महिन्यात ग्रँटने साताऱ्याच्या राज्यकारभाराची सूत्रे आपल्या हाती घेतली. एलफिन्स्टनच्या सूचनांप्रमाणे राज्यकारभार पाहिला आणि राजाला शहाणे करून सोडले. तहनाम्याचे काटेकोर पालन करणे आणि एलफिन्स्टन साहेबाची मर्जी संपादन करणे, कारण 'मित्र म्हणून तो फार मोठा माणूस आहे, पण एकदा का जर तो संतापला, तर त्याच्या सारखा भयंकर माणूस नाही' (great in friendship and terrible in wrath) याची जाणीव त्याला सतत करून देणे इत्यादी कामे त्याने अक्कलहुशारीने पार पाडली आणि १८२२ साली राजाकडे कारभाराची सर्व सूत्रे स्वाधीन करून तो १८२३ रोजी लंडनला परतला. राजा आणि ग्रँट हे समवयस्क होते आणि त्यामुळे त्या

दोघांची चार वर्षांत चांगलीच मैत्री जमली. सातारा राज्य, राजा आणि प्रजा यांच्या हिताची जाणीव त्याला होती हे त्याच्या उपलब्ध खाजगी पत्रव्यवहारावरून लक्षात येते. भारतातून निवृत्त होऊन येणाऱ्या कंपनीच्या अधिकाऱ्यांकडे तो आवर्जून साताऱ्याची चौकशी करीत असे. १८२३ साली राजाला धाडलेल्या एका पत्रात तो म्हणतो, ''साताऱ्याविषयी सगळ्या चांगल्या गोष्टी ऐकण्यास मी उत्सुक आहे. जगातल्या कोठल्याही भागापेक्षा मला साताऱ्यात अधिक रस आहे'' १८३० साली साताऱ्याचा रेसिडेंट रॉबर्टसन त्याला भेटला आणि म्हणाला, ''श्रीमंत महाराज आपले रयतेला बहुत चांगले आणि योग्य आहेत. आपले राज्य मोठ्या दक्षतेने आणि औदार्याने चालवितात व आपला देश सुरक्षित राखिला आहे. इतके असून कंपनी सरकारशी निरपेक्ष स्नेह करून असतात. याचप्रमाणे मी सदोदित अपेक्षा करितो की जे जे उत्तरोत्तर गव्हर्नर जनरल तिकडे येतील त्यांनी आपली स्तुती बादशाहापाशी करावी, जीपासून मला जन्मभर समाधान होईल.'' (इंग्रजी पत्राचे मराठी भाषांतर पेशवे दप्तर भाग ४२:४५) राज्यकारभाराविषयी सूचना देताना १८२८ च्या एका पत्रात तो राजाला लिहितो, ''कार्यप्रवणता, सावधानता, काटकसर आणि उदारता ही तुझ्या कार्याची चतुःसूत्री असली पाहिजे.'' (Be active, vigilant, economical and liberal) सातारची प्रजा, शेतीव्यवसाय, शिक्षण इत्यादी विविध क्षेत्रांकडे आपल्या सेवानिवृत्तीनंतरही त्याने आपले लक्ष पुरविले होते. सातारा राज्य आणि राजा वाचले पाहिजेत असे त्याला सतत वाटत राहिले. ''सातारा देश माझा खासमत असता तर इतके अगत्ये केले नसते. परंतु आपले देशाचे सर्वकाळ हित व्हावे'' हीच त्याची भावना होती.

१८३९ ची राजाची पदच्युती आणि १८४८ साली झालेले सातारा राज्याचे विलीनीकरण यासंबंधीची आपली मते कॅ. ग्रँटने निर्भिडपणे एलफिन्स्टनला कळवून कंपनी सरकारचे कसे चुकले हे दाखवून देण्याचा प्रयत्न त्याने केला. साताऱ्याचा राजा आणि त्याचे राज्य हे अशारीतीने आपल्या डोळ्यांदेखत नाहीसे व्हावे, आपण लावलेले रोपटे, जे डौलाने वाढत चालले होते ते असे एकाएकी उखडून टाकले जावे याची खंत त्याला शेवटपर्यंत लागून राहिली होती. (त्याचा मृत्यू २८ सप्टेंबर १८५८ रोजी वयाच्या ६९ व्या वर्षी झाला) सातारा प्रकरणात ब्रिटिशांची वागणूक प्रामाणिकपणाची नव्हती. याबद्दल त्याच्या मनात तिळमात्रही शंका नव्हती, असे असूनही आपली खाजगी मते जाहीरपणे मांडण्याचे आणि रंगो बापूजीला मदत करण्यासाठी एलफिन्स्टन आणि ग्रँटसारखी माणसे पुढे का आली नाहीत हे समजत नाही आणि त्याची खंतही वाटते.

प्रतापसिंह आणि ग्रँट यांची मैत्री असाधारण स्वरूपाची होती. कृष्णराव रामराव चिटणीस याने रचलेल्या समकालीन पद्यमय चरित्रांत म्हटले आहे, ''ग्रांटसाहेब बडो धूर । सब राजनमो महशूर । उसे राजा प्रताप चतुर । मिलाय लिया अपनेमे ।। ग्रँट

स्वतःला ‘मराठा माणूस’ म्हणवून घेत असे. मराठ्यांचा संपूर्ण इतिहास त्याने लिहिला, तो केवळ ज्या मराठ्यांपासून आपण भारताचे राज्य जिंकून घेतले ते मराठे कोण आहेत, हे साऱ्या युरोपला कळावे या हेतूने होय. त्यामुळे ग्रंथाच्या नामाभिधानात “मोगलांचा ऱ्हास आणि ब्रिटिश सत्तेचा उदय” हे जॉन मरे या प्रसिद्ध प्रकाशकाने सुचविलेल्या नामांतराचा धिक्कार करून तो आपले हस्तलिखित परत घेऊन येतो, आणि या पुस्तकावर स्वतःचे सुमारे २००० पौंड खर्च करून लाँगमन कंपनीमार्फत प्रकाशित करतो, असा हा तडफदार ग्रँट सातारा प्रकरणात मूग गिळून का बसला होता ?

१८३५ पर्यंत सारे काही ठीक होते. ग्रँटनंतर आलेले रेसिडेंट कॅ. ब्रिग्ज (१८२३-२६) कॅ. रॉबर्टसन (१८२७-३२) आणि लॉडविक (१८३२-३७) यांनी ग्रँट डफचा दस्तुरच पुढे चालू ठेवला होता आणि त्यामुळे राजाविरुद्ध तक्रार करण्यास कंपनीस काहीच जागा नव्हती. कोर्ट ऑफ डायरेक्टर्स या कंपनीच्या उच्च अधिकार संस्थेनेदेखील २९ डिसेंबर १८३५ च्या पत्रान्वये राजाची प्रशंसा करणारे पत्र आणि एक तलवार नजर केली होती, पण प्रत्यक्षात मुंबईचा गव्हर्नर आणि राजाचा दुष्मन रॉबर्ट ग्रँट याने ते सारे राजापर्यंत पोहोचणार नाही याची दक्षता घेतली होती. अशा या सद्‌गुणी राजाच्या पदच्युतीची (१५ ऑक्टोबर १८३९) बातमी जेव्हा ग्रँटला कळली तेव्हा ताबडतोब आपल्या ८ जानेवारी १८३९ च्या पत्रात तो एलफिन्स्टनला लिहितो, “राजाला पदच्युत करणे आम्हाला भाग पडावे याची मला कीव येते. प्रतापसिंहासारख्या माणसाला पदच्युत करून हे राज्य खालसा करण्यापेक्षा कंपनीने आपल्या प्रतिष्ठेचा काहीसा त्याग करणे शहाणपणाचे ठरले असते आणि हिंदुस्थानभर पिकणाऱ्या कंड्यांपासून आपला बचाव झाला असता.” प्रतापसिंहाच्या कृत्याचे समर्थन करताना तो म्हणतो, “मुंबईचा गव्हर्नर माल्कम किंवा साताऱ्याचा रेसिडेंट रॉबर्टसन यापैकी कोणीही तहनाम्याच्या ५ व्या कलमाचे उल्लंघन होत असल्याचे राजाच्या निदर्शनास आणून देऊ शकला नाही आणि त्यांच्या हातून घडले ते त्यांच्या अविवेकी दयाळूपणामुळेच होय. (१०-२-१८४०) प्रतापसिंहाच्या पदच्युतीमुळे तो इतका बेचैन झाला होता की, “आज ५ जून १८४० रोजी मी अशी प्रतिज्ञा करतो की, महाराज प्रतापसिंहासंबंधी प्रत्यक्ष व अप्रत्यक्ष असा एकही प्रश्न मी विचारणार नाही. ‘बिचारा महाराज’ असे पत्राने एलफिन्स्टनला कळविल्याशिवाय त्याला राहवले नाही. असे असूनही आपण गप्प बसावे असे त्याला का वाटले? १८४० ते १८४९ या कालावधीत एलफिन्स्टनशी झालेल्या पत्रव्यवहारात साताऱ्याविषयी त्याने काहीही लिहिलेले आढळत नाही. कदाचित एलफिन्स्टननेच त्याला हा विषय बंद करण्यास सांगितले असावे.

पण १८४९ साली इंग्रजांनी सातारा राज्य खालसा केल्याचे वृत्त त्याला जेव्हा कळले तेव्हा आपल्या प्रतिज्ञेचा भंग करून तो १० जानेवारी १८४९ रोजी एक शेवटचे

दीर्घ पत्र एलफिन्स्टनला लिहितो. तो म्हणतो, " शिपायांना फूस लावणे व गोवा सरकारशी संगनमत करणे हे आरोप पूर्णतया बनावट आहेत, अशी माझी खात्री आहे. मी सारा पुरावा वाचला आहे. त्या माणसाचे चारित्र्य त्याच्या गुणदोषांसह मला पूर्ण ज्ञात असल्याने मी असे विधान करू शकतो. मुंबईचा गव्हर्नर रॉबर्ट ग्रँट म्हणतो त्याप्रमाणे राजा दोषी आहे असे जरी आपण गृहीत धरले तरी ज्या पद्धतीने सर जेम्स कारनॅक याने राजास पदच्युत केले ती पद्धती अन्यायाची होती. राजाचे हक्क अबाधित राखण्याची तहनाम्यात पूर्ण तरतूद होती आणि त्याच्या हातून काही कमी जास्त घडले असते, तर ती आमची चूक ठरली असती. अर्थात, राजाने ब्रिटिश सत्तेला विरोध करण्याचा दृढ निश्चय केला असता, तर त्याचे सार्वभौमत्व कामयचे नष्ट झाले असते. अशा परिस्थितीत ब्रिटिश मुत्सद्यांनी साध्या आणि सरळ प्रामाणिकपणाच्या मार्गाशिवाय दुसऱ्या कोणत्याही विचाराचा प्रभाव आपल्या धोरणावर होऊ द्यावयास नको होता.

दत्तक विधानासंबंधी जो वाद निर्माण झाला होता त्या बाबतीत ग्रँटचे म्हणणे असे होते की, प्रतापसिंहाने आणि अप्पासाहेबांनी घेतलेली दोन्ही दत्तके हिंदुशास्त्रानुसार कायदेशीर होती, पण ती तशी आहेत असे मानण्याच्या मनःस्थितीत ब्रिटिश अधिकारी नव्हते. कारण त्यांना राज्य खालसा करण्याची घाई झाली होती. प्रतापसिंहाने ज्याला दत्तक घेतले होते त्याला मान्यता दिलीच पाहिजे, असे आपले ठाम मत या पत्रात त्याने व्यक्त केले आहे. राजाला दोषी ठरविण्यापूर्वी आपण तरी कराराचे पालन केले आहे का याचा अधिकाऱ्यांनी विचार करावयास हवा होता. राजाच्या भावाला गादीवर बसविणे हे या तहातील अटीशी विसंगत आहे, तसेच ब्रिटिश सरकार साताऱ्याचा सर्व मुलूख आपल्याकडे घेऊ शकत नाही. अप्पासाहेबाच्या दत्तकाला मंजुरी देणे शहाणपणाचे नाही इत्यादी अनेक गोष्टी, ज्या प्रतापसिंहाचा पाठपुरावा करणाऱ्या होत्या त्या तो केवळ स्वतःच्या समाधानासाठी एलफिन्स्टनला कळवितो आणि स्वस्थ बसतो त्याचा जाहीर उच्चार करीत नाही.

ग्रँटनंतर साताऱ्याचा रेसिडेंट म्हणून कॅ. जॉन ब्रिग्ज याची नेमणूक झाली. राजाच्या वृत्तीत थोडासा फरक पडत चालला आहे असे त्याला वाटू लागले होते. शेजारच्या कोल्हापूर संस्थानाला जे स्वातंत्र्य आहे तसे आपल्याला मिळावे. सत्तांतरानंतर पूर्वीच्या तहनाम्यात बदल व्हावा असे त्याला वाटणे स्वाभाविकही होते. आपले राजाविषयीचे मत ब्रिग्जने अधिकृतरीत्या सरकारकडे पाठविले नाही. पण आपली नाराजी व्यक्त करणारे एक गोपनीय पत्र ८ ऑक्टोबर १८२६ रोजी एलफिन्स्टनला लिहिले आहे. विठ्ठलपंत दिवाणाच्या मृत्यूनंतर ज्याला लिहिता वाचता येत नाही, अशा बाळासाहेब नावाच्या एका आपल्या मर्जीतल्या व्यक्तीला राजाने दिवाणपदी नेमले हे ब्रिग्जला आवडले नाही. राजाच्या वर्तनात काही सुधारणा झाली नाही, आपण स्वतंत्र आहोत, तहनामा बंधनकारक

नाही, रेसिडेंटची जरुरी नाही असे तो जे जाहीरपणे बोलतो. तसेच कोल्हापूरकरांशी संबंध जोडण्याची त्याची तीव्र इच्छा सफल झाली, तर सातारा राज्याचा कारभार आपल्या हाती परत घ्यावा लागणार, असे ब्रिग्जने आपल्या पत्रात सूचित केले आहे. आपली मुदत संपत आली आहे आणि या साऱ्या प्रकरणातून आपली लवकरच सुटका होणार आहे, याचा आनंदही तो येथे व्यक्त करतो. आपण राजाविरुद्ध अधिकृत तक्रार करीत नाही, असे ब्रिग्ज म्हणतो. त्यावरून त्याचा आशावाद व्यक्त होतो आणि सारे काही ठीक होईल असेच त्याला वाटत असावे असे दिसते.

ग्रँटसारखे राजाने ब्रिग्जशी मैत्रीचे संबंध ठेवले नाहीत याचे कारण त्याला इंग्रजाचा स्वभाव कळला नाही, त्याचे सारे आडाखे चुकले, असे ब्रिग्ज एलफिन्स्टनच्या एका पत्रात म्हणतो. (१२ नोव्हेंबर १८२६) तो पुढे असेही म्हणतो की, त्याच्या अव्यवहारीपणामुळे तो माझ्या मनातून उतरला आहे. पण त्याचा निरोप समारंभ मोठ्या सौहार्दपूर्ण वातावरणात पार पडला. राजाने दिलेली भेट हिऱ्याची अंगठी, त्याने प्रेमाने स्वीकारली. असे सर्व ठीकठाक असले तरी सातारा सोडण्यापूर्वी त्याने मुंबई सरकारला जो एक विस्तृत अहवाल सादर केला होता त्यात त्याच्या राज्यकारभाराची भलावण केली होती. पण नजीकच्या माणसावर देणग्यांची खैरात करणे, कोणावर विश्वास न ठेवणे आणि इतर काही बाबींसंबंधी खंतही व्यक्त केली होती. शेवटी त्याने असा इशारा दिला होता की, राजाला वेळीच जागे करणे, त्याला ताकीद देणे हे त्याच्या हिताचे आहे. राजा एखाद्या कारस्थानात अडकला की, त्याच्यावरचा आमचा विश्वास नष्ट होईल, आणि त्याचा नाश होईल (१ जानेवारी १८२७).

राजा कोणत्या तरी कारस्थानात गुंतला असेल या ब्रिग्जच्या विधानावर एलफिन्स्टनचा विश्वास बसत नाही. ब्रिटिश सरकार उलथून पाडण्याच्या कोणत्याही कटात राजा असणार नाही असे त्याला वाटत होते. पण राजाबद्दल काही विश्वसनीय आणि निश्चित बातमी असेल, तर मात्र त्याला ताकीद दिली पाहिजे, असे तो प्रभारी रेसिडेंट सिम्पसन यास कळवितो (१९-२-१८२७), आणि या बातमीत थोडेसे जरी काही तथ्य असेल, तर 'आपल्यावर सरकारचा विश्वास नाही अशी त्याची भावना होऊ देऊ नका, फक्त सौम्य ताकीद प्रथम द्या, पक्का अधिकृत पुरावा हाती आल्याखेरीज कारस्थानाविषयी काही बोलू नका' असे तो सिम्पसनला बजावतो. (६ मार्च १८२७) राजाविषयी विनाकारण प्रतिकूल मत करून घेतले आहे अशी भीती त्याला वाटते म्हणून तो त्याला लिहितो, 'राजा कारस्थानात गुंतलाच असेल, तर त्याला दिली जाणारी शिक्षा अगदी सौम्य असेल' (७ मार्च १८२७). यावर 'सकृतदर्शनी राजा जरी गुंतलेला वाटत असला, तरी आता लगेच त्याला काही समस्यांना तोंड द्यावे लागणार नाही' असे सिम्पसन एलफिन्स्टनला आश्वासन देतो (९ मार्च १८२७). ऑक्टोबर १८२७

मध्ये एलफिन्स्टनने मुंबईचा निरोप घेतला. जॉन मालकम हा १ नोव्हेंबर १८२७ रोजी त्याच्या जागी रुजे होणार होता. २९ ऑक्टोबर १८२७ रोजी एलफिन्स्टनने राजाला निरोपाचे आणि एक प्रकारे शेवटचे पत्र लिहिले. त्यात त्याने राजाचे आभार मानले आहेत, राजाने दिलेल्या त्यांच्या राजघराण्याच्या शकावलीचा आदरपूर्वक स्वीकार केला आहे. राजाचे भावी आयुष्य सुख समृद्धीचे जावो, असे अभीष्टचिंतन केले आहे. त्याच्या मैत्रीची आठवण सतत ठेवू आणि नव्या रेसिडेंटबद्दल- रॉबर्टसनबद्दल राजाने काढलेले धन्योद्‌गार आणि राजाने उदारहस्ते २५ हजार रुपयांची एलफिन्स्टन प्रोफेसरशिपसाठी दिलेली देणगी याचा आवर्जून उल्लेख या पत्रात केला आहे.

असे असताना लंडनला गेल्यावर त्यांचे मतपरिवर्तन झाले का अथवा ब्रिग्जच्या गोपनीय पत्राचा, अहवालाचा त्याच्या मनावर परिणाम झाला आणि या प्रकरणात आपण तोंड उघडावयाचे नाही, अशी शपथ त्याने घेतली होती, आणि म्हणून हे सारे उघड्या डोळ्यांनी तो तटस्थपणे पाहत राहिला होता. ग्रँटच्या बेचैनीने लिहिलेल्या पत्रांना तो प्रतिसाद देत नव्हता. रंगो बापूजीशी तो संबंध ठेवत नव्हता. सप्टेंबर १८४१ रोजी साताऱ्याच्या काही मुसलमान सेवकांनी पाठविलेल्या पत्राची (हे दीर्घ मोडी पत्र इंडिया ऑफिस लायब्ररीत आहे) तो दखलसुद्धा घेत नाही हे सारे काही गूढ वाटते.

एलफिन्स्टन आणि ग्रँट डफ या दोघांपेक्षा ब्रिग्ज मात्र निराळा होता. साताऱ्यात असताना राजा त्याच्या मनातून उतरला असला तरी राजावर झालेला अन्याय त्याला सहन झाला नाही. रंगो बापूजीने आणि इतर ब्रिटिश सद्‌गृहस्थांनी जेव्हा झाला प्रसंग त्याच्या निदर्शनास आणला. तेव्हा या प्रकरणात त्याने हिरिरीने भाग घेतला. पार्लमेंटमध्ये भाषण करून त्याने राजाची बाजू प्रभावीपणे मांडली आणि रंगो बापूजीशी असलेल्या आपल्या मैत्रीचा जाहीर उच्चार केला. आपल्या आठवणीच्या ग्रंथात तो म्हणतो, 'साताऱ्यात मी जेव्हा होतो, तेव्हा राजाला आपला कारभार सांभाळण्याचे सर्वाधिकार दिले होते आणि तो त्यांचे एलफिन्स्टनने दिलेल्या सूचनाप्रमाणे काटेकोरपणे पालन करीत होता. त्यात थोडीही कसर तो करीत नव्हता. तो धूर्त होता. आपल्या देशबांधवांत असलेल्या पुष्कळशा गैरसमजुतीपासून मुक्त होता; न्याय आणि नैतिकता यासंबंधी त्याच्या काही ठाम कल्पना होत्या आणि त्यामुळे खोटेपणा करण्याची त्याच्यापासून तिळमात्रही अपेक्षा करता येणार नाही.

सातारा प्रकरणातील ग्रँट डफ, एलफिन्स्टन आणि ब्रिग्ज यासंबंधित ब्रिटिश अधिकाऱ्यांच्या भूमिका समजावून घेतल्यानंतर, या प्रकरणाला विशिष्ट वळण लावणाऱ्या बाळाजीपंत नातू याच्या कारस्थानाचा आपणास थोडक्यात परामर्ष घ्यावयाचा आहे. "पाचवडच्या एका भिक्षूक भटाचे पोर ते काय आणि राज्यक्रांतीच्या काळात स्वदेशी मुत्सद्यांच्या नाकात वेसणी घालून त्यांना आपल्या धोरणावर नाचवते काय ?" असा सवाल करून प्रबोधनकारांनी या खलपुरुषाचे कपटकारस्थान विस्तृतपणे मांडले आहे.

पेशव्यांच्या फडात कारकुनी मिळाली नाही म्हणून पेशव्यांचे शत्रू इंग्रज यांच्या नोकरीत तो सामील झाला आणि त्याच कारणावरून प्रतापसिंहानेदेखील त्याला आपल्या सेवेत दाखल करून घेण्यास इंग्रजांना संमती दिली. वास्तविक, बाळाजीचा उपयोग जसा एलफिन्स्टनने बाजीरावविरुद्ध करून घेतला तसाच उपयोग साताऱ्याबाबतही पुढे मागे जरूर पडल्यास होईल, असे त्याला वाटत असावे. प्रतापसिंहाची सुटका करण्यास आपण मदत करू, असे आश्वासन देताना एलफिन्स्टनने रंगो बापूजीला अगदी बजावून सांगितले होते की, चुकूनसुद्धा ही गोष्टी बाळाजीला समजता कामा नये. एलफिन्स्टनने पुढे मोठ्या धूर्तपणे बाळाजीची नेमणूक ग्रँटचा सहायक म्हणून केली आणि इंग्रजांना साताराच्या राजघराण्याशी उद्‌भवलेल्या प्रारंभीच्या समस्या सोडविण्यास त्याची खूप मदत झाली. प्रथम त्याने माईसाहेबांची समजूत काढून आपल्या मुलांचा मार्गदर्शन करण्याचा म्हणजेच पर्यायाने 'रीजंट' बनण्याचा विचार त्यांच्या डोक्यातून काढून टाकला. दुसरा महत्त्वाचा प्रश्न म्हणजे तनख्याचा. राजाची मागणी ३० लाखांची होती; पण बाळाजीच्या मध्यस्थीने ग्रँटने ती साडेतीन लाखांवर मिटविली. बाळाजीपंताने ग्रँटला एकदा सांगितले की, ''शाहू महाराजांनी हे राज्य एका ब्राह्मणाच्या स्वाधीन केले हा फार मोठा शहाणपणा केला; नाहीतर मराठी साम्राज्य यापूर्वी केव्हाच लयास गेले असते'' (४-५-१८१८)

४ मार्च १८१८ रोजी बाळाजीपंत साताऱ्यास प्रथम प्रतापसिंहाशी बोलणी करण्यासाठी एलफिन्स्टनबरोबर गेला होता. त्याकामी त्याने केलेली मदत पाहून ग्रँटचा मदतनीस, चीफ नेटिव्ह एजंट म्हणून द.म.५०० रु.वर त्याची नेमणूक झाली होती. सुरुवातीस राजास तो इंग्रजाशी बोलणी करण्यास फार उपयुक्त आणि विश्वासार्ह वाटत होता. ग्रँटने लवकरच नातूची चाल ओळखली आणि राजाला आणि त्याच्या कुटुंबीयांना त्याने स्पष्टपणे इशारा दिला की, त्यांनी जी काही बोलणी करावयाची असतील ती फक्त प्रत्यक्ष त्याच्याशीच करावीत, बाळाजीच्या मध्यस्थीने नाही.

राज्यकारभारातील त्याचे महत्त्व कमी करावयाचे असा बेत ग्रँटने आखला होता तरी मराठ्यांच्या इतिहास लेखनाच्या कामी साधनसामग्री, विशेषतः प्रतापसिंहाकडील ऐतिहासिक कागद मिळविण्यासाठी बाळाजीपंताने त्याला खूपच मदत केली. चिटणीस कागद देत नाहीत असे पाहून बाळाजीने मोठ्या आर्जवी स्वरात राजास विनंती केलीः सारे कागद पाहून छाप्यात छापून विलायतेस जाईल सर्वास महाराजांचा पराक्रम, राज्य वगैरे जाहीर होईल'' त्याने बाळाजीकडून मराठ्यांच्या इतिहासाची बखर लिहून घेतली होती आणि त्याचे इंग्रजी भाषांतर मॉरिस या त्याच्या सहकाऱ्याने केले होते. या दोन्ही ग्रंथांचा प्रस्तुत लेखकाने खूप शोध घेतला. पण त्यात यश आले नाही. ते हस्तलिखित मिळाले असते, तर इंग्रजांच्या दृष्टिकोनातून बाळाजीने इतिहास कसा लिहिला असेल हे पाहणे उपयुक्त ठरले असते.

इतिहास लेखनाचा मतलब साध्य झाल्यानंतर क्रमशः ग्रँटने त्याची साताऱ्यातून उचलबांगडी करण्याच्या कामास सुरुवात केली होती. पण हे काम काहीसे कठीण होते. कारण तो एलफिन्स्टनच्या मर्जीतला होता. केवळ ग्रँटचा मदतनीस म्हणून त्याला साताऱ्यात राहावयाचे नव्हते. तर त्याला प्रतापसिंहाचा दिवाण बनावयाचे होते. आपल्या मुलीच्या लग्नाचे निमंत्रण त्याने एलफिन्स्टन साहेबांना दिले होते. त्या पत्रात तो म्हणतो, ''साहेबांचे कदम मुबारक होऊन कार्य सिद्धीस जाई ते जाहाले पाहिजे. लोखंड परसास लागल्यावर सोने होईल की नाही ही काळजी लोखंडास राहात नाही. माझे मनात काय आहे ती येते वेलेस विनंती केली आहेच'' (२१-५-१८१८). पण याचा काही फारसा उपयोग झाला नाही. बाळाजीस पूर्वी एलफिन्स्टनने पुणे आणि अहमदनगर जिल्ह्यांतील गावे इनाम दिली होती आणि आता कोल्हापूरकराकडूनही त्याला दोन गावे इनाम मिळणार होती. त्यालाही ग्रँटचा सल्ला न स्वीकारता एलफिन्स्टनने ती घेण्याची परवानगी दिली होती. बाळाजी हा रास्ते यांचा वकील होता व त्यासाठी आपणास पुण्यास जाण्यास तो ग्रँटकडे परवानगी मागे; पण रास्ते प्रकरणात बाळाजीने पुण्यास येण्याची आवश्यकता नाही हे एलफिन्स्टनने मान्य केल्याने ग्रँटला धैर्य आले आणि त्याच्यावर कारवाई करण्यास तो सिद्ध झाला.

बाळाजी हा प्रामाणिक नाही, तो लोकाकडून लाच घेतो या बाबतीत त्याची पक्की खात्री होती. ग्रँटने एकदा त्याची परीक्षा घेण्याकरिता त्याला सरळ विचारले की, बापू आपटे नावाच्या एका इसमाकडून सदाशिव जोशी नावाच्या इसमाने तुला तीन हजार रुपये दिले का, त्यावर बाळाजीचे उत्तर असे की, जोशी जेव्हा पैसे घेऊन आला तेव्हा आपण त्यास म्हणालो, ''या पैशाला मी हात लावला तर गोमांस भक्षण केल्याचे पातक माझ्या हातून घडेल, हे पैसे तू परत घेऊन जा.'' या उत्तरावर ग्रँटचा विश्वास बसणे शक्य नव्हते. ग्रँटने घडला प्रसंग एलफिन्स्टनला सविस्तर कळविला आणि बाळाजीला त्याला भेटण्याची परवानगी नाकारली.

बाळाजीला सारे चित्र स्पष्ट दिसू लागले. राजा, त्याचे सहकारी आणि आता खुद्द ग्रँट साहेबही आपल्या विरुद्ध झाल्याचे पाहून आपल्याला साताऱ्याच्या सेवेतून मुक्त करावे, अशी विनंती त्याने ग्रँटला केली. कंपनी सरकार इतरत्र जे काम देईल ते आपण करू, नाही तर काशीस जाऊ असेही तो म्हणाला. बाळाजीने आपले स्थान टिकविण्याचे खूप प्रयत्न केले पण ''राजाचे तोंडही पाहणार नाही'' असे म्हणणाऱ्या आणि परत आपले चुकले असे कबूल केले तरी बाळाजीला शेवटी ४ नोव्हेंबर १८१९ रोजी ग्रँटने निरोप दिला. वास्तविक, बाळाजीपंताला इतक्या तडकाफडकी काढून टाकले हे प्रतापसिंहालाही मान्य नसावे. त्याच्या रोजनिशीतील एक नोंद सांगते, ''आमी ब्राह्मण लोक सारे पाहिले, परंतु बालाजीपंताप्रमाणे कोणी नाही शाहणा, मग आणखी बोले

ग्रँट ची दोन तीन काम वाईट खुनसी व राग मनी धरून ठेवणे त्याचे छातीवर चढणे.'' प्रतापसिंहाला माणसाची जी पारख करता आली नाही, ती ग्रँटने बरोबर केली होती. प्रतापसिंहाच्या एका अप्रकाशित कैफियेतीत म्हटले आहे, नातू याचे मनात आपण इकडील कारभार करावा व आम्ही त्याचे जरबेत असावे असे येऊन नातू हे इकडील मंडळीपासी उगीच जिकिर करू लागले.'' ही कैफियेत काशीच्या वनवासात लिहिली असावी. बाळाजीपंत साताऱ्यात परत आला तो आप्पासाहेबाचा दिवाण म्हणूनच. राजाच्या पदच्युतीचा त्याला इतका आनंद झाला होता की, त्याने लगेच एलफिन्स्टनला पत्राने कळविले, ''राजाने अशा प्रकारे नियमबाह्य वर्तन करण्यास प्रारंभ केल्यावर त्याचे राज्य टिकेल असे अपेक्षिणे कठीण होते. पण ब्रिटिश सरकारच्या औदार्यामुळे व दयाळूपणामुळे हे राज्य त्याच्या घराण्यांतच राहिले ही अत्यंत समाधानाची बाब असून त्यामुळे सरकारचा मोठा नावलौकिक झाला आहे.'' (२५-१०-१८३९) ग्रँट डफला जेव्हा बाळाजीच्या साताऱ्यातील पुनरागमनाची वार्ता कळली तेव्हा तो म्हणतो, '' बाळाजीपंतास साताऱ्यास पंतप्रधान म्हणून राहू दिल्यास ब्रिटिश सरकारवर मोठा ठपका येईल. सातारा राज्य खालसा होण्यास आणि रंगो बापूजीच्या कार्यात अडथळे निर्माण करण्यास बाळाजीने जी कुटिल कारस्थाने केली त्याचा साद्यंत वृत्तान्त प्रबोधनकार ठाकरे यांनी दिला असून, सातारा प्रकरणात बाळाजीपंत नातू कसा प्रमुख आरोपी होता हे तपशीलवर सिद्ध केले आहे.

प्रतापसिंहाच्या पदच्युतीसंबंधी, 'प्रभाकर' सारख्या मराठी वृत्तपत्रातून आणि 'लोकहितवादी' सारख्या सुधारकांच्या लिखाणातून तसेच देशी, परदेशी इंग्रजी वृत्तपत्रांतून आलेल्या वृत्तान्ताचा प्रबोधनकारांनी आपल्या ग्रंथांत उल्लेख केला आहे. १८४३ च्या सुमारास रामकृष्ण विश्वनाथ या विचारवंतांने लिहिलेल्या, 'हिंदुस्थानची प्राचीन व सांप्रतची स्थिती व पुढे काय त्याचा परिणाम होणारे याविषयी विचार' या ग्रंथाचा येथे उल्लेख करावा लागेल. प्रस्तुत ग्रंथात देशी संस्थाने हडप करण्याच्या कंपनी सरकारच्या राजनीतीचे संहारक स्वरूप प्रगट करताना लेखकाने गुजरातेतील 'निंबोरी' आणि महाराष्ट्रातील 'सातारा' या दोन संस्थानांत ब्रिटिशांनी घातलेल्या गोंधळाची माहिती दिली आहे. लेखक म्हणतो, ''दुसरा कब्जा (पहिला निंबोरीचा) ज्यामध्ये कंपनी सरकारची राज्यनीतीची वर्तणूक उघड दिसती तो सातारचे राजाचा आहे. या राजास पदच्युत करून त्याचा इन्साफ न करिता व त्याचे अपराधाचा काही दाखला नसता व जरी याचा निरपराधीपणा स्थापन करण्यास पुष्कळ आधार होता, तरी त्यास कैद करून काशीस पाठविला'' असे म्हणून १८४३ पर्यंत जे काही घडले ते थोडक्यात दिले आहे. राजाचे चारित्र्य हनन करण्यासाठी मुंबई सरकारने एक आंग्ल युवती मिसेस लाडर हिला राजास मोहित करण्यासाठी पाठविले होते. पण राजाला त्याच्या मित्रांनी या बाईपासून

सावध राहण्याचा वेळीच इशारा दिला होता. 'राजाचा कोणतेही प्रकारे नाश करावा' हाच या मागे हेतू होता हे सिद्ध होते. पुढे १८४१ च्या 'मुंबई टाईम्स' मध्ये यासंबंधी एक मोठा व निरर्थक वृत्तान्त मुंबई सरकारच्या पक्षाने लिहिला आहे. त्यात तो निरर्थकपणे असे म्हणतो की, मिसेस लाडर ही स्त्री सध्या मुंबईत नाही व तिचा सातारा प्रकरणात जो संबध होता त्याविषयी बोलताना ती एक प्रतिस्पर्धी होती असे म्हणतो. परंतु लोकांस असे सांगत नाही की सरकारने तिला शस्त्र नेमले होते व ही गोष्ट सांगता असा संभवही नव्हता. प्रबोधनकारांनी 'नूस पेपरात गैरवाका मजकूर' (पृ.१०१) या शीर्षकाखाली जी त्रोटक माहिती दिली आहे ती कदाचित या टाईम्समधील वृत्तान्तासंबंधी असावी (पाहा. रामकृष्ण विश्वनाथ, पृ.३० तळटीप).

रंगो बापूजीचे सारे कर्तृत्व प्रतापसिंहाशी निगडित असल्याने त्याचे चरित्र म्हणजे १८०८ ते १८४८ पर्यंतचा सातारा प्रकरणाचा इतिहास असेच म्हणावे लागेल. त्यामुळे त्याच्या चरित्रकथनात प्रामुख्याने प्रतापसिंह आणि त्याचा काळ याचाच वृत्तान्त येणे अपरिहार्य आहे.

रंगो बापूजीने कंपनी सरकारची नोकरी १८३१ साली सोडली. १८१८ ते १८३१ या कालखंडात प्रतापसिंहाला आपल्या या 'स्वामिनिष्ठ' सेवकाची आठवण झालेली दिसत नाही. पण एलफिन्स्टन, ग्रँट, ब्रिग्ज, रॉबर्टसन या मित्रांचे प्रेमळ छत्र नाहीसे झाले आणि त्याच्या विरोधकांनी जेव्हा त्याच्याविरुद्ध तुफान उठविले तेव्हा १८१८ पूर्वीच्या या आपल्या सेवकांची राजाला एकदम आठवण झाल्याचे दिसते. कारण मुंबईत राजाचा एजंट म्हणून त्याने काम करावे आणि साताऱ्यात जे घडत होते त्याची कल्पना मुंबई आणि कलकत्ता येथील वरिष्ठ अधिकाऱ्यांना द्यावी, विशेषतः तहनाम्यातील कलम ५ चा आधार घेऊन जहागीरदारांनी राजाशी जो संघर्ष मांडला होता आणि समस्या निर्माण केली होती ती कायमची धसास लावावी, यासाठी प्रयत्न करण्याचे काम त्याच्यकडे सुपुर्द केले होते. विशेषतः कंपनीचे निवृत्त आरोग्याधिकारी डॉ. मिल्न यांच्याशी संपर्क साधून त्यांच्यामार्फत राजाची बाजू वरिष्ठापुढे मांडावी व त्या दृष्टीने हालचाली कराव्यात, असे त्यास सांगितले होते. तसेच इंग्लंडमधील कंपनीच्या सर्वोच्च अधिकाऱ्यानाही सत्य कळणे आवश्यक होते. रंगोबाने त्यासाठी सय्यद मीर आफजल अली यास राजाचा वकील म्हणून पाठविण्याचे ठरविले. कंपनीचे अधिकारी या बाबतीत काय अडचणी निर्माण करतील याचा पूर्ण विचार करून या वकिलाला १८३७ साली मक्केच्या यात्रेचे निमित्त करून बाहेर काढले. पण त्याला विशेष यश आले नाही. तो परत आला. राजाने यशवंतराव शिर्के यांना १८३८ साली लंडनला पाठविले. मुंबईत रंगो बाजूजीच्या हालचाली जोरात सुरू होत्या. त्याने जगन्नाथ शंकरशेठ, जमशेटजी जिजीभाई इत्यादींच्या गाठीभेटी घेतल्या आणि मदतीची योजना केली. यशवंतराव शिर्क्यांने पैशाचे

आमिष दाखवून बोर्डापुढे राजाचा अर्ज दाखल करून घेतला. पण एवढ्यात आपला धनी पदच्युत झाल्याचे त्याला कळले आणि तो निराश झाला. प्रतापसिंहाची बाजू इंग्लंडमध्ये बिग्ज, लॉडविक, रॉबर्टसन या निवृत्त अधिकाऱ्यांनी मांडली, पण पदच्युतीला तहकुबी द्यावी ही त्याची मागणी बहुमताने फेटाळली गेली. ग्रँट डफ आणि एलफिन्स्टन यात का सामील झाले नव्हते याचे कारण समजत नाही.

रंगो बापूजी अनेक अडचणींना तोंड देत, कॅप्टन कोगन या निवृत्त ब्रिटिश अधिकाऱ्याचे आर्थिक साहाय्य घेऊन, वेषांतर करून आरबी व्यापाऱ्यांच्या काफिल्याबरोबर १८४० च्या जून अखेर लंडनमध्ये दाखल झाला. पण सर्व मार्ग खुंटल्याने तो यशवंतराव शिर्केबरोबर १ जुलै १८४१ ला भारत परतीच्या प्रवासात दाखल झाला. भेडसावणाऱ्या आर्थिक अडचणी, इंग्रज अधिकाऱ्यांचा उद्दामपणा, न्यायी म्हणवणारे इंग्रज अर्ज विनंत्यांना दाद देणारे नव्हते, याचा मराठी माणसांना चांगला प्रत्यय आला होता. त्यामुळे माघारी फिरण्याशिवाय दुसरा पर्याय नव्हता. अस्वस्थ मनाने तो बोटीवर चढला. पण माल्टा येथे तो बोटीतून उतरला आणि त्याचे साथीदार पुढे गेले. 'सरकार स्वारी परत साताऱ्याला येईपर्यंत मी स्वदेशाला तोंड दाखवणार नाही' अशी त्याने घोर प्रतिज्ञा केली होती. अशी प्रखर स्वामीनिष्ठा रंगो बापूजीजवळ होती. जॉर्ज थॉमसनच्या मध्यस्थीने त्याने सतत आठ वर्षे 'छत्रपती बचाव' चळवळ पेटती ठेवली. १८४६-४७ या कालखंडात लोकांना वस्तुस्थिती समजावी म्हणून लेख, पुस्तके, पोस्टर्स, व्याख्याने या माध्यमाद्वारे 'गोऱ्यांचे काळे कारस्थान' जनतेपुढे आणण्याचा त्याने अहर्निश प्रयत्न केला.

१८४५ साली ब्रिग्जने पार्लमेंटमध्ये जे भाषण केले त्यात तो म्हणतो "मिस्टर रंगो बापूजी याचा नि माझी दाट परिचय झालेला आहे. गेली चोवीस वर्षे मी रंगोबाला ओळखत आहे. शिवाय तो गेली सात वर्षे आपल्या पदच्चुत राजाच्या वाजवी हक्कासाठी झगडत या देशात वस्ती करून राहिलेला आहे. सत्ताधीश मालकाने सोपविलेली कामगिरी इतक्या प्रामाणिकपणे आणि नेकीने पार पाडणारा उमदा रंगो बापूजीशिवाय दुसरा माझ्या आढळात नाही, असे छातीठोक विधान करायला मला काहीही दिक्कत वाटत नाही." (ठाकरे पृ.२१०-११) केवढे प्रचंड प्रशस्तीपत्र रंगो बापूजीने मिळविले होते. १४ ऑक्टोबर १८४७ रोजी प्रतापसिंह परलोकवासी झाला. रंगो बापूजीला ही बातमी ४ डिसेंबरला कळली. "राजा मेला तरी न्याय मेला नाही असा विचार करून अंगावरील वस्त्र नाहीसे होत तोवर मी येथे इन्साफाचा लढा देत राहणार" म्हणून या एकांड्या शिलेदाराने आपली जिद्द सोडली नाही.

इकडे बाळाजीपंत नातूने प्रतापसिंहाचा पिच्छा अद्याप सोडला नव्हता. सातारा राज्य खालसा झाले. प्रतापसिंहाच्या राणीने साताऱ्यास परत जाण्याची इच्छा व्यक्त

केली. डलहौसी या गव्हर्नर जनरल साहेबाने ती मंजूरही केली, पण तिची कार्यवाही करण्यास मुंबई सरकारने विलंब लावला. बाळाजीपंत नातू काशीस जाऊन राणीस भेटला आणि म्हणाला की, तुम्ही रंगो बापूजीचा कैवार घेता म्हणून सरकारचा तुमच्यावर रोष आहे. तुम्ही त्याच्याशी आपला काही संबंध नाही असे लिहून दिले, तर मी सरकारात रदबदली करेन. राणीसाहेबांनी नाईलाजाने नातूचे म्हणणे मान्य केले आणि शरणागती पत्करली व रंगो बापूजीस परत बोलाविण्याचा खलिता लिहून दिला. आणि २४ डिसेंबर १८४७ रोजी कंपनीचा चेअरमन हॉबहाऊसने सातारा राज्य खालसा करण्याचा सल्ला डलहौसीला दिला आणि १ मे १८४९ रोजी सातारा राज्य खालसा झाले.

राणीला तसा अधिकार नाही, राजाचे त्याला मृत्यूपर्वी ९ दिवस आधी आलेले गुप्त पत्र हेच त्याचे मृत्युपत्र होय, असा रंगो बापूजीने आग्रह धरला. पण आम्ही तुला ओळखत नाही हा एकच घोष कंपनीच्या अधिकाऱ्यांनी चालू ठेवला. शेवटी कायदेबाजीच्या अट्टाहासापुढे त्याचे आणि त्याच्या इंग्रज मित्रांचे सारे श्रम वाया गेले. प्रबोधनकार ठाकरे म्हणतात, "रंगो बापूजी हा तर इंग्लंडला पहिला हिंदी चळवळ्या म्हणून त्याचे नाव अजरामर राहील. हिंदी प्रश्नाबद्दल इंग्रजी जनतेपुढे जाहीर व्याख्याने देणारा हाच पहिला राजकारणी पुरुष." (प्रबोधनकार, १९४८ पृ.२५३)

मायदेशी परत

सातारचे महाराजे प्रतापसिंह यांचे इंग्लंडमध्ये चौदा वर्षे वास्तव्य केलेले वकील राजमान्य राजश्री रंगो बापूजी नोव्हेंबर १८५३ त्यांच्या लंडन येथील दीर्घकाळाचा आणि कष्टदायक मुक्काम हलवून आपल्या मायदेशी परत जाण्यास सिद्ध झाले, तेव्हा त्यांच्या २२ इंग्रज मित्रांनी मोठ्या अगत्याने आणि आदराने भेट म्हणून सादर केले होते, त्या तबकावर, 'धन्याची एकनिष्ठेने सेवा बजावणाऱ्या रंगो बापूजीला चौदा वर्षांच्या कष्टप्रद हद्दपारीनंतर स्वदेशी परत जाताना आदर आणि प्रेमाच्या भावनेने अर्पण केलेले स्मृतिचिन्ह' असा मजकूर कोरला होता. येथे एक गोष्ट नमूद केली पाहिजे ती म्हणजे या तबकावर जॉन ब्राईट, ब्रिग्ज, ग्रँट डफ, जोसेफ ह्यूम, जॉर्ज थॉमसन, रॉबर्टसन, कोगन इत्यादी अनेक मान्यवरांच्या सह्या आहेत, पण एलफिन्स्टनची सही नाही याचे नवल वाटते. एलफिन्स्टन आणि रंगो बापूजी या उभयतांची भेट कधी झाली असल्याचा उल्लेख कोठे आढळत नाही. ग्रँट डफ, जॉन ब्रिग्ज सारखे त्याचे विश्वासू सहकारी प्रत्यक्ष, अप्रत्यक्षरीत्या रंगो बापूजीच्या कार्यात सहभागी झाले होते. एलफिन्स्टन मात्र शेवटपर्यंत अलिप्तच राहिला. अठरा पाकळ्यांचे एक मोठे चांदीचे तबक स्वीकारून रंगो बापूजी मुंबईकडे येण्यास निघाला.

लंडनच्या वृत्तपत्रांतून ही बातमी झळकली आणि तिचे पडसाद मुंबई, कलकत्त्यातील वृत्तपत्रांतूनही उमटले. 'डेली न्यूज' या लंडन येथील वृत्तपत्राने आपल्या

निरोपाच्या वृत्तान्तात म्हटले आहे, ‘‘मऱ्हाठी स्वराज्याचा शेवटला तुकडा वाचविण्यासाठी निराशेची पर्वा न करता, अखंड बारा वर्षे झगडत रंगोबा आपल्यात मिसळून राहिला होता. या मनुष्याचे नैतिक मोल काय आहे, याची मात्र फारच थोड्यांना काही कल्पना असेल...स्वत:च्या पदरचे १०हजार पौंड खर्च करून तो येथे आपल्या राजासाठी झगडत राहिला. त्याच्या कर्तव्यनिष्ठेची किती वाहवा करावी. रसातळाला गेलेल्या राजवंशासाठी इतक्या निस्सीम भक्तीने झगडा देण्याचे थोर कार्य रंगो बापूजी शिवाय केलेले इतरत्र क्वचितच आढळेल.’’ (प्रबोधनकार, १९९८ पृ.२५३) डिसेंबर १८५३ मध्ये त्याने लंडनचा किनारा सोडला आणि १८५४ च्या फेब्रुवारीत तो मुंबईस येऊन पोहोचला.

रंगो बापूजी जेव्हा मायदेशी परत आला तेव्हा महाराष्ट्रात ‘कंपनी सरकार’ चांगलेच स्थिरावले होते. मराठी माणसाला नाईलाजाने नजीकच्या काळात या मुलखाचे आपणही राज्यकर्ते होतो, आपल्या डोळ्यांदेखत आपले स्वातंत्र्य गेले याची खंत सतावत होती. १८९७ च्या सुमारास पुण्यात आलेल्या जी. डब्ल्यू. स्टीव्हन्सन या प्रवाशाने मराठ्यांच्या मनातील ही खंत मोठ्या मार्मिक शब्दांत व्यक्त केली आहे. तो म्हणतो, ‘‘आपण (म्हणजे इंग्रजांनी) हिंदुस्थान जिंकता तो मराठे आणि शिखापासून...शंभर वर्षांपूर्वी आपण किती मोठे होतो आणि आज आपल्याला या नीच दशेप्रत आणले याचा त्यांना अद्याप विसर पडलेला नाही. हिंदुस्थानातील इतर सत्तापेक्षा मराठ्यांचे नुकसान अधिक झाले होते आणि त्यामुळे त्या नुकसानीची तीव्रता त्यांना अधिक भासते. इतर सत्ता आपल्याला बिनविरोध शरण आल्या. मराठ्यांना मात्र आपल्याला रणांगणावर जिंकावे लागले. इतरांना इंग्रज म्हणजे जुने धनी जाऊन नवे धनी आले एवढाच बदल झाल्यासारखे वाटले. मराठ्यांना मात्र, आपण धनी होतो आणि आता गुलाम बनलो याची सतत खंत वाटत होती. (स्टिव्हन्स इंडिया ऑफ यस्टर इयर्स, लंडन १८९९ पृ.२७१-७७)

मराठ्यांच्या या बाणेदारपणाची झलक इंग्रजांना १८५७ पर्यंत सतत जाणवत राहिली. खानदेशातील भिल्ल मंडळी आणि पुणे-सातारा या प्रदेशाच्या डोंगरकपारीत राहणारी रामोशी जमात यांनी कंपनी सरकारला विरोध करून राज्यात अस्थिरता निर्माण करण्यास सुरुवात केली होती. रामोशांच्या उठावाबद्दल (१८२६-३१) पुण्याचा कलेक्टर रॉबर्टसन म्हणतो, ‘‘लोक उघडपणे बोलतात की, आहे कोठे इंग्रजांचे राज्य ? समरांगणावर ते लढतील, पण रामोशापुढे त्यांचा निभाव लागणार नाही. कोणी सांगावे उद्या हा उम्याच (उमाजी नाईक) शिवाजीराजासारखा बंडखोर होऊन पुन्हा मराठी राज्य चालू करणार नाही कशावरून? देवाच्या मनात असेल तर काय होणार नाही?’’ उमाजी नाईकाने आपले पर्यायी राज्य डोंगरात स्थापन केले होते. प्रथम इंग्रजांनी त्याच्याशी समझोत्याचे नाटक केले; पण पुढे त्याला पकडून त्याच्यावर खटला भरून त्याला दोषी ठरविले आणि फासावर चढविले. उमाजी नायकापासून प्रेरणा घेऊन पुणे-अहमदनगर

या भागातील कोळी लोकांनी बंडावा पुकारला होता. तो कंपनी सरकारने पूर्णपणे निपटून काढला. सावंतवाडी संस्थानातील सरदारांनी इंग्रजांनी त्याच्या संस्थानात केलेल्या हस्तक्षेपाला विरोध केला, तेव्हा १८४५ मध्ये तेथे लष्करी कायदा पुकारून कंपनी सरकारने ते संस्थान खालसा केले. कोल्हापूर संस्थानातील गडकऱ्यांनी १८४४ साली इंग्रजी प्रशासनाविरुद्ध उठाव केला. प्रारंभी त्यांना थोडेबहुत यश आले, पण पुढे इंग्रजांच्या फौजेपुढे त्यांना शरणागती पत्कारावी लागली.

अशा रीतीने महाराष्ट्रात इंग्रजाविरुद्ध वातावरण तयार होत होते. १८५४ साली रंगो बापूजी जेव्हा साताऱ्यास परत आला होता तेव्हा तो हरला होता, पण निराश झाला नव्हता. भारतात आणि विशेषत: महाराष्ट्रात चाललेल्या इंग्रजविरोधी चळवळीच्या वार्ता त्याच्यापर्यंत पोहोचत असाव्यात. इंग्रजी सत्तेबरोबर आपण संघर्ष केला पाहिजे, यावर तो ठाम होता. यासाठी तमाम मराठ्यांना लंडनहून मारलेली निर्वाणीची हाक महत्त्वपूर्ण आहे. या जाहीरनाम्यात तो म्हणतो की, कोर्ट ऑफ डायरेक्टर्स यांचा मतलब नजरेस येतो की, महाराष्ट्र राज्य बुडवून आपले घशात घ्यावे. हिंदूचे राज्य बुडवावे असा क्रम सुरू आहे. परंतु ईश्वर कसं करतो ते पाहावे...या लोकास भ्याले किंवा नरमाई दाखविली म्हणजे तात्काळ गळा कापतात. दूरचे दूर सख्त खरेपणानी बोलणे जेव्हाच्या तेव्हा जाहले म्हणजे जबरदस्त लाचार होतात. तूर्त राज्य नाही, मग नरमाई व आर्जव करणे कशास पाहिजे..माझे लिहिण्याचा बेभरवसा मानू नका. न जाणे आदेशा झाल्यास हे लिहिणे खरे किंवा खोटे, हे माझे देहसमाप्ती झाल्यावर पुढे नजरेस येईल. (प्रबोधनकार, मुंबई १९९८ प्रास्ताविक पृ.३९).

रंगो बापूजीने मायदेशी परत आल्यानंतर देशातील इंग्रज राजवटीविरुद्धची परिस्थिती समजावून घेण्यासाठी भारतभ्रमण केले. कायदेबाजीने इंग्रजांशी लढणे व्यर्थ आहे, याची जाणीव झाल्याने त्यांनी वैराग्याने कलम, कलमदान आणि पागोटे रायरेश्वराला अर्पण करून संन्यास, काशीयात्रा करण्याचे योजले होते. पण मंगल पांडे यांचा वृत्तान्त ऐकून त्याला परत स्फूर्ती आली आणि महाराष्ट्रात साताऱ्याचा हा वकील रंगो बापूजी पुढे आला आणि या बंडाच्या योजनेत उत्स्फूर्तपणे सामील झाला. उमाजी नायकाच्या वेळेचे मावळे, रामोशी, कातकरी,कोळी, भंडारी यांना आपल्या गुप्तसंघटनेत सामील करून घेतले. सातारा, कोल्हापूर या ठिकाणी त्याने उठावाची आखणी केली होती. भोरचा पंतसचिव चिमणाजी रघुनाथ रात्रं-दिवस त्याला संघटना बांधणीत मदत करत होता. रंगो बापूजी स्वत: गोसाव्याचा वेष धारण करून घोड्यावर बसून सर्वत्र देखरेख करत होता. त्याचा मुलगा सखाराम, मेव्हणा नीलकंठ चित्रे, गणेश सखाराम कारखानीस, संतू रामोशी, नारायण पावसकर सोनार, शिवराम मोरेश्वर कुलकर्णी, दौलत हरी पवार, आप्पा फडणीस इत्यादी विविध जातींचे आणि व्यवस्थापनाचे लोक त्याच्या संघटनेत

सामील झाले होते. उत्तरेकडील उठावाच्या बातम्या विशेषत: १० मे चा मीरतचा आणि ४ जूनचा कानपूरचा दंगा मराठी माणसालाही उठाव करावा असे वाटू लागले. पण "इशाऱ्याशिवाय उठावणी कराल तर तोफेच्या तोंडी देईन" असा आपल्या सैनिकांना रंगो बापूजीने दम भरला. मुंबई सरकारच्या हेराफेरीचे कामही जोरात चालू होते. भोरच्या पंतसचिवाला अनेक आमिषे दाखवून इंग्रजांनी रंगो बापूजीच्या कटातील कृष्णाजी सदाशिव शिंदकर याला आपल्या बाजूचा करून घेतले. रंगो बापूजी पकडला गेला आणि त्याला प्रथम रत्नागिरीच्या तुरुंगात कडेकोट बंदोबस्तात ठेवण्यात आले आणि नंतर त्याची रवानगी ग्वाल्हेरच्या तुरुंगात केली. तेथील पहारेकऱ्याशी संगनमत करून रंगो बापूजी तुरुंगातून निसटला. आणि गोऱ्या अधिकाऱ्यांची झोप उडविली. ५ जुलै १८५७ पासून रंगो बापूजी जो भूमिगत झाला तो कायमचा. त्याला पकडण्यासाठी सरकारने ५००० रुपयांचे इनाम जाहीर केले होते. पण शेवटपर्यंत तो इंग्रजांच्या हाती कधीच लागला नाही. ज्याचा जन्म कधी झाला आणि मृत्यू कधी झाला याची काहीच नोंद नसलेला हा भारताचा स्वातंत्र्य सैनिक अमर होऊन राहिला. (प्रबोधनकार, तत्रैव पृ.२४९-२६९ आणि वि. गो. खोबरेकर, महाराष्ट्रातील स्वातंत्र्य लढे, १८१८-१८८४ मुंबई, १९९४ पृ.७८-८६)

साताऱ्यासारख्या एका आकाराने छोट्या पण परंपरेने मोठ्या संस्थानाच्या स्वातंत्र्यासारखे स्वकीय आणि परकीय यांच्याशी देशात आणि परदेशात १८३९ पासून सतत लढा देणारा एक साधा पण राष्ट्राभिमानी माणूस, रंगो बापूजी किती महान कामगिरी करून जातो हा सारा इतिहास मोठा उद्‌बोधक आहे. एका छोट्या संस्थानाच्या स्वातंत्र्यासाठी लढणारा रंगो बापूजी साऱ्या देशाच्या स्वातंत्र्य लढ्यात देखील कसा महत्त्वपूर्ण ठरतो आणि इंग्रज हा केवळ संस्थानिकांचा नव्हे, तर साऱ्या भारताचा शत्रू आहे हे रंगो बापूजीने आपल्या कृतीने भारतीयांना पटवून दिले आणि एकप्रकारे भारताच्या संपूर्ण स्वातंत्र्य लढ्याची पायाभरणीच केली.

रंगो बापूजीच्या राष्ट्रकार्याचा परामर्श घेताना प्रबोधनकार म्हणतात, "बनिया कंपनीची डायरेक्टर प्रोप्रायटराची कोर्टे आणि बोर्ड कंट्रोल यानी हिंदुस्थानात चालविलेल्या जुलमी रावणशाहीविरुद्ध रंगोबाने जी निषेधाची चळवळ केली, लॉर्डस नि कॉमन्स सभागृहात जहाल वादविवादांचे स्फोटावर स्फोट उडवले आणि कंपनीच्या अरेरावी कारभाराने सर्व जगात इंग्लंडची झालेली बदनामी ब्रिटिश जनतेला पटवून त्यांच्याही जळजळीत धिक्कारांचा प्रगट पाठिंबा मिळविला, त्याचाच परिणाम कंपनीला पदच्युत करून हिंदुस्थानाचे राज्य विक्टोरिया राणीने पार्लमेंटच्या हाती देण्यात झालेला आहे, हे दृष्टिआड करून भागणार नाही."

"आंग्रेजाच्या नि जगाच्या दृष्टीने सत्तावन्नचे बंड जरी यशवंत झाले नाही तरी आंग्रेजी बनिया कंपनीच्या रावणशाहीला नेस्तनाबूत करणाऱ्या सत्तांतराचे श्रेय रंगो बापूजीचेच होय. स्वदेशासाठी, महाराष्ट्राच्या छत्रपतीच्या तक्त्यासाठी त्याची काया, वाचा, मन आणि धनसुद्धा सतत १४ वर्षे त्याने विलायतेत चंदनासारखे झिजवले...त्याने महाराष्ट्रात उठावणीचा यत्न केला. त्यात त्याचा मर्दपुत्र सीताराम आणि अनेक आप्तमित्र फासावर चढले. त्याच्या कुटुंबाची वाताहात झाली. त्याच्या राहत्या घरादारावर आंग्रेजांनी खरोखरीच गाढवांचे नांगर फिरविले आणि अखेर स्वत: रंगो बापूजी वनवासात अज्ञातावस्थेत कोठेतरी दिवंगत झाला. रंगो बापूजीचा यज्ञ यशवंतच झाला." (प्रबोधनकार, १९९८, पृ.४३७)

संदर्भ ग्रंथ

अ) मराठी

१) कुलकर्णी अ. रा. – जेम्स कनिंगहॅम ग्रँट डफ – मराठ्यांचा इतिहासकार प्रशासक) राजहंस, पुणे, २००६

२) खोबरेकर वि. गो. – महाराष्ट्रातील स्वातंत्र्य लढे (१८१८–१८८४) मुंबई –१९९४

३) ठाकरे के. सी. (प्रबोधनकार) प्रतापसिंह छत्रपति आणि रंगो बापूजी – आवृत्ती पहिली, मुंबई १९४८– पुनर्मद्रण, महाराष्ट्र शासन, मुंबई – १९९८

४) नातू ग. वि. (संपादक) नातू कुलवृत्तांत, पुणे १९६६

५) बेडेकर दि.के. (संपादक) चार जुने मराठी अर्थशास्त्रीय ग्रंथ (१८४३–१८५५) रामकृष्ण विश्वनाथ, पुणे – १९६९ पृ.१–४३

ब) इंग्रजी

1) Ballhatchet; K A - Social Policy and Social Change in Western India (1818-1827) London, 1957

2) Choksey R. D. Mountstuart Elphinstone, The Indian Year (1796-1827) Mumbai, 1971

Choksey R. D. (Ed.) Raja Pratap Sinha of Satara (1818-1839) Pune - 1970.

Choksey R. D.(Ed.) Raja Shahaji of Satara (1839-1898) Pune, 1974.

3) Kulkarni, Sumitra : The Satara State, Delhi, 1995

4) Varma, Sushama :Mountstuart Elphinstone in Maharashtra Kolkatta, 1981.

❑❑❑

११.

शार्ल द ओशोवा

भारताचे आकर्षण फार पुरातन काळापासून निरनिराळ्या कारणांमुळे परकीयांना होते, असे या उपखंडाच्या इतिहासावरून स्पष्ट होते. तीन बाजूंनी अथांग समुद्र आणि एका बाजूस हिमालयाची उत्तुंग पर्वतराजी असलेल्या या सुरक्षित भूखंडात प्रवेश करण्यास खुष्कीचे आणि समुद्राचे असे दोन मार्ग उपलब्ध होते. खुष्कीच्या मार्गाने तुर्क, अफगाण, मोंगल, चिनी या जमातींनी या देशात प्रवेश मिळविला, तर पोर्तुगीज, डच, इंग्रज, फ्रेंच या जलचरांनी समुद्रमार्गाचा अवलंब केला.

पाश्चिमात्य देशांतील लोकांनी या देशात आपली छोटी-मोठी सत्ता केंद्रे स्थापन केली. इंग्रजांनी तर सारा भारत देश आपल्या साम्राज्याखाली आणला होता; परंतु कालांतराने या पाश्चिमात्य सत्तांचे राजकीय वर्चस्व संपुष्टात आले; पण सांस्कृतिक संबंध मात्र चिरकाल टिकून राहिले.

फ्रान्स हा असाच एक देश. व्यापाराच्या निमित्ताने सतराव्या शतकाच्या शेवटच्या काळात भारतात आला आणि शिवाजी राजांच्या कृपेने फ्रेंचांनी राजापूर येथे, इंग्रजांच्या शेजारी आपली वखार थाटली; परंतु फ्रेंच महाराष्ट्रात फार काळ राहू शकले नाहीत. १६७४ साली जेव्हा त्यांना शेरखान लोदीकडून पाँडेचेरी (मराठे फुलचारी म्हणत) हे ठिकाण मिळाले, तेव्हा ते त्याच ठिकाणी शेवटपर्यंत राहिले आणि भारत देश स्वतंत्र झाल्यावर १९५६ साली आपली सत्ता केंद्रे भारतात विलीन करून मायदेशी परतले.

१९व्या शतकापासूनच भारत आणि फ्रेंच यांचे राजकीय संबंध संपुष्टात येऊ लागले होते आणि ते केवळ व्यापार आणि भारतीय संस्कृती या पुरतेच मर्यादित राहिले. इतिहासाचे हे सूत्र लक्षात घेऊन, काही फ्रेंच पंडित भारतीय भाषा आणि संस्कृती यांचा अभ्यास करण्यासाठी या पूर्वपरिचित देशाकडे आकृष्ट होऊ लागले. फ्रेंच प्राच्य विद्या पंडित बन्रुफ याने या कार्यात पुढाकार घेतला आणि आपल्या शिष्यांना भारताकडे जाण्यास उद्युक्त केले. 'शार्ल द ओशोवा' ज्याचा मराठी कागदपत्रात 'डिचोवा' साहेब म्हणून उल्लेख केला आहे, तो १८४३ च्या सुमारास महाराष्ट्र देशी येऊन दाखल झाला.

ओशोवा या तरुण फ्रेंच प्राच्य विद्या पंडिताच्या जीवनपटाचे आणि कार्याचे धागे जुळविण्याचे काम अत्यंत कठीण होते; परंतु फ्रान्सच्या राष्ट्रीय अभिलेखागारात जी काही कागदपत्रं उपलब्ध झाली आणि फ्रेंच संशोधकांनी जी मदत केली त्याच्या आधारे

ओशोवाच्या चरित्राचा आणि कार्याचा परिचय करून देण्याचा येथे अल्पसा प्रयत्न केला आहे.

भारतात असताना आपल्या छोट्याशा कालावधीत ओशोवाने जे काही साहित्य गोळा केले, तसेच बन्नुफ या फ्रेंच पंडिताने जे संपादन केले, ते फ्रान्सच्या राष्ट्रीय अभिलेखागारात उत्तम रीतीने व्यवस्थित ठेवले आहेत; परंतु आश्चर्य म्हणजे या फ्रेंच पंडितानी ओशोवाच्या कार्याचा कोठेही उल्लेख केलेला आढळत नाही. कदाचित त्यांच्या दृष्टीने त्याचे कार्य नगण्य स्वरूपाचे असावे. फक्त प्रा. शं. गो. तुळपुळे यांनी आपल्या पॅरिसच्या छोट्याशा वास्तव्यात त्याच्या संग्रहाचा, प्रामुख्याने मराठी साहित्याचा त्रोटक परिचय एका लेखाद्वारे करून दिला होता. तोच धागा धरून मला जेव्हा दीर्घकाळ पॅरिस येथे अभ्यास करण्याची संधी मिळाली, तेव्हा त्याचा अधिक खोलवर अभ्यास केला आणि या अज्ञात पंडिताचा फ्रेंचांनाही प्रथमच परिचय करून दिला.

ओशोवाचा जन्म त्याच्याच एका निवेदनानुसार फ्रान्स आणि स्पेन या देशांच्या सरहद्दीवरील बेयॉन या जिल्ह्यात १८१६ साली झाला आणि भारतात तो प्रथम १८३६ साली कदाचित काही व्यापारासंबंधी माहिती काढण्याच्या निमित्ताने येऊन परत गेला होता. ओशोवा हा जरी फ्रेंच नागरिक होता, तरी नावावरून तो पोर्तुगीज असावा आणि त्याचा जन्म 'बेयॉन' या संमिश्र वसाहतीच्या ठिकाणी झाला असावा; परंतु त्याच्या मूळ घराण्याची अथवा इतर काही कौटुंबिक माहिती मात्र कोठेही आढळत नाही.

भारतात तो दुसऱ्यांदा १८४३ नंतर आला असावा, असे उपलब्ध पुराव्यावरून दिसते. महाराष्ट्रात जेव्हा तो आला तेव्हा त्याने एका ज्योतिषाकडून जन्मकुंडली करून घेतली होती. त्यावरून त्याचा जन्म २८ फेब्रुवारी १८१६ रोजी झाला, असे त्याच्या कागदसंग्रहावरून दिसते. आश्चर्य म्हणजे त्याने स्वत:विषयी लिहिलेल्या पत्रांतील जन्मसाल जन्मकुंडलीवरून मराठी ज्योतिषाने काढलेले साल परस्परांशी जुळतात.

ओशोवाने स्वत: केलेल्या निवेदनावरून प्रथम काही वर्षे तो बोर्डो येथील दारूगोळा बनविणाऱ्या फॅक्टरीत काम करीत होता. काहींच्या मते तो फॅक्टरीत नसून, फॅक्टरीशी संलग्न अशा बोर्डो येथील एका विमा कंपनीत काम करीत होता आणि कदाचित कंपनीच्या कामाच्या निमित्ताने त्याने १८३५-३६ दरम्यान भारतास धावती भेट दिली असावी आणि या काळात मद्रास, पाँडेचेरी आणि सिलोन या ठिकाणी तो सुमारे १८ महिने राहिला असावा. त्याने आपला एक हितकर्ता आणि संसद सदस्य हेन्री गॅलॉस याच्या मागे लकडा लावला होता की, भारतात आपल्याला एखादी राजदूताची नेमणूक करून द्यावी. गॅलॉसने आपल्या या मानसपुत्राची मागणी आपल्या शिफारशींसह परराष्ट्रव्यवहार खात्याच्या मंत्रालयाकडे १० जुलै १८४१ रोजी विचारार्थ पाठविली होती. आपल्या या शिफारसपत्रात ते म्हणतात, ''शार्ल ओशोवा हा माणूस चांगला

सुशिक्षित असून, त्याने भारतात काही काळ घालविला आहे. प्राच्य भाषांचा तो अभ्यास करतो आहे.''

ओशोवाने आपल्या निवेदनात भाषाज्ञानाविषयी म्हटले आहे, ''लहानपणापासून इंग्रजी, स्पॅनिश आणि फ्रेंच भाषांशी मी चांगला परिचित आहे आणि गेली दोन वर्षे मी अरेबिक, फार्सी आणि हिंदुस्थानी भाषांचे शिक्षण घेत आहे. त्यामुळे या भाषा जाणणाऱ्या लोकांशी मी सुसंवाद साधू शकेन, असा मला आत्मविश्वास वाटतो.''

ओशोवाचा स्वभाव आणि प्रामाणिकपणा यासंबंधी गॅलॉस आपल्या शिफारसपत्रात म्हणतो, ''ओशोवाच्या पित्याने आपल्या मृत्यूसमयी, त्याला आपल्या स्वाधीन करून त्याला त्याच्या कार्यात योग्य ते मार्गदर्शन करावे असे विनविले होते, म्हूणून एका परीने कर्तव्यबुद्धीने मी त्याची शिफारस करीत असलो, तरी त्याची कार्यक्षमता, प्रामाणिकपणा याबद्दल मला पुरेपूर विश्वास असल्याने, फ्रान्सच्या राज्याचा तो एक अभिमान वाटावा असा सेवक सतत राहील, याबद्दल माझ्या मनात तीळमात्र शंका नाही.'' अशा शिफारशीसह फ्रान्सचा तत्कालीन परराष्ट्रमंत्री गिझो याच्याकडे गॅलॉसने पत्र पाठविले.

आपण भारतात जाण्यास का उत्सुक आहोत याच्या समर्थनार्थ एक तपशीलवार निवेदन ओशोवाने मंत्र्याच्या अवलोकनार्थ पाठविले होते. यात तो म्हणतो, ''फ्रान्सच्या भारतातील राजदूताचे कर्तव्य म्हणजे फ्रान्सशी संबंधित भारत अथवा आशिया खंडातील इतर भागांत ज्या सर्व घटनांच्या ज्ञानामुळे आपल्या व्यापाराच्या संदर्भात नवा प्रकाश पडेल आणि आपला चांगला प्रभाव तेथील लोकांवर पडण्याच्या दृष्टीने सारे उपयुक्त ठरेल.''

याच निवेदनात तो पुढे म्हणतो की, ''फ्रान्सचे भारतातील विद्यमान प्रतिनिधी आपल्या कर्तव्याकडे दुर्लक्ष करतात, ते तेथील लोकांत मिसळत नाहीत. त्यांच्या भाषा शिकत नाहीत. ओशोवाच्या मते, 'भाषाज्ञान' ही यशाची गुरुकिल्ली आहे. ते ज्ञान भारतात कोठेही सहजगत्या शिरकाव करून घेणे, तेथील लोकांना आपलेसे करून घेणे या साऱ्या गोष्टी राजदूताला सुलभपणे साध्य करून घेता येतात.'' तो म्हणतो, ''इंग्रजी आणि हिंदुस्थानी या भारत समजावून घेण्यात अत्यंत महत्त्वाच्या भाषा आहेत. एखाद्या राष्ट्राच्या चालीरीतीचे, छंदाचे आणि विचारांचे प्रतिबिंब त्या राष्ट्राच्या लोकप्रिय वाङ्मयात पडत असते आणि या क्षेत्रात भारतात कितीतरी काम करणे शक्य आहे. भारतातील प्रमुख शहरांतून जी वृत्तपत्रे प्रसिद्ध होतात त्यांच्या अवलोकनावरून असे म्हणता येईल की, भारताने बौद्धिक क्षेत्रात खूप प्रगती केली आहे.''

राजदूताची जागा त्याला खास करून मुंबई अथवा अन्य प्रमुख शहरांत हवी होती. तसे झाल्यास 'राजदूत' या पदाविषयी त्याच्या ज्या कल्पना होत्या त्यांना मूर्त

स्वरूप देणे सोईचे होईल. मुंबई त्याला अधिक पसंत होती याचे कारण इतर प्रांतांशी संबंध ठेवण्यासाठी दळणवळणाच्या दृष्टीने ते एक प्रमुख केंद्र होते आणि परदेशांशी संपर्क साधण्याच्या दृष्टीने ते एक सोईचे ठिकाण होते. शिवाय त्याला असे वाटत होते की, मुंबईचं भौगोलिक स्थान लक्षात घेता, ते शहर कदाचित इंडो-ब्रिटिश साम्राज्याची राजधानी बनेल. १८४२ साली हा विचार त्याने बोलून दाखविला होता, हे विशेष आहे.

राजदूताच्या जागेसाठी आपण कसे पात्र आहोत हे फ्रेंच परराष्ट्र मंत्रालयाला पटवून देण्याचा ओशोवाने परोपरीने प्रयत्न केला, पण ज्या स्वरूपाची नोकरी त्याला हवी होती, तशी जागा त्यावेळी मंत्रालयाकडे नव्हती. त्यामुळे त्याची घोर निराशा झाली.

पण यामुळे तो खचून गेला नाही किंवा भारत भेटीची आपली महत्त्वाकांक्षा त्याने मनातून काढून टाकली नाही. शिक्षण मंत्रालयामार्फत पूर्वेकडील देशात विज्ञानविषयक माहिती मिळविण्यासाठी एक पथक पाठविले जाते. याचा त्याला सुगावा लागला. डॉ. रॉबर्ट यांची पर्शियाकडे विज्ञान मोहीम जाणार होती. त्यात आपल्याला प्रवेश मिळाला, तर फ्रान्स देशासाठी अत्यंत उपयुक्त असे साहित्यदस्तऐवज तो संपादन करू शकेल. यासाठी फ्रेंच अकॅडमीच्या प्रमुख सदस्यांकडूनही प्रशस्तिपत्र मिळविले. शिक्षण मंत्रालयाने आपल्याला आर्थिक साहाय्य का करावे आणि डॉ. रॉबर्ट या मोहिमेच्या नेत्याला आपल्या साथीदाराची कशी आवश्यकता आहे, यासंबंधीचे एक सविस्तर निवेदन त्याने मंत्रिमहोदयांना सादर केले.

या ना त्या निमित्ताने भारतात जाऊन तेथील भाषा आणि वाङ्मय यांचा अभ्यास करण्याची आपली आंतरिक इच्छा पूर्ण करण्यासाठी ओशोवा किती प्रयत्नशील होता याची कल्पना त्याच्या उपलब्ध पत्रव्यवहारावरून येते. ''माझी अनेक वर्षांपासूनची एकमेव इच्छा म्हणजे ज्या भारत देशात आपण १८३५-३६ साली गेलो होतो तेथे परत जाऊन भारत देशाच्या भाषांचा आणि साहित्याचा अधिकाधिक अभ्यास करावा.''

सुदैवाने डॉ. रॉबर्टच्या विज्ञानविषयक मोहिमेमुळे त्याला ही सुवर्णसंधी मिळाली आणि डॉ. मजकुरांनी त्याला आपला साथीदार आणि सहप्रवासी म्हणून आपल्या पथकात सामील करून घेतले. भारतात जाण्यास आपण इतके उत्सुक का आहोत, या संदर्भात तो म्हणतो, ''काही मूळ भाषा आणि त्यापासून निर्माण झालेल्या आधुनिक बोलीभाषा, त्यांची लिपी, मुळाक्षरे, काही शिलालेख, कोरीव लेख यांच्या प्रतिकृती करून आपला शब्दकोश तयार करणे, हस्तलिखितांच्या नकला करून घेणे, लोकगीतांचा शोध घेणे, तेथील काव्याचे भाषांतर करणे, लोकांच्या छंदांचा अभ्यास करणे, व्यापार, कृषिव्यवसाय, राजकीय जीवन यांचे निरीक्षण इत्यादी हेतू मनाशी बाळगून त्या देशांना भेटून आपली जिज्ञासा पूर्ण करून घेण्याची तीव्र ओढ आपल्याला लागली आहे.'' फ्रेंच पंडितांनी मध्ययुगीन भारताच्या अभ्यासाकडे हवे तितके लक्ष दिले नाही ही त्याची

तक्रार होती. हिंदू, पंजाबी, नेपाळी, अफगाणी यांच्या साहित्याची ओळख करून घेणे आणि त्यांचे भाषांतर करून घेण्याचे प्रयत्न आपल्या पंडितांनी केले नाहीत याची त्याला खंत वाटत होती. या देशांसंबंधी फ्रेंच नियतकालिकांतून त्याने काही स्फुट स्वरूपाचे लेखनही केले होते.

ओशोवाच्या या सर्व निवेदनावरून हे स्पष्ट होते की, भारत भेटीत आपल्याला काय साधावयाचे आहे, यासंबंधीचा एक स्थूल स्वरूपाचा आराखडा त्याच्यासमोर होता आणि या त्याच्या कार्यक्रमाची महाराष्ट्रापुरती त्याने कोठवर मजल मारली होती, हे जाणून घेणे औत्सुक्याचे ठरेल.

१८४३ साली ओशोवा याने भारताच्या पश्चिम किनाऱ्यावर आपला पाय ठेवला. त्याच्या पूर्वनियोजित कार्यक्रमाप्रमाणे प्रथम गोवा येथे उतरणे आणि तेथून दक्षिणेकडील भटकळ, होनावर, मंगळूर, तंजावर, पाँडेचरी, विजयनगर, हैद्राबाद, विजापूर, पुणे या ठिकाणांना भेटी द्यावयाच्या असे होते. पण प्रत्यक्षात घडले निराळेच. प्रथम तो मुंबई बंदरावर १८४३ साली उतरला आणि प्रकृती साथ देत होती तोपर्यंत पुणे-मुंबईच्या परिसरात भटकत राहिला आणि प्रकृती जेव्हा ढासळू लागली, तेव्हा मुंबईहूनच त्याने परतीच्या प्रवासाला १८४४ साली सुरुवात केली.

भारतात त्यावेळी कंपनी सरकारचे राज्य होते. फ्रेंचांचे आणि इंग्रजांचे संबंध मैत्रीचे आणि सलोख्याचे होते, त्यामुळे फ्रेंच सरकारने तत्कालीन ब्रिटिश गव्हर्नर जनरल लॉर्ड एडिबरा यांस ओशोवासंबंधी एक शिफारसपत्र धाडले होते. त्यानुसार महाराष्ट्रात त्याला सरकारी स्तरावर आवश्यक ती मदत मिळालीच आणि मराठी पंडितांनीही त्याला आदराची वागणूक देऊन त्याची ज्ञानलालसा पूर्ण करण्याच्या कामी पूर्ण सहकार्य केले. जॉन ऑर्थर हा या सुमारास मुंबई इलाख्याचा गव्हर्नर होता आणि कर्नल ओव्हन्स हा सातारा राज्याचा रेसिडेंट होता.

पण ओशोवाला त्याच्या संशोधन कार्यात सर्वांत अधिक साहाय्य झाले ते मुंबईच्या रॉबर्ट झेव्हियर मर्फी (१८०३-१८५५) या ब्रिटिश पंडिताचे. रॉबर्ट मर्फी भारतात प्रथम आला तो बॉम्बे नेटिव्ह एज्युकेशन सोसायटीच्या मुंबईतील एका शाळेत शिक्षक म्हणून. तो एक भाषा पंडित होता आणि भारतीय भाषांचे आकलन त्याला विनासायास करता येत होते. १८३४ च्या 'बॉम्बे गॅझेट'चे संपादन त्याने केले होते. बॉम्बे चेंबर ऑफ कॉमर्स या व्यापारी संघटनेचा तो १८३९ साली सचिव होता. काही काळ त्याने मुंबईच्या 'टाइम्स'चे संपादकत्वही केले होते. ओशोवा जेव्हा महाराष्ट्रात आला तेव्हा मर्फी मुंबईच्या उच्च न्यायालयात 'मराठी भाषांतरकार' म्हणून काम करीत होता. त्याचे मुख्य काम म्हणजे कोर्टात पुराव्यादाखल आलेले मराठी कागदपत्रांचे इंग्रजीत भाषांतर करून, ते न्यायालयाकडे देणे. मराठी भाषा, साहित्य, लोकांच्या चालीरीती, रूढी यांचा तो चांगला

जाणकार होता. तत्त्वज्ञान, साहित्य, पुरातनवस्तूशास्त्र, समाजशास्त्र, वंशशास्त्र, लोकगीते हे त्याचे आवडीचे विषय होते आणि त्यावर त्याने विपुल प्रमाणावर लेखनही केले होते. कोर्टाच्या कामात त्याचा बराच वेळ जात असे.

भारतीय गूढवादी साहित्यासंबंधी त्याची एक योजना होती. त्यात प्रामुख्याने पश्चिम भारतातील हिंदू, जैन, मराठी आणि मुसलमान संतकवींच्या वाङ्मयाचा अभ्यास अभिप्रेत होता. ओशोवाच्या मनात देखील अशीच कल्पना मूळ धरू लागली होती. त्यामुळे त्या दोघींची दृढ मैत्री जमली आणि दोघांनी मिळून हा संकल्प प्रत्येकाचे पूर्ण समाधान होईपर्यंत राबवायचा असे ठरविले. (२१ जून १८४४) दोघेही आपापल्या परीने या संकल्पाची सिद्धी कशी होईल, तो कसा, कोठे आणि केव्हा प्रसिद्ध करावयाचा याचा विचार करीत होते. या कामाविषयी उभयतांत काही गैरसमज होऊ नयेत म्हणून मर्फीने त्याला एक तपशीलवार पत्रही लिहिले होते. फ्रान्समध्ये तो ग्रंथ प्रथम प्रकाशित व्हावा व त्याचे समर्पण तुझ्या नावे व्हावे, अशी इच्छाही त्याने केली होती. या ग्रंथाचे नाव 'मराठ्यांची काव्य परंपरा आणि ब्रह्मज्ञान' (Poetry and Theosophy of Marathas) असे निश्चित करण्यात आले होते. या ग्रंथाचा प्रमुख हेतू मराठी काव्यात नैतिकता, धार्मिकता आणि ब्रह्मज्ञान यासंबंधी आलेल्या विचारांचे विश्लेषण करावयाचे असा असेल, असे ठरले होते. या ग्रंथाच्या प्रसिद्धीसंबंधीचे एक पत्रक १५ ऑगस्ट १८४४ रोजी प्रसिद्ध केले होते आणि नेमका याच वेळी ओशोवाचा परतीचा प्रवास सुरू झाला आणि तो ग्रंथ कधीच प्रसिद्ध झाला नाही.

ओशोवाच्या पॅरिस येथील संग्रहात एक टिपण (बहुधा मर्फीने तयार केलेले) शिळाप्रेससंबंधी आढळते. यात प्रामुख्याने शिळाप्रेसच्या कार्याच्या दोन गोष्टींचा उल्लेख आढळतो; सुवाच्य अक्षरात मुद्रित केलेले फारसी, मराठी आणि गुजराती ग्रंथ आणि मुंबईतील 'ज्ञानसिंधू' आणि 'प्रभाकर' या दोन वृत्तपत्रांचे शिळाप्रेसवरील मुद्रण. या दोन वृत्तांतासंबंधी टिपणकार म्हणतो, ''या दोन्ही वृत्तपत्रांचे संपादक ब्राह्मण असून, पहिले वृत्तपत्र सनातन धर्माचा पुरस्कार करणारे असून, 'प्रभाकर' या पत्राचे ध्येय प्रगती आणि सुधारणा हे आहे.'' 'प्रभाकर' चे संपादक विठ्ठल गोविंद कुंटे तथा भाऊ महाजन (येथे चुकून महाराज म्हटले आहे) यांच्या संपादनकार्यावर बरीच स्तुतिसुमने उधळली आहेत. तो म्हणतो, ''या संपादकांविषयी सामान्य लोकांना आज विशेष माहिती नसली तरी एक ना एक दिवस त्यांचे नाव 'श्रेष्ठ हिंदू सुधारक आणि सच्चे देशभक्त' यांच्या यादीत अग्रक्रमाने येईल. कलकत्त्यातील तरुण सुधारकांसारखा आरडाओरडा करणारा, सामान्य जनतेची दिशाभूल करणारा अशा प्रकारचा तो जहाल वक्ता नाही. तो एक अत्यंत शालीन वृत्तीचा, समाजापासून अलिप्त राहणारा मुंबई येथील एक कार्यकर्ता आहे. तो ओळखला जातो तो त्याच्या अभ्यासपूर्ण 'प्रभाकर' मधील लेखांवरून. लोक त्याला

सन्मानाने वागवतात. त्याचे खाजगी जीवन निष्कलंक असून, तो गरीब, समाधानी आणि स्वतंत्र बाण्याचा आहे.''

टिपणकार पुढे म्हणतो, ''नेटिव्ह एज्युकेशन सोसायटीचा तो माजी विद्यार्थी असून, इंग्रजी भाषेवर त्याचे चांगलेच प्रभुत्व आहे. त्याच्या नियतकालिकाने मराठी भाषेत आणि मराठी माणसाच्या विचारसरणीत क्रांतिकारक बदल घडवून आणले असून, त्या माध्यमांतून अल्पावधीत तो इंग्रजी भाषेतील विविध विचार मराठीत आणू शकेल असा विश्वास वाटतो.''

लोकहितवादींच्या 'शतपत्रांना' जनतेसमोर ठेवणाऱ्या 'प्रभाकर' च्या संपादकाच्या कार्याचे महत्त्व इतरांना जाणवले नसेल तितके या टिपणकाराने टिपलेले आहे, ही बाब विशेष उल्लेखनीय आहे.

याच टिपणात पुढे म्हटले आहे की, लिथो प्रेस मुंबईत प्रथम पारशी लोकांनी सुरू केला हे खरे नसून, मराठी भाषेतील इतस्त: विखुरलेले साहित्य-विशेषत: तत्त्वज्ञान, भाषाशास्त्र यांवरील ग्रंथ एकत्रित आणण्याचा प्रयत्न प्रथम हिंदूंनीच केला. पेशव्याच्या अध:पतनानंतर या साहित्याकडे दुर्लक्ष केले गेले होते. राष्ट्राच्या बौद्धिक प्रगतीची जाणीव या साहित्यामुळे होते आणि याच काळातील युरोपातील सांस्कृतिक चळवळीचा तौलनिक अभ्यास करण्यास मदत होईल, असे टिपणकाराने म्हटले आहे. या प्रदीर्घ टिपणासोबत लेखक, प्रसिद्ध झालेल्या ६२ ग्रंथांची यादी, त्यांच्या किमती देऊन हरिविजय भक्तिविजय, रामविजय, बखरी, लावण्या, पोवाडे इत्यादी ग्रंथांच्या मुद्रणाची आवश्यकता आहे आणि असे सुमारे एक हजार ग्रंथ अप्रकाशित असावेत असा अंदाज व्यक्त करतो.

या तपशीलवार टिपणांवरून रॉबर्ट मर्फी ओशोवाला त्या संशोधनास आणि बौद्धिक विकासास उपयुक्त अशी माहिती पुरवीत असावा हे स्पष्ट होते. त्याच्या बौद्धिक क्षमतेची आणि सुप्त गुणांची मर्फीला पूर्ण कल्पना आली असावी, याची कल्पना त्याला निरोपाचे जे पत्र २५ ऑ.१८४४ रोजी लिहिले आहे, त्यावरून आपल्या पाश्चिमात्य संस्कृतीहून अगदी भिन्न अशा पश्चिम भारताच्या संस्कृतीचे, समाजाचे इतक्या थोड्या काळात ओशोवाने जे अवलोकन केले आहे. त्याबद्दल तो आदर व्यक्त करतो. विशेषत: जैन, हिंदी आणि ब्रजभाषा यासंबंधीचे त्याने एका वर्षाच्या कालावधीत केलेले संशोधन पाहून तो आश्चर्यचकित होतो. या कालखंडात त्याला अनेक आपत्तींना तोंड द्यावे लागले होते, कटकटीचा प्रवास-पायपीट करावी लागली होती, जीवघेण्या आजारावर मात करावी लागली होती. टिपणकार म्हणतो, ''मला ज्ञात असलेल्या कोणाही युरोपीय पंडिताने मराठी गूढ वाङ्मयाचे, तत्त्वज्ञानाचे ज्ञान आत्मसात केल्याचे माझ्या ऐकिवात नाही.''

ज्ञानेश्वरांच्या बहिणीचे-योगीनी मुक्ताबाईचे 'ताटीचे अभंग' वाचून भारावून गेलेल्या ओशोवाने त्याचे फ्रेंच भाषेत भाषांतर करण्याचे काम सुरू केले. मराठी संतकवींचे वाङ्मय इतक्या अल्पावधीत त्याने आत्मसात केलेले पाहून मर्फी तर थक्क होतोच आणि मायदेशी जाऊन योग्य तो औषधोपचार करून घेऊन त्याने भारतात लवकर परत यावे आणि अंगीकृत संशोधन-विशेषत: मराठी संतकवींच्या गूढवादी काव्याचे संशोधन पूर्ण करावे, अशी तो प्रार्थना करतो.

रॉबर्ट मर्फीप्रमाणेच मुंबई-पुणे परिसरांतील संस्कृत पंडितही ओशोवाच्या संशोधनाने प्रभावित झाले असावेत. अन्यथा विष्णुशास्त्री बापटांसारख्या पुण्याच्या संस्कृत कॉलेजातील (आजचे डेक्कन कॉलेज) प्राध्यापक, अनेक ग्रंथांचा कर्ता, अशा पंडिताने त्याची मुक्तकंठाने स्तुती केली नसती आणि या 'डोचोवासाहेबा'ला हवी ती मदत करण्यास ते सिद्ध झाले नसते. मराठी ग्रंथांच्या नकला करण्यासाठी त्यांनी गोविंदरावभाऊ गणपुले या माणसाची मदत घ्यावी, असे ओशोवाला सुचविले. गोविंदराव गणपुले हे हस्तलिखितांची खरेदी-विक्री, नकला करून देणे अशा तऱ्हेची कामे करीत असत. या कामाची पुणे एक बाजारपेठच होती. कर्नल मेकन्झी या मद्रास येथील ब्रिटिश अधिकाऱ्याने याच काळात मराठी ऐतिहासिक हस्तलिखिते खरेदी करणे अथवा त्यांच्या नकला करून घेण्यासाठी नारायणराव आणि हणमंतराव या दोन तामिळी ब्राह्मणांस पुण्यास पाठविले होते.

बापटशास्त्रींनी गणपुलेचा मेहनताना निश्चित करण्यासंबंधी ओशोवाला पत्र लिहिले होते. (१६ जुलै १८४४) याच पत्रात त्यांनी स्वत:कडील एक प्राकृत व्याकरणाचे हस्तलिखित आणि दहा जुने कागद अभ्यासासाठी दिले होते, ते अत्यंत दुर्मीळ असल्याने आणि आता ते उपलब्ध होण्याची शक्यता नसल्याने ते लवकर परत करण्याची विनंती केली होती. बापट नेहमी ओशोवाच्या संशोधनाविषयी मित्रत्वाच्या नात्याने विचारपूस करीत असत. हे सारे त्याला त्याच्या संशोधनकार्यात मदत करण्याच्या शुद्ध हेतूने करीत होते. आपल्या पत्राची पोहोच मिळाल्यास आपल्याला आनंद वाटेल, असे ते एका पत्रात म्हणतात. ओशोवाचे बापटांशी अगदी घरोब्याचे संबंध जुळले असावेत असे दिसते. एका पत्रात, बापटांनी आपल्या भगिनीच्या पतीच्या निधनामुळे आपल्या जीवनात कशी पोकळी निर्माण झाली आहे आणि या प्रसंगामुळे आपण 'साहेबा'स भेटू शकलो नाहीत, अशी हळहळही व्यक्त केली आहे.

बापटशास्त्रींनी ओशोवाला, हस्तलिखिते गोळा करणे, त्यांच्या नकला करणे, हस्तलिखिते खरेदी करणे आणि पुण्याच्या शास्त्री-पंडितांच्या खाजगी संग्रहातील ग्रंथांची सूची तयार करण्याच्या कामी बरीच मदत केली होती.

मराठी भाषा शिकण्याची त्याला तीव्र इच्छा होती. यासाठी त्याने बहुधा पुण्यात आल्याबरोबर राजारामशास्त्री नानवेकर या पुण्याच्या मराठी शाळेच्या तपासनिसाची गाठ घेऊन आपल्याला एका मराठी शिक्षकाची शिफारस करावी, अशी विनंती केली. (४ डिसेंबर १८४३) त्यानुसार वैदशास्त्र संपन्न विनायक जोशी याची त्याला शिफारस करण्यात आली आणि त्यांच्याकडून त्याने मराठीचे पाठ घेण्यास प्रारंभ केला. हिंदुस्थानी भाषेत प्रावीण्य संपादन केल्याचे एक शिफारसपत्र त्याने मुंबईच्या सनदी आणि लष्करी परीक्षा समितीच्या अध्यक्षांकडून मिळविले होते. (१३ ऑगस्ट १८४४) या प्रशस्तिपत्रात म्हटले आहे, 'ओशोवाची हिंदुस्थानी भाषेत परीक्षा घेण्यात आली, त्यावेळी त्याने त्या भाषेचे उत्तम ज्ञान संपादन केल्याचे दिसून आले. फ्रेंच भाषेतील एका उताऱ्याचे त्याने हिंदुस्थानी भाषेत भाषांतर तर केलेच, पण एक हिंदुस्थानी भाषेतील उतारा त्याने उत्तम फ्रेंच भाषेत करून दाखविला. त्या भाषेतील नेटकेपणा, व्याकरण, म्हणी, वाक्प्रचार याचा त्याला उत्तम परिचय असावा असे दिसून आले. शिवाय या भाषा अस्खलितपणे बोलण्याचे प्रावीण्यही त्याने संपादन केले आहे.'

अर्थात, 'हिंदुस्थानी भाषा' हा शब्द नेमका कोणत्या अर्थाने वापरला आहे हे सांगणे कठीण आहे. कारण परकीय लोक सर्व भारतीय भाषांना 'हिंदुस्थानी' या नावाने संबोधतात. परंतु ओशोवाच्या संदर्भात हिंदुस्थानी भाषा म्हणजे मराठी भाषा असेच मानणे योग्य होईल. कारण ज्या काळात आणि ज्या प्रदेशात तो ही परीक्षा देत होता तेव्हा तो पुणे-मुंबईच्या परिसरात होता आणि प्रामुख्याने मराठी भाषेचाच अभ्यास करीत होता.

पंडितांप्रमाणेच तत्कालीन कंपनी सरकारच्या अधिकाऱ्यांकडून त्याला हवे ते सहकार्य मिळत गेले. ओशोवाला संशोधन कार्यासाठी करावा लागणारा प्रवास निर्वेधपणे पार पडेल, आपल्या स्थानिक अधिकाऱ्यांकडून हवे ते सहकार्य मिळेल याची काळजी सरकारने घेतली होती.

प्रस्तुत संदर्भात सातारा राज्याच्या ब्रिटिश रेसिडेंटने पंढरपूर पेठ्याच्या मामलेदाराला २२ फेब्रुवारी १८४४ रोजी धाडलेले आज्ञापत्र मोठे सूचक आहे. त्यात म्हटले आहे की, त्याच्या पेठ्यात फ्रेंच पाहुणा आला की, 'त्याच्या हालचालींवर बारीक नजर ठेवावी, त्याच्या सेवेसाठी एक हुशार कारकून आणि दोन शिपाई द्यावेत आणि त्यांना सूचना द्यावी की, पाहुण्याच्या सर्व मागण्या कसलीही तक्रार न करता अविलंबे पूर्ण कराव्यात, आणि पाहुणे तुमच्या पेठ्यातील काम संपवून गेले म्हणजे त्यासंबंधीचा संपूर्ण अहवाल रेसिडेंटकडे साताऱ्यास पाठवावा.'

२४ फेब्रुवारी १८४४ रोजी ओशोवाने सातारा सोडले आणि तेथून तो खानापूर, जत, विजापूर, पंढरपूर आणि अक्कलकोटला गेला. अक्कलकोटच्या शहाजीराजे भोसले

यांना मुंबईच्या गव्हर्नरच्या आज्ञेनुसार, साताराचे राजे शहाजी आणि रेसिडेंट कर्नल ओव्हन्स यांच्याकडून ओशोवाच्या आगमनाची पूर्वसूचना देण्यात आली होती. जत जहागिरीच्या देशमुख भागीरथीबाई डफळे, खानापूरच्या मामलेदार, घोडबंदरचा चौकीदार, दमणचे अधिकारी इत्यादींना वरील प्रमाणेच खलिते पाठविले होते.

विजापूरच्या आसार महालाला जेव्हा त्याने भेट दिली, तेव्हा तेथील अधिकाऱ्यांकडे त्याने आपल्या कचेरीसाठी एका गालिच्याची आणि ग्रंथालयातील काही ग्रंथांची मागणी केली होती. स्थानिक अधिकाऱ्याने जेव्हा ही मागणी आपल्या वरिष्ठांकडे सादर केली तेव्हा त्याला असे कळविण्यात आले की, आसार महालातून जेथून तो गालिचा नेला असेल तो काझी आणि इतर मुसलमानांच्या साक्षीने मूळ जागेवर परत आणून घालावा आणि जे ग्रंथ नेले असतील ते सर्व ग्रंथ योग्य ती छाननी करून पूर्वीच्या मूळ जागी परत आणून ठेवावेत आणि त्यात काही तफावत आढळली, तर ती बाब ताबडतोब रेसिडेंटच्या कार्यालयाला कळवावी.

सरकारी पाहुण्याच्या तैनातीला ठेवलेले सेवक अधिकारी कधी कधी पाहुण्याला अशी विनंती करीत की, आपली व्यवस्था कशी ठेवली होती, यासंबंधी त्यांच्या वरिष्ठाला लिहावे. जत जहागिरीच्या कारभाऱ्याने अशी जेव्हा विनंती केली, तेव्हा ओशोवाने तत्परतेने रेसिडेंट कर्नल ओव्हन्सला व्यवस्था आणि आदरातिथ्याबद्दलचे समाधानाचे पत्र धाडले होते. तो म्हणतो, ''माझ्यासारख्या 'बहादूराचे' (पाहुण्याला उद्देशून त्याकाळी साहेबबहादूर असे शब्द बापरीत.) मोठ्या इतमामाने स्वागत करण्यात आले आणि मला सुखात ठेवण्याचे हरएक प्रयत्न करण्यात आले. माझ्या या पाहुणचाराची वार्ता कृपया सातारचे राजे आणि जतच्या भागीरथीबाईंना कळवाव्यात. एवढ्या लहान राज्याची जत ही राजधानी पाहून मी इतका प्रभावित झालो आहे की, ते मला शब्दांत व्यक्त करता येत नाही.'' (३ मार्च १८४४)

पुण्याच्या परिसरातील चिंचवड, आळंदी, देहू इत्यादी महत्त्वाच्या तीर्थक्षेत्रांना आणि निवासस्थानांना त्याने आदरपूर्वक भेटी दिल्या आणि त्या त्या स्थळांसंबंधीची आपली निरीक्षणे टिपून ठेवली आणि त्यासंबंधी अधिक संशोधन केले पाहिजे, अशी नोंद करून ठेवली; परंतु दुर्दैवाने त्या स्थळांना भेटण्याचा योग त्याला कधीच आला नाही. चिंचवडच्या गणेश मंदिराला भेट दिली तेव्हा त्याने एक छोटी टिप्पणी तयार केली आणि पुण्यात गणेश पूजेची सुरुवात केव्हा झाली आणि तिचा विकास कसकसा होत गेला, या कामासाठी तो परत चिंचवडला येणार होता. ज्ञानेश्वरांची आळंदी, तुकारामांचे देहू या संत तीर्थांची वर्णने आणि त्यांच्या संबंधीच्या आख्यायिका यांची त्याने नोंद करून ठेवली होती.

मे-जून १८४४ हे दोन महिने तो पुण्यात होता आणि या काळात पंढरपूरच्या

रामचंद्र बल्लाळ पटवर्धन या पंडिताशी त्याचा पत्रव्यवहार सुरू होता. पटवर्धनांनी केलेल्या पुस्तकांची यादी, प्रत्येक हस्तलिखितांची पृष्ठसंख्या आणि त्यांच्या नकलांचे दर ओशोवाच्या दप्तरात आढळते. गणपुले नावाचा बापटशास्त्रीनी सुचविलेला त्याचा एक एजंट ओशोवाकडून दर १०० ग्रंथ (ओव्या) च्या नकलांचे पाच रुपये घेत असे. त्यापैकी तो नकलाकाराला तीन रुपये देत असे आणि उरलेले दोन रुपये त्याची दलाली.

प्राकृत, संस्कृत, ब्रजभाषा, गुजराती आणि मराठी भाषेतील अनेक हस्तलिखितांच्या याद्या ओशोवाच्या संग्रहात आढळतात. पुण्याच्या नीलकंठबाबा थत्ते यांच्या खाजगी संग्रहातील विषयवारीने केलेली एक यादी ओशोवाने तयार केली होती. या यादीनुसार वर्गवारी अशी होतीः व्याकरण ६४, धर्मशास्त्र ९४, न्यायशास्त्र ८८, अलंकारशास्त्र १५, छंदशास्त्र ४, द्वादशमयुख ४८, पुराणे १८, मीमांसा २४, वेदान्त ४२, पंचदशी प्रकरणे १५, काव्य २४, चंपूकाव्य ९, नाटके १७ आणि इतर २९. या यादीवरून ओशोवाला किती प्रकारच्या साहित्यात रस होता हे तर सिद्ध होतेच, पण त्याचबरोबर १९ व्या शतकातील ब्राह्मण पंडितांच्या व्यासंगाचीही कल्पना येते.

ओशोवाने केलेल्या मराठी भाषेसंबंधीच्या कार्याचा येथवर आढावा घेतला. पण त्याच्या पत्रव्यवहारावरून असे दिसून येते की, मराठीप्रमाणेच पंजाबी व्याकरण, शीख धर्म, सिंधी भाषा, फार्सी साहित्य इत्यादी विषयांतही त्याला बराच रस होता आणि त्यासंबंधीच्या काही नोंदी आणि संदर्भही पुढील संशोधनाच्या दृष्टीने त्याने करून ठेवल्या होत्या. पॅरिसच्या राष्ट्रीय ग्रंथालयात शिक्षण मंत्रालयाकडून १८४७ साली ओशोवाने जमा केलेले ३२ फार्सी हस्तलिखित ग्रंथ मिळाले अशी नोंद आहे. महाराष्ट्रातील देवालये, आणि गुहा येथून त्याने ब्राह्मी लिपीतील काही शिलालेखांचे ठसे गोळा केले होते. मुंबईत असताना तेथील अनेक देवळांच्या नोंदी, काही मूर्तींची काढलेली रेखाचित्रे त्याच्या संग्रहात आहेत. पॅरिसच्या एशियाटिक सोसायटीने आपल्या जानेवारी १८४८ च्या शोधपत्रिकेत ओशोवाकडून मिळालेल्या ग्रंथांची विषयवार यादी प्रसिद्ध केली आहे. यासंबंधी प्रसिद्ध फ्रेंच प्राच्यविद्यापंडित प्राध्यापक बर्नुफ ऐवढेच म्हणतो की, ''शार्लद ओशोवा याला शिक्षणखात्याच्या मंत्र्याने भारतात संशोधन कार्य करण्यास सांगितले होते, त्या वेळी त्याने जमा केलेल्या भारतीय हस्तलिखितांची ही यादी आहे. या सूचीत संस्कृत, मराठी, गुजराती, पंजाबी, प्राकृत, अरेबिक, फार्सी आणि हिंदुस्थानी हस्तलिखितांची नोंद केली आहे. फ्रेंच पंडित कॅबटन याने पॅरिस येथे उपलब्ध असलेल्या भारतसंबंधीच्या हस्तलिखितांचा एक कॅटलॉग १९१२ साली प्रसिद्ध केला आहे. त्यात एकूण २५१ भारतीय हस्तलिखितांची नोंद असून, त्यापैकी ५८ मराठी आहेत. स्थूलमानाने या मराठी हस्तलिखितांचे साहित्यिक आणि ऐतिहासिक अशी विभागणी करता येईल. कॅबटनच्या कॅटलॉगमध्ये प्रत्येक हस्तलिखिताचे यथार्थ वर्णन दिलेले नसल्याने, प्रत्येक हस्तलिखित पूर्णपणे पाहूनच त्याचा विषय आणि स्वरूप ठरवावे लागते.

ओशोवाचा संशोधनाचा प्रमुख उद्देश मराठी संतसाहित्य आणि तत्त्वज्ञान असल्याने, ऐतिहासिक साहित्य गोळा करण्याकडे विशेष लक्ष पुरविलेले दिसत नाही. तरी सुद्धा काही बखरी त्याच्या संग्रहात दिसतात. मराठी साहित्य समजावून घेण्यास, मराठ्यांच्या इतिहासाची जाण असणे आवश्यक आहे, असे त्याला वाटत असावे म्हणून त्याने हा अल्पसा प्रयत्न केला होता. त्यामुळे पॅरिसच्या ग्रंथालयात जे मराठ्यांच्या इतिहासाचे साहित्य आहे - विशेषतः बखरी-ते प्रामुख्याने बन्रुफच्या इतर शिष्यांनी गोळा केलेले असावे. त्या वाङ्मयाचाही त्रोटक परिचय जिज्ञासूंच्या माहितीसाठी येथे करून दिला आहे.

कॅबटनच्या कॅटलॉगवरून असे दिसून येते की, ओशोवाने संग्रहित केलेल्या मराठी हस्तलिखितांची एकूण संख्या १०५०० असून, त्यात ऐतिहासिक हस्तलिखिते (प्रा. बन्रुफसाहेबांची जमेस धरून सुमारे ३००० इतकी आहेत. या संग्रहातील मराठी हस्तलिखिते आता मराठीत मुद्रित रूपात उपलब्ध आहेत. या संग्रहात प्रामुख्याने ज्ञानेश्वर, तुकाराम, नामदेव, रामदास, महीपती, श्रीधरस्वामी, नाभाजी, मुकुंदराज, वामन पंडित, मुक्ताबाई इत्यादींचे काही अभंग नकलून घेतलेले दिसतात.

इतिहासविषयक हस्तलिखितात कोकणाचा इतिहास सांगणाऱ्या अतिप्राचीन अशा महिकावतीच्या बखरीत उल्लेख असलेल्या "विंबाख्यान" याच्या दोन हस्तलिखित प्रती ओशोवाने मिळविल्या होत्या. महिकावतीच्या बखरीची रचना १४४८-१६७८ या कालखंडात चार पंडितांनी वेळोवेळी केली आहे.

बिबाख्यानाची आज उपलब्ध असलेली प्रत म्हणजे १८७७ साली शिळा प्रेसवर छापलेली होय. वसईच्या वेलाजी पाटलाने १८७७ साली पाहिले बिबाख्यानाचे हस्तलिखित तयार करून छापून घेतले. पॅरिसच्या संग्रहात असलेली प्रत ही १८३३ साली कोणी जगननाथ रणछोड वैद्य नावाच्या गृहस्थाने केली आहे. युरोपीय कागदावर सुंदर देवनागरीतील या हस्तलिखिताची पृष्ठसंख्या ८० आहे. दुसरी प्रत ७० पानी असून, तिचा लेखनकाळ आणि नकलाकार याविषयी काही माहिती उपलब्ध नाही. महाराष्ट्रात आज उपलब्ध असलेल्या विंबाख्यानाशी या पॅरिसच्या दोन प्रती पडताळून पाहिल्या पाहिजेत.

"शिवाजी चरित्रे" या नावाखाली असलेले हस्तलिखित हे वस्तुतः संपूर्ण शिवचरित्र नसून त्याची सुरुवात जरी शिवाजीराजाच्या नावापासून झाली असली तरी शेवट मात्र सवाई माधवराव पेशवा (१७७४-१७९५) यांच्या १० फेब्रुवारी १७८३ साली पुणे येथे झालेल्या अपूर्व लग्न सोहळ्याच्या वर्णनाने झाली आहे. बालाजी गणेश नावाच्या कोणा एक कारकुनाने पेशव्यांच्या आज्ञेनुसार सुरेख मोडी लिपीत हस्तलिखित तयार केले असून त्याची पृष्ठसंख्या ५३ आहे.

या खेरीज इतर सुमारे २१ लहान-मोठ्या बखरी या संग्रहात असून त्यात शिवाजी, पेशवे, नारायणराव पेशवे, पानिपत, शालिवाहन, भोजराज, गंगराजे, विक्रम यांच्या चारित्रासंबंधीच्या आहेत. अर्थात, हा संग्रह ओशोवाचा नाही. शिवाय या बखरी आता प्रसिद्धही झाल्या असल्याने त्यांची सविस्तर चर्चा करण्याचे येथे प्रयोजन नाही.

पॅरिस सोडताना १८४२ साली त्याने शिक्षणमंत्र्याला लिहिलेल्या पत्रात एक सूचना केली होती. त्यात तो म्हणतो, ''यदाकदाचित् या प्रवासात मला अपघात झाला, आजारपण अथवा दुर्दैवाने मृत्यू आला तर मी संपादन केलेले साहित्य हरवू नये, सुरक्षित राहावे याची आपण काळजी घ्यावी.'' प्रकृतीच्या कारणास्तव जेव्हा आपले काम अर्ध्यावर टाकून १८४४ त्याला मायदेशाला परतावे लागले तेव्हा दुर्दैवाने त्याची भीती खरी ठरली. पुण्यात सुरू केलेले काम, त्याला अमांशाच्या तीव्र बाधेने थांबवावे लागले आणि ऑगस्ट १८४४ साली त्याचा परतीचा प्रवास सुरू झाला. पुण्याच्या स्टाफ सर्जनने, जो त्याच्यावर उपचार करीत होता त्याने, त्याला ४ ऑगस्ट १८४४ रोजी पत्राने मायदेशी परतण्याचा आणि तेथे औपधोपचार करून घेण्याचा सल्ला दिला. तो म्हणतो, ''हवापालट हे जरी आवश्यक असले तरी त्याला कदाचित एका शस्त्रक्रियेला तोंड द्यावे लागेल, आणि त्याच्या या अशा स्थितीत असे उपचार करणे येथे शक्य नाही.'' रॉबर्ट मर्फीच्या शेवटच्या पत्रानुसार त्याने २५ ऑगस्ट १८४४ नंतर केव्हातरी भारताचा किनारा सोडला होता. त्याला लवकर आराम पडावा, प्रकृती पूर्ववत सुधारावी, म्हणून त्याने प्रभूची प्रार्थनाही केली होती. तो म्हणतो, ''आम्हाला तुझे सतत स्मरण राहील. अलविदा दोस्त.''

परंतु मर्फीच्या या पवित्र भावना नियतीला मंजूर नव्हत्या. प्रवासात त्याची प्रकृती अधिकाधिक ढासळत गेली आणि बहुधा आपल्या मातृभूमीच्या किनाऱ्यावर पाय ठेवण्यापूर्वीच १८४४ च्या सप्टेंबरमध्ये त्याची प्राणज्योत मालविली असावी. त्या वेळी तो केवळ २८ वर्षांचा होता.

आश्चर्याची गोष्ट म्हणजे फ्रान्सने त्याच्या कार्याची काहीच दखल घेतली नाही. त्याच्यावर कोणी छोटासा मृत्युलेखही लिहिला नाही. फ्रान्सच्या नॅशनल बायॉग्राफीत त्याचा ओझरता उल्लेखही नाही. असा हा तरुण फ्रेंच प्राच्यविद्यापंडित डिचोवासाहेब जगाला अपरिचित आणि अज्ञातच राहिला.

□□□

१२.

महात्मा जोतीराव फुले : शैक्षणिक कार्य

१७ व्या आणि १८ व्या शतकात महाराष्ट्राचे नाव भारतीय उपखंडात सर्वज्ञ झाले होते. मराठी सत्ता ही भारतातील प्रमुख राजकीय सत्ता होती. परंतु १९ व्या शतकाच्या प्रारंभीपासूनच विशेषतः रावबाजीने १८०६ साली इंग्रजाशी वसईचा तह केल्यापासून महाराष्ट्राच्या अवनतीस प्रारंभ झाला. महाराष्ट्राच्या राजकारणात ईस्ट इंडिया कंपनीचे वर्चस्व वाढू लागले. भारतीयांना पाश्चात्त्य शिक्षण दिले पाहिजे, असे इंग्रजांना या सुमारास वाटू लागले. १८१३ साली कंपनीच्या व्यापारी सनदेचे नूतनीकरण ब्रिटिश पार्लमेन्टने केले, त्यात भारतीयांच्या शिक्षणकार्यासाठी एक लक्ष रुपये मंजूर केले होते. या निधीचा उपयोग भारतीय प्राच्य वाङ्मयाचे पुनरुज्जीवन आणि वृद्धी करण्यासाठी शास्त्रीपंडितांना उत्तेजन देण्यासाठी आणि भारतीयांना शास्त्रीय ज्ञानाची ओळख करून देऊन त्या विषयाचा प्रसार करण्याच्या कामी केला जावा अशी शिफारस नव्या सनदेत केली होती. ब्रिटिशांच्या या धोरणावरून त्यांनी शिक्षण तत्त्वतः जरी सर्वांना खुले केले होते तरी प्रत्यक्षात तशी स्थिती येण्यास फार कालावधी जावा लागला, अखंड प्रयत्न करावे लागले.

१८१८ साली तिसऱ्या इंग्रज-मराठे युद्धांत मराठी सत्ता संपूर्णपणे लयास गेली आणि 'कंपनी सरकारने' माऊंट स्टुअर्ट एलफिन्स्टन साहेबाकडे महाराष्ट्राची सर्व सूत्रे सोपविली. एलफिन्स्टन हा उदारमतवादी होता आणि तितकाच तो व्यवहारीही होता. साम्राज्यवाद आणि उदारमतवाद यांची सांगड कशी घालावयाची याची एक मुत्सद्दी या नात्याने त्याला चांगली जाण होती. विद्यमान स्थितीत त्याला शक्यतो बदल न करणे हे त्याच्या कार्याचे मुख्य सूत्र होते आणि म्हणूनच श्रावणमासी ब्राह्मणांना मुक्तपणे वाटल्या जाणाऱ्या 'दक्षिणे' चा उपयोग करून घेण्याच्या उद्देशाने त्याने आणि त्याच्या सहकाऱ्यांनी संस्कृत पाठशाळेची कल्पना पुढे मांडली आणि १८२१ साली तत्कालीन ब्रिटिश कमिशनर विल्यम चॅपलिन याने एका जाहीर सभेत ६ ऑक्टोबर 'पूना हिंदू कॉलेज' चे उद्‌घाटन केले. या सुमारास एलफिन्स्टन मुंबई इलाख्याचा गव्हर्नर होता.

या नव्या कॉलेजात शिकविल्या जाणाऱ्या विषयांची नुसती यादी जरी पाहिली तरी त्यावरून हे कॉलेज केवळ आपले राज्य गेल्यामुळे असंतुष्ट राहिलेल्या ब्राह्मण वर्गाला खूष करणे, त्यांना आश्रय देणे आणि इंग्रजांवरील त्यांची निष्ठा वाढविणे एवढाच हेतू होता असे दिसून येईल. न्याय, व्याकरण, धर्म, वैद्यक इत्यादी प्राचीन भारतीय विषय शिकविण्याची सोय या महाविद्यालयात केली होती. विद्यार्थ्यांना शिष्यवृत्त्या दिल्या

जात. १८५१ सालापर्यंत हे विद्यालय केवळ ब्राह्मणांना खुले होते. याचा अर्थ पंडितांनाच अधिक पंडित करणे व त्यांचा उपयोग आपल्या राज्याच्या सुयंत्रित प्रशासनासाठी करून घेणे हाच प्रमुख उद्देश या योजनेमागे असावा हे स्पष्ट होते.

महात्मा जोतीराव गोविंदराव फुले (१८२७-१८९०) यांना स्वानुभवावरून बहुजनसमाज आणि दलितवर्ग यांच्या साध्या प्राथमिक शिक्षणाची हेळसांड जुन्या आणि नव्या राजवटीत कशी चालली होती याची कल्पना आली होती. त्यावेळी पुण्यात काही देशी शाळा होत्या. त्या जुन्या गावगाड्याच्या धर्तीवर चालविल्या जात होत्या. या शाळेत मासिक फी दोन ते आठ आण्यापर्यंत असे. या देशी शाळांचे चालक ब्राह्मण असत आणि सामान्यतः ते शाळा चालविण्यास अपात्र असत. उदारनिर्वाहाचा अखरेचा व्यवसाय म्हणून या कुचकामी ब्राह्मणांनी या शाळा काढल्या होत्या आणि त्यांना सरकारातून काही अनुदानही मिळत होते. अशा शाळांतून सामान्यतः अंकगणित, मोडी लेखन वाचन, धार्मिक उताऱ्यांचे पाठांतर अशा विषयांचे शिक्षण दिले जाई. मिशनरी लोकांच्याही काही शाळा होत्या. पण त्या शाळेत आपण गेलो तर आपल्याला बाटविले जाईल. अशी जनमानसात भीती असल्याने तिकडे फारशी मुले जात नसत.

या सर्व परिस्थितीमुळे मागासलेल्या, अतिमागासलेल्या आणि स्त्रिया यांच्या शिक्षणाची समाजात फार आबाळ होत होती. पण याला सर्वस्वी ब्रिटिश राजवट कारणीभूत आहे, असे मानावयास जोतीराव फुले तयार नव्हते. कारण स्वकीयांचे राज्य होते तेव्हासुद्धा या वर्गातील लोकांच्या शिक्षणाची कोणी काळजी घेतली नव्हती. त्यामुळे स्वतःचा उद्धार स्वतःच करून घेण्यास कटिबद्ध झाले पाहिजे हे तत्त्व जोतीरावांना पटले होते. शिक्षणाचे महत्त्व सांगताना ते म्हणतात, " गुलामगिरीला इंग्रज जबाबदार नाहीत त्याला आपले अज्ञान जबाबदार आहे." त्यासाठी लोकांमध्ये शिक्षण प्रसार करून त्यांच्यामध्ये जागृती निर्माण करणे हे गुलामगिरी नष्ट करण्याचे एक प्रभावी साधन आहे असे ते मानीत.

भारतात शिक्षणाचा प्रसार व्हावा, या इंग्रजांच्या सदिच्छेबाबत जोतीरावांच्या मनात काही शंका होत्या. अर्थात, असे असले तरी इंग्रजांच्या निःपक्षपातीपणावर त्यांचा विश्वास होता. 'सार्वजनिक सत्यधर्म' या आपल्या ग्रंथात ते म्हणतात, "या निःपक्षपाती इंग्रजसरकारच्या राज्यात एकंदर सर्व मांगा महारांस विद्या मिळण्याचा संभव आहे आणि तसे पुढे घडून आल्यास त्या सर्वांनी एकत्र होऊन माजी गव्हर्नर जनरल लॉर्ड रिपन व मि. हंटरसाहेब या उभयतांस पुढे घालून महाराणी व्हिक्टोरिया आईसाहेबासमोर नेऊन त्यास असे विचारावे की, हा काळपावेतो जर धूर्त आर्यभटांनी आम्हास विद्या शिकण्याची बंदी केली होती, तर आम्ही त्यांच्यासारखे विद्वान होईतो पावतो एकट्या आर्य धूर्त भट ब्राह्मणांस मोठमोठाल्या हुद्द्याच्या जागा दिल्यास ते आम्हास पुनः अन्यरीतीने रसा तळी

घालण्याचा प्रयत्न करतील का नाही बरे? असा प्रश्न सदरच्या उभयता इंग्रजास केल्यास ते त्याचे काय उत्तर देतील'' (धनंजय कीर स. गं. मालशे -महात्मा फुले - समग्र वाङ्मय, पृ.४२४)

शैक्षणिक क्षेत्रात भेदभाव करणे इंग्रजांना तत्त्वतः मान्य नव्हते. त्यांनी सर्व जातीच्या मुलांसाठी शाळा खुल्या केल्या होत्या. परंतु जोतीरावांची खंत वेगळीच होती. त्यांना वाटे की आशा शाळावर जर ब्राह्मण शिक्षकांचीच नेमणूक झाली, तर महार-मांगांना योग्य ते शिक्षण मिळणार नाही. त्यांना शिकविणारे पंतोजी देखील त्यांच्या समाजातूनच निर्माण झाले पाहिजेत. शूद्र जातीतील पंतोजी तयार करण्याची काही तजवीज सरकारने न केल्यामुळे त्यांना अशी भीती वाटत होती की, आर्यधर्म अनुयायी भट ब्राह्मण पंतोजीकडून अतिशूद्रांची मुले विद्वान होऊन मोठे कामगार कधीच होणार नाहीत. या बाबतीत सरकारच्या भोळेपणाची त्यांना कीव येत असे. आपल्या 'सार्वजनिक सत्यधर्म' या ग्रंथात ते म्हणतात, ''आर्य लोकांच्या एकतर्फी ग्रंथात शूद्रादि अतिशूद्रास विद्या न देण्याविषयी कडेकोट बंदोबस्त केला आहे आणि धूर्त आर्यभट ब्राह्मण आपली पोटे जाळण्याकरिता पोटार्थी भटपंतोजीकडून खेडेगावांतील अतिशूद्रांची मुले शाळेत शिकून विद्वान होणार नाहीत असे मी खात्रीने सांगतो.''

अतिशूद्रांना शिक्षण देऊन त्यांच्यातूनच शिक्षक निर्माण करणे हे आर्थिकदृष्ट्यादेखील सरकारला अत्यंत हितावह आहे. तसेच शिक्षणाचा प्रसार होण्यास याची मदत होईल. आपल्या 'गुलामगिरी' या ग्रंथात ते म्हणतात, ''अरे एका भट प्रोफेसरांत सहा शूद्र अथवा नऊ अतिशूद्र प्रोफेसर मिळण्याची खात्री असता आमचे सरकार या कामी भटांच्या नादी लागून आमच्या अज्ञानी बांधवांच्या कमाईचे पैसे असे बेलगामी खर्चते म्हणून त्याविषयी आपल्या सरकारास आपण जागे केले नाही, तर त्याचा दोष आपल्या माथ्यावर येणार आहे.'' (कीर, मालसे, पृ.१४७)

शूद्रादिकांच्या शिक्षणाची अतीव तळमळ जोतीरावांना लागली होती. त्यांच्या मते आर्यभटांनी नीच मानलेल्या सर्व शूद्राद्रीतिशूद्रासह भिल्ल, कोळी वगैरे मानवबांधवांनी आपल्या कन्या पुत्रास शाळेमध्ये पाठवून सत्य ज्ञान शिकविण्याचा आरंभ करावा म्हणजे काही काळाने आपल्या सर्वांच्या मुला मुलीस सत्य ज्ञान प्राप्त झाल्याबरोबर त्यातून शूद्र वगैरे जमातीतील एखादा सत्पुरुष आपल्या सर्वांच्या समाधीवर पुष्पवृष्टी करून आपल्या सर्वांच्या नावाने उल्हास करील असे मी स्वसंतोषाने भविष्य करतो.''

शाळेतील शिक्षणाची सर्व मदार शिक्षकावर असते. यासंदर्भात सत्यवर्तनी शिक्षक कोणास म्हणावे, या प्रश्नास उत्तर देताना फुले म्हणतात, ''स्त्री अथवा पुरुष जे आपल्या लोकांचे वर्चस्व मुद्दाम राहण्याकरिता शाळेमध्ये शिकवताना इतर लोकांच्या मुलांबरोबर दुजाभाव करीत नाहीत अथवा शाळेत शिकविताना दुजाभाव करणाऱ्याचा धिक्कार करतात त्यास सत्यवर्तन करणारे म्हणावे.''

शिक्षणासंबंधीचे जोतिबांचे विचार प्रयोगाअंती परिपक्व व निश्चित झाले होते आणि म्हणूनच शिक्षणाचे माध्यम वापरून त्यातून जातिभेद, धर्मभेद आणि वर्णभेद यांचे निर्मूलन करण्यासाठी त्यांनी आपले उभे जीवन वेचले.

'स्त्रीशिक्षण' हे अत्यंत मोलाचे आहे असे त्यांना वाटत होते आणि म्हणूनच त्यांनी आपल्या शैक्षणिक कार्याचा प्रारंभ स्त्रीशिक्षणापासून केला. गृहिणीला शिक्षणाचे पाठ प्रथम दिले म्हणजे कुटुंबात आपोआपच शिक्षणाचा प्रसार होईल. सारे कुटुंब शहाणे होईल असे फुल्यांना वाटत होते. ते म्हणतात, ''स्त्रियांच्या शाळेने प्रथम माझे लक्ष वेधले, पूर्ण विचारांती माझे असे मत झाले आहे की, पुरुषांच्या शाळेपेक्षा स्त्रियांच्या शाळेची अधिक आवश्यकता आहे. स्त्रिया आपल्या मुलांना त्यांच्या दुसऱ्या आणि तिसऱ्या वर्षी जे वळण लावतात त्यातच त्यांच्या शिक्षणाजी बीजे असतात.''

साऱ्या भारतातच स्त्रीशिक्षणाची आबाळ त्या काळात झाली होती. १८२९ साली अमेरिकन मिशनने एक मुलींची शाळा कलकत्यास काढली होती, पण ती फारशी चालत नसे. १८३३ साली पुण्यात इंग्रजांच्या साहाय्याने एक मुलींची शाळा काढण्याचा प्रयत्नही फसला होता. स्कॉटिश ख्रिस्ती धर्मोपदेशकांनी पुण्यात एक मुलींची शाळा याच सुमारास काढली होती; पण त्यात येणाऱ्या मुलींची संख्या नगण्य होती.

महात्मा फुल्यांनी १८४८ साली स्वतंत्रपणे मुलींची शाळा काढण्याचा यशस्वी प्रयत्न केला. अशा प्रकारची शाळा भारतात इतरत्र कोठेही नव्हती. बंगलाचे सुप्रसिद्ध समाजसेवक ईश्वरचंद्र विद्यासागर हे फुल्यांचे समकालीनच होते. स्त्रीशिक्षण आणि स्वातंत्र्य या संबंधीची चळवळ त्यांनी बंगालात सुरू केली होती. १८५३ साली आपल्या गावी त्यांनी एक शाळा काढली आणि त्याला एक मुलीची शाखा जोडली. केवळ मुलींची अशी स्वतंत्र शाळा काढण्याचे धाडस त्यांनी केले नाही. तो मान अखिल भारतात फक्त महात्मा फुल्यांनाच मिळाला.

वयाच्या अवघ्या २१ व्या वर्षी मुलींची शाळा पुण्यासारख्या सनातनी शहरात काढण्याचा धाडसी प्रयोग फुल्यांनी केला हे विशेष कौतुकास्पद होते. १८४८ साली सदाशिवराव गोवंडे, सखाराम परांजपे, मोरो विठ्ठल या जीवलग मित्रांच्या साहाय्याने बुधवार पेठेतील भिड्यांच्या वाड्यात या मुलींच्या शाळेची पहिली घंटा वाजली.

समकालीन समाजाला स्त्रियांनी शाळेत जाऊन शिक्षण घेणे रुचणारे नव्हते. हे परंपरेला आणि कुलाचाराला धरून नाही, असे या समाजाला वाटत होते. तत्कालीन समाजसुधारकांनीही या प्रश्नाकडे कधी सहानुभूतीने पाहिले नाही. त्यामुळे साहजिकच जोतीरावांना प्रारंभीच्या काळात समाजाच्या उपाहासाला तोंड द्यावे लागले. त्यांना धमक्या देण्यात येऊ लागल्या, वाळीत टाकण्याची बहिष्कार घालण्याची दहशत दाखविण्यात आली. पण स्त्रियांचा उद्धार करण्याचा ध्वज खांद्यावर टाकून निघालेले

जोतीराव यामुळे खचून गेले नाहीत. आपल्या मित्रमंडळींना त्यांनी आव्हान केले आणि आपल्या मुलींना या नव्या शाळेत दाखल करण्याची विनंती केली. ते स्वतः शाळेचे शिक्षक बनले. सनातन्यांच्या प्रखर विरोधामुळे दुसरा शिक्षक मिळणे कठीण झाले. प्रयत्नांनी एखादा शिक्षक मिळालाच तरी तो फार काळ टिकत नसे. कारण समाजकंटक त्याला धमक्या देऊन पिटाळून लावीत. त्यामुळे शिक्षक, कारकून, शिपाई, झाडूवाला ही शाळेची सर्व कामे त्यांना स्वतःलाच करावी लागत.

पण अशा विरोधाला घाबरून स्वकार्य सोडून देणाऱ्यांपेकी जोतीराव नव्हते. त्यांनी आपली अशिक्षित पत्नी सावित्रीबाई यांना शिकवून तयार करण्याचा चंग बांधला. जोतीरावांनी स्वतः आणि त्यांचे मीत्र केशव शिवराम जोशी उर्फ भवाळकर यांनी सावित्रीबाईंना ज्ञानाचे पाठ देऊन तयार केले आणि एक शिक्षिका म्हणून त्या मुलींच्या शाळेत अल्पावधीत रुजू झाल्या. सखाराम यशवंत परांजपे, सदाशिव गोविंद हाटे आणि सदाशिवराव गोवंडे हे जोतीरावांच्या शाळेला आर्थिक साहाय्य करीत होते. जोतीराव स्वतः व्यारकण, वाचन आणि अंकगणित हे विषय शिकवू लागले.

सावित्रीबाई शाळेत मुलींना शिकवितात ही गोष्ट सनातन्यांना रुचणारी नव्हती. त्यांनी त्यांचा छळ करण्यास प्रारंभ केला. त्या शाळेत जाऊ लागल्या म्हणजे लोक त्यांच्या वाटेवर उभे राहत, त्यांची टिंगल करीत व घालून पाडून बोलीत. सावित्रीबाई या सर्व प्रकाराकडे दुर्लक्ष करीत. सनातन्यांची मजल याही पुढे गेली ते त्यांच्या अंगावर दगड, धोंडे मारू लागले, शेण, चिखल फेकू लागले. बाईंनी याही प्रसंगाला तोंड दिले. त्यांनी नेसण्यासाठी तीन लुगड्यांची सोय केली. शाळेत जाताना चिखलफेकीमुळे मलिन झालेले लुगडे ते शाळेत गेल्यावर बदलून त्या दुसरे नेसीत व घरी गेल्यावर परत तसाच प्रकार घडला तर अंगावरचे वस्त्र बदलून तिसरे धारण करीत. या अपमानास्पद वागणुकीमुळे त्या खचून गेल्या नाहीत आणि आपल्या पतीच्या कार्यात सहभागी होण्याच्या कार्यात त्यांनी अंतर पडू दिले नाही.

फुले दांपत्य हा सारा छळ सहन करून आपले अंगीकृत कार्य मोठ्या निर्धाराने पुढे नेत आहेत, हे पाहून सनातन्यांच्या अंगाचा जळफळाट होऊ लागला. फुले कुटुंबीयांना या स्त्रीशिक्षणाच्या मार्गापासून परावृत्त करण्याचे दुसरेच एक कपटकारस्थान रचले. जोतीरावांचे वडील गोविंदराव हे एक सत्प्रवृत्त गृहस्थ होते. धर्माचरणाचे पालन करणारे होते. सनातन्यांनी त्यांना गाठून वाळीत टाकण्याची धमकी दिली. याचा परिणाम असा झाली की, जोतीराव आणि सावित्रीबाई यांना आपल्या घराचा त्याग करावा लागला. गंजपेठेत मोठ्या मुश्किलीने त्यांना राहावयास एक जागा मिळाली. शाळा काही दिवस बंद ठेवावी लागली. उदरनिर्वाहासाठी त्यांना नवा व्यवसाय सुरू करावा लागला. त्यांनी कंत्राटे घेण्यास सुरुवात केली आणि त्यातही त्यांनी बऱ्यापैकी यश मिळविले. हे काम

करीत असताना आपल्या कामावर असलेल्या मजुरांसाठी त्यांनी रात्रीचे शिक्षणाचे वर्ग घेण्यास सुरुवात केली.

परंतु मुलींची बंद पडलेली शाळा परत नेटाने सुरू करण्याचा ध्यास घेतला होता. गोवंड्यांच्या मदतीने त्यांनी जुन्या गंज पेठत आपली शाळा सुरू केली. सुदैवाने विष्णुपंत थत्ते नावाचे एक ब्राह्मण शिक्षकही त्यांना मिळाले. परंतु सनातन्यांच्या छळाला कंटाळून थत्ते गुरुजींना नाईलाजाने शाळेला रामराम ठोकावा लागला.

जोतीराव अशा प्रसंगामुळे आपल्या निर्धारापासून ढळत नसत. ३ जुलै १८५१ रोजी केशवराव भवाळकरांचे स्नेही आप्पासाहेब वासुदेव चिपळूणकर यांच्या वाड्यात त्यांनी परत मुलींची शाळा सुरू केली. शाळेच्या व्यवस्थापनासाठी कार्यकारी मंडळाची स्थापना केली. त्यांत ब्राह्मण सदस्यांचे प्रमाणच अधिक होते ही गोष्ट लक्षात घेतली म्हणजे जोतीराव कट्टर ब्रह्मद्वेष्टे होते हा गैरसमज वृथा होता हे लक्षात येते. फुल्यांचे वैर होते ते ब्राह्मण्यावर आणि त्याचा आधार घेणाऱ्या जातीसंस्थेतर; ब्राह्मण व्यक्तीवर नव्हे. मुलींची दुसरी शाळा रास्ता पेठेत १८५१ साली आणि तिसरी शाळा १८५३ साली वेताळ पेठेत सुरू झाली. १८४८ ते १८५३ या पाच वर्षांत अशा रीतीने स्त्रीशिक्षणाच्या कार्यात जोतीरावांनी बरीच मजल गाठली होती.

अस्पृश्य शिक्षण

स्त्रीशिक्षणात जसा त्यांनी पुढाकार घेतला तसाच महार-मांगांच्या शिक्षणासाठी देखील घेतला होता. १८५१ साली त्यांनी रास्ता पेठेत अस्पृश्यांसाठी एका शाळा काढली होती. 'विद्या शूद्रा घरी' न जाण्याचे ब्राह्मणांनी जणू व्रतच घेतले होते. प्रस्तुत संदर्भात जोतीरावांचे एक समकालीन गोपाळ हरी देशमुख तथा 'लोकहितवादी' म्हणतात, ''ब्राह्मणांनी युक्तीने आपले स्वाधीन विद्या ठेवली. इतरांस शिकवू नये, असा धर्म लावून दिला. भटांनी शाळा घालून कोणास तयार केले किंवा विद्वान केले? हल्ली बहुधा सर्व रोजगार ब्राह्मणांनी बळकाविले आहेत म्हणजे एकीकडे भटांनी धर्म व दुसरीकडे गृहस्थानी रोजगार अशा दोन्ही बाजू धरून इतर लोकांस आत येऊ देऊ नये, अशी शक्कल केली होती. आता जर कोणी शूद्र जातीचा कारकून झाला, तर सर्व ब्राह्मण लोक त्याकडे डोळे वटारून पाहतात. त्यास असे वाटते की, आमचा धर्म लिहिणे पुसणे करावयाचा असून, कुणबी आमची वृत्ती छेद करितात.''

शिक्षणाला महत्त्व प्राप्त झाले ते १९ व्या शतकात आणि विशेषतः इंग्रजांची सत्ता या देशात प्रस्थापित झाल्यावरच होय. परंतु नव्या सरकारची प्रशासनाची गरज त्वरेने कनिष्ठ वर्गाकडून भागण्यासारखी नव्हती. पुणे दरबारात इंग्रजांचा प्रवेश झाल्यापासून ब्राह्मण मंडळीना इंग्रजांच्या प्रशासन पद्धतीचा अनुभव येऊ लागला होता. शिवाय इग्रजांनी

ब्राह्मण पेशव्याकडून मराठी सत्ता ग्रहण केली होती त्यामुळे प्रचलित प्रशासन पद्धतीत सत्वर बदल करावयाचे नव्हते. त्यामुळे कनिष्ठ वर्गाच्या शिक्षणाला त्वरेने एकदम हात घालण्यासाठी इंग्रज फारसे उत्सुक नव्हते. एलफिन्स्टनसारखा उदारमतवादी व भारतीयांविषयी सहानुभूती बाळगणारा मुत्सद्दी इंग्रज नेताही म्हणतो की, खालच्या वर्गातील लोकांना आपण विशेष उत्तेजन देण्याच्या बाबतीत आपण विशेष सावधगिरी बाळगली पाहिजे.

पाझर सिद्धान्त

नंतरच्या काळात सरकारने सार्वत्रिक शिक्षणाचे धोरण स्वीकारले; पण त्याची अंमलबजावणी व्हावी तितक्या गतीने होत नव्हती. सरकारला अद्याप असे वाटत होते की, शिक्षण आणि संस्कृती ही वरच्या वर्गातून खालच्या वर्गांपर्यंत झिरपत जाईल आणि त्यामुळे त्या वर्गात नवा जोम निर्माण होईल; परंतु शिक्षण आणि संस्कृती ही खालच्या वर्गातून वरच्या वर्गापर्यंत कधीच जाणार नाही. जर शिक्षण आणि संस्कृती यांचा प्रसार खालच्या वर्गात केला, तर त्याचा परिणाम सार्वत्रिक क्रांतीमध्ये होईल आणि त्यात परदेशी लोकांची सर्वप्रथम होळी होईल, अशी नव्या विदेशी सरकारला भीती वाटत होती.

काही व्युत्पन्न ब्राह्मण पंडितानीही सरकाराच्या सुरात या बाबतीत आपला सूर मिसळला होता. शिक्षणासंबंधी विचार करण्यासाठी १८८२ साली ब्रिटिश सरकाराने सर विल्यम हंटर यांच्या अध्यक्षतेखाली नेमलेल्या आयोगापुढे साक्ष देताना महादेव मोरेश्वर कुंटेशास्त्री म्हणाले की, "महार, धेड यांना शाळेत प्रवेश मिळावा हा प्रश्न स्वतः महारांनी आणि धेडांनी उपस्थित केलेला नाही. तो प्रश्न व्यवहाराला सोडून आहे. भावना प्रधान इंग्रज अधिकारी आणि अव्यवहारी देशी सुधारक यांची ही निराधार चळवळ आहे." परंतु असे विधान करताना कुंटेशास्त्रीचा या गोष्टीचे आकलन झाले नाही की, शिक्षण म्हणजे काय याची पिढ्यानूपिढ्या कल्पना नसलेले महार-मांग-धेड आपल्या शिक्षणाचा प्रश्न कसा उपस्थित करतील? त्यांच्या हालअपेष्टा आणि दुर्दशा ज्यांनी पाहिली होती तेच समाजधुरीण व गरिबाविषयी कणव असणारे सज्जनच त्यांची सरकारदरबारी वकिली करणार.

१८५१ पर्यंत जोतीरावांच्या शैक्षणिक कार्याचा बराच बोलबाला झाला होता. त्यांचे कार्य बंद पडावे म्हणून त्यांच्यावर मारेकरी घालण्यापर्यंत सनातन्यांनी मजल मारली होती. पण त्या मारेकऱ्यांचेच हृदयपरिवर्तन फुल्यांनी केले. त्यांना शिक्षणाचे महत्त्व पटवून दिले आणि त्यांना शहाणे केले. धोंडीराम कुंभार नावाच्या एका मारेकऱ्याने तर जोतीरावांच्या शिकवणीमुळे संस्कृत विद्या पारंगत करून पुढे 'पंडितराव' हा किताबही मिळविला.

जोतीरावांच्या कार्याचे महत्त्व सरकारलाही पटू लागले. १८५१ साली दादोबा पांडुरंग तर्खडकर यांनी त्यांच्या शाळेला भेट देऊन त्यांच्या कार्याची प्रशंसा केली. सरकारी महाविद्यालयाचे प्राचार्य मेजर कँडी यांनीही जोतीरावांच्या कार्याबद्दल समाधान व्यक्त केले. सर अर्स्किन पेरी या मुंबई ईलाख्याच्या विद्याधिकाऱ्याने फुल्यांच्या शाळांची तपासणी करून उत्तम अभिप्राय दिला आणि सरकारकडे त्यांच्या कार्याची शिफारस केली.

१८५२ साली मेजर कँडी यांच्या अध्यक्षतेखाली विश्रामबाग वाड्यात जोतीरावांच्या शैक्षणिक कार्याबद्दल सरकारी शिक्षण खात्याकडून त्यांचा सरकार आयोजित केला होता. २०० रुपये किमतीच्या दोन शाली सरकारतर्फे मेजर कँडी या सरकारी महाविद्यालयाच्या प्राचार्यांनी जोतीरावांना प्रदान केल्या. जोतीराव त्यावेळी केवळ २१ वर्षांचे होते. जोतीरावासारख्या कनिष्ठ वर्गातील व्यक्तीला सरकारने शालजोडी अर्पण केली, याविषयी कर्मठ बाह्मणांनी नापसंती व्यक्त केली. कारण शालजोडी स्वीकारण्याचा मान हा केवळ पंडितांना होय असे त्यांचे मत होते. त्यांच्या मते सरकारने काहीतरी रोख पारितोषिक देऊन त्याची बोळवण करावयास हवी होती, सन्मानाचे असे प्रतीक त्यांना द्यावयास नको होते. फुल्यांच्या कार्याचा गौरव करणारा एक पवाडा त्याकाळी रचला होता. त्यात म्हटले होते, **“ गव्हर्नर मग घेई गाडीत हो । हार तुरे नेसवी गळ्यात हो । शालजोडी बक्षीस हातात हो । साहेब मडमानी दिला मान हो । उपकारी आम्ही झालो हो । जोतिबाचे मुख्य पाहून कैक मनी धाले । ब्राह्मण अधोमुख झाले । अतिशूद्राचे हित व्हावे हेतु मनाचा । पवडा ऐका ज्योतीबाचा ।।”**

तसेच शिक्षणाचा व विशेषतः स्त्रीशिक्षणाचा प्रसार करून मोठे सामाजिक कार्य तरुणवयात केल्याबद्दल ‘बॉम्बे गार्डियन’, ‘ट्रिब्यून’ ‘ऑब्झरवर’ ‘ज्ञानप्रकाश’ इत्यादी इंग्रजी-मराठी वृत्तपत्रांनी त्यांची स्तुती केली. ‘स्त्रियांचा उद्धारकर्ता’ म्हणून त्यांचा सत्कार करण्यात आला.

१२ फेब्रुवारी १८५३ रोजी जोतीरावांच्या मुलींच्या शाळांची मोठ्या जनसमुदायासमोर जाहीर तपासणी झाली. या समारंभास ३००० हून अधिक लोक आले होते. पुण्यात एवढी मोठी सभा पूर्वी कधीच भरली नव्हती. या समारंभास काही युरोपियन स्त्री-पुरुषही हजर होते. त्यांनी जोतीरावांच्या स्त्रीशिक्षण कार्याचे कौतुक करून उदारहस्ते आर्थिक साहाय्यही केले. हिंदूंकडून मात्र फारसा प्रतिसाद मिळाला नाही.

२१ मार्च १८५३ रोजी जोतीरावांच्या अतिशूद्राच्या शाळेची अशीच तपासणी मोठ्या जनसमुदायासमोर झाली. या महार-मांगांच्या शाळेचे कार्य सुव्यवस्थित होते. येथे मुलांना मोफत शिक्षण मिळे. पुस्तके आणि पाट्याही पुरविल्या जात. जोतीरावांनी त्यांच्या शाळेत चार ब्राह्मण आणि दोन कनिष्ठ वर्गातील शिक्षक मदत करीत असत.

जोतीरावांनी शाळा तर सुरू केल्याच; पण मुला-मुलींनी आवश्यक अभ्यासक्रम ही तयार केले. केवळ तळागाळापर्यंत जाणाऱ्या शिक्षणाच्या माध्यमांतून समाजात दृढ परिवर्तन घडवून आणता येईल या तत्त्वावर त्यांची श्रद्धा होती ते म्हणत,

विद्येविना मती गेली । मती विना नीती गेली ।।
नीतीविना गती गेली । गतीविना वित्त गेले ।।
वित्ताविना शूद्र खचले । इतके अनर्थ एका अविद्येने केले ।।

जोतीरावांच्या शैक्षणिक क्षेत्रांतील कार्याबद्दल १८५२ साली सरकारने जो जाहीररीत्या गौरव केला होता, त्याचा परिणाम अस्पृश्यांच्या शिक्षणाविषयीच्या सरकारी धोरणावरही झाला. ईस्ट इंडिया कंपनीने १८५४ साली एक शिक्षणविषयक धोरणासंबंधीचा आपला एक आदेश कंपनी सरकारच्या विचारार्थ पाठविला, 'चार्लस् वुडचा खलिता' या नावाने तो ओळखला जातो. 'शिक्षणाची महान सनद' असेही या खलित्याचे वर्णन केले जाते. या खलित्यांत म्हटले होते, "जी गरीब जनता स्वतःच्या कष्टाने शिक्षण घेण्यास असमर्थ आहे तिला जीवनात उपयुक्त आणि व्यवहारपोषक असे शिक्षण द्यावे. त्यासाठी खर्चात करण्यास आम्ही तयार आहोत..... जातीचे कारण सांगून कुठल्याही मुलास सरकारी शाळेत अथवा महाविद्यालयात प्रवेश नाकारता येणार नाही.

१८५६ साली धारवाडच्या सरकारी माध्यमिक शाळेत एका महार मुलाला प्रवेश नाकारला. यावर बरेच वादंग प्रांतिक सरकार आणि मध्यवर्ती सरकार यांच्यामध्ये झाले. त्यावर ईस्ट इंडिया कंपनीच्या लंडन येथील संचालक मंडळाने सल्ला दिला की, "सरकारी शिक्षण संस्था सर्व वर्गांकरिता खुल्या असल्या पाहिजेत, असा आमचा उद्देश आहे." या धोरणानुसार मुंबई सरकारने जाहीर केले की, "सरकारी खर्चाने चालविलेल्या सर्व शाळा जातपात निरपेक्षपणे सर्व वर्गांच्या प्रजाजनास उघड्या राहतील."

भारतातील राजकीय परिस्थिती बिघडत चालली होती. कंपनीच्या राजवटीविरुद्ध असंतोषाचे वातावरण निर्माण झाले होते आणि त्यातूनच १८५७ चा उद्रेक झाला. या वातावरणाचा परिणाम अप्रत्यक्षरीत्या जोतीरावांच्या कार्यावरही झाला. महार-मांगांच्या शाळांना देणग्या देण्याचे युरोपीय लोकांनी बंद केले. सरकारी अनुदानही बंद झाले. शाळेची इमारत उभी करण्यासाठी सरकारने जागा व ५००० रुपयांचे अनुदान मंजूर केले होते. पण तेही जोतीरावांच्या संस्थेला मिळू शकले नाही. कनिष्ठ वर्गाच्या शिक्षणाला हातभार लावण्यास परदेशी सरकार फारसे उत्सुक नव्हते आणि त्याचबरोबर वरिष्ठ वर्गातील स्वार्थी आणि संकुचित वृत्तीचे लोक यांचाही कनिष्ठ वर्गातील मुलांच्या शिक्षणाला विरोध होता. या दोन्ही संकटांतून जोतीरावांना मार्ग काढावयाचा होता.

जोतीरावांना त्यांच्या स्त्रीशिक्षणाच्या आणि अस्पृश्यांच्या शिक्षणाच्या कार्यात मदत करण्यास काही ब्राह्मण मंडळी सामील झाली होती. १८५१ साली त्यांनी काढलेल्या मुलींच्या शाळेच्या कारभारी मंडळाच्या आठ सभासदांपैकी सहाजण ब्राह्मण होते. त्यात कृष्णशास्त्री चिपळूणकर (विष्णूशास्त्री चिपळणूकर ज्यांनी पुढे फुल्यांवर टीका केली त्यांचे वडील) हे प्रमुख होते. त्यांचे अनेक मित्र, सल्लागार आणि सहकारी हे ब्राह्मण होते. पण हे सारे भूतदयावादी होते आणि जोतीराव खऱ्या अर्थाने सामाजिक क्रांतिकारक आणि मानवतावादी होते. कनिष्ठजाती अथवा गरिबावर केवळ दया दाखविणे त्यांना मान्य नव्हते. त्या लोकांचे जन्मसिद्ध मानवी हक्क त्यांना मिळाले पाहिजेत, या साठी सामाजिक परिवर्तन घडवून आणण्यास ते कटिबद्ध झाले होते. जोतीरावांचे सारे ब्राह्मण सहकारी भूतदयावादी होते आणि भूतदयावादी माणूस हा सामाजिक आणि आर्थिक समता या विषयी आस्था बाळगणारा असेलच असे ठामपणे मानता येणार नाही. जो माणूस आपली जात पूर्णपणे विसरू शकत नाही तो सामाजिक क्रांतिकारक होऊ शकत नाही. ''ज्याप्रमाणे ब्रिटिश राजा हा उपजत बुद्धीने समाजवादी होऊ शकत नाही, त्याप्रमाणे सामाजिकदृष्ट्या काही थोर पुरुषांचे तेजस्वी अपवाद सोडले, तर ब्राह्मण हा बहुधा सामाजिक क्रांतिकारक होऊ शकत नाही.'' (फुले गौरव ग्रंथ पृ.१३५)

महात्मा फुल्यांच्या शैक्षणिक कार्यात काहीसे बदल परिस्थितीमुळे होऊ लागले. १८७० साली त्यांचे परममित्र रावबहादूर गोवंडे हे महादेव गोविंद रानडे यांच्या सार्वजनिक सभेचे सभासद झाले. सरकारने दिलेल्या जागेत एक झोपडी बांधून शाळा कशीबशी उभी करण्यात आली होती. आपल्या ब्राह्मण सहकाऱ्यांशी शिक्षणाचे ध्येय धोरण आणि व्याप्ती काय असावी, याविषयी मतभेद झाल्यामुळे अस्पृश्यांसाठी स्थापन केलेल्या शाळेतून ते कार्यनिवृत्त झाले. आपल्या 'गुलामगिरी' या ग्रंथात ते म्हणतात, ''जेव्हा माझा व त्यांच्या (ब्राह्मण सहकाऱ्यांच्या) मतामध्ये असा भेद पडू लागला तेव्हा त्यांचे सर्व कृत्रिम समजून त्या दोन्हीही (स्त्रीशिक्षण आणि अस्पृश्य शाळा) खात्यांतून मी एका बाजूला झालो.''

१८७४ साली अस्पृश्यांची शाळा लोकल फंड कमिटीकडे सोपविण्याती आली. १८९४ साली जोतीरावांच्या मृत्यूनंतर ती पुणे महानगरपालिकेकडे सोपविण्यात आली. शिक्षण खाते आता जोतीरावांवर नाराज झाले होते. त्यांच्या पुण्यातील मुलींच्या शाळाबद्दल त्या खात्याने असमाधान व्यक्त केले.

१८८२ साली सर विल्यम हंटर यांच्या अध्यक्षतेखाली इंग्रज सरकारने 'भारतीयांच्या शिक्षणासंबंधी एका आयोगाची नेमणूक केली आणि त्यासमोर ब्रिटिशांनी सादर केलेल्या ज्ञानप्रसाराच्या 'पाझर' अथवा 'फिल्टर डाऊन' सिद्धांन्तावर आणि त्यासमोर दोन्ही बाजूच्या समर्थकांना आपली बाजू मांडण्याची संधी दिली. महाराष्ट्रातील

एक भूतपूर्व शिक्षणतज्ज्ञ विठ्ठलराव घाटे यांनी प्रस्तुत संदर्भात दोन्ही पक्षांच्या मतांचा आणि इग्रजांच्या हेतूचा तटस्थपणे एका लेखात विचार केला आहे. इग्रजांच्या योजनेनुसार शहरात राहणाऱ्या पुढारलेल्या वर्गाला सरकारने इंग्रजीतून शिक्षण द्यावे, शहाणे करावे आणि खेड्यापाड्यांतील बहुजन समाजाला मातृभाषांतून शिक्षण देण्याची जबाबदारी या वर्गाच्या सदिच्छेवर सोपवावी, अशी विचारसरणी मांडण्यात आली होती. फर्ग्युसन कॉलेजचे प्राचार्य वामन शिवराम आपटे यांच्या गटाने या सिद्धान्ताला दुजोरा दिला आणि उच्च शिक्षणाचा ताबा घेतला व खाजगी शिक्षण संस्थाची तरफदारी केली.

महात्मा फुल्यांनी या योजनेला विरोध केला. हंटर आयोगाला त्यांनी सांगितले की, ''तुम्ही शिक्षणाची उभारणी खालून वर अशी करा, वरून खाली, अशी करू नका. आधी पाया मग कळस, तुमच्या इग्लंडमध्ये आधी कळस मग पाया हे कदाचित शक्य झाले असेल, आमच्याकडे ते होणार नाही. आमच्याकडे जातीभेद आहे, वर्णभेद आहे, आमचा समाज एकसंध नाही, एक जीव नाही. हे वरचे डोंगरमाथ्यावरचे लोक, खालच्या लोकांपर्यंत ज्ञान येऊ देणार नाहीत. स्वतः पाट काढणार नाहीत. बांध घालतील, पाणी वरच आडवतील, आजवर त्यांनी ज्ञानगंगेचे पाणी अडविले. या वरच्या लोकांवर बहुजन समाजाच्या शिक्षणाची जबाबदारी टाकू नका. सरकारच्या वतीने शिक्षणाची खालून सुरुवात करा. निदान बारा वर्षांच्या वयापर्यंत प्राथमिक शिक्षण सक्तीचे करा.''

१८८२ साली दोन्ही गटांतील हे द्वंद्व आपल्या राज्यकर्त्यांना फोडा आणि झोडा या राजनीतीस उपकारकच होते असे म्हणून घाटे पुढे म्हणतात, ''हा सिद्धान्त चुकीचा होता, फारसा उपयोगी पडण्याजोगा नव्हता हे आजही मला वाटते. परंतु तो लबाडीचा होता, असे आज मला वाटत नाही. ज्या इंग्रजांनी शिक्षणाच्या पाझराचा हा सिद्धान्त मांडला, त्यांचे त्यांच्या मायदेशातील अनुभवच तसे होते. एकोणिसाव्या शतकाच्या आरंभापर्यंत कोणत्याच देशात सरकारचा शिक्षणाशी संबंध नव्हता. प्रजेला शिक्षण देणे ही सरकारची जबाबदारी मानली जात नव्हती. युरोपातील धर्मक्रांतीनंतर (१५ वे १६ वे शतक – मार्टिन ल्यूथरचा काळ) देवाचा आणि व्यक्तिमात्राचा प्रत्यक्ष संबंध प्रस्थापित झाला होता. त्यासाठी प्रत्येक ख्रिश्चन माणसाला आपल्या घरी आपल्या झोपडीत स्वतःचे बायबल स्वतः वाचता येणे आवश्यक होते. म्हणजे साक्षरतेचे व लोकशिक्षणाचे उद्दिष्ट शैक्षणिक किंवा आर्थिक होते. साहजिकच ही जबाबदारी ज्या त्या धर्मपंथाच्या देवळांनी उचलली ...विलायतेत शिक्षण खालच्या वर्गापर्यंत पाझरत होते ते असे. सरकारच्या या कार्याला हात लागत नव्हता.... इंग्लंडमधील लोकशिक्षणाचे हे नानाविध प्रयत्न व प्रयोग ज्यांच्या डोळ्यांसमोर होते. त्यांनी भारतात 'फिल्टर डाऊन थिअरी' चा पुरस्कार केला. तो चुकीचा असेल, पण लबाडीचा नव्हता. (महात्मा फुलै गौरव ग्रंथ – पृ.२६–२९)

मात्र, फुल्यांना भारतात इग्लंडसारखे पाझर फुटतील असे वाटले नाही. शिवाय १८८२ च्या हंटर आयोगाच्या नियुक्तीपूर्वी इंग्लंडमध्ये प्राथमिक शिक्षण सक्तीचे करून लोकशिक्षणाची जबाबदारी स्वीकारली होती.

हंटर आयोगापुढील साक्ष –

हंटर आयोगापुढे जोतीरावांनी १९ ऑक्टोबर १८८२ रोजी, आपली शिक्षणविषयक मते मोठ्या निर्धाराने मांडली. प्रथमच त्यांनी आयोगाला स्पष्टपणे सांगितले की, स्त्रीशिक्षण आणि महार–मांग–धेड यांच्या शिक्षणासाठी आपण प्रयत्न केले असल्याने शिक्षणावर बोलण्याचा आपल्याला अधिकार आहे. त्यांच्या मते सरकारचा शिक्षणावरील बेसुमार खर्च फक्त ब्राह्मणांना आणि उच्चवर्णीयांना सुशिक्षित बनविण्यावर होतो. हा सारा पैसा लोकांच्या श्रमातून येतो, पण सामान्य जनता मात्र सतत अज्ञानातच राहते.

हे उच्चविभूषित लोक समाजाला सुशिक्षित करतील हा सरकारचा निव्वळ भ्रम आहे. हे स्वप्नाळूवृत्तीचे तत्त्वज्ञान आहे. या सुशिक्षितांनी आपल्या देशबांधवांच्या उद्धारासाठी कितीसा हातभार लावला आहे, सर्वसाधारण जनतेच्या स्थितीत फेर पाडतील असे कोणते उपक्रम त्यांनी हाती घेतले आहेत, याचा विचार सरकारने केल्यास त्यांचा भ्रम निरास होईल.

उच्च शिक्षण हे सामान्यतः ब्राह्मणवर्गातील लोक घेत असल्याने वरिष्ठ अधिकारपदे ही सर्वस्वी ब्राह्मणवर्गाची मिरासदारी बनली आहे. त्यामुळे सरकारी नोकरीत प्रवेश इतरांना अपवादानेच मिळतो. तेव्हा ब्राह्मणवर्गाची ही मिरासदारी प्रथम संपुष्टात आणली पाहिजे. यासाठी सरकारने उच्च शिक्षणावरील आपले लक्ष कमी करून सामान्य जनतेच्या शिक्षणावर अधिक भर द्यावा आणि त्यांची गुलामगिरीतून मुक्तता करावी.

जोतीरावांचे प्रारंभापासूनच शूद्रादिकांच्या शिक्षणाकडे अधिक लक्ष होते. या बाबतीत त्यांची अशी सूचना होती की, खेड्यात शूद्रासाठी शाळा काढाव्या, त्यात ब्राह्मण शिक्षकांची भरती करू नये, शूद्र हाच राष्ट्राचा खराखुरा पोशिंदा आणि आधारस्तंभ असल्याने सरकारने आपल्या आर्थिक व राजकीय समस्या सोडविण्यासाठी शूद्रावरच अधिक विसंबून राहिले पाहिजे.

प्राथमिक शिक्षण –

आपल्या निवेदनात जोतीरावांनी प्राथमिक शिक्षणावर अधिक भर दिला होता. त्यांच्या मते सरकारने केलेली शाळांची सोय समाजाच्या गरजेच्या दृष्टीने अगदीच अपुरी होती. प्राथमिक शाळांच्या संख्येत वाढ होणे आवश्यक होते. शिक्षणासाठी घेतलेला कर शिक्षणावर खर्च होत नाही. मुंबई ईलाख्यातील जवळ जवळ १० लाख मुलांची

शिक्षणाची सोय नाही. शेतकऱ्यांचे कमालीचे दारिद्र्य, त्यांच्यातील स्वावलंबनाचा अभाव, सुशिक्षित आणि बुद्धिमान वर्गावर सतत अवलंबून राहण्याची त्यांना जडलेली सवय या सर्व गोष्टींचे मूळ कारण म्हणजे त्यांची शैक्षणिक क्षेत्रातील विद्यमान शोचनीय अवस्थाच होय. गरीबवर्गातील लोक प्राथमिक शिक्षणाचा लाभ घेऊ शकत नाहीत; त्यांना मुलांना शाळेत पाठविणे परवडत नाही कारण त्यांना शेतीच्या कामासाठी, गुरेढोरे राखण्यासाठी मुलांची आवश्यकता असते.

शिक्षणाचा लाभ प्रामुख्याने वंशपरंपरा लेखनावर उपजीविका करणारे ब्राह्मण, प्रभू या समाजातील लोकांनाच घेता येतो. जोतीराव म्हणतात की, शाळांची संख्या वाढवावी, गरीब आणि शेतकरी यांची मुले शाळेत जातील आणि टिकून राहतील यासाठी उत्तेजनार्थ त्यांना शिष्यवृत्त्या, बक्षिसे द्यावीत आणि प्राथमिक शिक्षण हे वयाच्या बारा वर्षे वयोमर्यादेपर्यंत सक्तीचे करावे. मुसलमानवर्गातील मुलांना मराठी आणि इंग्रजी भाषेची आवड नसल्याने त्यांची भाषा शिकविली जाईल, अशा अधिक शाळा काढाव्यात.

महार-मांग मुलांना शाळांतून दुजाभाव दाखविला जातो. त्यांना इतर मुलांबरोबर बसता येत नाही. तेव्हा अशा लोकांची वस्ती अधिक असेल तेथे त्यांच्यासाठी वेगळ्या शाळा काढाव्यात. परीक्षांच्या निकालावर शिक्षकांचे वेतनमान अवलंबून ठेवण्याची प्रथा बंद करावी, कारण तसे केल्यास नव्या शाळा निघणार नाहीत. सरकारने स्वतःच अधिक शाळा काढून त्याकडे विद्यार्थ्यांना आकर्षून घ्यावे, असे जोतीरावांनी सूचित केले.

ब्रिटिशांकडून त्याकाळी जे शिक्षण मिळत होते ते समाधानकारक व भक्कम पायावर आधारित नाही, असे त्यांना वाटत होते. भावी जीवनक्रमाच्या दृष्टीने ते कुचकामी असल्याने शिक्षणाच्या उपयुक्ततेवर सरकारने अधिक भर द्यावा आणि त्यासाठी प्रचलित शिक्षण पद्धतीची व अभ्यासक्रमाची आमूलाग्र पुनर्रचना करावी, असे त्यांचे मत होते.

शिक्षणक्षेत्रात प्रामुख्याने ब्राह्मणवर्गाचा भरणा असतो. त्यातील प्रशिक्षित फारच थोडे असतात, त्यांची पात्रताही बेताचीच असते, त्यामुळे ते नाकर्ते बनतात व त्यांच्या अशा सवयी त्यांच्या हाताखाली शिकणारी मुले उचलतात. अंगमेहनतीचे काम करण्यास ते फारसे उत्सुक नाहीत. नोकरी व्यवसाय करण्याकडे त्यांचा कल अधिक असतो.

शेतकरीवर्गातील प्रशिक्षित शिक्षक विद्यादानासाठी निवडले, तर ते शेतकऱ्यांच्या मुलांमध्ये सहजपणे मिसळू शकतील. नांगराची लुमणी किंवा सुताराची तासणी हाती घेण्यात त्यांना कमीपणा वाटणार नाही आणि या सर्वांचा हितकारक असा परिणाम बहुजन समाजावर होईल.

शिक्षकांनी आपला व्यवसाय प्रामाणिकपणे करावा म्हणून त्यांचे वेतनमान वाढवावे. तसे केल्यानेच लायक व प्रशिक्षित शिक्षक मिळतील. शिक्षकाचा पगार किमान १२ रुपये दरमहा असावा. मोठ्या शहरी तो १५-२० रुपयांपर्यंत असावा. शिक्षकाची समाजातील प्रतिष्ठा वाढविण्याकरिता त्यांना गावाच्या कारभारात सहभागी करून घ्यावे. हिशोबनीस, पोस्ट मास्तर, कारकून इत्यादी गावकीची कामे त्यांच्याकडे सोपवावीत. त्यामुळे त्यांचे गावकऱ्यांवर वजन पडेल. त्यांनी उत्तम निकाल लावून दाखविले, तर त्यांना उत्तेजनार्थ बक्षिसे व भत्ते द्यावेत.

अभ्यासक्रम कसा असावा, या संबंधीही आपले विचार जोतीरावांनी हंटर आयोगापुढे मांडले होते. अभ्यासक्रमात मोडी बाळबोध लेखन-वाचन, हिशोबाची माहिती, इतिहास, भूगोल, व्याकरण, शेतकीचे प्राथमिक ज्ञान, नीती आणि आरोग्य यांचे प्राथमिक धडे असावेत. खेड्यातील अभ्यासक्रम कमी पण व्यवहारोपयोगी असावा. पाठ्यपुस्तके या अभ्यासक्रमाला धरून तयार करावीत. कर भरणाऱ्या पालकांच्या विद्यार्थ्यांकडून अधिक शुल्क घ्यावे.

सरकारमार्फत अनुदान मिळणाऱ्या शाळांची त्याकाळात तपासणी होत असे; पण सरकारची ही निरीक्षण यंत्रणा अपुरी आणि सदोष आहे, असे जोतीरावांना वाटत होते. सरकारी शिक्षणाधिकारी वर्षातून एकदा शाळांना भेट देत असतात. त्यामुळे या शाळा तपासणीचा काही फायदा होत नसे. ही तपासणी पूर्वसूचना न देता दर तीन महिन्यांनी केल्यास शिक्षकांवर त्यांचा वचक बसेल, तसेच ही तपासणीची कामगिरी सर्वस्वी देशी अधिकाऱ्यांवर सोपवू नये. युरोपियन अधिकाऱ्यांनीही अधूनमधून भेटी द्याव्यात.

प्राथमिक शाळांच्या संख्येत वाढ करून त्यासाठी सरकारने सढळ हाताने अनुदाने द्यावीत. स्थानिक करांचा निम्मा हिस्सा अनुदानासाठी राखून ठेवावा. ज्या गावी नगरपालिका असतील त्यांच्यावर प्राथमिक शाळा चालविण्याची सक्ती करावी. त्याचबरोबर प्रांतिक किंवा मध्यवर्ती शिक्षण निधीतून प्राथमिक शाळांना अनुदाने द्यावीत. बक्षिसे व शिष्यवृत्त्या देऊन शिक्षकांसाठी अनुदान आणि भत्ते द्यावेत.

नगरपालिकेच्या हद्दीतील शाळांवरील खर्चाचा बोजा जरी नगरपालिकावर टाकला तरी त्यावर देखरेख शिक्षण खात्याची असावी. माध्यमिक किंवा खाजगी इंग्रजी शाळांना त्यांच्या गुणवत्तेनुसार अनुदान द्यावे. अशा शाळांना नगरपालिकांनीही साहाय्य करावे. जिल्हा किंवा स्थानिक पातळीवर निरीक्षण समित्या नेमाव्यात. या समित्यांत अनुदानावर नियंत्रण ठेवण्यासाठी कलेक्टर, शिक्षण संचालक व बुद्धिमान नागरिक यांचा समावेश असावा. देशी शाळांना शक्यतो मदत देऊ नये. ज्या शाळांतून प्रमाणपत्र मिळविलेले लायक शिक्षक असतील त्यांनाच अनुदान द्यावे.

सरकार उच्च शिक्षणाला सढळ हाताने अनुदान देते, पण त्यामुळे बहुजन

समाजाच्या शिक्षणाची हेळसांड होते. अर्थात, याचा अर्थ असा नव्हे की, सरकारने उच्च शिक्षणाचे अनुदान सर्वस्वी थांबवावे. या शिक्षणासाठी दिली जाणारी मदत क्रमशः कमी करावी. शक्यतो सर्व शिक्षणसंस्था सरकारी नियंत्रणाखाली आणाव्यात. त्याकाळात मिशनऱ्यांनीही शाळा काढल्या होत्या. पण तिकडे विद्यार्थी फारसे आकर्षिले जात नसत. त्यामुळे सरकारी माध्यमिक शाळांची गरज अधिक होती.

सरकारी महाविद्यालयांतून मिळणारे शिक्षण जोतीरावांच्या मते सर्वसाधारण जीवनातील गरजा भागविण्यास अपुरे होते. हे शिक्षण केवळ कारकून आणि शिक्षक होण्यास उपयुक्त होते. या शिक्षणपद्धतीत परीक्षेवर फाजील प्रमाणात लक्ष केंद्रित केलेले होते. सर्वांना सुलभपणे घेता येईल अशी उच्च शिक्षणाची व्यवस्था असावी, असे त्यांचे मत होते. अभ्यासक्रमानुसार आधारित पुस्तकांच्या याद्या सरकारी गॅझेटमध्ये प्रसिद्ध केल्यास खाजगी रीतीने अभ्यास करण्यास मदत होईल, असे त्यांचे म्हणणे होते.

शिष्यवृत्त्या देतानासुद्धा सरकारने ज्या विद्यार्थ्यांमध्ये शिक्षणाची गोडी कमी आहे अशा विद्यार्थ्यांना द्याव्यात; कारण ज्यांना शिक्षणात गोडी आहे ते सर्व प्रसंगांना तोंड देऊन शिक्षण घेणारच. शिष्यवृत्ती देण्यासंबंधी सरकार चढाओढी पद्धतीचा अवलंब करते. ही पद्धती न्याय असली तरी सद्यपरिस्थितीत ती योग्य नाही, असे जोतीरावांनी स्पष्टपणे नमूद केले आहे.

अभ्यासक्रमात धंदे शिक्षणावर भर द्यावा कारण सर्वांनाच काही सरकारी नोकऱ्या मिळणार नाहीत. सध्याच्या शिक्षणपद्धतीत व्यवहारोपयोगी शिक्षणाचा अभाव असल्याने सुशिक्षितांना रोजगार–धंदे करणे अशक्य झाले आहे.

जोतीरावांचा आवडता विषय म्हणजे स्त्रीशिक्षण. स्त्रीशिक्षणाचादेखील मोठ्या प्रमाणावर प्रसार झाला पाहिजे, असे त्यांनी हंटर आयोगापुढील साक्षीत आवर्जून सांगितले होते. महात्मा जोतीरावांच्या शिक्षणविषयक विचारांचे सम्यग दर्शन या त्यांच्या १८८२ च्या हंटर आयोगापुढे सादर केलेल्या साक्षीत स्पष्टपणे घडते. शिक्षणाची पुनर्रचना करताना आजच्याकाळातदेखील त्यांचे हे विचार मोलाचे ठरतील. कारण सामान्य माणसाच्या शिक्षणसंबंधीचे प्रश्न स्वातंत्र्यकाळातही पूर्णपणे सुटले आहेत असे वाटत नाही. त्यामुळे शिक्षणासंबधी जोतीरावांनी त्याकाळात किती दूरदर्शीपणे विचार केला होता याची कल्पना येते.

बाळशास्त्री जांभेकर, भाऊ महाराज, दादोबा पांडुरंग तर्खडकर, लोकहितवादी, जगन्नाथ शंकरशेठ ही सारी पुरोगामी विचारसरणीची मंडळी फुल्यांची समकालीन होती. हे सारे भूतदयावादी होते. जोतीराव प्रामुख्याने मानवतावादी असल्याने त्यांच्या हातून जे विधायक समाजकार्य अथवा शिक्षणविषयक कार्य घडले ते कौतुकास्पद आहे. कदाचित अशा कार्यासाठी लागणारी विशिष्ट मनोवृत्ती, आंतरिक ओढ या भूतदयावादी

समाजसुधारकांच्या ठायी जोतीरावांच्या इतकी प्रकर्षाने नसावी. जोतीराव मोठे निर्धाराचे आणि क्रांतिकारकवृत्तीचे गृहस्थ होते. त्यामुळे अनेक संकटांना तोंड देऊन प्रतिकूल परिस्थितीत त्यांनी अगदी शेवटपर्यंत जे कार्य केले, त्यामुळे महाराष्ट्राच्या सामाजिक इतिहासात त्यांना मानाचे स्थान मिळाले.

१८८८ साली जनतेकडून त्यांचा उत्स्फूर्तपणे सत्कार झाला. 'महात्मा' ही पदवी अर्पण केली आणि भारताचे ते पहिले महात्मा बनले. १८४८ सालापासून त्यांनी आपले जीवन सर्वस्वी ज्यांना शिक्षणाचा जन्मसिद्ध हक्क नाकारला होता त्या शूद्रादिशूद्रांच्या शिक्षणासाठी वाहून घेतले. शुद्रातिशूद्रांसाठी मुलींची शाळा भारतात सर्वप्रथम जोतीरावांनी काढली. यासाठी त्यांना सनातन्यांकडून, कर्मठ ब्रह्मवृंदाकडून त्रास सहन करावा लागला; आपल्या पत्नीसह गृहत्यागही करावा लागला. हा सारा त्रास सहन करीत १८५१ साली मुलींची दुसरी शाळा रास्ता पेठेत काढली. इंग्रज सरकारलाही जोतीरावांच्या या कार्याची दखल घेऊन त्यांचा सत्कार करावा लागला. वृत्तपत्रांनीही याची नोंद केली. १२ ऑगस्ट १९५२ च्या 'ज्ञानप्रकाश' या वृत्तपत्रात संतोष केला गेला आणि 'विद्यावृद्धीचा नवा मार्ग' म्हणून जोतीरावांच्या कार्याचा गौरवही केला. मुलींच्या शिक्षणासाठी तिसरी शाळा १८५३ साली वेताळ पेठेत काढली.

कष्टकरी लोकांच्या शिक्षणाकरिता १८५५ साली रात्रीची शाळा काढली. जोतीरावांनी एकूण सर्वांसाठी तीन मुलींच्या शाळा आणि केवळ महार मांग मुला-मुलींसाठी आणखी तीन शाळा अशा एकंदर सहा शाळा स्त्रिया आणि शूद्रादिकांसाठी काढल्या. १८५८ साली या शैक्षणिक कार्याची धुरा व्यवस्थापक मंडळाकडे सोपवून जोतीरावांनी आपले उर्वरित आयुष्य इतर सामाजिक सुधारणा, सत्यशोधक समाजाच्या कार्यासाठी वेचले. १८८२ साली हंटर आयोगापुढे सादर केलेले निवेदन हे शिक्षणक्षेत्रांतील त्यांचे अत्यंत महत्त्वपूर्ण कार्य होय.

एकोणिसाव्या शतकात महाराष्ट्रात ज्या सामाजिक चळवळी झाल्या, त्यापैकी थोर शिक्षणतज्ज्ञ विठ्ठलराव घाटे यांनी तीन लोकांना मानाचे मुजरे, प्रामुख्याने त्यांच्या सडेतोडपणाबद्दल केले आहेत. त्या तीन व्यक्ती म्हणजे पहिले गोपाळ हरी देशमुख तथा लोकहितवादी (१८२३-१८९२) दुसरे जोतीराव गोविंदराव फुले (१८२७-१८९०) आणि तिसरे राजर्षि शाहू महाराज (१८७४-१९२२) या होत. डॉ. बाबासाहेब आंबेडकर (१८९३-१९५६), महात्मा फुले आणि राजर्षि शाहू महाराज यांनीदेखील आधुनिक काळात दलितोद्धारासाठी या समाजधुरीणांचाच आदर्श आपल्यापुढे ठेवला होता.

संदर्भ ग्रंथ

१) महात्मा फुले समग्र वाङ्मय – संपादक धनंजय कीर आणि स.गं. मालशे, महाराष्ट्र राज्य साहित्य आणि संस्कृती मंडळ, मुंबई तिसरी आवृत्ती. १९८८.

२) महात्मा फुले गौरव ग्रंथ – महाराष्ट्र राज्य, शिक्षण विभाग, मुंबई, १९८२.

३) सरदार गं. बा. – महाराष्ट्राचे उपेक्षित मानकरी, पुणे – १९४१.

४) सरदार गं. बा. – महात्मा फुले : व्यक्तित्व आणि विचार, ग्रंथाली, मुंबई, तिसरी आवृत्ती – १९८८.

❏❏❏